அம்புலிமாமா ஊஞ்சல்

அம்புலிமாமா ஊஞ்சல்

வேல்விழி

எதிர் வெளியீடு

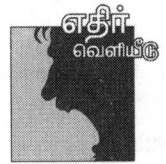

அம்புலிமாமா ஊஞ்சல்
வேல்விழி

முதல் பதிப்பு: ஜூன் 2024

எதிர் வெளியீடு,
96, நியூ ஸ்கீம் ரோடு, பொள்ளாச்சி - 642 002
தொலைபேசி: 04259 226012, 99425 11302

விலை: ரூ. 399

AmbuliMama Oonjal
Velvizhi

Copyright © Nidharsha Vijayakumar
First Edition: June 2024

Published by
Ethir Veliyeedu, 96, New Scheme Road, Pollachi - 2
email: ethirveliyedu@gmail.com
www.ethirveliyeedu.com

ISBN: 978-81-19576-62-3
Cover Design: Lark Bhaskaran
Printed at Jothy Enterprises, Chennai.

All rights reserved. No part of this book may be reprinted or reproduced or utilised in any form or by any electronic, mechanical or other means, now known or hereafter invented, including Photocopying and recording, or in any information storage or retrieval system, without permission in writing from the Publisher.

எழுத்தறிவித்த எந்தைக்கு...

முன்னுரை

பூர்வீகமாக வாழ்ந்த நிலத்தை விட்டு வேறு ஒரு இடத்துக்குப் புலம்பெயர்த்தப்படுதல் என்பது இரத்தமும் சதையுமாக சிவக்கும் இதயத்தைப் பிடுங்கி அனல் கொதிக்கும் பாலைநிலத்தில் வீசியெறியும் செயல். அவ்வாறான கொலைகளை ஒருமுறை அல்ல, இருமுறை அல்ல, பலபத்து முறைகள் ஈழம் சந்தித்தது. முதலில் இனக்கொலைகளில் தொடங்கிய இந்த அவலம் பிறகு இராணுவ ஆக்கிரமிப்புக்கள் என்ற வகையில் நீண்டு கடைசியில் 2009இல் மொத்த இனத்தையே முடித்துவிடும் வெறியோடான இனவழிப்பாகவே மாறிப்போனது. அப்படியொரு கொடுஞ்சுழலில் சிக்கித் தத்தளித்த குழந்தைகளின் கதையே இந்த 'அம்புலிமாமா ஊஞ்சல்'. ஒரு குழந்தைக்கும் போருக்குமான தொடர்பு எப்படியிருக்கிறது என்பதை எழுத்தில் பதிய வைக்கும் முயற்சி.

நாவலைத் தொடங்கும்போது, இந்த நாவல் எழுதிமுடிப்பதற்குத் தேவைப்படும் என்று அனுமானித்த காலத்தை விட இன்னும் அதிகக் காலத்தை எடுத்துக்கொண்டது. தகவல்களைச் சேர்த்தும், அழித்தும், திருத்தியுமென திரும்பத்திரும்ப எழுதியெழுதி வெளியீடு காண்பதற்குக் கிட்டத்தட்ட நான்கு ஆண்டுகளாகிவிட்டன. இடையிடையே என் தந்தையாரிடம் ஆலோசனைகள் கேட்டுக்கொள்வேன். இறுதியாக, நாவலின் தலைப்பு தொடர்பாகவும் பேசியிருந்தோம். எனினும், நாவல் அச்சேறி கைவசம் வருவதற்குச் சில காலங்களுக்கு முன்பு இயற்கை அவரைத் தன்னோடு அழைத்துக்கொண்டது. மொழி, இலக்கியம், கலை, சமூகம், பண்பாடு, இனம், வரலாறு என எல்லாவிதமான விடயங்களையும் பட்டறிவாக நான் கண்டுகொள்ள, எனக்குப் பாதை

திறந்து 'முன் செல்' என வழிகாட்டிய என் பெருங்குரு, வழிகாட்டி, விமர்சகர் என் தந்தையின் சொற்களின் கனதியை இப்போது மனதிருத்துகிறேன்.

அவ்வப்போது முகநூலிலும் ஒரு சில இணையத்தளங்களிலும் எழுதிக்கொண்டிருந்த என்னை 'உருப்படியாக எதையாவது எழுது' என்று அக்கறையோடு கடிந்துகொண்ட பெரியவர்கள் பலரை இக்கணத்தில் நினைத்துக்கொள்கிறேன். அந்த உந்துதலில் தோன்றிய புள்ளியே இந்நாவலின் கரு. சொந்த வாழ்வில் இந்தக் குழந்தை கண்டதும் கேட்டதும் அனுபவித்ததும்.

பக்கங்கள் என்பது சற்று அதிகம்தான். எனினும், கற்பனையை மட்டும் சுமக்கும் பக்கங்கள் இவையல்ல. என் பிள்ளைகளுக்கும், பேரப்பிள்ளைகளுக்கும், அதன் பின்னான சந்ததிக்கும் நான் சொல்கின்ற காலச்சாட்சி. என் பால்யத்தின் நாட்களைத் துரத்திப்பிடித்து எழுத்து வரிகளுக்குள் அடக்கியுள்ளேன். இதுவும் ஒரு போர்க்களம்தான். இதில் நீங்கள் வெல்வதா தோற்பதா என்பது உங்களுங்கள் மனச்சாட்சியைப் பொறுத்தது!

வேல்விழி

1

'ட்ரைவர் சீற்றில்' இருந்தவரை, சாக்குமூட்டைகளின் உச்சியிலிருந்து குனிந்து பார்த்துக் கத்தினான் பெரியண்ணா.

"சின்னையா... எங்களை இவடத்திலை இறக்கி விடுங்கோ. நாங்கள் அங்காலை போவம்."

"என்னடா...?"

"நாங்கள் இங்காலை ஐ.சி.ஆர்.சி பக்கமா போகோணும். எங்களை இவடத்திலையெங்காவது இறக்கி விடுங்கோ."

"சரி சரி, அவசரப்பட்டு குதிச்சிராதை. நானொரு நிழலைப் பாத்து நிப்பாட்டுறன்."

மெல்ல மெல்லமாக வேகத்தைக் குறைத்து வீதிக்கரையோடு நின்ற புளியமரத்துக்குக் கீழ் 'ரக்ரர்' போய் நின்றது. யாருமற்று தனித்திருந்த கச்சான் கடையொன்றிற்குக் காவலாக இரண்டு காகங்கள் சுத்திக்கொண்டிருந்தன. வறுத்த கச்சானும் மஞ்சள்கடலையும் இரு சிறு மலைகள் போலக் குவிந்திருந்தன. அவற்றை மூடி பெரிய 'பொலித்தீன்' பையொன்று விரிக்கப்பட்டிருந்தது. சின்னையாவின் சாக்குமூட்டை மலைகளோடு ஒப்பிட்டால் அந்தக் குவியல்களைச் சிறுகுன்றுகள் என்றுகூடச் சொல்ல முடியாது, வெறும் குட்டிமேடுகள் தான். சற்றுநேரத்துக்கு முன்வரை முரட்டுத்தனமாய்க் கொட்டி எங்களைத் தெப்பமாய் நனைத்துவிட்டிருந்த மழை இப்போது இடைவெளி விட்டு விட்டு சிணுங்கிக் கொண்டிருந்தது.

ஒவ்வொரு மூட்டையின் மேலாக மெல்ல மெல்ல தவழ்ந்து முதல் பெரியண்ணா நிலத்தில் இறங்கினான். பிறகு, அவனைப்போலவே சின்னண்ணாவும் மூட்டைகளின் இடுக்குகளிற்குள்ளால் வளைந்து நெளிந்து 'ரக்ரர் பெட்டியின்' பின்பக்கத்தைத் தொட்டிருந்தான்.

மலையுச்சியிலிருந்து ஒவ்வொரு மூட்டையாகத் தவழ்ந்து தவழ்ந்து கீழ்ப்பக்கமாக இறங்கி வந்துகொண்டிருந்த நான் ஒரு கணத்தில் கால் தடுக்கிச் சின்னண்ணாவின் மேல் விழப்போனேன். பட்டெனக் கைகொடுத்துத் தூக்கிக் கீழே இறக்கிவிட்டார் சின்னையா. அவரின் தலைப்பாகையாகியிருந்த துண்டு நிலத்தில் விழுந்து கிடந்தது. மழைச்சகதி ஒட்டியிருந்த அதையெடுத்து அவரிடம் நீட்டினேன். சின்ன சிரிப்புடன் வாங்கித் தோளில் போட்டுக்கொண்டு ஓட்டுநர் இருக்கையில் போயமர்ந்தார் சின்னையா.

"பாத்து பத்திரமா போங்கோ. இடம் தெரியும்தானே..."

"ஓம் தெரியும். நாங்கள் போட்டுவாறம், நீங்கள் பாத்து போங்கோ."

மெதுவாக எங்களைக் கடந்த வாகனத்தை நோக்கிக் கையை ஆட்டியபடி உரத்த குரலில் கத்தினான் சின்னண்ணா. 'றோட்டு' இரைச்சலில் அவருக்கது கேட்டதாவென்று தெரியவில்லை. ஆனால், சரி என்பதுபோலப் பிடரிப்பக்கத்துத்தலை வலுமும் இடமுமாக ஆடியது. சின்னையாவும் போய்விட்டார்.

ஒரு கையால் என்னையும் மற்றகையால் சின்னண்ணாவின் கையையும் பிடித்தபடி நடக்கத் தொடங்கினான். வீதி விரிந்திருந்தது. அங்கிருந்த முகங்கள் யாரையுமே தெரியவில்லை. கடைகள் புதிது. ஆட்கள் புதிது. வீதி புதிது. மொத்தச் சூழலும் எனக்குப் பரிச்சயப்படாதது, அண்ணாக்கள் இருவரைத் தவிர.

"அண்ணா எனக்குப் பயமா இருக்கடா... திரும்பிப்போவமே..."

"என்னத்துக்கு தங்கா பயப்பிடுறாய்...? நான் இருக்கிறனெல்லே... பயப்பிடாதை."

"இங்கை ஒருத்தரையுமே தெரியாது..."

விம்மிக்கொண்டு வந்தது. வெம்பினேன். முன்புபோல வேண்டுமென்றே பொய்க்கு நடிக்கும் நாடகமில்லை. தானாகவே குரலும் கண்ணும் கரைந்து வழிந்தன. நொடிக்கு நொடி அடுத்தது என்ன என்ற அச்சமும் அதிர்ச்சியும் தாக்கத் தொடங்கின. பெரியண்ணா என்னோடுதானேயிருக்கிறானென்று என்னதான் சமாதானம் செய்தாலும், அதையும் மீறி ஏதோவொரு அறிவிப்பு – அசம்பாவிதத்தின் முதற்புள்ளி எதிரிலிருப்பதாய் ஒரு பதகளிப்பு – தோன்றித்தோன்றி மறைந்தது.

எப்போதும் எனக்கான பாதுகாப்பு அரண் பெரியண்ணாதான். என்ன தேவையென்றாலும் அவனைக் கேட்டால் போதும். நடத்திக்கொடுத்துவிடுவான். இன்று காலைவரை அது உண்மையாகத்தானிருந்தது. ஆனால், இதற்கு மேல்...? எதுவுமேயற்ற ஓரிடத்தில் இனி நானுந்தான் எதைக் கேட்க முடியும்...?

உண்மையில் எனக்கு ஊரைவிட்டு ஓடிவர விருப்பமேயில்லை. அதுவும் அம்மா அப்பா இல்லாமல்... நாங்கள் மூன்றுபேர் மட்டும் தனியாக... ஆனால், அது நடந்து முடிந்துவிட்டது. ஏன் இப்படி ஓடிவந்தேனென்று உங்களுக்குக் குழப்பமாக இருக்கலாம். பள்ளிக்கூடம் போவதற்கு பயந்துகொண்டோ அல்லது வீட்டில் சண்டைபிடித்துக்கொண்டு ஓடிவருவதற்கோ நானொன்றும் அவ்வளவு பயந்தாங்கொள்ளியோ அடங்காப்பிடாரியோ அல்ல. இன்னும் சொல்லப்போனால் இன்று காலை விடிந்தபோது எங்கள் குடும்பத்தில் அதிக மகிழ்ச்சியில் இருந்ததே நான்தான். ஆனால், அதைக் கெடுக்கும் துர்ப்பாக்கியத்தை முதலில் அறிந்ததும் அறிவித்ததுங்கூட நான்தான். ஒன்றுக்கு ஒன்று முரணாக இருக்கிறதா...?

2

விடிகாலை ஐந்து மணி. கையிலிருந்த குட்டிகுட்டி செவ்வரத்தம் பூக்களைக் காசுமேசையின் மேல் வைத்துவிட்டு, 'அப்பாவை எழுப்புதல்' பதிவேட்டில் என்னுடைய பெயரைப் பதிந்துகொண்டு திரும்பவும் வீடு நோக்கி ஓட்டம் பிடித்தேன். சந்தோசம் தாங்கவில்லை. முந்தநாளுக்கும் நேற்றுக்கும் இன்றைக்கும் சேர்த்து அப்பாவிடமிருந்து எனக்கு வரவேண்டிய பணம் மொத்தம் 12 ரூபா கணக்கு. மூன்று நாட்களாக அண்ணாக்களை முந்திக்கொண்டு நான் எழும்பியதால் இந்த மாதச் சேமிப்பு கொஞ்சம் பரவாயில்லை. அப்பாவை எழுப்ப கடைக்கு வரும்போது என் பின்னாலேயே வந்த வீரா அப்பாவோடேயே நின்றுவிட்டது. பக்கத்துக் கடைகள், ஆலடி சந்தை, சனசமூக நிலையம் எல்லாம் சுற்றிக் காலைநேர உலாத்தல் முடித்துத்தான் அவர் இனி வீடு திரும்புவார்.

"நான்பத்தெட்டு... நாப்பத்தொம்பது... ஐம்பது..."

படக் படக்கென்று என்னை வால்பிடித்துக்கொண்டு வரும் செருப்புச் சத்தத்தை எண்ணியபடி நடந்துகொண்டிருந்தேன். தலைமுடி நுனியிலும் கைவிரல் நகங்களிலும்கூட ஊசியேற்றும் குளிர். இரவு பெய்த பெருமழைக்குப் பயந்து தாறுமாறாய் உருக்குலைந்துபோயிருந்தது விடியல். ஊரெல்லாம் கிடந்த கஞ்சல்களைச் சேர்த்துக்கொண்டு செம்மஞ்சள் நிறத்தில், கலங்கலாக, விழுந்துகட்டி ஓடிக்கொண்டிருந்த தண்ணீரை 'விளப்பம்' பார்த்துக்கொண்டு நடந்தேன். இடையிடையே இரண்டொருதடவை பாவாடை தடக்கி விழுத்தப்பட்டது.

ஒற்றைக் கையால் பாவாடையை முழங்காலுக்கு மேலே கொஞ்சம் தூக்கிப் பிடித்துக்கொண்டேன். நடப்பதற்குச் சற்று வசதியாகவிருந்தது. வீதியைக் கடக்க எத்தனிக்கையில்தான் கண்ணில் விழுந்ததந்தக் காட்சி. வலக்கையால் வேப்பங்குச்சியொன்றைப் பல்லில் தேய்த்துக்கொண்டு, இடக்கையில் 'லாம்பைப்' பிடித்தபடி அந்தப் பக்கமாக நின்று என்னையே பார்த்துக்கொண்டிருந்தது ஒரு உருவம். 'சரி, ஏதோவொரு வேலை வந்துவிட்டது. கலப்பையில் பூட்டின மாடு காணி உழுது முடியும் வரையும் காலுளக்கித்தானே ஆகோணும்...'

நினைத்தது போலவே அந்தப் பக்கமிருந்து அழைப்பு வந்தது. 'வேறு யாரை நோக்கியாவது கையைக் காட்டிவிட்டு ஓடிவிடலாமா...' சுற்றும் முற்றும் பார்த்தேன். கடை விறாந்தைகளில் விரித்திருந்த சாக்குகளில், பாலத்து மதகின் மேலென்று அங்கங்குச் சுருண்டு படுத்திருக்கும் குட்டிநாய்களையும் பூனைகளையும் தவிர எந்தவொரு ஜீவனும் கண்ணுக்கு எத்துப்படுவதாயில்லை. மழைக்குளித்த ஈரத்தில் விறைத்து புகார் கவிந்து வெறிச்சோடிப்போயிருந்தது ஊர். வானத்தில் ஒன்றிரண்டு வெள்ளைப் புள்ளிகளும் அதைச் சுற்றி நான்கைந்து வெளிர்மஞ்சள் கோடுகளும் மட்டுமே வந்திருந்தன.

கடந்த இரண்டு வருடமாக மார்கழி மழை, மாசிப் பனி, வைகாசிக் காற்றென்றாலும் அப்பாவை எழுப்பும் படலம் எந்த தங்குதடையுமில்லாமல் போய்க்கொண்டேதான் இருந்தது. அப்போது ஆறு வயதிலிருந்த நான் இப்போது எட்டு வயதுக்கு மாறியிருந்ததைப் போல ஊரிலும் ஊருப்பட்ட மாற்றங்கள்.

யாழ்ப்பாணத்தை இராணுவம் பிடித்தபோது அங்கிருந்து இடம்பெயர்ந்துவந்த சனங்களால் நிரம்பியிருந்தன காணிகள். பிள்ளைகள் தொகை அதிகரித்ததால் காலைப் பாடசாலை, பின்னேரப் பாடசாலையென்று இரண்டு நேரப் பாடசாலைகள்

நடந்துகொண்டிருந்தன. கடைத்தெருவில் நான்கைந்து புதுக் கடைகள் முளைத்திருந்தன. ஆலடிச் சந்தை கொஞ்சம் விரிந்திருந்தது. சனசமூக நிலைய திருவள்ளுவர் சிலைக்குப் பக்கத்தில் புதிதாகவொரு பண்டார வன்னியன் சிலை வந்திருந்தது. இத்தனையோடும் சேர்த்து ஊர் ஒரு சுற்று பெருத்திருந்ததே தவிர எங்கள் வீட்டு விதிகளில் எந்த மாற்றமுமில்லை.

எதிர்ப் பக்கமிருந்து மறுபடி என் பெயர் அழைக்கப்படுகிறது. வேறுவழியில்லை, போய்த்தான் ஆகவேண்டும். பின்னடிக்கும் கால்களை முன்னகர்த்தி கிட்டப்போனேன். ஒற்றைக் கண்ணில்லாத அவரை நிமிர்ந்து பார்க்க எப்போதுமெனக்குச் சரியான பயம். இப்போதும் நிலத்தையே பார்த்துக்கொண்டிருந்தேன். 'ஐந்து... பத்து... பதினைந்து...' விநாடிகள் கழிந்தனவே தவிர வேறெந்த அசுமாத்தமும் இல்லை. 'ஆள் நிக்குதா போட்டுதா...' கண்களை மெதுவாக நிமிர்த்தினேன். பாதி கடித்துத் துப்பிய வேப்பங்குச்சி இடப் பக்க கொடுப்புப் பற்களுக்கிடையில் நன்னுப்பட்டிருக்க, கையில் காவிக்கொண்டிருந்த 'லாம்பை'த் தூக்கி என் முகத்துக்கு நேராகப் பிடித்து விசித்திரமாகச் சிரித்துக்கொண்டிருந்தது அந்த உருவம். பெயர் - அம்புலி மாமா.

பக்கத்து முகாமொன்றின் போராளி. ஆள் கொஞ்சம் வெள்ளை. எப்பவும் கண்ணாடி போட்டிருப்பார். எனக்கும் அவரில் விருப்பம்தானென்றாலும் மாட்டினால் ஏதாவது வேலை சொல்லிக் கொல்லுவாரே என்பதற்கு மட்டும் பயம்.

"என்னடி, கிறுக்குத்தனமா ஒற்றைக் கண்ணை மூடிக்கொண்டு நிக்கிறாய்...? விடியக்காலமை எழும்பினதிலை மண்டைகிண்டை பழுதாகிற்றுதே..."

"இல்லை... அது... அது... இப்பத்தான் அப்பாவை எழுப்பிற்று..."

"ஏன், கொப்பா ஏதும் பேசிக்கீசிப்போட்டாரோ...?"

"ஆ... இல்லயில்லை. அது... வந்து..."

"நல்ல வந்தும் போயும்தான். சரி, இந்தா, இந்த லாம்பைக்கொண்டு போய் ஒருக்கால் எம்.ஆர்.ஆர்.ஓவிலை குடுத்துவிடுறியே. நான் தந்த எண்டு சொல்லிக்குடுக்கவேணும் சரியே. என்ன சொல்லுவாய்..."

"அம்புலி மாமா இதை உங்களிட்டைக் குடுக்கச்சொல்லி தந்தவர் எண்டு..."

"அம்புலி மாமாவோ...? அது சரி, உன்னாலை ஊர் முழுக்க நானிப்ப அம்புலி மாமாதானே. ஆ... சரி. இந்தா. ஓடு, ஓடிக்கொண்டே குடுத்திற்று வீட்டைப் போ..."

'லாம்பை' என் கையில் திணித்துவிட்டு, கட்டியிருந்த சறத்தை மடித்துச் சண்டிக்கட்டு கட்டியபடி வந்தவழியே திரும்பிப்போனது வில்லங்கம். 'ஒன்றும் பெரிய வேலையில்லை. வீட்டுக்கு போவதோடு சேர்த்து நான்கடி கூடவைத்து இந்த லாம்பைப் பக்கத்து வளவில் கொண்டுபோய் க்கொடுத்துவிடுவதுதானே. வேறு பெரிய சிக்கலான வேலையொன்றும் தராமல்போனதே நிம்மதிதான்.' என் வண்டி எம்.ஆர்.ஆர்.ஓ பக்கமாகத் திரும்பக் காற்றில் தாவின கால்கள். சிந்தனை முழுதும் அம்புலி மாமா வியாபித்திருந்தார். 'இந்த லாம்பை அவர்கொண்டே குடுக்காமல் ஏன் ஏன்னட்டைத் தந்துவிடுவான்... ஒருவேளை காய்ச்சல் கீய்ச்சல் ஏதுமோ அல்லது குளிரிலைக் கை கால் விறைச்சுப்போயிருக்குமோ...?' கைகளில் 'லாம்பு' ஆட, பறந்துகொண்டிருந்த என் கால்களுக்குப் பின்னால் முடிவில்லாமல் துரத்திக்கொண்டே வந்தது சந்தேகம்.

***

முல்லைத்தீவு அகதிகள் புனர்வாழ்வுக் கழகம் - எம்.ஆர்.ஆர்.ஓ - வெளிச்சத்துக்கு வர விருப்பமில்லாமல் இருட்டுக்குள்ளேயே ஒளிந்திருந்தது. வாசல்கரை வேலியோடு சடைத்து வளந்திருந்த வேப்ப மரத்து இலைகளிலிருந்து சொட்சொட்டென்று தூறிக்கொண்டிருந்தது இராத்திரி பெய்த மழையின் மிச்சசொச்சம். 'கேற்று' நுனியைத் தொட்டுவிடும் தூரத்தில் வளந்திருந்த ஒரு கிளையிலிருந்து நாலைந்து குருவிகள் சடசடத்தபடி எழுந்து பறக்க அவை கிளம்பிய வேகத்தில் ஆடித்துலைத்த கிளை ஒரு வாளித் தண்ணியை என் தலையில் கொட்டி ஒரேயடியாக முழுகவாத்துவிட்டது. அம்புலி மாமாவின் மீதான கோபம் மரத்தின் மேல் திசைமாறியது. கையிலிருந்த 'லாம்பை'க் கீழே வைத்துவிட்டு, ஏதேதோ திட்டியபடி 'இரும்புக்கேற்றை' எட்டித்திறந்தேன். கொழுக்கி கழன்றதும் 'கிரீச' என்ற வரவேற்புப் பாட்டு பாடிக்கொண்டு வாயைத் திறந்தது கதவு. திறந்த வேகத்தில் படாரென போய் மதிலோடு மோதி, மோதிய வேகத்தில் திரும்பிவந்து என் மூக்கில் மோதியது.

"ஆ... அம்மா... லூசுக்கேற்று, நீயும் எனக்குச் சதிசெய்யுறியா?"

திட்டிக்கொண்டே முகத்தைத் தடவிப் பார்த்தேன். அந்தக் குளிரிலும் கண்ணில் கண்ணீர் எட்டிப் பார்த்தது. நுனிமூக்கு எரிந்தது.

'சே எல்லாத்துக்கும் அம்புலி மாமான்ரை இந்த லாம்புக்கோதாரிதான் காரணம.' உச்சந் தலைவரை ஏறியிருந்த எரிச்சலிலும் ஆற்றாமையிலும் அதன் நீலநிற அடிப் பக்கத் தகரத்தில் எட்டியொரு உதை கொடுத்தேன். வலப் பக்கமாகச் சரிந்துவிழுந்தது. 'கடவுளே சிம்மினியேதும் உடைச்சிட்டுதோ...' ஓடிப்போய் தூக்கினேன். நல்லகாலம், அப்படியொன்றும் ஆகியிருக்கவில்லை. எனினும், கொஞ்சமாய்ப் பக்கடிக்கத் தொடங்கிவிட்டிருந்தது.

'எவ்வளவு வேகமா முடியுமோ அவ்வளவு வேகமா குடுத்திற்று இடத்தை மாறிடோணும், இல்லாட்டில் அம்புலி மாமாட்டை செத்தாந்தான்.' கையிலிருந்த 'லாம்பைப்' பத்திரமாய்த் தூக்கியபடி ஆட்டாமல் அசையாமல் மெல்ல 'கேற்றின்' கொழுக்கியைத் திறந்துகொண்டு உள்ளே போய், காய்கூயெனக் கத்தி வாய்க்கு வந்தமாதிரியெல்லாம் சத்தம் போட்டாலும், எந்தவொரு பதில் குரலும் இல்லை. நேரமுமோ போய்க்கொண்டிருந்தது, முன்பை விட மோசமாக பக்கடித்துக் கொண்டிருந்தது 'லாம்பு'. 'மாட்டிவிடுவேனோ...' பதறத் தொடங்கியது நெஞ்சு.

மறுபடி மறுபடி காட்டுக்கத்தல் கத்திக் குளறி, கரடித் தொண்டையில் அலறி... கடைசியில், ஆளே இல்லாத எதிர்ப்பக்கத்திலிருந்து கேள்வி மட்டும் காற்றில் மிதந்து வந்தது.

"ஆர் அந்த தலையாலை தெறிச்சது...? விடியக்காலமையே இழவெடுத்துக்கொண்டு..."

இன்னும் நித்திரை கலையாத அரைகுறைப் பேச்சு. கண்ணைக் கசக்கிக்கொண்டு, தலையையும் உடம்பையும் போர்வைக்குள் மறைத்தபடி தள்ளாடி தள்ளாடி வெளியே வந்தார் சின்னையா - எம்.ஆர்.ஆர்.ஓவின் இரவுக் காவலாளி.

"சின்னையா, நான்தான்...?"

"நாந்தானெண்டால், ஆர் நாந்தான்...?"

"அட, நாந்தான் சின்னையா. உங்களுக்கு என்ன தெரியேல்லையே..."

"நாந்தான் நாந்தான் எண்டால், நீயென்ன பெரிய தளபதியோ...? ஆரெண்டு சொன்னால்தானே தெரியும்..."

இன்னும் புகார்மறையாத பொழுது. நான்கடி தள்ளி நிற்கிற யாராலும் மற்றவரை அடையாளம் காணமுடியாதுதான். தவிர, சின்னையாவுக்குக் கண்ணும் கொஞ்சம் மட்டு.

"அட, நாந்தான் நிலா. நிலா சின்னையா..."

"அட நீயே, இந்த விடிவிடியெண்டு என்னடி இது கோலாட்டம்... மனிசரை ஒழுங்கா நித்திரயும் கொள்ளவிடாமல்...?"

"ஆ..."

"என்ன விசயம், ஏன் வந்தனியெண்டு கேட்டன்...?"

"இந்தாங்கோ, முதலிலை இந்த லாம்பை பிடியுங்கோ. ஆளை விடுங்கோ..."

சின்னையா சற்றுக் கோபமாக இருப்பதுபோல் தெரிந்தது. கதை வளர்ப்பது அவ்வளவு நல்லதில்லை. கண்டமாதிரி ஏசிவிடுவார். பட்டென்று அம்புலி மாமா சொல்லிவிட்ட விடயத்தை அவரிடம் சொல்லி, 'லாம்பை'யும் அவரிடம் கொடுத்துவிட்டுத் திரும்ப வீடு நோக்கி வண்டியை 'ஸ்ராட்' பண்ணினேன். சின்னையா மேலிருந்த பயத்திலும் அம்புலி மாமாமேலிருந்த கோபத்திலும் அங்கிருந்த 'இரும்புக் கேற்றை' மொத்தமாக மறந்துவிட்டிருந்தது நினைவு. படு வேகத்தில் ஓடிவந்து... முன்னால் இருந்த 'கேற்றில்' முட்டி... நிலைதடுமாறி கீழே விழுந்து... உடம்பு முழுவதும் சேறு ஒட்டிக்கொண்டது. என்னை நானே திட்டியபடி எழும்பினால், 'அடக் கடவுளே! நேற்றுவரை அங்கு நின்றிருந்த கேற்றையே காணோம்.'

ஐந்தடிக்கப்பால் யாருக்கும் அடங்காத திமிரோடு புகாருக்குள்ளும் தனித்து நிமிர்ந்து நின்றுகொண்டிருந்தது இரும்புக் கதவு. 'அப்பிடியென்றால், யாரோ ஆக்களில்தான் முட்டியிருக்கவேணும். ஆனால், நான் வரும்போது இங்கு யாருமே இருந்திருக்கவில்லையே.' கண்ணைக் கசக்கிப் பார்வையைச் சரிசெய்துவிட்டு மறுபடி ஒருமுறை சுற்றிப் பார்த்தேன். ம்கூம் யாருமேயில்லை. 'என்னடா இது இண்டைக்கு நடக்கிறதெல்லாம் நம்பேலாதளவு மர்மமாயிருக்கே.' சின்னையா போன திசையை நோக்கினேன். ஓர் அண்ணாவும் அக்காவும் கையில் 'லாம்பை'ப் பிடித்தபடி என்னைத் திரும்பிப் பார்த்தும்கூட எதுவும் பேசாமல் 'சைக்கிளை' உருட்டிக்கொண்டு விறுவிறுவென்று உள்ளே போய்க்கொண்டிருந்தார்கள்.

நிலமெல்லாம் சேறும் சகதியும். ஆனால், அவர்களின் காலில் ஒரு செருப்பில்லை. கையில் குடையில்லை. இரவு போட்டிருந்த சோட்டியைக் கூட மாற்றாமல் அப்பிடியே வந்திருந்த அந்த அக்கா முகம் கூடக் கழுவியிருக்கவில்லை. கடவாய் வழிந்த அடையாளத்தைக் கையால் துடைத்திருக்க வேண்டும், சரியாய் அழியாமல் கொஞ்சம் எஞ்சியிருந்தது. தலை கலைந்திருந்தது. சும்மா கையால் இழுத்தொரு கொண்டை போட்டிருந்தா.

'நான் இந்த விடியக்காலமையே எழும்பியிருக்கிறனெண்டால் அதுக்கொரு காரணம் இருக்கு, இவைக்கு அப்படி என்ன தேவையாயிருக்கும்...?' கொண்டுபோன 'சைக்கிளை'ப் 'போர்ட்டிக்கோ' தூணில் வெளிப்புறமாகச் சாத்திவிட்டு 'உள்விறாந்தைக்கு' ஏறி, சின்னையாவிடம் ஏதோ அவசர அவசரமாகப் பேசிக்கொண்டிருந்தார்கள். அவர்கள் சொல்வதை அலட்சியம் செய்யும் முகபாவனையில் மறுத்துக்கொண்டிருந்த சின்னையாவுக்கு அவர் பிரச்சினை. பாவம், முதலில் அவரின் நித்திரையை நான் கெடுத்திருந்தேன், திட்டிவிட்டு திரும்பிப்போனவரை இப்போது அவர்கள் இழுத்துவைத்து வதைத்துக்கொண்டிருந்தார்கள்.

'அப்படி என்னதான் இவர்கள் பேசுகிறார்கள்...? எதுவாயிருந்தால் என்ன? நான் தெரியாமல் அவையை இடிச்சிற்றன், ஒரு மன்னிப்பு சொல்லுவம்' என்றபடி என் வண்டியை அவர்கள் பக்கமாகத் திருப்பினேன். என்னையோ அந்தச் சூழலையோ அவர்கள் ஒரு பொருட்டாகவே சட்டை செய்யவில்லை. தொடர்ந்து வாதிட்டுக்கொண்டிருந்தார்கள்.

இடையிடையே, பின்பக்கமாகத் தொங்கியபடியிருக்கும் போர்வையைப் பிடித்திழுத்து விளையாடும் தன் காவல்காரக் குட்டிநாயைச் செல்லமாக விரட்டியபடி அவர்கள் சொல்வதை மறுத்துக்கொண்டிருந்தார் சின்னையா. தப்பித் தவறி பேச்சின் ஒன்றிரண்டு சொற்கள் 'ரக்ரர்' கொட்டில்வளைவோடு நின்றிருந்த தேமாமரத்தின் கீழ் நின்று அதன் வெள்ளைப்பூக்களின் இதழ்களை அளைந்துகொண்டிருந்த என் காதிலும் விழுந்து தொலைத்தன.

"உண்மையா சின்னையா... ஒட்டுசுட்டான் பக்கம் ஆமி வந்திட்டான்."

"என்னெண்டு பிள்ளை ஒட்டுசுட்டானுக்கு அவன் வருவான். கண்டிவீதி திறக்குறனெண்டு ஏ9 பக்கமாத்தானே கனகாலமாக் கிடந்து முக்கிக்கொண்டிருக்கிறான். இங்கை எப்பிடி வருவான்...?"

“இல்லை சின்னையா. நாங்கள் விடிய எழும்பி நெடுங்கேணியிலையிருக்கிற எங்கடை தோட்டத்துக்குப் போக வெளிக்கிட்டனாங்கள். கண்டாயத்தைத் திறந்து வெளியிலை வந்தால் இயக்கப்பெடியள் வரிசைக்கு நிக்கிறாங்கள். அங்கால்ப் பக்கம் இப்போதைக்குப் போவேண்டாமக்கா, எவ்வளவு வேகமா முடியுமோ அவ்வளவு வேகமா இங்கயிருந்து வெளிக்கிடுங்கோ எண்டு சொல்லித் திருப்பி அனுப்பிட்டாங்கள். நாங்கள் உடனேயே அங்கயிருந்து வெளிக்கிட்டு வந்திட்டம்...”

படபடத்து வியர்த்துக்கொண்டு வந்தது. ‘பிள்ளையார் பிடிக்கப்போக குரங்கான மாதிரி, சே என்ன இது அபசகுனம்...?’ இதயம் மொத்தமாய் இருளத் தொடங்கியது. அத்தனை சொற்களுக்குள்ளும் ‘ஆமி’ என்கிற சொல் மட்டும், ஒரு தங்கு தடையுமில்லாமல் காது வழியாக உள் நுழைந்து, நெஞ்சுக்குள் குதித்தது. ‘ஆமியா, அதுவும் ஒட்டுசுட்டானுக்கா. அதெப்படிச் சாத்தியம்...? ஒரேயொரு இரவில் எல்லாம் மாறிப்போகுமா என்ன...? எங்கோ கண்டி வீதியில் நின்று நொண்டிக்கொண்டு நின்றவனுக்கு இந்தப் பக்கமாக ஏன் கண் வரவேண்டும்...?’

‘செல்லுக்கு’, எங்கேயோ வருகின்ற ‘சுப்பசொனிக்’ போர்விமானத்தின் சத்தத்துக்கே பீய்ச்சல்ப் பயத்தில் உதறுமென் கால்கள். இப்போது, ‘ஆமியே’ வரப்போகிறானென்றால்... ‘இனி, மன்னிப்பாவது மண்ணாக்கட்டியாவது...?’ அதியுச்சபட்ச வேகத்தில் அங்கிருந்து புறப்பட்டது என் வண்டி.

கல்லு, முள்ளு, பள்ளம், திட்டி, வெள்ளம், மணலெல்லாம் தாண்டி, உருண்டு பிரண்டு ஊளையிட்டுக்கொண்டுவந்து, வெளிப்படலையைக் காலால் எட்டித் திறந்து எங்கள் வீட்டுவாசலில் போய் நின்றன கால்கள். ‘என்ன சொல்வது...? எப்படிச் சொல்வது...? யாரிடம் சொல்வது...?’ பொறுத்தநேரம் பார்த்து அம்மாவையும் காணோம்.

இன்னும் அண்ணாக்கள் எழுந்திருக்கவில்லை. மழைக்குளிரும் மார்கழிக் கூதலும் மண் தரையும் நல்ல சுகமாய் இருந்திருக்கும். அம்மாவின் சேலைப் போர்வையை இழுத்துப் போர்த்திக்கொண்டு மூசிமூசிப் படுத்துக்கொண்டிருந்தார்கள். ‘வெளியில் நடக்கிற வில்லங்கம் தெரியாத ஜீவன்கள்.’ கடுப்பாக இருந்தது. கால்மாட்டில் போய்நின்று ஆனமட்டும் பலம்கொண்டு ஒரு உதை கொடுத்துப்பார்த்தேன். எந்தப் பலனுமில்லை, ஒரு முனகலோடு சின்னண்ணா பக்கமிருந்த சேலையை இழுத்துத் தலைக்குக் கீழ்

வைத்துக்கொண்டு மறுபக்கம் திரும்பிப்படுத்தான் பெரியண்ணா. 'அடக் கறுமமே... ஆபத்து தெரியாத அடிமாடே...'

3

"போ, போ... எழும்பிப் போவன். போ, போய் அங்காலை எங்காவது போயிருந்து கத்து... போ..."

அது அம்மாவின் குரல்தான். ஆனால், எங்கிருந்து வருகிறது என்றுதான் தெரியவில்லை. அம்மாவின் நித்திய அரண்மனை 'குசினிக்குத்' தாவினேன். துருவிய பூக்கள் துருவலகைக்குக் கீழேயுள்ள கோப்பையில் கொட்டியிருக்கக் கீழே சரிந்து கிடந்தது தேங்காய். அடுப்பில் ஏதோ அவிந்துகொண்டிருந்தது. ஆளைக் காணவில்லை. அவசரமாகப் பின்முற்றத்துக்குப் பாய்ந்தேன். கையில் கொக்கத்தடியோடு பின்பக்க வெளித்திண்ணைக்கு முன்னால் நின்று முகட்டைப் பார்த்து நீட்டிக்கொண்டிருந்தா அம்மா. காலடிவரை தொங்கிய நீலப்பூப்போட்ட 'சோட்டிக்கு' இரண்டடி பின்னாலிருந்து வானத்தைப் பார்த்து எரிந்துகொண்டிருந்தது கைவிளக்கு. புகை ஒருசிறு ஆறுபோல மேல்நோக்கிப் போய் இடைவழியில் யாருக்கும் தெரியாமல் அழிந்துகொண்டிருந்தது. 'இன்னும் ஒருத்தரும் எழும்பியிருக்காத இந்த நேரத்தில் யாரோடு பேசிக்கொண்டிருக்கிறா...?'

"அம்மா, கூரையிலை என்னம்மா பிடுங்குறியள் அதுவும் இந்த இருட்டுக்கை..."

"நானென்ன உங்களமாரி விடியவும் பொழுதுபடவும் மாங்காய்க்கும் அன்னமுன்னாக்கும் கொக்கத்தடியோடை அடிபடுறனே... அங்க பார், இந்த நேரத்திலை முகட்டிலை வந்திருந்து எனக்கு விளையாட்டு காட்டிக்கொண்டிருக்கு இது. எவ்வளவு கலைச்சாலும் எழும்பிப் போகாதாம். அங்கை குசினக்குள்ளையும் எனக்கு ஆயிரம் வேலையிருக்கு. எங்கை நீ கெட்டிக்காரியெண்டால், அதைக் கலைச்சிற்று வா பாப்பம்."

கையிலிருந்த தடியைக் கேட்டுக்கேள்வியில்லாமல் என்னிடம் திணித்துவிட்டுக் கைவிளக்கையும் எடுத்துக்கொண்டு விறுவிறுவென்று நடந்து சமயலைக்குள் புகுந்தா. இந்தக் கட்டிக்கறுப்பான இருட்டில் தேவாங்கை நானெங்கு

தேடிப்பிடிப்பதென்பது அம்மாவின் பிரச்சினையில்லை. மொத்தமும் என் தலையில் விழுந்திருந்தது.

நடுமுகட்டு வளைக்குக் கிட்டவாக அம்மா காட்டிய இடத்தை உற்றுப் பார்த்தேன். இருந்த இடத்திலிருந்து அசையாமல் தறுதறுவென்று முழுசிக்கொண்டிருந்தது அந்தக் குட்டிப்பிசாசு. ஏதோவொரு குறிப்பில் அதை நோக்கித் தடியை உயர்த்திய நான் அடுத்த கணம், கையிலிருந்த தடியை படாரெனக் கூரைப் பத்தியில் சாத்திவிட்டு நாலுகால் பாய்ச்சலில் குசினிக்குள் போய் விழுந்தேன்.

"அம்மா... ஒட்டுசுட்டானுக்கு ஆமி வந்திற்றானாமம்மா. இப்பத்தான் எம்.ஆர்.ஆர்.ஓவிலை ஒராக்கள் வந்து சொல்லிக்கொண்டிருந்தவை..."

அவசரமாய்ப் படபடத்தேன். சொல்லும்போதே பொலபொலவென்று கொட்டியது கண்ணீர்.

"ஒட்டுசுட்டானுக்கு என்னெண்டடி ஆமி வருவான். விடியக்காலமையே வந்து விளையாடிக்கொண்டு... போ, போய் அந்த தேவாங்கைக் கலை முதலிலை..."

"உண்மையா அம்மா, சின்னையாட்டை ஒராக்கள் வந்து சொல்லிக்கொண்டிருந்ததைக் கேட்டனான். ஒட்டுசுட்டான் பக்கம் ஆமி வந்திற்றானாம்..."

"இந்தா, பள்ளிக்கூடம் போறதுக்கிடையிலை சமைச்சு வைச்சிற்று வெளிக்கிடோணும் நான். சும்மா இதிலை நிண்டு கும்மியடிக்காமல் ஓடிப்போய் வேலையப்பார். மருண்டவன் கண்ணுக்கு இருண்டதெல்லாம் பேய்தான்."

என் சொல்லுக்கு மதிப்பே இல்லை. மெல்லமெல்லக் காணாமல்போகும் அதிகாலை இருள்போல அர்த்தமிழந்து கொண்டிருந்தது அது. என் அவசரமும் பதற்றமும் அம்மாவைப் பொறுத்தவரை அடிக்கடி பார்த்துச் சலித்துப்போன ஒன்றுதான். அதனால், நான் சொன்னதை நம்புவதென்ன, அதையொரு கருத்தாகக்கூடக் கணக்கெடுக்கவில்லை. அவ்வப்போது நான் அடிக்கிற கூத்துகள் அப்படியாக எல்லோரையும் ஆக்கிவைத்திருந்தன.

போன வருடம், மார்கழி மாதம், இதேபோலொரு மழைநாள். நட்டநடுச் சாமத்தில் உலகம் பிளந்து உலுக்கியெடுக்கிற மாதிரியொரு பெரும் சத்தம். எல்லோரும் திடுக்கிட்டு எழும்பி

திருதிருவென்று முழித்துக்கொண்டிருக்கிறோம். என்ன நடந்திருக்குமென்று ஒருத்தருக்கும் தெரியவில்லை. அப்பாவும் கடையில் படுத்திருக்கிறார், நாங்கள் நான்கு பேர் மட்டும்தான் வீட்டில்.

சத்தத்தைக் கேட்ட அந்த நொடியிலிருந்து எனக்கோ இதயம் பிளந்து வெளியில் வாறளவுக்கு உள்ளே கிடந்து உதைத்துக்கொண்டிருந்தது. அடுத்தது என்னவென்று யோசிக்கவோ வெளியே எட்டிப் பார்க்கவோகூட மனது மறுத்துவிட்டது. பயம்... பயம்... பயம்... உள்ளறையின் ஓர் இருட்டு மூலையில்தான் ஒளிந்துகொண்டிருந்தேனென்றாலும் தனியே இருக்கப் பயத்தில் அண்ணாக்களையும் அம்மாவையும்கூட என்னோடு வந்திருக்கச் சொல்லி படுத்தியெடுத்துக்கொண்டிருந்தேன்.

ஊரையே உலுக்கியெடுத்த முதல் சத்தத்திற்குப் பிறகு மயான அமைதி. பொறுத்துப் பொறுத்துப் பார்த்துவிட்டு அறைக்குள் இருந்த கைவிளக்கின் திரியைத் தீண்டிவிட்டுக்கொண்டு வெளியில் இறங்கினா அம்மா. சும்மா சொல்லக்கூடாது, தைரியம் கொஞ்சம் அதிகம்தான். உள்ளறையில் தனியே இருக்கப் பயத்தில் அங்கிருந்து எழும்பியோடிப்போய் சுவரோடு ஒட்டிய பல்லிபோல அம்மாவுடனேயே பின்னால் முன்னால் திரிந்துகொண்டிருந்தேன்.

திடீரென மயான அமைதியைக் கிழித்துக்கொண்டு சடசடவெனக் கேட்கத்தொடங்கியது வெடிச் சத்தம். பயத்தில் கால்கள் உடுக்கடித்தன. கண்கள் பிதுங்கி வெளியில் விழாத குறை. ‘ஐயோ... ஆமிக்காரன் வந்திற்றான். சுடுகிறான். சுடுகிறான். உள்ள வா. உள்ள வா. நெல்லுச்சாக்குக்குப் பின்னாலை ஒளிப்பம்’ என்று நானொரே கதறல். ‘கொஞ்சம் பொறு, என்னெண்டு பாப்பம்’ என்றபடி அம்மா வேலிக்கரையோரமாகப்போய் எட்டியெட்டி பார்க்கிறா. ‘துணிஞ்ச மரக்கட்டை அவா விளக்கைத் தூக்கிக்கொண்டு போறா, ஆனால் நான்...?’ அம்மாவுக்குப் பின்னால் ஒளிந்துகொண்டு கேடயம் பிடிக்கிறேன். “காக்க காக்க கனகவேல் காக்க, நோக்க நோக்க நொடியினில் நோக்க...” கண்ணை மூடிக்கொண்டு கவசம் படிக்கிறேன். கண் இரண்டிலும் கண்ணீர் உருண்டுருண்டு ஊற்றுது. கொஞ்ச நேரத்துக்குப் பிறகு பார்த்தால் அன்றைக்கு ‘டிசம்பர் 25’, பாலன் பிறப்பு. நத்தார்க்கொண்டாட்டம். அப்பிடித்தான் இம்முறையும் புல்லைப் பார்த்து பூதமென்று சொல்லித் தொலைக்கிறேனென்று அம்மா நினைப்பதில் நியாயம் இருக்கத்தான் செய்தது.

"அம்மா...உண்மையாம்மா... ஓட்டுசுட்டானுக்கு அவன் வந்திற்றானாம். இன்னுங்கொஞ்ச நேரத்திலை கற்சிலைமடுவுக்கும் வந்திருவானம்மா..."

அதே வரிகளை அச்சுப் பிசகமால் மறுபடி மறுபடி தொடர்ந்து ஓதினேன். ஒரு கட்டத்தில் என் தொல்லை பொறுக்கமுடியாமல் துருவிக்கொண்டிருந்த தேங்காயை நிறுத்திவிட்டுக் கண்களால் சுட்டெரித்தா அம்மா.

"சரி போ... இதிலயிருந்து கரையிறதுக்குப் பதில் இதைப்போய் அப்பாட்டை சொல்லு, போ."

பள்ளிக்கூடம் போவதற்கு நேரம் போய்விடுமோ என்கிற அச்சம் அம்மாவுக்கு. படிப்பிக்கிற 'ரீச்சரே' நேரம் பிந்திப்போனால் பிள்ளைகளை எப்படிச் சரியான நேரத்துக்கு வரச்சொல்வது...? கையிலிருந்த தேங்காய்ச்சிரட்டையை அடுப்புக்குள் திணித்துவிட்டுத் துருவு பலகையை எடுத்து மடித்து பலகைக்குத்திபோலப் போட்டு அதன்மேல் ஏறியமர்ந்தா அம்மா.

"என்ன, சொன்னது காதிலை விழேல்லையே. போ, போய் அப்பாட்டை சொல்லு, போ"

ஆகாயத்தை வளைத்து அம்பாகக்கூட மாற்றிவிடலாம். ஆனால் அப்பாவை நம்பவைப்பதென்பது... அதுவும் இந்த விடயத்தில்... வீட்டுப்படலையைத் திறந்துகொண்டு வெளியில் பாய்ந்து வந்தேன்.

***

ஆடிக் காற்றில் பறக்கும் சருகுபோல நான் ஓடிப்போய் அப்பா முன் விழுந்தபோது வானம் இளமஞ்சள் நிறத்துக்கு மாறத்தொடங்கியிருந்தது. கீச்சுக் கீச்சுக் குருவிச்சத்தமும் ஒன்றிரண்டு காண்டாமணிச் சத்தமுமாகக் கலகலக்கத் தொடங்கியிருந்தது காலை.

வெயில்காலமோ மழைக்காலமோ வஞ்சகமில்லாமல் சருகுகளை வாரிக்கொட்டுகிற அரசமரத்திலிருந்து இராத்திரி பெய்த மழைக்கு விழுந்திருந்த சருகுகளை ஒரு குச்சி கொண்டு குத்திக்குத்தி எடுத்துக்கொண்டிருந்தார் அப்பா. தாவாரத்திலிருந்து தெறித்த மண்ணும் செத்துவிழுந்த ஒருதொகை ஈசல்களுமாய் கிடந்த கடைவிறாந்தையை இரண்டு பெரிய தகர வாளிகளில் தண்ணீர்கொண்டுவந்து கழுவிக்கொண்டிருந்தார்கள் பக்கத்து மருந்துக்கடைக்காரத் தாத்தாவும், தேநீர்க்கடை நாதண்ணையும்.

மூன்று கடையும் அடுத்தடுத்து ஒரேதொகுதியாக இருப்பதால் அவரின் வேலை இவரின் வேலை என்றில்லாமல் எல்லாம் பொதுவாகவே நடக்கும்.

“என்ன நிலா, இப்பத்தானை இங்கயிருந்து போனனி. பிறகு திரும்பவும் விழுந்தடிச்சுக்கொண்டு வந்திருக்கிறாய். என்ன பிளான்...?”

குச்சியிலிருந்த சருகுகளைப் பக்கத்தில் கூட்டிக் குவித்திருந்த குப்பைகளோடு போட்டுவிட்டுத் திரும்பிவந்த அப்பா கேட்ட கேள்வி காதில் விழுந்ததும் பதகளித்தது மனம். என்ன சொல்லவேண்டும் எப்பிடிச் சொல்லவேண்டுமென்று ஏற்கெனவே ஒன்றுக்குப் பத்துமுறை ஒத்திகை பார்த்துவைத்திருந்தாலும் திடீரெனப் பயத்தில் மூளை வேலைசெய்யவில்லை. தலை விறைக்கத் தொடங்கியது. ‘ஆமி’ என்ற சொல்லைச் சொல்லவே நாக்கு நடுங்கியது. மற்ற பக்கம், நான் சொல்லப்போகும் கதையைக்கேட்டு அப்பா என்ன சொல்லித் திட்டுவாரோ என்கிற கலக்கம். உள்ளநாட்டு கரகரப்பையெல்லாம் ஒட்டிவைத்திருக்கும் அந்தக் குரலையும் மேலிருந்து கீழ்வரை முழுசிப் பார்க்கிற பார்வையையும் நினைக்கவே இதயம் நடுங்கியது. ஆனாலும், வேறு வழியில்லை. சொல்லித்தான் ஆகவேண்டும்.

கருங்காலித்தடி மாதிரி உருண்டு பிரண்டிருந்த அப்பாவின் கைகளைப் பிடித்துக்கொண்டேன், ஒரு தைரியத்தை வரவைக்கத்தான். கழுகுப் பார்வை பார்க்கிற அவர் கண்களை நிமிர்ந்து பார்க்கவே கூடாது, என் கண்களை இறுக்க மூடிக்கொண்டேன்.

“அப்பா... ஒட்டுசுட்டானுக்கு ஆமி வந்திற்றானாம் அப்பா...”

வியர்த்துவழிய, திக்கித்திணறி கொட்டிச்சிந்தி மெல்ல மெல்ல நான் சொன்ன விடயத்தை அப்பா ஒரு கதையாகக்கூட காதில் வாங்கவில்லை. அழுகை அழுகையாக வந்தது. வாலைக்குழைத்தபடி சுத்திச்சுத்திவரும் குட்டிநாய் போல அவரின் கால்களைச் சுற்றிச் சுற்றிப் பின்னும் முன்னும் திரிந்து திரிந்து மறுபடி மறுபடி சொல்லிக்கொண்டிருந்தேன். ஒட்டுசுட்டானும் எம்.ஆர்.ஆர்.ஓவும் நாக்கில் கிடந்து நசிபட்டு அரைய, குறுக்கும் நெடுக்கும் மேலும் கீழுமாக கைகளை வீசி வீசி வெறுங்காற்றில் நான் கீறுகிற சித்திரம் யாரும் பார்க்காமலேயே அழிந்தழிந்து போனது.

என் விநோத நாடகங்களைப் பார்த்துக்கொண்டிருந்த மருந்துக்கடைத் தாத்தா கையிலிருந்த வாளித்தண்ணீரை

ஒரேயடியாகச் சரித்து விறாந்தையை கடைசியாக ஒரு அலசு அலசியபடியே அப்பாக்குக் கிட்டவாக வந்தார்.

“என்னவாம் மகள், நானும் பாக்கிறன் அப்பவிலயிருந்தே ஏதோ ஆரவாரப்பட்டுக்கொண்டிருக்கிறாள்...?”

“அவளுக்கு விசரண்ணை. சரியான பயந்தாங்கொள்ளி. ஏதோ கனவுகண்டுட்டுவந்து சும்மா புசத்திக்கொண்டு நிக்கிறாள்.”

“அப்பிடி என்னதான் சொல்லுறாள் பெட்டை, நானும் கேப்பமே...”

“கேட்டாச்சிரிப்பியள். ஒட்டுசுட்டானிற்கு ஆமி வந்திற்றானாம். ஆரோ எம்.ஆர்.ஆர்.ஓ விலை வந்து சொன்னவையாம் எண்டுகொண்டு வந்து நிக்கிறாள். இவளுக்கு நான் என்னத்தைச் சொல்லுறது...?”

“ஆமியோ, ஒட்டுசுட்டான் பக்கமோ... அவன் ஏன்மோனை இந்தப் பக்கம் வரப்போறான். கண்டிறோட்டைப் பிடிக்கிறன் யாழ்ப்பாணத்தை இணைக்கிறன் எண்டு ஜெயசிக்குறுவிலை வருசக் கணக்கா அசைய மாட்டாமல் முக்கி முனகிக்கொண்டெல்லே கிடக்கிறான். அதையெல்லாம் விட்டுட்டு ஏன் இங்கால்பக்கம் வரப்போறான்.”

“அதத்தான் அண்ணை நானும் சொன்னனன். எங்க கேக்கிறாள். இல்ல வந்திற்றான் வந்திற்றான் எண்டு அந்தரப்பட்டு அலக்கழியிறாள்.”

அப்பாவோடு சேர்ந்து இப்போது தாத்தாவும் என்னைப் பார்த்துச் சிரித்தார். ‘லூசு அப்பா, ஆமிக்காரன் வரப்போறான் எண்டு சொல்லுறன். ஆளாளுக்குச் சிரிச்சு விளையாடுறீங்கள்...’ பக்கத்தில் நின்ற ஆலமரத்தில் போய் முட்டிக்கொண்டு தலையைப் பெயர்த்துக்கொண்டால் கூடப் பரவாயில்லையெனுமளவிற்கு ஆத்திரம் பொங்கி வெடித்தது.

வெறும் ஐந்தே ஐந்து நிமிடங்கல்தான். நான் ஒப்புவித்த செய்தி காற்றில் கலந்து மூலைமுடுக்கெல்லாம் கசியத் தொடங்கிவிட்டது, அப்பாவைத் தவிர மற்ற எல்லோரும் ஒரே அதகளம். நாதண்ணையின் தேநீர்க்கடை வாசலில் ஏற்கெனவே ஆறேழு உரப்பைகள் வரிசைக்கு வந்துவிட்டிருந்தன. கையில் இருந்த இன்னொரு பையுக்குள் மேசையில் இருந்த ‘முட்டாசுப் போத்தல்கள்’ எல்லாம் தொப்புத்தொப்பென குதித்துக்கொண்டிருந்தன. கடைக்குப் பின்னுக்கிருந்து சட்டி பானை பாத்திரங்கள்கூடக் கடகடத்துக் கொண்டிருந்தன.

“என்ன நாதன், கடையைக் கட்டுறாய்ப் போல ஆ...”

“ஓமய்யா, எதுக்கும் கைகாவலா கட்டிவைச்சால் நல்லதெண்டு தோணுது...”

“என்னடா சொல்லுறாய்...?”

“இல்லையய்யா, ஏதோ சரியில்லாத மாதிரித்தான் மனசு சொல்லுது. அதான்...”

நாதண்ணையின் குரலைக் கேட்ட தாத்தா சிறிது நேரம் நிலத்தைப் பார்த்தபடி குனிந்து ஏதோ யோசித்துக்கொண்டிருந்தார். பிறகு என்ன நினைத்தாரோ, கழுவிய விறாந்தையைக் கடவாய் வழிந்தபடி அப்பிடியே விட்டுட்டு நடையக்கட்டியவர்தான். திருவள்ளுவர் சிலைக்குப் பக்கத்தில் இருக்கும் தன் வீட்டுப்படலையைத் திறந்து விறுவிறுவென்று உள்ளிறங்குவது இங்கிருந்து பார்க்கத் தெளிவாக தெரிந்தது. ஊரெல்லாம் ஊரத்தொடங்கியிருந்தது ஆமிப்பயம். அக்கம் பக்கத்தில் எல்லோரும் பரபரப்பதைக் கண்டுங்கூட அசையவில்லை அப்பா.

“அப்பா... எல்லாரும் வெளிக்கிடுகினமப்பா. பயமாருக்கப்பா...”

“பயப்பிடாதையம்மா... கொஞ்சம் பொறு பாப்பம்...”

“சம்மளங்குளத்திலயிருந்தாக்கள் கூட வெளிக்கிட்டுப் போகுதுகள். வேலாயுதம் அண்ணையாக்களின்ரை ரக்கரர்கூடப் போனது, கண்டனான்.”

காதலியார் சமளங்குளம் என்று சொல்லுவது மாறி இப்போது வெறும் சமளங்குளம் என்று வந்துவிழுந்தது. வன்னி மன்னன் மாவீரன் பண்டாரவன்னியனின் காதலியார் வாழ்ந்த ஊரென்பதால் அது ‘காதலியார் சமளங்குளம்’ என அழைக்கப்பட்டதாக அம்மா ஒருமுறை விளக்கம் சொன்னதிலிருந்து நான் எப்போதும் ‘காதலியார்’ என்பதைச் சொல்ல மறப்பதில்லை. அப்படிச்சொல்வதில் எனக்கொரு கமுக்கமான சிரிப்பு. வேண்டுமென்றே சொல்வேன். இப்போது வெறும் சமளங்குளமென்றே உச்சரித்தேன். பயம் காதலியாரை மறக்கடித்துவிட்டது.

“நான் இதிலைதானை நிண்டனான், காணேல்ல...”

“நீங்கள் குப்பை கொட்டுறதுக்குப் பின்னுக்குப் போனநேரம் போனது. அன்ரியாக்கள் எல்லாரும் போகினம்...”

“வடிவாப்பாத்தனியோ... அது வேலாயுதமண்ணை தானோ...” - கண்கள் என்னை ஊடுருவிப் பார்த்தன.

“வேலாயுதமண்ணை ஓடிக்கொண்டுபோறார். மக்காட்டிலை மூத்தண்ணா. பின்னாலை அன்ரியும் மற்ற அண்ணாக்களும்...”

படபடத்தேன். விறைப்பாகவே சுத்திக்கொண்டிருக்கும் அப்பாவின் கண்களில் இப்போது ஒரு சின்ன பதற்றம் இழையோடி மறைந்தது. தலைமுடியைக் கோதிக்கொண்டு கண்களை ஒருமுறை மூடித்திறந்தார். வீதியின் இரண்டு பக்கமும் தலையைத் திருப்பித் திருப்பிப் பார்த்தார். ‘உண்மையா ஆமி எங்கை நிக்கிறானெண்டு வெத்திலை போட்டு பாக்கிறார்போல.’ கோபம் கோபமாக வந்தது.

“சரி, வேணுமெண்டால், வீட்டைப் போய் அம்மாவை வீட்டுச்சாமானுகளைக் கட்டச்சொல்லு, போ.”

சொல்லிவிட்டுத் திரும்பி கடை நோக்கி நடந்தவரின் முகம் முழுதும் கூடுகட்டிக் குடியிருந்தது குழப்பம். நெற்றியை நீவிக்கொண்டிருந்தன கைவிரல்கள். ‘ என்ன மனிசன் இவர்...? அப்போதே, நான் சொல்லும் போதே கேட்டிருந்தால் இப்போது இந்தப் பிரச்சினையெல்லாம் இல்லை.’ காற்றைக் கிழித்துக்கொண்டு வீட்டை அடைந்தேன்.

“அம்மா, வீட்டைக் கட்டட்டாம்... வீட்டைக் கட்டட்டாம்...”

ஏற்கெனவே அவசரத்திலிருந்த அம்மாவை விறாந்தை வாசலிலிருந்தே கிறீச்சிட்டபடி வந்த என் குரல் மேலும் கலவரமூட்டியிருக்க வேண்டும். வழமையாக இந்நேரத்திற்கெல்லாம் சமையலை முடித்துவிட்டுக் குளிக்கப்போயிருக்க வேண்டிய அம்மா இன்னும் அடுப்படியிலிருந்து ஏதோ தடபுடத்துக்கொண்டிருந்தா.

“நானே நேரம்போச்செண்டு இருக்கிறன். சொல்லவந்ததைக் கொஞ்சம் ஆறுதலா நிண்டு நிதானமா விளங்கக்கூடியதா சொல்லு...”

“இல்லையம்மா, அப்பா சொல்லிவிட்டவர் வீட்டு சாமானுகளைக் கட்டட்டாம்...”

மூச்சிரைக்க ஓடிவந்த வேகத்தில் மென்றுவிழுங்கியதை முதலில் காதில் வாங்கிக்கொள்ளவில்லை அம்மா. இரண்டாந்தரம் கொஞ்சம் அழுத்தம் திருத்தமாக சொல்லவேண்டியிருந்தது. கையிலிருந்த ஊதுகுழலைக் கீழே வைத்துவிட்டு, அடுப்படிப்

புகையில் எரிந்த கண்களைக் கசக்கியபடி திரும்பிப் பார்த்த அந்தத்தோரணை நான் சொன்னதை அவா நம்பியிருக்கவில்லை என்பதை தெளிவாகக்காட்டியது.

“என்னடி, உண்மையாவோ...? என்ன சொன்னவர் அப்பா...?”

“உண்மையா அம்மா, கடைத்தெருவிலை எல்லாரும் சாமானுகளை கட்டிக்கொண்டிருக்கினம். உங்களையும் வீட்டுச்சாமான் எல்லாத்தையும் கட்டட்டாம் எண்டு அப்பா சொல்லிவிட்டவர்...”

ஆணித்தரமாய்ச் சொன்னதும் ஆடிப்போய்விட்டா. அடுப்பிற்குள் எரிந்துகொண்டிருந்த விறகுகளைப் பிரித்து இழுத்துவிட்டுவிட்டு ‘விறாந்தை’ப் பக்கமாக எழும்பிச்சென்றா. அடுப்பின்மேல் இருந்த பருப்புக்கறிச் சட்டியிலிருந்து திக்கற்று நாலாப்புறமும் சிதறி பறந்துகொண்டிருந்தது நீராவி.

மார்கழித் தூக்கத்தைக் கலைக்க மனமில்லாமல் இன்னமும் தாராளமாகப் படுத்துக்கொண்டிருந்தார்கள் அண்ணாக்கள். ‘டேய், ஆமிவந்திற்றான்ரா... இனியாவது எழும்புங்கோவன்ரா. சனமெல்லாம் வீட்டைவிட்டுப் போய்க்கொண்டிருக்குதுகள். நீங்கள் நல்லா மூசி மூசிக்கிடக்கிறியள் என்ன...’ பாயில் படுத்திருந்த அண்ணாக்களின் தலைமாட்டில் போயிருந்து காதுக்குள் கத்தினேன். ‘அடி லூசு, பேசாமப் போ அங்காலை...’ என்றபடி சின்னண்ணா சிரித்துக்கொண்டே திரும்பிப்படுத்தான், அவர்தான் அப்பா எப்போதும் பாராட்டும் ‘எதையும் ஆராயும் பேர்வழி’. தொடர்ச்சியான நான்கைந்து புராணப்பாட்டுகளிற்குப் பிறகு கண்ணை கசக்கிக்கொண்டு எழும்பிவந்து வேண்டாவெறுப்பாக வெளியே எட்டிப்பார்த்தான் பெரியண்ணா. என் காது அவன் கைகளிற்குள் கிடந்து திருகுப்பட்டுக் கொண்டிருந்தது.

4

மொத்த வீட்டையும் எப்படி உரப்பைக்குள் அடைவது...? ஒவ்வொன்றுக்கும் தனித்தனியாக விளக்கம் கொடுத்து எங்களுக்கேற்றபடி ஆளாளுக்குத் தனித்தனி அளவில் முதிரையிலும் தேக்கிலும் பார்த்துப்பார்த்துச் செய்த தளபாடங்கள். பத்திரமாகத் தோய்த்துக் காயப்போட்டு மடித்துவைத்த உடுப்புகள். விடியக்காலை தொடங்கி இராத்திரி படுக்கும் வரைக்கும்

அடுப்பபடியில் கடகடக்கும் சட்டி பானைகள். எதை எடுப்பது எதை விடுவது...? அம்மாவின் விரல்கள் விறைத்துப்போயிருந்தன.

தன்னுடைய நீலநிறப் புத்தகப்பையை எடுத்துவந்து வெளி'விறாந்தையில்' கவிழ்த்துக்கொட்டினான் பெரியண்ணா. பொலபொலவென்று தரையில் விழுந்து சிதறின புத்தகங்களும் 'கொப்பிகளும்' கடும்நாவல் நிறத்தில் நான்கைந்து தேங்கங் கொட்டைகளும். அவற்றை அப்படியே விட்டுவிட்டு உள்ளறையிலும் 'விறாந்தை'யிலுமிருந்த கொடிகளைத் துளாவி எங்களெல்லோருடைய பள்ளிக்கூட வெள்ளையுடுப்புகளையும் எடுத்துவந்து அந்தப் புத்தகப் பைக்குள் அடைந்தான். கீழே விழுந்துகிடந்த பெரியண்ணாவின் புத்தகங்களை வாரியெடுத்துத் தன்னுடைய புத்தகப்பைக்குள் திணித்தான் சின்னண்ணா. அடுப்படி பறணுக்கு மேலிருந்து எடுத்துவந்த இரண்டு உரப்பைகளில் ஒன்றுக்குள் நான்கைந்து உடுப்புகளையும் முக்கிய ஆவணங்கள் சிலதையும் போட்டுக்கட்டி 'விறாந்தை'த் திண்ணையோடு சாத்திவைத்துவிட்டு 'குசினி'ப் பக்கமாக போனா. போகும்போதே என் பெயர் ஏலம் விடப்பட்டது. நான் ஏலத்தை எடுக்கவில்லை.

"ராசாத்தியக்காக்களுக்கு விசயம் தெரியுமே... ஒருக்கால் போய் சொல்லிட்டு வா நிலா..."

'அவை எப்பவோ வெளிக்கிட்டுப்போட்டினம்."

"போட்டினமோ... சும்மா சொல்லாதை..."

"உண்மையா, சைக்கிளிலை சாமானுகளோடை உருட்டிக்கொண்டு போனவை. கண்டனான்."

முற்றுப்புள்ளி வைத்துவிட்டேன். பொய்யா மெய்யாவென்று பிறகு பார்த்துக்கொள்ளலாம். தவிர, இப்போது எதையும் ஆராய அம்மாவுக்கு நேரமில்லை. வெளிச்சிறாம்பியில் தூங்கிக்கொண்டிருந்த சட்டிபானைகளையும் அடுப்படியிலிருந்த சாப்பாட்டுச்சாமான்களையும் வாரிச்சுருட்டி ஒரு பெரிய உரப்பையில் திணித்துவிட்டு, தூக்கமாட்டாமல் தூக்கிக்கொண்டுவந்து முன்னைய உரப்பைக்குப் பக்கத்தில் நிறுத்தி வைத்தா. திரும்பவும் கிணற்றடி கொய்யாவிலிருந்து கத்தத்தொடங்கியது தேவாங்கு.

“இதின்ரை வாயை கட்டோணுமடா... இல்லாட்டில் எல்லாம் கவிண்டுருண்டுடோடீடும்... நிலா எங்காவது பாத்து சின்னத்துண்டு கயிறெடுத்துவா...”

“எதின்ரை வாயை கட்டப்போறியள்...? தேவாங்கின்ரையா...”

“உரப்பையைக் கட்டோணும், ஒரு கயிறெடுத்து வாவெண்டுறன்...”

ஆவென்று திறந்திருந்த உரப்பையின் மேல்பக்கத்தை ஒரு முறுக்கு முறுக்கிக் கையில் பிடித்தபடி அதட்டலாக என்னைப் பார்த்தா அம்மா. ‘ஆக, தேவாங்கைக் கட்டப்போவதில்லை, உரப்பையைத் தான் கட்டவேண்டும். ஆனால், இந்த நேரத்தில் கயிற்றுக்கு நானெங்கே போவது.’ தேடுவதுபோல மெல்ல உள்ளறைக்குள் போய் நெல்லுசாக்குகளின் மேல் அமர்ந்துகொண்டேன். நல்லகாலமாக, இரண்டேயிரண்டு நெல்மூடைகள் மட்டுமே மிச்சமிருந்தன. இல்லையென்றால் நெல்மூடைகளை ஏற்றுவதற்கே தனியொரு வாகனம் தேவைப்பட்டிருக்கும்.

தனியாக உள்ளே இருக்கவும் பயமாக இருந்தது. மெல்ல நடந்துவந்து, கதவுக்குப் பின்னால் நின்று, வெளியே என்ன நடக்கிறதென்பதைக் கவனித்தேன். உரப்பை அம்மாவின் கையிலிருந்து பெரியண்ணாவின் கைக்கு மாறியிருந்தது. நிலா... நிலாவென்று கூப்பிட்டபடியே ‘விறாந்தை’த் திண்ணைக்கு மேலால் தவழ்ந்து வெளிப்பக்கமாகக் குதித்தெங்கோ ஓடினான் சின்னண்ணா. நல்லகாலம், என்னைத் தேடி உள்ளேதான் வரப்போகிறானோ என்று பயந்ததுபோல் நடக்கவில்லை. போன வேகத்திலேயே திரும்பி வந்தான். கையில் வாழைநார் பெருமடலாக நீண்டிருந்தது. கிணற்றடி வாழையில் பிடுங்கியிருக்கவேண்டும். ‘குசினிக்குப்’ பின்னாலுள்ள வாழைகளை நேற்றுத்தான் அப்பா சுத்தம் செய்திருந்தார். உரப்பைவாயை வாழைநார் இறுக்கியது. அடுத்தடுத்து நான்கைந்து மூட்டைகள் விறாந்தையில் வந்துவந்து குந்தின. உள்ளறையிலிருந்து வெளியே வந்தேன். சொந்தக்குடிகள் அகதி முத்திரைக்குத் தயாராக, தன்னால் முடிந்தவரை படபடவென்று சுருங்கி உரப்பைக்குள் ஒடுங்கிக்கொண்டிருந்தது வீடு.

“நிலா ஓடிப்போய் அப்பாட்டை கதிரைமேசையளை என்ன செய்யுறதெண்டு கேட்டுக்கொண்டு வா பாப்பம்...”

வீட்டிலிருந்து அம்மா சொல்லிவிடுகிற கதையை அப்பாவிடமும், கடையிலிருந்து அப்பா சொல்லிவிடுகிற தகவலை அம்மாவிடமுமாக

மாறிமாறி சேர்ப்பித்துக்கொள்ளும் தபால்க்காரப் பணி எனக்கு. அங்குமிங்குமாக ஓடியோடி ஊர்வலம் போவதற்கு, ஒரேயிடத்தில் நிற்க முடியாதளவிற்குப் பயமென்பதும் ஒரு காரணம்.

அம்மாவின் கட்டளையைச் சுமந்துகொண்டு அப்பாவிடம் பறந்தது என் வண்டி. படலைக்கதவைத் திறந்துகொண்டு ‘கல்லுரோட்டில்’ ஏறி நான்கைந்து அடிகள்தான் வைத்திருப்பேன், படீர் என்றொரு சத்தம். காதுச்சவ்வு கிழிந்திருக்கும், அவ்வளவுக்குப் பெரிய சத்தம். கடைக்கும் வீட்டுக்கும் இடையில் பாலத்துவித்தனுக்குக் கீழ்ப்பக்க ‘றோட்டுக்கரையோர’ சேற்றுச்சகதியில் பொத்தென்று விழுந்து படுத்தேன். சேற்றில் புதைந்துவிடாமல் இருக்கச் சிரமப்பட்டு தலையை மட்டும் கொஞ்சம் தூக்கிப்பிடித்திருந்தேன். சந்தைக்குப் பின்பக்கமிருந்த பெரிய ஆலமரத்தின் மேல் ஏதோ மின்னி விழுவது கண்ணுக்குத் தெரிந்தது. ‘ஏதோ என்ன ஏதோ... செல். ஆமியடிச்ச செல்.’

‘றோட்டால்’ போய்க்கொண்டிருந்தவர்கள் எல்லாம் குறுக்கும் நெடுக்குமாக ஓடி தண்ணீர் வாய்க்கால்களிலும் அங்கங்கிருந்த பள்ளங்களிலும் பொத்துப்பொத்தென்று விழுந்து படுத்தார்கள். பாய்ந்து விழுந்த வேகத்தில் கை கால்களில் வந்த சிராய்ப்புக் காயங்களும், மழைநேர ‘கிரவல்றோட்டில்’ குப்புற விழுந்து படுத்ததில் உடுப்புகளில் ஒட்டிய சேற்றுக்கறைகளுமாய் நிறைந்து கிடந்தது நிலம்.

‘கடவுளே, பிள்ளையாரப்பா... காப்பாத்தப்பா’ பயம் தாண்டவமாடத் தொடங்கியது. கண்ணீர் வழிய நடுநடுங்கியபடி படுத்திருந்த என் இடப்பக்க தோள்மூட்டை ஒரு கை சுரண்டியது. ‘இருக்கிற பயத்தில் இது ஆர் புதுசா...’ எரிச்சல் வந்தது.

“ஆரது...?”

பொங்கியபடியே திரும்பினேன்.

“ஏன்ரி இந்தக்கத்து கத்துறாய்...?”

தோள்பட்டையோரம் கிழிந்துதொங்கும் சட்டையோடு எருக்கலைக்குக் கீழே படுத்துக்கிடந்த தாரணி எனக்கு மேலால் கோபப்பட்டாள். கோழிகிளறிப்போட்ட குப்பை மாதிரி கலைந்துபோன தலைமுடியும் வெளிறிப்போன முகமுமாய் இருந்தாள். எருக்கலையின் அடியைப் பிடித்துக்கொண்டிருந்த

அவளின் இடப்பக்க கை ஒரு சின்ன பித்தளைக் கைவிளக்கையும் சேர்த்துப் பிடித்திருந்தது.

“என்னடி, எங்கை போறியள்...?”

“தெரியாது, அம்மாவும் அப்பாவும் விடியவெள்ளண எழுப்பி கூட்டிக்கொண்டு போகினம். எங்கையெண்டு தெரியேல்லை. நீங்கள் வரேல்லையே...?”

“நாங்கள்... நாங்கள்...” பதில் சொல்லத் தெரியாமல் முழித்தேன்.

“நாசமாப்போன ஆமிக்காரன். இவன்ரை புள்ளைகுட்டியளுக்கு நல்ல சாவே வராது. என்னமாதிரி சனத்தைக் கொல்லுறாங்கள். பிறகு என்னண்டால் சிலோன் நியுசிலை சொல்லுவாங்கள் எல். ரீ.ரீட காம்புக்கு அடிச்சதெண்டு... தாரணி எழும்பு. அறுவானுகள் அடுத்த செல் அடிக்கக்கிடயிலை அங்காலை போயிரோணும்.”

‘ஆமிக்காரனைத்’ திட்டிக்கொண்டே கைத்தடியை ஊன்றி எழுந்தார் தாத்தா. என் தோள்மூட்டைப் பிடித்திருந்த அவள் பிடி மெல்ல விலக தாத்தாவும் தாரணியும் காட்சியிலிருந்து மறைந்தார்கள். அடுத்த ‘செல்’ வருவதற்குள் நானும் கடைக்குப் போய்விடவேண்டும். படுத்திருந்த இடத்திலிருந்து துள்ளியெழும்பி ஓட்டம் பிடித்தேன். ஒரு அடிவைத்து மற்ற அடி வைப்பதற்கிடையில் ‘கிரவல்’கல்லொன்றின்மேல் கால் இடறிச் சறுக்கியது. குனிந்து பார்த்தேன், ஒற்றைக்காலில் செருப்பைக் காணோம். ‘எங்க போய்த்துலைஞ்சுது பிசாசு. ஒருவேளை சேத்துக்குள் ஒளிந்தவேகத்தில் கழண்டு பக்கத்து வாய்கால் தண்ணியில் விழுந்து அடிபட்டுப்போயிருக்குமோ...? என்ன கறுமமோ, போய்த்துலையுது சனியன்.’ அடுத்த அடிவைத்தேன். மற்றதும் அப்போதென்று பார்த்து அறுந்து தொலைத்து இன்னும் ஏழரையைக் கூட்டியது. வேறுவழியில்லை. காலிலிருக்கவேண்டியதை கையில் தூக்கிக்கொண்டு வீதியில் நிரம்பிவழிந்த சனக்கூட்டத்துக்குள்ளால் புகுந்து அப்பாவிடம் ஓடினேன்.

தேநீர்க்கடையும் மருந்துக்கடையும் பூட்டியிருக்க அப்பாவின் கடை மட்டும் ஆவென்று திறந்து கிடந்தது. மளமளவென்று உரப்பைகளைத் தயார்செய்துகொண்டிருந்த அப்பாவின் முகத்தில் இப்போது அங்கொன்றும் இங்கொன்றுமாகக் கலவரப்புள்ளிகள். மற்றவர்களைப்போல அல்ல, இது புடவைக்கடை. நொடியில் வாரிச் சுருட்டிக்கொண்டு வெளிக்கிட முடியாது. அத்தனையையும்

எடுத்து வைத்துக்கட்ட ஆகக் குறைந்தது ஒரு நாளாவது கண்டிப்பாக தேவை. இப்போது நேரத்துக்கு எங்கே போவது...? அவசரம் பிடித்த 'ஆமிக்காரன்' தாறுமாறாகச் 'செல்லடிக்க' தொடங்கியிருந்தான்.

"அப்பா, கதிரைமேசையளை என்ன செய்யிறதெண்டு அம்மா கேட்டுவரச்சொன்னவா..."

சேறு அப்பிய சட்டையும் அறுந்துபோன செருப்பும் அங்கங்கு சிராய்ப்புப்பட்ட முகமுமாக வண்டியிழுத்த காளைபோல கடை'விறாந்தை'யில் நின்று மூச்சிழுத்துக்கொண்டிருந்தேன். அடுத்த 'செல்' வருவதற்குள் அம்மாவிடம் ஓடவேண்டுமே என்ற அவசரம். என் குரலைக் கேட்டதுதான்தாமதம் கட்டிக்கொண்டிருந்த உரப்பையை அப்படியே விட்டுவிட்டு மேசைக்கு மேலால் எம்பிக்குதித்து வெளியே பாய்ந்து வந்தார் அப்பா. எதற்கென்று தெரியவில்லை. அடுத்தநொடி அப்படியே வாரியிழுத்து கட்டியணைத்துக்கொண்டவரின் கண்களில் என்னவோ நடக்கக்கூடாதது நடந்துவிட்ட மாதிரியொரு தவிப்பும் அரவணைப்பும்.

"நீ ஏன் இப்ப வந்தனி நிலா, ஆமிக்காரன் செல்லடிக்கிறானெல்லே..."

"நான் இடைவழிலை வரேக்கைதான் செல்லடிச்சவன். அதான் திரும்பி வீட்டைப் போகாமல் இங்கயே ஓடிவந்திற்றன்..."

"சரி சரி உள்ள வா. நீ திரும்பி வீட்டைப் போகவேண்டாம். கொஞ்சநேரம் இங்கயே நில்லு சரியே."

தோள்களை அணைத்தபடி விறாந்தையைக் கடந்து உள்ளே திரும்பினார் அப்பா. அந்தக் கரங்களில் இறுக்கத்தில் ஏதோவோர் பாதுகாப்புணர்வு பிறந்தது. மெல்ல நிமிர்ந்து அவர் கண்களைப் பார்த்தேன், இலேசாய்ப் பனித்திருந்தன. அதுவரை பயத்தில் படுவேகமாய் அடித்துக்கொண்டிருந்த நெஞ்சு கொஞ்சம் ஆசுவாசப்பட்டது. அப்பா திரும்பி மேசையடியை அடையவும் வெளியிலிருந்து ஒரு குரல் உள்ளேவரவும் நேரம் சரியாகவிருந்தது.

"என்னண்ணை இன்னும் வெளிக்கிடேல்லையே நீங்கள்...? நிலமை கொஞ்சம் பிழைபோலக் கிடக்கு. நேரம் மினக்கெடுறது அவ்வளவு நல்லதில்லை. ஒரு மணித்தியாலயத்துக்குள்ளை இங்கையிருந்து வெளிக்கிட்டுடுங்கோ என்ன"

மரியாதை கலந்த உறுக்கும் தொனியில் சொல்லிக்கொண்டே வந்த உருவம் வெளிக்கதவடியில் நின்றபடி தான் போட்டிருந்த மூக்குக்கண்ணாடியைக் கழட்டித்துடைத்து மீண்டும் போட்டுக்கொண்டு நிமிர்ந்தது.

"விசு, வா அப்பன். உண்மையை சொல்லப்பன், என்ன மாதிரி நிலமை. கட்டாயம் வெளிக்கிடத்தான் வேணுமோ அல்லது ஒருமாதிரி சமாளிக்கலாமோ..."

"அண்ணை, என்னண்ணை விசர்க்கதை கதைக்கிறியள்...? உடனை வெளிக்கிடவேணும். சின்னனுகளையும் வெச்சுக்கொண்டு என்ன உது விளையாட்டு ஆ... முடிஞ்சளவுக்கு கெதியா ரெடிப்பண்ணுங்கோ. நிலா, வேகமா அப்பாவைக் கூட்டிக்கொண்டு கெதியா இங்கயிருந்து போயிரோணும் சரியே."

வழமையாகத் தன் தோற்றத்தால் என்னைப் பயமுறுத்தும் அம்புலி மாமா இப்போது அப்படிச் செய்யவில்லை. வெளிக்கதவடியிலிருந்து ஒற்றைக்காலைத் தூக்கி உள்ளே வைத்து எட்டி உடம்பை வளைத்து என் தலையைத் தொட்டார். முகத்தை இலேசாக வருடி ஒரு சிரிப்பு சிரித்தார். என்ன செய்வதென்று தெரியாமல் அப்படியே நின்றுகொண்டிருந்தேன். 'அண்ணை விளையாடாமல் வேளைக்கு வெளிக்கடுங்கோ என்ன... நிலா மாமா போட்டுவாறன்' என்றபடி வெளியே இறங்கி மளமளவென்று நடந்து சனசமூக நிலையப் பக்கமாக எங்கோ மறைந்துபோனார். பின்னாலேயே ஓடிப்போய் எட்டிப்பார்த்தேன். எந்தப் பக்கம் திரும்பினாலும் மூட்டை முடிச்சுகளோடு சனம்... சனம்... சனம்... 'ஏதாவதொரு இடுக்கில் அம்புலி மாமா தெரிகிறாரா, கட்டம் போட்ட கறுப்புச் சேர்ட் ஏதாவது தெரிகிறதா...?' கண்களை நுழைத்து நுழைத்து தேடினேன். ஆளைக்காணோம். அம்மாவும் அண்ணாக்களும்தான் விறுவிறுவென்று கடையை நோக்கி வந்துகொண்டிருந்தார்கள்.

வீட்டுப்படலையைத் தாண்டி வெளியில் போவதென்றால் 'சாறி' கட்டாமல் வெளிக்கிடவே மாட்டா. இன்றைக்கு எல்லாம் தலைகீழ். இடக்கையால் 'சோட்டி'யைச் சற்றுத் தூக்கிப் பிடித்தபடி மற்றக்கையில் சின்னதொரு 'வயர்பாக்'கோடு வந்துகொண்டிருந்தா. பழைய 'பாக்' கைப்பிடிகளிலொன்று சாதுவாய் அறுந்துவிட்டதால் இரண்டு நாட்கள் இரவிரவாகவிருந்து முந்தநாள்தான் பின்னிமுடித்த புது 'பாக்'. பச்சையும் சிவப்பும் சேர்ந்து... அதுக்கொரு கைப்பிடிவைத்து... நல்ல வடிவான 'பாக்'.

பின்னல் வேலைகள், தையல் வேலைகள் எல்லாம் அம்மாவுக்கு நல்லா ஓடும். வீட்டில் இருக்கும் அத்தனை கதிரைகளும் அம்மா பின்னியவைதான். எல்லாக் கதிரைகளும் பொதுவாகக் கறுப்பு வெள்ளை நிறத்தில்தான் பின்னப்பட்டிருக்கும். என்னுடைய சின்னக்கதிரைக்கு மட்டும் பச்சை சிவப்பு நிறம் வேண்டுமென்று அடம்பிடித்து பின்னுவித்திருந்தேன். 'இனி அந்தக் கதிரையை அப்பா என்ன செய்வார்...? விட்டுட்டு வருவாரோ கொண்டுவருவாரோ...?' புதிதாய் முளைத்தது இன்னொரு கவலை.

விறுவிறுவென வந்த அம்மா என்னைக் கடந்து நேரே உள்ளேபோய் அப்பாவோடு ஏதோ கதைத்தா. அப்பாவும் தலையை ஆட்ட, அடுத்த நொடி, 'றோட்டில்' வந்துகொண்டிருந்த சின்னையாவுடைய 'ரக்ரர்' மறிக்கப்படுகிறது. மழைக்கு நனையாமலிருக்கச் சிவப்புநிற 'சொப்பிங்' பையொன்றைத் தலைக்குச் சுற்றியபடி 'ட்ரைவர் சீற்றில்' இருந்த சின்னையாக்குக் கிட்டப்போய் ஏதோ சொல்கிறார் அப்பா. எங்கள் பக்கமாகப் பார்வையைத் திருப்பிக்கொண்டே அவரும் தலையை ஆட்டுகிறார். 'வயர்பாக்கை' எடுத்து அதற்குள் மளமளவென்று என்னத்தையோ அடைகிறா அம்மா.

"நிலா, கதிர், கீதன் மூண்டுபேரும் சின்னையாவோட போங்கோ. அவர் புதுக்குடியிருப்பு பக்கம்தான் போறாராம். உங்களைச் சந்தியடியிலை இறக்கிவிடச் சொல்லி இருக்கு. அதிலை இறங்கி பேபிரீச்சர் வீட்டைப் போங்கோ. நாங்கள் பின்னாலை வாறம், சரியே..."

ஆக, திடுதிப்பென்று இப்போது மளமளவென்று நடந்தேறிய சதித்திட்டம் இதுதான். அங்கிருந்து எங்களை நாடு கடத்துவது. அம்மாவிடம் இருந்து வந்தது ஆலோசனையில்லை, கட்டளை. ஆனாலும், தனியே எப்படிப் போவது என்ற பயம் பெரியண்ணாவை எதிர்த்துப் பேச வைத்தது. மென்றுமுழுங்கினான்.

"நீங்கள்...?"

"நாங்கள் இந்தா வாறம், நீங்கள் முதல் போங்கோ. அங்கை போய்ச்சேர முன்னம் நாங்கள் வந்திடுவம்" முகத்தைப் பார்க்காமலே படபடப்பதைப் பார்க்கும்போது சொல்வது உண்மைபோல் தெரியவில்லை.

'உடனடியாக இங்கிருந்து கிளம்பவேண்டுமா...? அதுவும் இப்போதே...? இப்படியே...? கிளம்பி எங்கே போவது...? எத்தனை நாட்களுக்கு...? பதைபதைத்தது மனது. கண்களைக் கட்டிக்கொண்டு

வந்தது. ஏனென்றே தெரியாமல் தலையை அங்கும் இங்குமாகத் திருப்பினேன். மறுக்கிறேன் போலும். யார் கேட்கப்போகிறார்கள்...? மொத்த ஊருமேதானே வீதியில் நிக்கிறது.' கைகள் நடுங்கின. எத்தனை கூத்துகள், எத்தனை குழப்படிகள் அத்தனையையும் ஒருநொடியில் உதறிவிட்டுப் புறப்படென்றால்...

சில்லறை உண்டியில், தாள் உண்டியில், இரண்டு ரூபா, நான்கு ரூபாய், செவ்வரத்தம்பூ, நாகதம்பிரான் திருவிழா, வீட்டு வளையில் தொங்கும் வானொலிப் பெட்டி... கண்ணிமைகள் ஈரத்தில் நனைந்தன.

யாரையும் திரும்பிப் பார்க்காமல் ஓட்டம் பிடித்தேன். சனங்களை விலக்கிக்கொண்டு நகர்ந்து படலையைத் தாண்டி வீட்டு முற்றத்தில் போய்விழுந்தேன். விறாந்தை வளையோடு 'ரேடியோ' தொங்கிக்கொண்டிருந்தது. "இலங்கை வேந்தன் நாடகத்தில் தமிழன் அண்ணா பேசிக்கொண்டிருந்தார். திண்ணையில் ஏறி கைப்பிடியைக் கழட்டி வெள்ளிக்கம்பி ஏரியலை மடித்து நெஞ்சோடு அணைத்தேன். மூடியிருந்த கண்களைத் தாண்டி பொலபொலவெனக் கண்ணீர் கொட்டியது. அடுத்த கணம் 'ரேடியோ' என் கையிலிருந்து பிடுங்கப்பட்டது. எதிரே நின்றிருந்த அம்மாவின் முகத்தில் அளவற்ற உக்கிரம்.

"நேரகாலம் தெரியாமல் என்ன செய்துகொண்டிருக்கிறாய் நிலா... கெதியா நட. அங்கை சின்னையா பாத்துக்கொண்டு நிக்கிறார்..."

ஒற்றைக் கையால் என்னைத் தறதறவென இழுத்தபடி 'றோட்டுக்கு' ஏறினா அம்மா. கடைசியாக ஒருமுறை வீட்டைத் திரும்பிப் பார்த்தேன். முற்றத்தில் ஊஞ்சல் தனியாக ஆடிக்கொண்டிருந்தது. மாமரத்திலிருந்து ஏதோவொரு குருவி கீச்சிட்டது. என்னைத்தான் கூப்பிடுகிறதோ...?

"அம்மா ஒரேயொருக்கால் ஊஞ்சலடிக்குப் போய்ப்பாத்திற்று வரட்டேயம்மா. இதுதான் கடைசி, இதுக்குப் பிறகு கேக்கவேமாட்டன்."

நடக்காதென்று தெரிந்தும் கெஞ்சினேன். மனதில் குருவியின் குரல் அலைமோதிக்கொண்டிருந்தது.

"அங்காலை இங்காலை அசையேலாத சனக்கூட்டம். அதுக்குள்ளை அந்தாளையும் மறிச்சு வைச்சுக்கொண்டு நிக்கிறன். இதுகள் என்னடா எண்டால் நாட்டியம் போட்டுக்கொண்டு நிக்குதுகள்"

எனத் தனக்குத்தானே புறுபுறுத்தபடி இழுத்துக்கொண்டு நடந்தா. மழை வரப்போகிற நாட்களில் பனையோலைக்குக் கீழே பரவியிருக்கும் கட்டெறும்புகள்போல வீதி முழுவதும் சனமாய் நிறைந்தது. நடுவில் மட்டும் ஒரு 'ரக்ரர்'. என்னை நாடுகடத்த அம்மா தயார்செய்த பேய் சிவப்புநிறத்தில் முறைத்தபடி நின்றது.

"சரிசரி நிலா வந்தாச்சு. நேரம் மினக்கடுத்தாதேங்கோ. ஏறுங்கோ. கதிர், உனக்கு பேபி ரீச்சரின்ரை வீடு தெரியுமெல்லே. கவனமாப் போங்கோ. அம்மாக்கள் பின்னாலை வருகினம் எண்டு சொல்லுங்கோ..."

அவ்வளவுதான். அம்மா முற்றுப்புள்ளி வைத்துவிட்டா. பெரியண்ணாவின் கையில் 'வயர்பாக்' கொழுவிவிடப்பட, மூன்று பேரையும் ஒருவர்பின் ஒருவராகத் தூக்கி 'ரக்ரரில்' ஏற்றிவிட்டார் அப்பா. மூட்டை முடிச்சுக்களோடு பெரிய கோவில் கட்டி கோபுரம் நட்டுவைத்திருந்தது 'ரக்ரர்'. உச்சியில் நாங்கள் மூன்றுபேரும். அடுத்தது என்ன, யாருக்கு என்ன... எதுவுமே தெரியாத சூனியப் பொழுதில் தொடங்கியது ஒரு துர்ப்பயணம். இதோ, இப்போது புதுக்குடியிருப்புச் சந்தியில், யாருமற்றவர்களாய்த் தனிமையில் எங்களைக் கொண்டுவந்து தள்ளிவிட்டிருக்கிறது.

5

'தங்கா, சும்மாசும்மா தண்ணியிலை விளையாடிக்கொண்டு நிக்காதை சரியா. பிறகு கால்கடிக்குது காய்ச்சலடிக்குதெண்டு நீ ஏதாவது சிக்கலைக்கொண்டந்தியெண்டால் இங்கை பாக்கிறதுக்கு அம்மாவும் இல்லை. பேசாமல் எங்களுக்கு முன்னாலை எட்டி நட பாப்பம்."

அதட்டிவிட்டுப் புதுக்குடியிருப்பு சி.சி பள்ளிக்கூடப் பக்கமாக நடக்கத் தொடங்கினான் சின்னண்ணா. அவனுக்கு எப்படித்தான் நான் நினைக்கிறதெல்லாம் உடனுக்குடனே தெரியவருமோ. ஓடிப்போய் பெரியண்ணாவின் கையைப்பிடித்துக்கொண்டு நடந்தேன்.

செப்பனிப்படாத வீதி. அல்லது செப்பனிடப்பட்டும், மழைவெள்ளம் மேற்பரப்பு மண்ணை அறுத்தோடியிருந்த மோசமான வீதி. மற்றவர்களுக்குச் செருப்போடு நடப்பதே

பெரும்பாடாயிருக்கையில் வெறுங்காலோடு நடந்த என் பாதங்களில் படைபடையாய் ஒட்டிக்கொண்டு பிசுபிசுத்தது ‘றோட்டுச்சேறு’. தன்னுடைய செருப்பைக் கழட்டித்தந்து போடச்சொல்லிவிட்டு வெறுங்காலோடு நடக்கத் தொடங்கினான் பெரியண்ணா. ‘எனக்கு அண்ணாவா பெரியண்ணா மட்டும் பிறந்திருக்கலாம். எவ்வளவு அன்பா அக்கறையா இருக்கிறான்.’ மனதுக்குள் நினைத்ததை வெளியில் காட்டிக்கொள்ளாமல் நடந்தேன்.

காலளவுக்குக் கொஞ்சமும் ஒட்டாத பென்னாம் பெரிய செருப்பு. ஒவ்வொரு அடி வைக்கும்போதும் சேறுகளில் புதைந்து புதைந்து வரமாட்டேன் என்றுகொண்டு முரண்டுபிடித்தது. பலம்கொண்டு இழுத்து எடுக்கையில் ஒவ்வொருமுறையும் சடக்கென்ற சத்தத்தோடு அரைவாளி சேற்றை வாரியெடுத்துப் பின்சட்டை முழுதும் பிசிறியடித்தது. திரும்பத் திரும்பப் பொட்டுப்பொட்டாகச் சட்டை முழுதும் ஒட்டிக்கொண்டேயிருந்தது சேறு. மண்ணைத் தட்டும் முயற்சியில் மினக்கெட்டுக்கொண்டிருக்கையில் அண்ணாக்களுக்கும் எனக்குமான இடைவெளி ஐம்பதிலிருந்து ‘நூறு மீற்றர்’ என்றாகியிருந்தது.

சீ.சீ பள்ளிக்கூடம் கழிய, இரண்டாவது ஒழுங்கைக்கு வலப்பக்கம் ‘ஐ.சி.ஆர்.சிக்காரரின்’ அலுவலம். அதனுடைய ஓட்டில் பெரிய ‘ரெட்குறொஸ்’ அடையாளம் இருக்கும். போர் விமானங்களின் தாக்குதலிலிருந்து பாதுகாத்துக்கொள்வதற்கான யுக்தி. அதற்கு அருகோடேயே ஒரு மணல் ஒழுங்கை. அந்த ஒழுங்கைக்குள் இறங்கினால் வருகிற இரண்டாவது முடக்கில் முதலாவது வீடு ‘பேபி ரீச்சரினுடைய’ வீடு.

கற்கள் பரவிக்கிடக்கும் ‘கிரவல்’ வீதியிலிருந்து இறங்கி மணல் ஒழுங்கைக்கூடாக நடந்து வீட்டை நெருங்கினோம். படலை கொழுவியிருந்தது. சின்னண்ணாதான் கொழுக்கியை எடுத்துவிட்டு முதலில் உள்ளிறங்கியது. பெரியண்ணா அவனுக்குப் பின்னால். நான் ஆகக் கடைசியில். எனக்குப் பின்னால் இன்னும் மதியத்தைத் தொட்டிருக்காத மந்தமான பகல்பொழுது நின்றுகொண்டிருந்தது.

‘என்ன சொல்வது, எப்படிச் சொல்வது...?’ ஒரே முழுசாட்டம். என்ன சொல்லவேண்டுமென்று அம்மா சொல்லிவிட்டிருந்தாவென்றாலும் ‘ரீச்சர்’ அதை எப்பிடியெடுப்பாவோ என்கிற பயம். இவ்வளவு நாளும் அம்மாவோடு வந்துபோனது சரி. இப்போ, தனியாக வந்து நின்றுகொண்டு, அதுவும் இந்தக் கோலத்தில்.

மழையில் நனைந்து நடுங்கும் காக்கா குருவியாட்டம் தெப்பமாய் நனைந்த உடுப்பு. துவட்ட துணியில்லாமல் ஈரம் சொட்டும் தலைமுடி. துணைக்கு யாருமில்லாமல் தனியாக நிற்கும் தோரணை. அகதி முத்திரை குத்தப்பட்டதற்கு அடையாளமாய்க் கையில் கிடந்து ஆடும் பை.

“ரீச்சர்...ரீச்சர்”

மெல்லிய குரலில் கூப்பிட்டான் பெரியண்ணா. ஆளுக்கு பதில், கறுத்த கடியன் நாயொன்று பின்வளவிலிருந்து பாய்ந்து வந்தது. மூன்றடி உயரமிருக்கும். நல்ல கட்டாக்கறுப்பு. அது வெறி கொண்டு ஓடிவரும் வேகத்தைப் பார்த்தால், அடுத்த நொடி குரல்வளையைக் கடித்துக் குழம்புவைத்துவிடும் போலிருந்தது. “ஐயோ கடவுளே, அடேய் அண்ணா... ஆமிக்கு தப்பி வந்து அநியாயமா நாயிட்ட சாகப்போறமோடா...” வாய்விட்டு அலறினேன். பட்டெனத் திரும்பி என் வாயைப்பொத்தினான் சின்னண்ணா. சத்தம் கேட்டோ என்னவோ வீட்டுக்குள் இருந்து பாய்ந்து வெளியே வந்த ஒரு உருவத்தைக் கண்டதும்தான் மூச்சு வந்ததெனக்கு. ஈர முற்றத்துக்கு இறங்கி நடந்து வந்தது அந்தக் குரல்.

“ஆரப்பன் நீங்கள்... எங்கயிருந்து வாறீங்கள்.”

“பேபி ரீச்சர் நிக்கிறாவோ...”

சின்னண்ணாவின் குரல் நடுங்கியது. அது மழையில் நனைந்த குளிர்போலத் தெரியவில்லை.

“ஓ நிக்கிறா... வாங்கோ...”

அவர் உள்ளே பார்த்துக் குரல் கொடுக்கவும் சுருட்டை முடியும் குட்டிக் கண்களுமாய்த் திண்ணைக்குவெளியே எட்டிப் பார்த்த ‘பேபி ரீச்சரின்’ கண்கள் ஆச்சரியத்தில் விரிந்தன. கையிலிருந்த பன்னாடையையும் ஊமல்க் கொட்டையையும் அப்படியே திண்ணைமேல் வைத்துவிட்டு படலைநோக்கி ஓடிவந்தவாவிடமிருந்து அடுத்தது பல கேள்விகள்.

“அட நீங்களே வாங்கோ, வாங்கோ. அம்மா அப்பா ஒருத்தரும் வரேல்லையே. தனியவே வந்தனியள். என்னத்திலை வந்தனியள்... அப்பா, உங்களுக்கு அடையாளம் தெரியேல்லையே. இது எங்கடை அன்னா ரீச்சரின்ரை பிள்ளையளப்பா.”

அப்போதுதான் அவருக்கு ஞாபகம் வந்திருக்கவேண்டும். 'அட, அப்பிடியே நான் மறந்து போனன்' என்று சொல்லி புன்னகைத்தார். முன்பக்கம் வழுக்கை விழுந்து, மீசையை மழித்திருந்த அவரைப் பார்க்க 'ஆமிக்காரன்' மாதிரி இருந்தது.

"என்ன மழையிலை சரியா நனைஞ்சு போய் இருக்கிறியள். தம்பி துடைக்க ஒரு துவாய் கொண்டு வா பாப்பம்."

உள்பக்கம் திரும்பிப் பார்த்து சொல்லிக்கொண்டு, பிறகு தானே உள்ளேபோய் ஒரு துவாய் எடுத்துவந்து அண்ணாக்களிடம் கொடுத்தா பேபி ரீச்சர்.

"முதலிலை தலையை வடிவா உணத்துக்கோ. பிறகு காய்ச்சல் கீய்ச்சல் வந்திச்செண்டால் கஸ்ரம்..."

"இல்லையப்பா, அதைவிடக் கையோட ஒருக்கால் முழுகிற்று வந்து உணத்தினால் நல்லது." பேபி அங்கிள் அறிவுறுத்தினார்.

'அதுவும் சரிதான்' என்றபடி பெரியண்ணாவின் கையிலிருந்த 'வயர் பாக்கை' திறந்து பார்த்தா பேபிரீச்சர். ஆளாளாக்கு ஒவ்வொரு மாற்றுத்துணிகள் இருந்தன. இரக்கமற்ற மழை அதையும் நனைத்துவிட்டிருந்தது. அவற்றை எடுத்து அடுப்படியில் கொண்டுபோய்க் காயவைத்துவிட்டு, கையில் இரண்டு நீலக்காற்சட்டைகளோடு வெளியே வந்தா. அவாவின் பெடியங்களுக்கும் கிட்டத்தட்ட அண்ணாக்களினுடைய வயதுதான். அவர்களுடையதாகத்தான் இருக்கும். அந்தக் காற்சட்டைகள் இப்போது அண்ணாக்களின் கைகளில் கிடந்தன.

"நீங்கள் ரெண்டுபேரும் ஓடிப்போய் முழுகிற்று ஓடிவாங்கோ பாப்பம்."

அண்ணாக்களைக் கிணற்றடியில் கொண்டுபோய் விட்டுவிட்டு, பக்கத்து வீட்டுக்குப் போனா 'ரீச்சர்'. இரண்டு பக்க வேலிக்கரைக்கும் நந்தியாவெட்டையும் நித்தியகல்யாணியும் நிரைத்துவிட்டிருக்க, வலப்பக்க மூலையில் செவ்வந்தி, ஜப்பான் ரோஸ் என்று குட்டிப் பூந்தோட்டமாகச் சிலிர்த்திருந்த அந்த வீடு அவாவின் அக்காவினுடையதுதான். நான் தனியாக விறாந்தையில் நின்றுகொண்டிருந்தேன். கிணற்றடியில் அண்ணாக்கள் தண்ணீரள்ளி வார்க்கும் சத்தம் கேட்டது.

திரும்பிவந்தவாவின் கையில் ஒரு மஞ்சள் சட்டை. ரீச்சரிற்கு பொம்பிளைப் பிள்ளைகள் இல்லையென்பதால் மல்லிகா

அக்காவின் சட்டையைத்தான் எனக்கு எடுத்துவந்திருக்கவேண்டும். அடுத்த கணம், என் கையைப் பிடித்திழுத்துக்கொண்டு போய் கிணற்றடியில் விட்டுட்டு, மளமளவென்று தண்ணீரள்ளித் தலையில் வாக்கத்தொடங்கினா. திகைத்துப்போனேன்.

முழுகிறதென்றால் எனக்குக் கொல்லக்கொண்டுபோகிற மாதிரி. எங்களின் வீட்டில் நான் முழுகிறதென்றால், என்னைச் சுற்றிவர நான்கு பேர் நிற்கவேண்டும் காவலுக்கு. ஆயிரம் ஆயிரமாய்க் கதை சொல்லி, தங்கமெல்லே செல்லமெல்லே என்று தாக்காட்டி, முகத்துக்கு மேல் ஊற்றமாட்டனென்று முன்னூறுதரம் சத்தியம் செய்துதான் அம்மா தொடங்குவா அடியெடுத்து வைக்க. கிணற்றடியில் இருக்கும் செவ்வரத்தையில் நான்கு இலைகளைப் பிடுங்கி, அதை உடுப்புக் கல்லில் தேய்த்து, அந்தச் சாற்றின் இலையைப் பிழிந்து தலையில் வைத்து அம்மா ஊற்றுகிற முதல் வாளித் தண்ணீரோடு என் குடமுழுக்கு ஆரம்பிக்கும்.

நெற்றி மேலே கையை வைத்து மறைத்து, பட்டும்படாமலும் தொட்டும்தொடாமலும்தான் வாக்கவேண்டும். ஆனாலும், ஏதோ ஒரு இடுக்கினூடாக, கண்ணைக் கடந்து ஒரு துளி வழிந்து மூக்கைத் தொட்டுவிட்டால் போதும், அதுக்குப் பிறகு முழுக்குக்கே குழப்பம் பிடித்துவிடும். 'என்னைவிடு என் கண்ணைவிடு' என்று திமிறி பறித்துக்கொண்டு, கிணற்றடி மற்ற பக்கத்து கதவால் எம்.ஆர்.ஆர்.ஓ முற்றத்துக்கு நான் ஓட, என்னைத் துரத்திக்கொண்டு பின்னாலேயே அம்மா வர, சிலவேளைகளில் அங்கு வேலை செய்கிற யாராவதொரு காண்டாமிருகம் என்னைப் பிடித்துக்குடுத்தாலோ அல்லது அம்மாவின் அடிக்குப் பயந்து கொஞ்ச நேரத்தில் நானாகத் திரும்பிப்போய் சரணடைந்தாலோ ஒழிய, மற்ற நேரங்களில் பெரும்பாலும் என் திருக்குட முழுக்கு பாதியிலேயே சரிக்கட்டப்பட்டுவிடும்.

ஆனால், இது என் வீடுமில்லை, குளிப்பாட்டுவது அம்மாவுமில்லை, பக்கத்தில் எம்.ஆர்.ஆர்.ஓ வுமில்லை. தகிடுதத்தம் போட்டு நான் 'தலையாலைதெறிச்சால்' அவாவுக்கும் சிக்கல், எனக்கும் சிக்கல். கண்ணை இறுக்கி மூடிக்கொண்டேன். தண்ணீர்விழும் சத்தத்தை வைத்துமட்டும் எத்தனை வாளி குளித்திருக்கிறேனென்று எண்ணிக்கொண்டிருந்தேன். சரியாக, பதினாறாவது வாளியோடு எனக்கு விடுதலை கிடைத்தது. அந்த மஞ்சள் சட்டையை - தோப்பளாஸ் உடுப்பைப் - போட்டுக்கொண்டு வெறும்

காலோடு வீட்டுக்கு ஓடினேன். மழை பெய்த ஈரம் ஏற்கெனவே ‘விறாந்தை’யை நனைத்திருந்தது.

முகம் கழுவிவிட்டு அப்படியே வந்ததால் முத்துமுத்தாகத் தண்ணீர்த்துளிகள் மினுங்கும் முகத்தை ஒற்றைக்கையால் வழித்து உதறிக்கொண்டு மற்றைக்கையைச் சின்னண்ணாவின் பக்கமாக நீட்டி அவனிடமிருந்த துண்டை வாங்கி என் தலையைத் துவட்டத்தொடங்கினா. இடைக்கிடை நொந்தது. இரண்டொரு தலைமயிர் இழுபட்டது போலவும் இருந்தது, அப்படியே அம்மா உணத்துவதுபோல. ஆனால் உணத்துறது அம்மா இல்லையே. ‘அம்மா இப்ப எங்க நிப்பா...? வீட்டு பங்கருக்குள்ளே... அப்பாவின்ர கடையில்... ஊரிலேருந்து கிளம்பி நடுவழியிலை எங்காவது...’

தலைமுடியிலிருந்து ஈரம் இறங்க இறங்க, அம்மாவின் நினைப்பு ஏறிக்கொண்டிருந்தது.

6

அதுவரையிருந்த அமைதியைக் குலைத்துக்கொண்டு திடீரென சண்டை தொடங்கியது. பதுங்கி பதுங்கி மெதுவாக முன்னகர்ந்த அணி எங்கோ ஒளிந்திருந்த ‘ஆமியை’க் கண்டிருக்கவேண்டும். கும்கும்மென்ற ‘ஆட்லறிச்’ சத்தமும் படபடவென்று வெடிக்கும் ரவுண்ஸ் சத்தமுமாக வளவு முழுதும் ஒரே அல்லோலகல்லோலம். வந்துவிழுகின்ற செங்கட்டி ‘ஆட்லறி’களாலும், சிப்பி சோகி ‘ரவுண்ஸ்’களிலும் காயம் பட்டு விழுகிறவன், வீரச்சாவடைகிறவன் போக மிச்சாக்களோடு அணி தொடர்ந்து முன்னேறிக்கொண்டிருந்தது. வீட்டுச்சுவருக்குப் பின்னால், கிணற்றடி வேலிமறைப்பில், படலைக்குப் பக்கத்துப் பள்ளத்தடியில் என்று ‘ஆமி’யின் முகாம்கள் அடுத்தடுத்து தாக்கியழிக்கப்பட்டுக் கொண்டிருந்தன.

“மாறனுக்குப் பட்டுட்டு பட்டுட்டு, ஆட்லறி பட்டது. நான் கண்டனான். மாறன் அவுட் அவுட்.”

“இல்லயில்லை எனக்குப் படேல்லை. சேட்டு கொலரடியாலை உரசிக்கொண்டு போனது. அம்மாவாணை படேல்லை. பொய் சொல்லதடா அலாப்பி.”

"மல்லிகாக்கா, இவனுக்குப் பட்டதுதானே... நீங்கள் பாத்தனிங்களெல்லோ. இல்லையெண்டு சாதிக்கிறான் கள்ளன்."

பெரியண்ணா வழக்கை மல்லிகா அக்காவிடம் கொண்டுபோனான். இவர்களின் தனிப்பட்ட பிரச்சினையைக் கவனிக்க மற்ற போராளிகளிற்கு நேரமில்லை. போர்முனையின் தீவிரம் அவர்களைக் களத்தை விட்டு அகலவிடாமல் தடுத்தது. தவிர, தனிப்பட்ட முரண்பாடுகளைக் கட்டிச்சுமக்கும் இடமுமில்லை அது.

"ஆ... அம்மா... காயம் எனக்குத் தோள்மூட்டிலைக் காயம். ஸ்ரெச்சரைக் கொண்டுவாங்கோ, கெதியா மெடிக்ஸ் ரீமை அனுப்புங்கோ..."

"ஆட்லறியைப் போடடா... ஆமிக்காரன் அந்தப் பக்கமா கும்பலா வாறன்..."

"நான் ஒரு ஆமிக்காரனை உயிரோடை பிடிச்சிட்டன்... ஆள் இனி கைதி. இவர் இனி எங்கடை கைதி..."

குரல்கள் ஒலித்துக்கொண்டிருந்தன. திடீரென என்னையும் தாக்கியது களமுனை.

"நிலாக்குக் காயம். ரவுண்ட்ஸ் பட்டுட்டுது. பொய்யெண்ணடா அங்கை பார், சிப்பி அவளின்ரை தலைமுடிக்கைச் சிக்கிக்கொண்டு நிக்குது. நிலா, வெளியிலை போ போ..."

வேலியோரப் பனையோடு மறைந்திருந்து கத்தியபடி வெளியே வந்தாள் சிவப்பி. முத்தையன் கட்டிலிருந்து இடம்பெயர்ந்துவந்து பக்கத்து வீட்டில் தங்கியிருந்தார்கள். சில்வெஸ்த்திரா சித்திராவோ, சித்திரா சிலுஸ்த்திராவோ அவளின் பெயர். வாய்க்குள் நுழையாத அந்தப் பெயரோடு இடக்குப்படுவானேன், சிவப்பி என்பதே போதும். அவள்தான் சண்டையில் இப்போதென்னைக் காயமாக்கிவிட்டாள். மறுத்து முன்னேற முயற்சித்தேன். எதுவும் நடக்காதது போல் அணியை ஊக்கப்படுத்தினேன். திசைதிருப்பும் நோக்கம்தான். அவளும் விடவில்லை.

"இல்லை எனக்குப் படேல்லை. சத்தியமா சிவப்பி சொன்னா கேள், படேல்லை. காயமில்லை காயமில்லை... நான் ரீமிலைதான் இருக்கிறன்... போ போ... உடைச்சுக்கொண்டு உள்ளபோ... அடி அடி..."

"நிலா, சொன்னா கேள். ரவுண்ஸ் உன்ரை தலையிலை நிக்குது. நீ வெளியதான். போ. மெடிக்சுக்குப் போ..."

"நான் போமாட்டன்... வேணுமெண்டால் நீ போ..."

"கீதண்ணாட்டை சொல்லுவன். ஒழுங்கா பின்னுக்குப் போ..."

"வேணுமெண்டால் போய் சும்மா நிண்டுட்டு வருவன். மருந்து கட்டமாட்டன்" - என் துப்பாக்கியை எடுத்துக்கொண்டு பின்களத்துக்கு நகர்ந்தேன், சிவப்பியால் நகர்த்தப்பட்டேன்.

வேலியிலிருந்து முறிக்கப்பட்ட அலம்பல் தடிகள், குச்சிகள், புளியமரக்கொப்புகள், சிப்பி சோகிகள் என விதவிதமான ஆயுதங்களின் உதவியுடன் சண்டை உக்கிரமாக நடந்துகொண்டிருந்தது. காதுக்கருகில் வைத்துக்கொண்டு கத்தி கத்தி கதைக்கும் ஊமல்கொட்டை 'வோக்கிடோக்கி'யிலிருந்து வரும் தாக்குதல் கட்டளைகள், கமுகம்பாளையை இழுத்தபடி வரும் களமருத்துவ அணி உதவிகள் என்று சண்டை வலு தீவிரம் பெற்றிருந்தது. மழை மப்பிலும் எல்லோருக்கும் தலையிலிருந்து கால்வரை வியர்த்து ஊற்றி வழியுமளவுக்கு அதிரடிச்சண்டை.

பெரியண்ணாவுக்குக் காலில் காயம். மருந்துகட்டுவதற்காகப் பின்களத்துக்கு அனுப்பப்பட்டிருந்தார். வாழைமடலில் ஒரு துண்டை வெட்டிக் காயத்துக்கு மருந்தாகக் கட்டிக்கொண்டிருந்தவனுக்கு மாறனுடனான பிணக்கு இன்னும் தீர்ந்திருக்கவில்லை. இங்கிருந்தபடியே மல்லிகாக்காவைத் துளைத்துக்கொண்டிருந்தான். முற்றத்தில் அமர்ந்திருந்து எங்களின் விளையாட்டையும் புத்தகத்தையும் மாறிமாறி பார்த்துக்கொண்டிருந்தா அவா. சூரியன் தகிக்கும் நண்பகல் பொழுதிலும், எங்களின் விளையாட்டு களேபரங்களிற்கிடையிலும் அப்படி என்னதான் படிப்பாவோ.

பெரியண்ணாவின் ஆய்க்கினைத் தாங்கமாட்டாமல் கடைசியில் 'என்னடா...' என்று சலிக்க... புத்தகம் மூடப்பட்டது. முன்பக்கமாகத் தொங்கிய இரட்டைப்பின்னல்களில் ஒன்றைத் தூக்கிப் பின்னுக்குப் போட்டுவிட்டு எழுந்தா. யாரையும் வாலாயம் பண்ணி காரியம் சாதித்துவிடும் கெட்டித்தனம் அவனுக்கு.

"நீங்கள் பாக்கேக்கைதானேக்கா அவனுக்கு அடிபட்டது. பிறகு இல்லையெண்டு அடம்பிடிச்சு திரும்பவும் போய் ரீமுக்கு நிக்கிறான். பாருங்கோ..."

"அவன் தனக்குப் படேல்லையெண்டுறான்..."

"அவன் பேக்காட்டுறான் அக்கா. நீங்கள் வேணுமெண்டால் சிவப்பியைக் கேட்டுப்பாருங்கோ. அவளுக்குத் தெரியும்..."

"சரியடா, இப்ப அதுக்கு நான் என்ன செய்யிறது...?"

"அவனை ரீமிலை இருந்து அவுட் பண்ணுங்கோ. இல்லாட்டில் நேற்று பக்கத்து வீட்டுக்காரண்ணா கடிதம் தந்துவிட்ட கதையை வீட்டிலை எல்லாருக்கும் சொல்லிப்போடுவன்."

"டேய்..."

சட்டென்று அண்ணாவின் வாயைப்பொத்தினா. கண்கள் மருண்டு திகைத்தன.

"அப்ப வாங்கோ. அவனை வெளியிலைப் போகச் சொல்லுங்கோ."

"சரி, நட. வாறன்..."

காலடியிலிருந்த செருப்பைப் போட்டுக்கொண்டு கதிரையிலிருந்து எழும்பினா மல்லிகாக்கா. 'மெடிக்ஸ் வார்ட்'டிலிருந்து மல்லிகாக்கா துணையோடு மாறனைத் தேடிக்கொண்டு புறப்பட்டது விசாரணைக்குழு. முன்னே மல்லிகா அக்கா. பின்னால் பெரியண்ணா. நீதிபதியும், பாவப்பட்ட அப்பிராணி முறைப்பாட்டுக்காரனும். அவன் கையில் சுற்றப்பட்டிருந்த வாழைநார் 'சேலைன் வயர்' அவனைத் தொடர்ந்து நிலத்தில் அரைந்துகொண்டுபோனது.

திடீரென்று கையில் காலிலிருந்தவற்றையெல்லாம் கழட்டிக்கொட்டிவிட்டு கூவியடித்தபடி 'றோட்டுப் பக்கமாக' ஓடினான். நடக்கிறது என்னவென்று தெரியாமல் பாதிவழியில் தனித்துவிடப்பட்டிருந்தா மல்லிகாக்கா.

"கீதன், தங்கா... ஓடிவா ஓடிவா... படலைக்கு ஓடிவா..."

நின்று நிதானித்துச் சொல்லும் நிலையில் அவன் இல்லை. குருவியோட்டம் ஓடினான்.

"என்னடா அண்ணா..."

தொண்டைகிழிய பலத்துக்கத்தினேன். 'மெடிக்ஸ்'ஸிலிருந்த மற்ற காயக்காரர் என்னை எரித்துவிடுவதுபோலப் பார்த்தார்கள்.

"அம்மாவடி, அம்மா வாறா…"

"என்ன…"

"அம்மா வாறாவடி. கதியாலுக்குக் கீழாலை குனிஞ்சு பார். ஒழுங்கையிலை அம்மா வாறா…"

அவ்வளவுதான். கையிலிருந்த ஈர்க்குமாறு… சீ, துவக்கு காற்றில் பறந்தது. பெரியண்ணாவைத் துரத்திக்கொண்டு படலையடிக்கு ஓடினேன். சின்னண்ணா எங்கே நிற்கிறான் என்று தெரியவில்லை. அப்பிடியே அவனுக்கு விடயம் தெரிந்தாலும் இயக்க அணியில் இருப்பதால் ஆள் எப்படியும் விளையாட்டு முடியத்தான் வருமென்று நினைத்து முடிப்பதற்கிடையில் மல்லிகாக்கா வீட்டுப் பக்கமிருந்து பாய்ந்து வந்தான் சின்னண்ணா. நந்தியாவெட்டைகளிற்குப் பின்னால் பதுங்கி பதுங்கி அவன் எடுத்துக்கொண்டிருந்த 'றெக்கி' பாதியிலேயே கைவிடப்பட்டிருந்தது.

அம்மா ஒரு மஞ்சள் நிறச்சீலை கட்டியிருந்தா. மிக களைத்துப்போயிருந்த கண்களில் சோர்வு இழையோடியிருந்தது. நடுமத்தியான வெயிலுக்குள்ளால் நடந்து வந்ததோ அல்லது பசிக்களைப்போ முகம் சரியாக வாடியிருந்தது. பாய்ந்துபோன வேகத்தில் படலையடியில் வைத்தே கையை நீட்டி அம்மாவின் சேலைத்தலைப்பைப் பிடித்து ஒரு முறுக்கு முறுக்கிக்கொண்டு அதன்பின்னால் தொங்கினேன். தோள்மூட்டின் மேல் கையை வைத்து, பின்னே இழுக்கும் என் பாரத்தைத் தாங்கினா அம்மா. சேலைத் தலைப்பைப் பிடிப்பது எனக்கு ஒரு பழக்கம். பள்ளிக்கூடம் போகும்போது, சந்தைக்குப் போகும்போது, கோயிலுக்குப் போகும்போது, எப்பவெல்லாம் அம்மாவோடு நான் வெளியில் போனாலும் அந்தச் சாறித்தலைப்பை விடமாட்டேன். 'தொங்கலை விட்டுட்டு, வேணுமெண்டால் கையைப்பிடி' என்று எவ்வளவுதான் சொன்னாலும் எனக்கு தொங்கல்தான் காவல். தொங்கல்தான் கைப்பிடி. இப்போதும் நான் தொங்கலைப் பிடித்துத் தொங்கிக்கொண்டு வந்தேன். எதுவுமே சொல்லவில்லை அம்மா. குனிந்து பார்த்து தலையைத் தடவி புன்னகைத்தா.

***

மதியமானாலும் மழைக்கால இருட்டு அம்மிக்கொண்டிருந்தது. நான்கு நாட்களாகக் காணாத அம்மாவிடம் சொல்வதற்கும் கேட்பதற்கும் ஆயிரம் விடயங்கள் இருந்தன. ஆனால், அது எதற்கும் இடைவெளியே கொடுக்காமல் அம்மாவின் கண்ணிலிருந்து

தொடர்ந்து குதித்தோடிக்கொண்டிருந்தது கண்ணீர். வார்த்தை வராமல் தேடித்தேடி ஒன்று இரண்டாகப் பொறுக்கியெடுத்தாலும் அதையும் ஒழுங்காகச் சொல்லி முடிக்காமல் அழும் அம்மாவின் தோள்மூட்டில் கைவைத்து ஆதரவாகத் தாங்கிப்பிடித்தபடி பக்கத்தில் நின்றுகொண்டிருந்தா 'பேபி ரீச்சர்'.

"அழாதை... இப்ப என்ன நடந்துபோச்சு. ஊரோட ஒத்தது தானே. சமாதானத்தீர்வெண்டுகொண்டு ஆட்சிக்கு வந்தவள் மாமனயும் சேத்து வைச்சு என்ன ஆட்டம் போடுறாள். பாப்பம், இதுக்கெல்லாம் ஒரு தீர்வு வராமலா விட்டுடும்."

ஆறுதல் சொல்லித் தேற்ற முயற்சித்தா 'பேபி ரீச்சர்'. குனிந்து மூக்கை சிந்தி சாறித் தலைப்பால் துடைத்தபடி நிமிர்ந்த அம்மாவின் கண்ணில் அப்போதும் ஈரம் இன்னும் மிச்சமிருந்தது.

"சரி, அதெயெல்லாம் விடு. கொஞ்சநேரம் நீ ஆறுதலா இரு. மதியம் சமைக்கிறன். இருந்து சாப்பிட்டுட்டுப் பின்னேரமா போகலாம்."

"இல்லை, அதெல்லாம் வேண்டாம் பேபி. நான் இவை என்ன சீர் எண்டு பாத்திற்று போகத்தான் வந்தனான்."

உடனடியாகவே மறுத்த அம்மாவை ரீச்சரும் அப்படியே விடுவதாகவில்லை.

"சரியப்பா, வெயிலுக்காலை வந்திருக்கிறாய். கொஞ்சநேரம் இருந்து கையைக்காலை நீட்டி ஆறிற்று போவன்."

"இல்லை பேபி. இப்ப வெளிக்கிட்டாத்தான் நான் இருளூறத்துக்கிடையிலைப் போய்ச் சேரலாம். அங்காலை சனசந்தடியும் இல்லை. வாகனங்களும் ஒண்டும் வராது. மழையும் வேற நிக்காம சிணுங்கிக்கொண்டேயிருக்கு..."

"சரி, கொஞ்சம் இருவாறன்."

"இஞ்சவா எங்க போறாய்..."

"இரப்பா வாறன்."

உள் பக்கமா திரும்பி அடுப்படிநோக்கி போன 'பேபி ரீச்சர்' காலமை அவித்த புட்டும் மாம்பழத்தோடும் வெளியில் வந்தா. பின்னாலேயே வந்து பக்கத்திலிருந்த 'ரீப்போவை'க் கிட்ட இழுத்துத் தான் கொண்டுவந்திருந்த தண்ணீர்ச்செம்பை அதில் வைத்துவிட்டுப்போனார் 'பேபி அங்கிள்'. அம்மாவிற்கு

முன் வைக்கப்பட்டிருந்த மர 'ஸ்ரூலில்' அரிசிமாப்புட்டும் கறுத்தகொழும்பான் மாம்பழமும் காத்துக்கொண்டிருந்தன. அழுகுணி மழை மறுபடி தூறத்தொடங்கியது. வெளிக்காற்றுக்குத் தூவானம் வீட்டினுள்ளும் வந்துவந்து போனது.

"நீ இந்த மூண்டையும் வைச்சுப் பாக்கிறதே பெரிய விசயம் பேபி. இந்த உதவிய நான் எண்டைக்கும் மறக்கமாட்டன். இப்ப நான் உடனைத் திரும்பிப் போகோணும். இதுகளை முந்தநாள் வந்த வாகனத்திலைப் பிடிச்சு ஏத்தி அனுப்பிவிட்டதுதான். ஒழுங்கா வந்து சேந்தாங்களோ, ஆக்கள் ஏதும் குழப்படியோ, அழுகினமோ எண்டு ஒருக்கா பாத்திற்றுப்போவம் எண்டுதான் வந்தனான். நான் வெளிக்கிடுறன். குறை நினைக்காதை என்ன. பிறகொருநாள் வாறன்."

மேலே என்னவோ பேச வாயெடுத்த 'பேபி ரீச்சரை' அம்மாவின் அடுத்த வார்த்தை தடுத்து நிறுத்தியது.

"அங்கயும் எல்லாம் போட்டது போட்டபடி கிடக்கு. போய்த்தான் எல்லாத்தையும் சரிப்பண்ண வேணும். எப்பிடியும் இன்னுமொரு ரெண்டு மூண்டு நாளிலை வந்து கூட்டிற்றுப்போயிருவன். அதுவரையும் கொஞ்சம் குறைநினைக்காமல் பாத்துக்கொள் என்ன."

சொல்லிவிட்டுத் தன் கைப்பையைத் தூக்கிக்கொண்டு கிளம்ப ஆயத்தம். இன்னும் மழை மெல்லியதாகத் தூறிக்கொண்டுதான் இருந்தது.

நம்பவே முடியவில்லை. அழுகை அழுகையாக வந்தது. 'பாத்திற்றுப்போகவா...? அப்பிடியென்றால் எங்களைத் திரும்பவும் இங்கேயே விட்டுவிட்டுப் போகப்போகிறாவா...? என்ன நியாயம் இது...? ஏற்கெனவே மூன்று நாட்கள், இனி எத்தனை நாட்கள்...? பேபி ரீச்சர் கவனிப்பில் எந்தக் குறையுமில்லைத்தான்... சாப்பாடு தந்து, குளிக்க வாத்து... இன்னும் சொல்லப்போனால் அம்மாவிடம் வாங்கும் அர்ச்சனைகள் இல்லாமல்... பொழுது அமைதியாகத்தான் இருந்தது. என்றாலும், அப்பாவின் சறமும் அம்மாவின் சேலைப்போர்வையிலும் வரும் நித்திரை வாசம், அது தனியில்லையா...?'

கதிரையிலிருந்து எழும்பி, இரண்டடி வைத்து வெளியே நடந்து, 'விறாந்தை' வாசலில் கழட்டிவிட்ட செருப்பைக் கொழுவிக்கொண்டு வெளிப்பக்கமாகத் திரும்பினா

அம்மா. என்ன பேசுவதென்று தெரியாமல் அண்ணாக்கள் இரண்டுபேரும் முழுசிக்கொண்டிருந்தார்கள். எனக்குக் கண்ணைக் கரித்துக்கொண்டு வந்தது. சமையலறையிலிருந்து வந்த புகை மூக்கை அடைத்தது. திரும்பி 'குசினி'ப் பக்கமாகப் பார்த்தேன், அடுப்பில் உலை கொதித்துக்கொண்டிருந்தது. பானையை மூடியிருந்த உலைமூடியை உள்ளிருந்து நீராவி உதைத்துக்கொண்டிருந்தது. எப்போது விழும், எந்தப் பக்கம் விழுமென்றெல்லாம் தெரியாது. ஆனால், கண்டிப்பாக அந்த உலைமூடி விழத்தான் போகிறது.

"அம்மா, நாங்களும் உங்களோட வரட்டா அம்மா."

அடித்தொண்டையில் பிறந்து அனுங்கியனுங்கி வெளிவந்த சின்னண்ணாவின் குரல் வைத்த வேண்டுதல் நிறைவேற்றப்படும் என்பதில் எனக்குச் சுத்தமாக நம்பிக்கையில்லை. கேட்காமலே தோற்பதற்குப் பதில், கேட்டு மறுத்தால் கூடப் பரவாயில்லையென்று நினைத்திருப்பான் போலும்.

"இல்லையப்பன், அம்மாக்கள் இப்ப இருக்கிற இடம் அவ்வளவு பாதுகாப்பில்லையப்பன், பயம்."

"நீங்கள் இருக்கிறியள் தானேயம்மா, நாங்கள் குழப்படி செய்யாமல் நீங்கள் சொல்லுறபடி இருப்பம் அம்மா."

"அம்மா சொன்னாக்கேக்கோணும் கீதன். நல்லபிள்ளையள் எல்லே, சொல்வழிகேட்டு இன்னும் ரெண்டுநாள் மட்டும் இங்கயிருங்கோ. ரெண்டு நாளிலை நான் வந்து பிள்ளையளை கூட்டிற்றுப்போறன் என்ன."

அம்மா தனியாகத்தான் திரும்பப்போகிறா என்பது கிட்டத்தட்ட உறுதியாகிற்று. அதுவும் இன்றைக்கே, இப்பவே. மின்னல் ஒன்று மின்னிமறைவது போல வந்தவுடன் போவா என்பதை யாருமே எதிர்பார்க்கவில்லை. வருகையை வரவேற்க விளையாட்டை விட்டுவிட்டுப் படலையைத் திறந்து பாய்ந்தடித்து ஓடியதற்குப் பெருத்த ஏமாற்றம்.

சின்னண்ணாவைத் தொடர்ந்து பெரியண்ணாவின் குரலும் அம்மாவை இறைஞ்சியது. பலனில்லை, அதே மறுப்பு. இரண்டொரு நாட்களில் வந்து கூட்டிப்போவதாக, பாதுகாப்பு சரியில்லையென, கூடவே இன்னும் ஏதேதோ காரணங்கள்... அன்பான பேச்சையும் அம்மாவின் ஏக்கம் கலந்த முகத்தையும் பார்த்த அண்ணாக்கள் அடங்கிப்போய்விட்டார்கள். இனி எந்தவொரு வழியுமே இல்லை,

இருந்த அத்தனைக் கதவுகளும் அடைக்கப்பட்டுவிட்டதென்பது முடிவாய்த் தெரிந்தபிறகு கடைசி அஸ்திரமாய் என் பாதாள அறை படாரென திறந்தது.

அழுகை. நிறுத்தாத அழுகை. நிறுத்த முடியாத அழுகை. என்னதான் ஆனாலும் நிறுத்தக்கூடாதென ஏற்கெனவே முடிவுசெய்யப்பட்ட அழுகை. பூமியிலுள்ள அத்தனைச் சத்தத்தையும் சேர்த்து வைத்துக் கத்தியழுதேன். கதறியழுதேன். விக்கி விக்கி விடாது அழுதேன். ஈரத்தரையில் விழுந்து, நிலத்தை உதைத்து, உருண்டுபிரண்டு உளறி அழுதேன். திரும்பவும் அதே பாடல். 'பாதுகாப்பும் சரியில்லை. சாப்பாடும் இல்லை' என்று என்னென்னவோ வரிசைப்படுத்தல்கள். 'எதுவாயிருந்தாலும் பரவாயில்லை. நாங்களும் உங்களோடேயே வாறம்' என்று சின்னண்ணாவும் கூட்டுச்சேர்ந்து அடம்பிடித்ததின் முடிவில் அனுமதி கொடுக்கப்பட்டுவிட்டது. கண்டிப்பாக அப்பா பேசுவார்தான். ஆனாலும், அதைப் பற்றி இப்போதெதற்கு. காரியத்தைக் கனகச்சிதமாகச் சாதித்துவிட்ட இறுமாப்பில் இலேசாகத் திரும்பி அண்ணாக்களைப் பார்த்தேன். கண்ணால் சிரித்தான் சின்னண்ணா. பல்லால் இளித்தான் பெரியண்ணா.

7

ஒருவரும் வாயைத் திறக்கவில்லை. அப்படியேதாவது பேச வாயைத் திறந்தால், அம்மா கதையை மாற்றி, ஏதாவது சாக்குப்போக்கு சொல்லி, விட்டுவிட்டுப் போய்விடுவாவோ என்ற பயம். 'பேபி ரீச்சர்' வீட்டுப் படலையால் வெளிக்கிட்டு, ஒழுங்கையால் இறங்கி, 'ஐ.சி.ஆர்.சி' அலுவலகம் தாண்டி, சி.சி. பள்ளிக்கூடத்தைக் கடந்து, புதுக்குடியிருப்புச்சந்திக்கு வந்து, நேராவே நடந்து, 'பஸ் ஸ்ராண்ட்' புளியடிக்கு வரத்தான் உள்ளுக்குப் பக்கென்றிருந்தது எனக்கு. 'றோட்டில்' ஒரு ஈ காக்கா இல்லை. எந்தப் பக்கம் திரும்பினாலும் அமைதி மட்டும் அடைந்துபோய் ஒரே நிசப்தம். அம்மா இல்லாத நாட்களில் நான் பிரிக்கின்ற சொத்தி உச்சி மாதிரி வளைந்து நெளிந்து நீள்கிற செம்பாட்டு வீதி. அதன் இரண்டு பக்கமுமிருந்து மூடிச் சடைத்து வளர்ந்த பாலையும், நாவலும், முதிரையும், தேக்கும் இன்னும் பேர் தெரியாத ஆயிரமாயிரம் காட்டுமரங்களோடு ஏழைக் கிழவன்

ஒருத்தன் தனிமையில் தவிக்கிற மாதிரி யாரும் தீண்டாமல் ஒற்றையில் உட்கார்ந்திருக்கும் காடு.

"அம்மா... இது ஒட்டுசுட்டான் போற றோட்டெல்லோ... இங்கால் பக்கமா ஏன் போறம்...? இன்னும் எவ்வளவு தூரம் நடக்கவேணும்?"

தொண்டையில் சிக்கிய கேள்விகளைச் சிக்கெடுத்துக் கொட்டினேன். திரும்பவும் 'ஆமி' இருக்கிற பக்கம் ஏன் போகிறோம் என்ற திணறல். கூடவே காலும் நோகத்தொடங்கியிருந்தது.

"இப்பவே காலுளைஞ்சால்... இதுக்குத்தான் சொன்னான் பேபி ரீச்சர் வீட்டிலயே நில்லுங்கோ எண்டு. ஆராவது கேட்டனியளே. இன்னும் கனதூரம் நடக்கவேணும்..."

"கனதூரமெண்டால் எவ்வளவு தூரம்.? நீங்கள் எங்கை இருக்கிறியள்...?"

'பேபி ரீச்சர்' வீட்டிலிருந்து கிளம்பும்வரை திறக்காத பொன் வாயைத் திறந்து மெல்ல விசாரணையை ஆரம்பித்தான் சின்னண்ணா. பயணம் உறுதிப்பட்டுவிட்ட தைரியம்.

"பேராத்திலைதான் நாங்கள் இருக்கிறம். அதுவரையும் நடந்துதான் போகவேணும்..."

"பேராத்திலயா...?"

நடந்துகொண்டிருந்த சின்னண்ணாவின் கால்கள் படாரென நின்றுவிட்டிருந்தன. அப்படியொரு பதிலை எதிர்பார்க்கவில்லை அவன், ஏன் நானும்தான். மூன்று பேருக்கும் தூக்கிவாரிப்போட்டது. 'பேராறு, கற்சிலைமடுவுக்குக் கிட்டத்தான். கற்சிலைமடு ஒட்டுசுட்டானுக்குக் கிட்டத்தான். அப்படியென்றால் நாங்கள் இப்போது மறுபடி 'ஆமியை'த் தேடிப் போய்க்கொண்டிருக்கிறோமா...? சட்டியிலிருந்து தப்பி அடுப்பிற்குள் விழப்போகிறோமா...? ஒருவேளை அம்மா பொய் சொல்கிறாவா...?' பயத்தில் நடுங்கி தொண்டை வறண்டது. கால்கள் தாமாகவே பின்னடித்தன.

மறுபுறம், நாகதம்பிரான் திருவிழாவும், நாதண்ணையின் கச்சானுருண்டையும், மாமரத்து ஊஞ்சலில் உன்னியுன்னி ஆடும் மந்திரப்பொழுதுகளும், வைரவர் மடையும் வரிசைக்கட்டிவரும் வண்டில்களாய் ஒன்றையொன்று துரத்திக்கொண்டு ஓடிவந்து மனதை நிறைத்தன. ஊர்வாசம் காற்றில் வந்தது. 'இலங்கை வேந்தன்'

நாடகமும் அதைக் கேட்பதற்காக அப்பாவின் கட்டாயத்திற்குப் பயந்து செய்தி கேட்பது போல நாங்கள் நடிக்கும் நாடகமும் ஞாபகத்திற்கு வர சிரிப்பு வந்தது. ஒருநாள் அப்படித்தான் நாடகம் முடிந்ததும் வந்திறங்கியதொரு பேரிடி. அன்றிலிருந்து தொடங்கியதுதான் அதிகாலையில் கடைக்குச்சென்று அப்பாவை எழுப்பும் கடமை.

காலாகாலமாக, எனக்கு நினைவு தெரிந்த நாளிலிருந்து, எட்டரை மணியானால் போதும். எங்கள் வீட்டுக்குப் பதற்றம் தொற்றிவிடும். அது புலிகளின் குரல் செய்திக்கான நேரம். கேட்கவேண்டுமென்பது கட்டாய விதி. யாருக்கு என்ன விளங்கியதென்பது முக்கியமில்லை. ஆனால், எல்லோரும் கட்டாயம் கேட்கவேண்டும். அவரவர் வயதுக்கு ஏற்றபடி விளங்கினால் போதுமென்பது அப்பா வைத்த சட்டம். அன்றும் அப்படித்தான். 'விறாந்தை' வளையில் கொழுவியிருக்கும் 'ரேடியோவிற்குள்' இருந்தவர் வரிசைக்கு ஏதேதோ சொல்லிக்கொண்டிருந்தார். இலங்கை, அரசியல், உலகம், விளையாட்டு, சந்திரிக்கா, சமாதானம், பொருளாதாரத் தடை, ரத்வத்தை... இன்னும் என்னென்னவோ கனக்க சொற்கள்.

எனக்குச் செய்தி முக்கியமல்ல. அதுக்குப் பிறகு வரும் தொடர்நாடகம் - இலங்கை வேந்தன். அதற்காகத்தான் விழுந்தடித்துப்போய் அமர்வேன். காலையிலும் ஒலிபரப்பாவது தான். ஆனால், பள்ளிக்கூடத்திற்கு வெளிக்கிடும் அவசரத்தில் நாடகத்தைச் சரியாகக் கேட்கமுடியாததால் எங்கள் தெரிவு இரவுதான். எனக்கு மட்டுமல்ல அண்ணாக்களுக்கும், ஏன் அப்பாவுக்கும் அம்மாவுக்கும் கூட.

இராவணன் வந்தாரென்றால் குரலில் அப்பிடியொரு கம்பீரம். சூர்ப்பனகை, மண்டோதரியெல்லாம் என்னவொரு நடிப்பு. உண்மையாக அப்படியெல்லாம் இருந்ததா என்று நம்பமுடியாதளவிற்கு இருக்கும். ஆனால் இராமாயணமோவென்னவோ, அந்தக் கதையிலிருக்கும் பெரிய அரசன் இராமனே இராவணனைப் பார்த்து பயப்படுவான். தைரியமும் துணிச்சலும் திறமையும் கடவுள்பக்தியும் நிறைய செல்வமும் இருந்த தமிழ்மன்னன் இராவணன் என்று அம்மா சொன்னதிலிருந்து என்னால் நம்பாமலும் இருக்கமுடியவில்லை. அப்பிடியொரு நாடகத்தை எப்படித் தவறவிடமுடியும். கண்ணையும் காதையும் மனதையும் விரித்து வைத்து 'ஆ'வென்று வாய்பிளந்து கேட்டுக்கொண்டிருப்பேன். அப்படித்தான் அன்று

நாடகம் முடிந்த இசைக்குறிப்பு வரும்போது கூடவே அப்பாவின் வாயிலிருந்தும் வந்து விழுந்ததொரு பேரிடி.

"நிலா, இனிமேல் உனக்கு அந்த ரெண்டு ரூபா இல்லை."

அன்று செய்தியில் சொல்லிக்கொண்டிருந்த அணுகுண்டோ என்னவோ, கண்டிப்பாக அதைவிடப் பெரிய குண்டு, அப்பா என் தலையில் போட்ட குண்டு. உண்மையைச் சொல்லப்போனால் அதுவும் ஒரு பொருளாதாரத் தடைதான். அது எனக்கு கசப்பாயும் அண்ணாக்களுக்கு இனிப்பாயும் வந்துவிழுந்தது. அவர் முதல் சொன்ன வார்த்தை கூடப் பரவாயில்லை, ஆனால் இரண்டாவதாகச் சொன்னது...? அண்ணாக்கள் அப்பா சொன்ன புது'றூலை' தலையில் தூக்கிவைத்துக்கொண்டாடுவதற்கு அந்த இரண்டாவது 'றூல்'தான் காரணம்.

ஒவ்வொரு நாளும் பள்ளிக்கூடம் விட்டு வரும்போது நேரே அப்பாவின் கடைவாசலில் போய் நிற்கும் என் வண்டி. அவர் ஒவ்வொரு நாளும் இரண்டு ரூபா தரவேண்டும். அதை வாங்கிக்கொண்டு பக்கத்து மருந்துக்கடையைத் தாண்டி, அடுத்த தேநீர்க்கடையில் போய் இரண்டு ரூபாக்கு கச்சான் உருண்டை வாங்கிச் சாப்பிட்டுவிட்டுத்தான் பிறகு வீட்டுப் பக்கமாகக் கால்கள் போகும். அது என் நித்திய கடமைகளில் ஒன்றென்பதுபோல் ஆகியிருந்தது. 'இப்போ திடீரென்று காசு தரமாட்டனென்று சொன்னால் என்ன செய்வது...? தரமாட்டனென்று சொன்னது கூடப்பரவாயில்லை, ஆனால், அதுக்கடுத்ததாக அவர் சொன்னது...?'

"இஞ்ச பாருங்கோ மூண்டுபேரும் வடிவாக் கேளுங்கோ. நிலா, நீயும்தான். இனி உனக்கு தாற அந்த ரெண்டு ரூபாக்கு பதில், உங்களிலை ஆராவது ஓராள் என்னை வந்து விடியவெள்ளண எழுப்பிவிட்டால், அவைக்கு அந்தக் காசு கிடைக்கும்..."

அப்பாவும் இலேசுப்பட்ட ஆளில்லை. ஒற்றைக்கல்லில் இரண்டு மாங்காய். எங்கள் வீட்டிலிருந்து கடைக்கு ஒரு 'நூறு மீற்றர்' இடைவெளிதான் வரும். இரவில் காவலிற்காக அவர் அங்குதான் படுப்பார். சிலவேளை அவர் எழும்ப நேரம் பிந்திவிட்டதென்றால் பிறகு எல்லா வேலையும் பிந்திப்போகும். இப்போது, நாங்கள் யாராவது போய் அவரை எழுப்பிவிட்டால் அவருக்கு அதனாலொரு சின்ன இலாபம்.

விடியப்போய் எழுப்புவதென்றாலும் அதிலும் ஒரு சிக்கல் உண்டு. சும்மா நித்திரைப்பாயால் நேரே கடைக்குப் போகவியலாது. எழும்பி, கை கால் முகம் கழுவி, திருநீறு பூசிப் பொட்டு வைத்து, பொலிவான முகத்தோடு போய் அவரை எழுப்பவேண்டும். தூங்கிவிழுந்துகொண்டுபோவதெல்லாம் கணக்கில் சேர்ப்பில்லை.

மூளைக்குள் முன்னூறு எலிகள் குறுக்கும் நெடுக்குமா ஓடியோடி இருக்கின்ற நரம்புகளையெல்லாம் அறுத்துக்கொட்டத் தொடங்கின. 'விடிய எழுப்பும் ஒராளுக்குத்தான் காசென்றால் நான் என்ன செய்ய முடியும்...? இரண்டு பேரும் என்னைவிடப் பெரியாக்கள். அதிலும் சின்னண்ணா நல்ல வேகமாயும் ஓடுவான். பள்ளிக்கூடத்தில் எல்லா ஓட்டப்போட்டியிலும் அவன்தான் முதலாவது. நான் ஒரு 'சுக்குட்டி', வெறும் தவ்வல். சின்னக் காலால் எப்பிடி நான் வேகமாக ஓடிப்போய் அப்பாவை எழுப்புவது...? கடைசியாப் பிறந்ததுக்குப் பதில் முதலாவதாய்ப் பிறந்திருக்கலாம்... அவருக்கென்ன, தான் சொல்லவந்ததைச் சொல்லிவிட்டுத் தன்ர பாட்டில பேசாம கடைக்குப்போக வெளிக்கிட்டுட்டார். இனி போய், ஒருத்தரின்ர தொந்தரவும் இல்லாம நல்ல சுகம்வளமா மூசிமூசி நித்திரை கொள்ளப்போறார். ஆனா நான்...?'

குமுறிக் குமுறிக் கொப்பளித்துக்கொட்டியது மனது.

***

கொஞ்சமும் நியாயமே இல்லாத அந்த அழிச்சாட்டிய அறிவிப்பு பற்றியோ அதைக்கேட்டு கலவரப்பட்டு கலங்கிநிற்கும் என் திண்டாட்டம் பற்றியோ அம்மா கவலைப்படுவதாகத் தெரியவில்லை. தன்பாட்டில் எழும்பி நடந்துபோய் நடுவிறாந்தையிலிருந்த பித்தளைக் கைவிளக்கை எடுத்துக்கொண்டு உள்ளறைக்குப் போய்க்கொண்டிருந்தா. அப்பா வாசலைத்தாண்டி வெளியே போகும்வரை காத்திருந்துவிட்டு அம்மாவிற்குப் பின்னால் பாய்ந்தேன். வழமையாக எனக்காக ஏதாவது கேக்கவேண்டுமென்றால் என்னால் பாவிக்கப்படுகிற முதலும் முக்கியமுமான ஆயுதம் அம்மாவின் குரல்தான்.

"அம்மா, என்னம்மா அப்பா இப்பிடி சொல்லிப்போட்டுப்போறார்."

கொண்டுபோன விளக்கைச் சற்றுத்தள்ளி வைத்துவிட்டு, அறை மூலையில் சுருட்டி வைத்திருந்த ஓலைப் பாய்களை சரிபாத்து எடுத்துக்கொண்டிருந்த அம்மாவின் காதில் என் உடைந்த குரல்

விழுந்ததற்கான எந்த அறிகுறியும் இல்லை. முறைப்பாட்டுக்கும் பதிலில்லை.

"அம்மா, அப்பா இனி எனக்கு அந்த ரெண்டு ரூபா தரமாட்டாராமம்மா. இவங்கள்தான் ஏதோ அப்பாட்ட மூட்டிவிட்டுட்டாங்கள். நீங்கள் அப்பாட்டைச் சொல்லி அதையெனக்கு வாங்கித்தாங்கோம்மா..."

சாதாரணமாகச் சொன்னால் அம்மாவின் காதில் விழாது. கொஞ்சம் அழுத்தவேணும் என்று மூளை சொன்ன அறிவுரையின் பேரில் குரலில் சத்தம் கூடியது. என் கெட்டநேரம், விறாந்தையிலிருந்த வில்லங்கங்களுக்கும் என் குரல் கேட்டுவிட்டது.

"அம்மா... பொய்...பொய். தங்கா பொய் சொல்லுறாளம்மா. அப்பா எப்ப அப்பிடிச் சொன்னவர். முதலிலை வந்து எழுப்புறாக்களுக்கெண்டுதானே சொன்னவர்."

தன் மூங்கில் கைகளை எனக்கு நேராக நீட்டி மறுத்தான் பெரியண்ணா. துணைக்குச் சின்னண்ணாவை இழுத்தான். "என்னடா தம்பி, அப்பா எங்கடா அப்பிடிச் சொன்னவர். இவளை பாத்தியா...?" அவன் பெரிதாக எதுவும் சொல்லவில்லை. "உவளும் உவளின்ரை உருட்டுப்பிரட்டுகளும்' என்று சலித்துவிட்டு வெளிமுற்றத்தில் கிடந்த வீராவின் சாக்கை எடுத்துவந்து உதறி 'விறாந்தை' வாசலில் போட்டான்.

"இல்லையம்மா, நான் போய் எழுப்பாட்டில் எனக்குக் காசில்லைத்தானே... எனக்கு வேணும். என்ரை ரெண்டுரூபா எனக்குத்தான் வேணும். இவங்களுக்குக் குடுக்கக்கூடாது..."

அப்பா சொன்னமாதிரி போட்டிபோட்டு வெல்வதென்பது கனவிலும் நடக்கப்போகின்ற காரியமில்லை. ஆக, விடாப்பிடியாய் நின்று அம்மாவை மசிய வைத்தாலொழிய இல்லாவிடில் வேலைக்காகாது. வேறவழியில்லை முரண்டுபிடி... முரட்டுப்பிடி.

"எனக்கு வேணும். அந்தக் காசு என்ர காசு. எனக்கு வேணும். அத என்னட்டயே தரச்சொல்லி சொல்லுங்கோம்மா அப்பாட்ட. அம்மா...சொல்லுவியள்தானே..."

"முதலிலை இப்பிடி எதுக்கெடுத்தாலும் சிணுங்குறதை நிப்பாட்டு நிலா. எப்பப் பாத்தாலும் ராகமிழுத்துக்கொண்டு... என்னெண்டாலும் நாளைக்குக் கதைக்கலாம். இப்பவந்து படு...'

அப்பாவிடமிருந்து வந்தது அறிவிப்பு என்றால், அம்மாவிடமிருந்து வந்தது கட்டளை.

வரிசைக்குத் தலையணையைப் போட்டுவிட்டு எல்லோரையும் வந்து படுக்கச்சொல்லிவிட்டு, தலைமாட்டிலிருந்த கைவிளக்கில் அம்மா தன் பள்ளிக்கூட வேலையைக் கவனிக்கத் தொடங்கிவிட்டா. 'பாழாய்ப்போன பள்ளிக்கூடம், பகல்முழுதா பாத்திற்று வந்த வேலை பத்தாதெண்டு படுக்கிற நேரத்திலயும் திருப்பியும் அதே கொப்பி புத்தகங்கள், அதே கணக்கு வழக்குகள். வளந்து பெரியாளானதும் என்ன வேலைக்குப் போனாலும் சரி ரீச்சர் வேலைக்கு மட்டும்... ம்கூம் போகவே கூடாது'.

'ஆனால், இப்போது பிரச்சினை அதில்லை. அந்த ரெண்டு ரூபா, ஒவ்வொருநாளும் என் கணக்கில் வரும் அந்த ரெண்டு ரூபா இனி இல்லையெண்டு சொல்லப்பட்டுவிட்டது. எவ்வளவு முக்கியமான விசயம். ஆனால், அதை யாரும் கண்டுகொள்வதாயே தெரியவில்லை. உண்மையைச் சொல்லப்போனால், இந்த வீட்டில நான் சம்மந்தப்பட்ட விசயங்களில யாருக்கும் அக்கறையில்லை. ஏன், நானே தேவையில்லை'. அழுகை அழுகையாக வந்தது.

***

'எப்படியானாலும் அம்மாவுக்குத் தூபம் போட்டுக் காரியத்தைச் சாதித்துவிடவேண்டும். நாளைக்கு பார்ப்போம் என்று பேசாமல் விட்டுவிட்டால் அவ்வளவுதான். பிறகு, புல் வளர்ந்து பூகமான கதையாகிவிடும். அம்மாவை மசியவைக்கவேண்டுமானால் முதலில் அம்மாவுக்கு நல்ல பிள்ளைக்கு நடிக்கவேண்டும். சொல்வதை எல்லாம் கேட்டு நடந்து 'அச்சாப் பிள்ளை' என்று மனதில் பதிந்துவிட்டால் பிறகு வேலை சுலபமாக நடந்துவிடும்.' யாரிடமும் எதுவும் பேசாமல் நடந்துபோய்ப் பாயில் விழுந்தேன். அண்ணாக்களின் பக்கம் திரும்பிப் பார்க்கப் பிடிக்கவில்லை. அவர்களிற்கு முதுகைக் காட்டியபடி திண்ணையைப் பார்த்தபடி திரும்பிப்படுத்தேன். கைவிளக்கு வெளிச்சத்தில் தரை பளிங்குபோல மினுத்தது.

மதியம் மெழுகிய 'விறாந்தை'. புற்றுமண் கொஞ்சம் வெட்டியெடுத்து, வாசல் பக்கமாக வரிசைக்கு நிற்கின்ற செவ்வரத்தை மரத்திலிருந்து கொஞ்ச இலையைப் பிடுங்கியெடுத்து, உரலில் போட்டு இடித்து, ஒரு பழைய துணியில் அந்தச் சாறைப் பக்குவமாய் வடிகட்டியெடுத்து, புத்துமண்ணும் சாணியும் பச்சைச்சாறையும் ஒன்றாச் சேர்த்து

குழைத்து அம்மா மெழுகிற அழகு இருக்கே. ஊரில் யாருக்கும் அந்த வித்தை சரியாகப் பிடிபடாது. வீட்டுக்கு வரும் ஆட்கள் எல்லாரும் வீடு மெழுகியிருக்கிற வடிவைப் பார்த்ததும், அதன் செய்முறையை அம்மாவைக் கேட்டறிந்துகொண்டு போவார்கள். அந்த அளவுக்கு ஊரில் அம்மா பிரபலமாகியிருந்தா.

அண்ணாக்கள் இரண்டுபேரும் அங்கால் பக்கமாக இருந்து சண்டை பிடித்துக்கொண்டிருந்தார்கள். படுக்கிற நேரமானாலே வழமையாய் நடக்கிறதுதான் - போர்வைச் சண்டை. இதுதான் தருணம், அவர்களின் சண்டைச் சாக்கில் பெரியண்ணாக்குத் தெரியாமலே அவனைப் பாய்க்கு வெளியில் தள்ளிவிட்டுவிட்டு, ஒன்றும் தெரியாத ஆள்மாதிரி என்னுடைய போர்வையால் முகத்தை மூடிக்கொண்டு பேசாமல் படுத்தேன். மெழுகிய வாசம் அவருக்கு ஒத்துவராது, அடுத்த நிமிடமே தும்மல் பிடித்தது.

"உங்கள படுக்கச்சொல்லி எவ்வளவு நேரம், ஆளாளுக்கு மாறிமாறி சண்டை பிடிச்சுக்கொண்டு இருக்கிறியள் என்ன..."

செய்த வேலையை அப்படியே விட்டுவிட்டு அம்மா எழும்பிக் கையிலிருந்த அடிமட்டத்தால் சின்னண்ணாவின் காலுக்குக் கீழே நான்கு போடு போட்டா. துள்ளியெழும்பி புறங்காலைத் தடவிக்கொண்டே 'நானில்லம்மா, அவன்தான். அவனக்கேளுங்கோ' என்று அழ ஆரம்பித்தான் அவன். அடி விழுந்த இடம் சிவந்து சிறு கோடாகத் தெரிந்தது. மறுநொடி பெரியண்ணாவுக்கும் விழுந்தது. குப்புறப்படுத்திருந்திருப்பார் போல. முதுகில் வாங்கியிருந்தார். வாங்கிய வேகத்திலேயே போர்வையைத் தூக்கி எறிந்துவிட்டு அழுதுகொண்டே திரும்பிப்படுத்தான். அதன்பின் பெரியண்ணாவிடமிருந்து ஒரு மூச்சுப்பேச்சு இல்லை. பார்க்கவே பாவமாகவிருந்தது. இரண்டு பேரும் போர்வையில்லாமலே படுத்திருந்தார்கள்.

'எப்படியாவது அந்த வெட்டுக் கணக்கைச் சரிசெய்துவிடவேண்டும், அதுவும் அம்மாவை வைத்தே. இப்போதே.' போர்த்திருந்த போர்வையை விலக்கிவிட்டு, சத்தம் போடாமல் மெதுவாகத் தவழ்ந்து அம்மாவின் முதுகுப்பக்கமாக முன்னேறினேன். தோள்களை எட்டிப் பிடித்துக்கொண்டு காதோடு காதாக அடிக்குரலில் முணுமுணுத்தேன், அண்ணாக்களிற்குக் கேட்டுவிடக்கூடாதல்லவா...

"அம்மா, அம்மா நானொரு விசயம் கேட்பன் நீங்கள் அதைச் செய்து தரோணும்."

"ம் சொல்லு."

திரும்பிப் பார்க்காத நிலையில் வெறும் பதில் மட்டுமே வந்தது.

"அப்பாட்டைச் சொல்லி அந்த ரெண்டு ரூபாயை எனக்கே வாங்கித் தரோணும்."

"அதை நீ அப்பாட்டையெல்லோ கேக்கோணும், என்னட்டை கேக்குறாய்...?"

"இல்ல, நீங்கள் சொன்னால் அப்பா கேப்பார்."

தந்திர ஜாலத்தை ஆரம்பித்தேன். எப்படியாவது மயக்கிவிடவேண்டும் என்பது மட்டுமே குறிக்கோள்.

"சரி, இப்ப படு. அப்பா சும்மாதான் சொன்னவர் நாளைக்கு நீ போய்க் கேட்டால் தருவார்."

"இல்லை, நீங்கள் சொல்லுங்கோ..."

"இப்ப நேரம்போச்சு படு. எல்லாம் நாளைக்குப் பாக்கலாம்."

"இல்லை நீங்கள் வாங்கித்தாறெண்டு சொல்லுங்கோ. அப்பத்தான் படுப்பன்."

அம்மா பிடிகொடுக்காமல் நழுவுவது பயத்தைக் கிளப்பியது. உறுதிமொழியை வாங்கிவிட்டால் எந்தப் பிரச்சினையுமில்லை. விடாமல் கேட்டுக்கொண்டேயிருந்தேன். ஒரு புள்ளியில் ஆய்க்கினை தாங்காமலாவது ஒத்துக்கொண்டுதானே ஆகவேண்டும்.

"அண்ணாக்கள் வாங்கின மாதிரி இப்ப நாலு நல்லா வாங்கப்போறாய். வாயை மூடிக்கொண்டு பேசாமல் படு. மூச்சுக்காட்டக்கூடாது..."

பொலபொலவெனக் கண்ணீர் வந்தது. ஏற்க முடியவில்லை. 'எனக்கான விடயங்கள் ஏனிப்படி பாதைமாறிப் போகிறதோ... உண்மையைச் சொல்லப்போனால், இந்த வீட்டில் நான் சம்மந்தப்பட்ட விடயங்களில் யாருக்கும் அக்கறையில்லை. ஏன், நானே தேவையில்லை'. அழுகை அழுகையாக வந்தது. அம்மாவைப் பிடிக்கவேயில்லை. படாரெனத் திரும்பி பழையபடி வந்து என் இடத்தில் படுத்துக்கொண்டேன். இம்முறை போர்வை தலையையும் மூடிக்கொண்டது. என் எதிர்வினைக்கான அடையாளம் அது. கன்னங்கள் ஈரமாகின. காதோரம் நனைந்து

போர்வையிலும் விழுந்தன கண்ணீர்த்துளிகள். வாசலில் படுத்திருந்த வீரா மட்டும் எழுந்துவந்து என் அருகில் குந்தியிருப்பது போர்வைக்கூடாகச் சிறு நிழலாகத் தெரிந்தது. வீராவிற்கு மட்டும் தான் இங்கே என் மேல் உண்மையான அன்பு உண்டு.

8

தோழிகள் புடைசூழ அப்பாவின் கடை வாசலில் போய் நின்றது என் வண்டி. கூடவந்தவர்கள் ஆலமர நிழலில் நின்றுகொண்டார்கள். வழமையான அவர்களின் தரிப்பிடம் அதுதான். "ஒண்டு…ரெண்டு… மூண்டு…" கையிலிருந்த புளியங்கொட்டைகளை எண்ணி மொத்தம் எட்டுப்பாதிகளைத் தாரணியின் கைகளில் கொடுத்துவிட்டு உள்ளே போனேன். அவள் நாணயக்காரி. அப்படியே திருப்பித் தந்துவிடுவாள்.

"அப்பா…"

"வா நிலா… சொல்லு…"

"ரெண்டு ரூபா…"

"என்னம்மா…"

"ரெண்டு ரூபா…"

முன்னையை விட இன்னும் கொஞ்சம் அழுத்தத்தைக் கூட்டினேன். மடித்துக்கொண்டிருந்த உடுப்பைத் தட்டில் வைத்துவிட்டுக் கண்களை நேராக உற்றுப் பாத்தார்.

"ஆனால், அப்பா என்னெண்டு உனக்குக் காசு தாறது…"

"ஏன்…?"

"அதுதான் நேற்றே சொல்லிட்டனே. விடிய வந்து என்னை எழுப்புறாளுக்குத்தான் காசெண்டு. இண்டைக்கு நீங்களொருத்தரும் வரேல்லை. அதாலை உங்களொருத்தருக்கும் காசில்லை."

'லாச்சியை'த் திறந்து அதிலிருந்து ஒரு இரண்டு ரூபா வெள்ளிக்குற்றியை எடுத்தார். சுவாமிப் படத் தட்டிலிருந்த மண்ணாலான உண்டியல் மெல்ல இறங்கி அப்பாவின் கைக்கு

வந்தது. அடுத்தநொடி, ணங் என்ற சத்தத்தோடு உள்ளே போனது அந்த இரண்டு ரூபாக்குற்றி. வஞ்சகமேயில்லாமல் அதை வாங்கிவைத்துக்கொண்டு நடக்கிறதையெல்லாம் நமட்டுச் சிரிப்போடு பாத்துக்கொண்டிருந்தார் முருகன், கூடவே யேசுவும் புத்தரும் காவலுக்கு.

"அப்பா அப்பா, இண்டைக்கு மட்டும் தாங்கோப்பா, நாளைக்குக் கட்டாயம் வந்து எழுப்புவன்."

"நாளைக்கு வந்து எழுப்பினால் அப்ப, அப்பா காசு தாறன்..."

"உண்மையா வந்து எழுப்புவன் அப்பா."

"சரி, ஒருநாள்தானே. நாளைக்கு எழுப்பினாப்பிறகு தாறன், என்னம்மா..."

அப்பாவின் உருவத்தைப் போலவே சொல்லும் சரியான கறார். இதற்குமேல் இனி எவ்வளவு கேட்டாலும், கெஞ்சிக் கூத்தாடினாலும், ஏன் தலைகீழாய் நின்றாலுமேகூட அந்த இரண்டு ரூபா கிடைக்காது என்பது எழுதப்பட்ட விதியாகிவிட்டது. கோபத்தில் தலையைத் தொங்கப்போட்டபடி கடையை விட்டு வெளிய வந்தேன். கூட்டாளிகளைப் பார்க்க வெட்கமாக இருந்தது. குறிப்பாகத் தாரணியை. 'எனக்கு நீ புளியங்கொட்டை தராட்டால் உனக்கு உங்கட அப்பா காசு தரமாட்டார்' என்று அவள் சொன்னது சரியாகிவிட்டதை ஏற்கமுடியவில்லை. குனிந்த தலை நிமிராமலே விறுவிறுவென்று வீட்டுப் பக்கமாக நடையைக்கட்டத் தொடங்கினேன்.

"பின்னேரம் வைரவர் கோயில்லை மடையாம். விளையாட வருவியோ எண்டு சொல்லிற்றுப்போ."

மதுவின் குரல் பின்னால் ஓடிவந்தது. 'ஒவ்வொருநாளும் கிடைத்துவந்த பரிசுக்குத் தடைவந்துவிட்டது. வெறும் ஒருநாள் மடையைப் பற்றிப் பேசுகிறாயே பாவி' என்று கத்தவேண்டும் போல ஆக்ரோசம் பொங்கியது. ஆனாலும், அவசரப்பட்டு என் தோல்வியை நானே காட்டிக்கொடுத்துவிடக்கூடாது. வாயை இறுக்க மூடிக்கொண்டு நடையில் இன்னும் வேகத்தைக் கூட்டினேன்.

கெட்டநேரம் என்று சொல்வார்களே, அது இதுதானா... காசு தான் கிடைக்கவில்லை, போனால் போகிறது. ஆனால், நான் அப்பாவோடு மல்லுக்கட்டிக்கொண்டு நின்றதை, 'றோட்டால்'

தன் கூட்டுகளோடு கதைத்துச் சிரித்துக்கொண்டு வந்த சின்னண்ணா கண்டுதொலைத்ததுதான் ஆகப்பெரிய சோதனை. பெருத்த அவமானம். தோற்பதுகூடப் பரவாயில்லை, ஆனால் அவமானத்தைச் சுமப்பதென்பது எத்தனை பெரிய ரணம். நடு உச்சியில் இருந்த சூரியன் இப்போது என் கண்களிற்குள் இறங்கியிருந்தான். கால்களிலும் வேகம் ஏறியிருந்தது.

துள்ளலும் ஓட்டமுமாய்த் தெருவில் நிறைந்திருக்கும் பள்ளிக்கூடப் பிள்ளைகளின் குதூகலக் கூச்சலோ, பாலத்து வித்தனில் கோடு போட்டுவிட்டமாதிரி வரிசைக்குக் கிடக்கும் வெள்ளைச் 'சேட்டுகளோ' புத்தகப் பைகளோ, வாய்க்காலில் ஊறப்போட்டிருக்கும் தென்னைமட்டையளோடு அட்டைகளாகக் கிடந்து தத்துநீச்சலடிக்கிற பெடிபெட்டையளோ, பற்றையோரங்களில் மேய்கிற ஆட்டுக்குட்டிகளோ எதுவும் பார்வையில் விழவேயில்லை. கால்கள் மட்டும் தொடர்ந்து நடந்துகொண்டிருந்தன. சரியாக, தேநீர்க் கடையைத் தாண்டுகிற நேரம் பார்த்து எதிர்பாராதவிதமாக கடைக்குள்ளிருந்து எட்டிப்பார்த்தது நாதண்ணையின் குரல்.

"என்ன நிலா, இண்டைக்குக் கச்சான் அலுவா வேண்டாமல் போறாய்... ஏன் உடம்பு கிடம்பு சரியில்லையே...? காய்ச்சல் ஏதுமே...?"

'என்ன பதில் சொல்லுவது...?' கோபமும் அழுகையும் என்னைப்போட்டு அமத்திக்கொண்டிருந்தது. 'இவ்வளவு நாளும் இருந்துவந்த தாராளவிதி இன்றோடு மாறிவிட்டதென்பதை எப்பிடிச் சொல்வது...?'

"இல்லை... நான் காசை எங்கயோ விழுத்திப்போட்டன்...?"

சின்னண்ணாவுக்குக் கேட்டுவிடாத மெல்லிய குரலில் சொன்னேன். பொய்தான். தெரிந்துகொண்டே சொன்னேன். தோல்வியை ஒப்புக்கொள்ள நான் தயாராயில்லை.

"சரி, இந்தா..." என்றபடி வெளியில் வந்த அவரது தடித்த கையில் ஒரு பாக்கு அளவு உருண்டையாக, சிவப்பு கச்சான் 'அல்வா இருந்து பல்லைக்காட்டி இளித்தது. வாசம் மூக்கில் நுழைய கை தானாகவே நீண்டு கச்சான் உருண்டையை வாங்கிவிட்டது. ஆனால், மூளை உள்ளிருந்து மூச்சுமுட்டக் கத்தியது. "ஏய் காசு குடுக்காமல் நீ வாங்கினது அப்பாவுக்குத் தெரிஞ்சுதெண்டால் கொண்டுபோடுவார். தெரியாதை உனக்கு அப்பாவைப் பற்றி..."

கைகள் வெடவெடத்து நடுங்கத் தொடங்கின.

"காசு... என்னட்ட காசில்... லை..."

திக்கித் திணறிய தொண்டையில் சிலபல நெருஞ்சிமுட்கள் சிக்கிக்கொண்டிருந்தன.

"சரி, ஒரு கச்சான் உருண்டைதானை. பரவாயில்லை சாப்பிடு..."

உருண்டு திரண்ட பருத்த உடலுக்கும், கரிக்கட்டி நிறத்திலிருந்த கறுத்த உருவத்துக்கும், முறுக்கு மீசைக்கும் கொஞ்சமும் சம்மந்தமில்லாமல் மெலிதாய் என்னைப் பார்த்துச் சிரித்த நாதண்ணையின் முகத்தில் அத்தனை பரிவு.

"இல்லை வேண்டாம்..."

"பரவாயில்லை பிடி. அப்பா ஒண்டும் சொல்லமாட்டார்..."

"இல்லை... அப்பாக்குத் தெரிஞ்சால் அடிச்சுப்போடுவார்..."

"ஒருத்தருக்கும் நான் சொல்லமாட்டன். பிடி..."

ஒருத்தருக்கும் தெரியப்போவதில்லைதான். ஆளாளுக்கு அவசரத்தில் பறந்தடித்துக்கொண்டு போகிறவர்கள் என்னைக் கண்டுகொள்ளப்போவதில்லைத்தான். வாங்கினால் என்ன...? எதற்கும் தலையைத் திருப்பிச் சுற்றிமுற்றிப்பார்த்துவிட்டு நாதண்ணை பக்கமாகத் திரும்பிய என் மனதில், வீதிக்கு அந்தப் பக்கமாக வேப்பமர நிழலுக்குக் கீழ் நின்று மும்முரமாகப் பம்பரம் விட்டுக்கொண்டிருக்கும் பெடியள் கூட்டம் உறுத்தியது. 'கனநேரமா அதிலையே நிக்கிற அந்தக் கூட்டத்திலை நிச்சயம் ஏதோ குளறுபடியிருக்கவேணும். இல்லையெண்டால், பம்பரம் விட்டுக்கொண்டு நடந்து போவாங்களே தவிர ஓரிடத்திலை நிண்டு விளையாடமாட்டாங்கள்.' கொஞ்சம் நிதானமாய்க் கவனித்தேன். குட்டிக் குருவிகள் தாய் வருதா வருதா என்று தலையை தலையை நீட்டி கூட்டுக்குள்ளால் எட்டிப் பார்ப்பதுபோல, அந்தக் கும்பலுக்குள்ளிருந்து அப்பப்போ ஓர் உருண்டைத் தலை வெளியே வந்து எட்டியெட்டிப் பார்த்துவிட்டு உள்ளே போனது. சின்னண்ணாதான் கூட்டம் சேர்த்துவைத்துக்கொண்டு இங்கு நடப்பதை வேவு பார்த்துக்கொண்டிருக்கிறானென்பது என் பிடரிப்பக்கத்து மூன்றாவது கண்ணுக்குத் தெள்ளத்தெளிவாகத் தெரிந்தது. முடிவாகிவிட்டது. மறுத்துத்தான் ஆகவேண்டும்.

“இல்லை நாதண்ணை... எனக்கு வேண்டாம். என்னெட்டை காசில்லை...”

“சரி, முதலிலை இதைப் பிடி. அப்பிடி காசு தரோணுமெண்டாலும் நாளைக்கு தாவன், இப்ப என்ன வந்தது...”

~நாளைக்கா...? நாளைக்கும் காசு கிடைக்குமோ என்னவோ தெரியாதே... இத்தனை நாளும் கொடுக்கப்பட்ட சிறப்புச் சலுகை இன்றோடு நிறுத்தப்பட்டதை, இனியந்த இரண்டு ரூபாவிற்காகப் பெரியபெரிய உலகப்போர்களை நிதமும் சந்திக்கப்போகிறேன் என்பதை எப்படி அவருக்கு விளங்கப்படுத்துவது...? வேறுவழியில்லை, கச்சான் உருண்டையைத் திருப்பி அவரின் கையிலேயே வைத்துவிட்டு, திரும்பிக்கூடப் பார்க்காமல் வலுவேகமாக நடந்து... இல்லையில்லை, ஒரேயோட்டமாய் ஓடிவந்து வீட்டுத் திண்ணையில் தொப்பென்று விழுந்தேன். விழுந்த வேகத்தில் புத்தகப்பை எங்கோ தூரப்போய் விழுந்தது. விறாந்தையின் நடுப்பகுதி வரை பாய்ந்துபோய்க்கிடந்தது பாதி தேய்ந்த செருப்பு. கோபம், அவ்வளவும் கோபம். வீரா வாஞ்சையோடு அருகில் வந்து குழைந்தது. முகத்திற்கு நேராகத் தன் முகத்தை நீட்டி ஏதோ சொன்னது. அதற்கு மட்டும் எல்லாம் புரியும் ஈரமனது.

9

விட்டால் இப்பவே வீட்டைச் சாம்பலாய்ச் சுட்டுப்பொசுக்கி விடக் கூடிய நெருப்பு. ‘விறாந்தைத்’ திண்ணையில் தலையைக் கவிழ்ந்தபடி உம்மணா மூஞ்சியாக உட்கார்ந்திருந்தேன். பின்னங்கழுத்திலிருந்து வழிந்து முதுகுப் பக்கமாக உருண்டோடிய வியர்வைத் துளியையோ, கால்களில் அப்பியிருந்த செம்பாட்டுப் புழுதியையோ கவனிக்கும் நிலையிலெல்லாம் நானில்லை. கலகம் உள்ளேயல்லவா எரிந்துகொண்டிருந்தது.

‘கடையில் நடந்தது கொஞ்சங்கூடச் சரியில்லை. அதெப்படி அப்பாவால் அப்படி நடந்துகொள்ள முடிந்தது. ஒரேயடியாக வெட்டி விழுத்துறதென்றால்...? எவ்வளவு பெரிய அரக்கத்தனம். எவ்வளவு பெரிய அத்துமீறல்...’ மனம் மலைத்துப்போயிருந்தது. வீரா அருகில் படுத்திருந்தது.

எவ்வளவு நேரம் அப்படி இருந்திருப்பேனென்றெல்லாம் தெரியாது, பிடிவாதம் என்னை இருத்திவைத்திருந்தது. ஆத்திரம் தாளாமல் இதயம் பொங்கி வெடித்துக்கொண்டிருந்ததால் கண்ணீர் மட்டும் நிற்காமல் வழிந்துகொண்டேயிருந்தது.

"பிள்ளையள் ஆர் வெளியிலை நிக்கிறியள். ஆராவது ஒராள் அம்மான்ரை சாறியிலை இருக்கிற இந்த ஊசியை ஒருக்கால் கழட்டி விடுங்கோ பாப்பம்..."

பள்ளிக்கூடத்துக்குக் கட்டிக்கொண்டுபோன 'சாறியை' மாற்றுவதற்காக, 'பிளவுஸின்' பின்பக்கம் குத்தியிருந்த ஊசியைக் கழட்டிவிடச் சொல்லிக் கேட்டுக்கொண்டு அறையைவிட்டு வெளியே வந்த அம்மாவின் நடை திடீரென நின்று, குரல் மிரட்ட ஆரம்பித்தது.

"யாரது... ஆ....? விறாந்தைக்கு நடுவுவரைக்கும் யாற்றை செருப்பு வந்திருக்கிறது..."

"........"

ஒரு சத்தமும் இல்லை. வெந்து தகிக்கும் மனதிலும் வீட்டிலும் எந்தவிதப் பதிலும் பிறக்கவில்லை.

"கேக்கிறனெல்லே... ஆற்றை செருப்பிது...? நிலா நீதானே தனிய இருக்கிறாய். அண்ணாக்கள் இன்னும் வரேல்லையே. அப்ப உன்ரையே செருப்பு. பாரன். பதில் சொல்லாமல் இருக்கிறதை... வாய்க்க என்ன புட்டுக்கட்டியே வச்சிருக்கிறாய்...? பதில் சொல்லன்..."

அம்மாவின் அத்தனை கேள்விகளும் காதில் விழுந்தாலும் அதைவிடப் பெரிய கேள்விகளுக்குள், இன்னும் வெளியிலேயே வரமுடியாத பெருங்கிடங்குக்குள் நான் சிக்குப்பட்டிருக்கிறேன். முதலில் அதிலிருந்து வெளியில் வந்தால்தானே அடுத்ததைப் பற்றி யோசிக்க...

"உன்னத்தான் நிலா... ஏனிப்பிடி இருக்கிறாய்... என்னெண்டு சொல்லன்..."

"என்ன நடந்தது...?"

"வயித்துக்கை கியித்துக்கை குத்துதே...?"

"பள்ளிக்கூடத்திலை ரீச்சராக்களாரும் அடிச்சவையே...? இல்லையெண்டால் பெடியள் ஆரோடையும் சண்டையே...?"

கேள்வி, கேள்வி, கேள்விக்கு மேல் கேள்வி. எதுவும் பேசாமல் அம்மாவை நிமிர்ந்து பார்த்தேன். சிவந்த முகம் இன்னமும் வெந்து வெளிறியிருந்தது. நட்டநடு வெய்யிலுக்குள்ளால் நடந்துவந்த சோர்வு முகத்தசைகளில் வியர்வையாய் வழிந்துகொண்டிருந்தது. வியர்வை வாசம் மூக்கில் நுழைந்த மறுகணமே அப்படியே அம்மாவைக் கட்டிப்பிடித்துக்கொண்டு, அப்பா காசுதர மறுத்ததைச் சொல்லி ஓவென்று கத்தி அழவேண்டும் போலிருந்தது. ஆனாலும், அது நடக்கவில்லை. என் பிடிவாதம் அதை நடக்கவிடவில்லை. கல்போல அமர்ந்திருந்தேன்.

"பிள்ளைக்குப் பதிலா மாறி பிடிவாதத்தைப் பெத்துப்போட்டன் போல, என்ன கேட்டாலும் சொல்லுதுகள் இல்லை, அப்பிடியே தேப்பனைப் போல…"

எரிச்சல் நிரம்பி வழிய, முந்தானைத் தலைப்பை எடுத்து ஒரு உதறு உதறிக்கொண்டே திரும்பி உள்ளே போய்விட்டா அம்மா. காற்றோடு கலந்த வியர்வை வாசம் 'விறாந்தையை'க் கடந்து அறைப் பக்கமாக மறைந்தது. மறுபடி இன்னொரு நிராகரிப்பு. முதலில் அப்பாவிடமிருந்து, இப்போ அம்மாவிடமிருந்து. கல்மாறி பாறையானது.

எனக்குள்ளே பெரியதொரு அடிபாடே நடந்துகொண்டிருந்தது. அதுவும் யார் மீது, இந்த எல்லாப் பிரச்சினைகளுக்கும் காரணமான அப்பா மீது. அவர், அந்தக் காசு தராததுகூடப் பெரிய பிரச்சினையில்லை. ஆனால் நான் எவ்வளவு கேட்டும் என்னையவர் நிராகரித்துவிட்டார் என்பதுதான் நெருப்பாய் எரிந்துகொண்டிருந்தது. நிராகரிப்பு என்பதே நெருப்புத்தானே.

படலையடியில் யாரோ பாட்டுப் பாடிக்கொண்டே வரும் குரல் கேட்டது, சின்னண்ணாதான். 'வரட்டும் வரட்டும், இப்ப நான் இருக்கிற கோபத்துக்கு அவரை உண்டு இல்லையென்று பண்ணிவிடுகிறேனோ இல்லையோ பாப்பம்' கறுவிக்கொண்டு அமர்ந்திருந்தேன்.

சின்னண்ணா வாசலுக்கு வந்ததும் வராததுமாய், என்னை ஒரு வீம்புப் பார்வை பார்த்தபடியே வெளிமுற்றத்திலேயே நின்றுகொண்டிருந்தான். அவனின் குண்டுக்கட்டு உடம்பில் ஒட்டியிருந்த 'சேட்டை' முறுக்கிப்பிழிந்தால் ஒரு கிண்ணம் வியர்வை எடுக்கலாம். மொத்தவெயிலையும் வாங்கிக்கொண்டுவந்த தலைமுடி காய்ந்து வறண்டு போயிருந்தது.

“அம்மா... அண்ணா... உங்களெல்லாருக்கும் ஒரு விசயம் தெரியுமே. இண்டைக்கெல்லோ நிலாப்பிள்ளைக்குச் சரியான வளீச்சா...”

“சும்மா இருடா தம்பி, ஏன்ரா அவளைச் சும்மா அழவைக்கிறாய்...”

பின்னால் வந்த பெரியண்ணா தடுத்தான்.

“நானென்னடா செய்தனான். உண்மையைத்தானே சொல்லுறன். வளீச்சாவெண்டால் வளீச்சா அப்பிடியொரு வளீச்சா...”

கெக்கட்டம் கட்டிச் சிரித்தான். ‘போச்சு, எல்லாம் போச்சு’. நடுமுற்றத்தில் நின்றபடியே எல்லோரையும் கூப்பிட்டுவைத்து கடையில் நடந்ததையெல்லாம் ஒன்றுவிடாமல் விளக்கி தண்டோரா போட்டுவிட்டான். அவன் ஊதியச் சங்கு வீட்டில் மட்டுமில்லை, வீதியால் போய்க்கொண்டிருந்த யாரோ நான்குபேரின் காதுகளிலும் கூடக் கண்டிப்பாய் விழுந்திருக்கும். இனி, அந்தக் கதைக்கு கால் முளைத்து, கை முளைத்து ஊரெல்லாம் உலாத்தி... ‘ஐயோ, என்ன சோதினையப்பா...’

சரி, உண்மைதான். இந்த விடயத்தில் நான் தோற்றுவிட்டேன்தான். ஆனால், அதிலென்ன அப்படியொரு கிளுகிளுப்பு...? ஒருத்தி பட்ட தோல்வியைக் கொண்டாட இத்தினை ஆர்ப்பாட்டம் தேவையா...? ‘சே, எனக்கு ஒரேயொரு அண்ணாவே இருந்திருக்கலாம். எவ்வளவு நல்லா இருந்திருக்கும். பெரியண்ணா எது கேட்டாலும் தந்திருப்பான். பாசமாவே இருந்திருப்பான். சண்டையே வந்திருக்காது. இந்தச் சின்னண்ணாவும் இவனின்ர இம்சையளும்...’ நினைக்க நினைக்க தலை வெடித்துவிடுமாப் போல் இருந்தது.

“எப்பிடி தங்கா, இண்டைக்கு உனக்கு அப்பா காசு தரேல்லைத்தானே. பாத்துக்கொண்டே இரு... இனி ஒவ்வொருநாளும் எனக்குத்தான் அந்தக் காசு... நாந்தான் அதை வாங்கப்போறன். ஒவ்வொரு நாளும் ரெண்டு ரூபா, மாசத்திலை அறுபது ரூபா... அந்தக் காசிலை என்ன செய்யலாம்... ஆ, ரெண்டு வெடித்துவக்கு வாங்கலாம்...”

சின்னண்ணாவின் சீண்டலும் அப்பாவின் மறுப்புக் குரலும் அவ்வளவு தூரம் எனக்குள்ளே பெரும்தீயைக் கொளுத்திவிட்டிருந்தன.

எப்படி யோசித்தாலும் புரிவதாயில்லை. ‘ஏனிப்ப திடீரெண்டு அப்பா இந்த மாதிரி சொன்னார்...? எனக்குத் தந்த காசைப் பிடுங்கி அவங்களுக்குக் குடுக்கிறெண்டால், அதுக்கு என்ன அர்த்தம்...? என்னிலை பாசம் இல்லாமல் இருக்குமோ...? இல்லையெண்டால், தவிட்டுக்குத்தான் உன்னை வாங்கினதெண்டு

அண்ணாக்கள் சொல்லுறமாதிரி, உண்மையாவே என்னைத் தவிடு குடுத்துத்தான் வாங்கி வந்திருப்பினமோ...? அப்பிடியெண்டால், என்ரை அம்மா அப்பாக்கள் எங்க இருப்பினம்...?' சிந்தனையெல்லாம் உண்மையான அம்மா அப்பாவைத் தேடி அலையத்தொடங்கியிருந்தது. 'எந்த ஊரில், எந்த வரப்புமேட்டில், எந்தக் கச்சான் தோட்டத்தில், எந்தத் தென்னங்காணிக்குள் கிடுகு பின்னிக்கொண்டிருக்கிறாவோ...? அல்லது எந்த அலுவலகத்தில் மலைமலையா கொப்பிகளை அடுக்கிவைச்சு கணக்குகளோட போராடிக்கொண்டிருக்கினமோ...?'

அழுகை பொத்துக்கொண்டு வந்தது.

10

வெளியே ஊஞ்சல் கயிறு ஆடிக்கொண்டிருந்தது. இலைகள் பளபளக்க ஒரே சந்தத்தில் மேலும் கீழுமாக ஆடிக்கொண்டிருந்தது அது கட்டப்பட்டிருந்த மாமரக்கிளை. இந்நேரத்திற்கெல்லாம் எனக்கோ உனக்கோவென்று கத்திக்குளறி ஊரையே இரண்டாக்கி உலையில் போடுமளவுக்குப் பலத்த சண்டை நடந்துகொண்டிருக்கவேண்டிய இடம். ஒவ்வொரு நாளும் நடந்தேறும் எங்கள் வாதப்பிரதிவாதங்கள், தீமிதிப்புகளில் தவிர்க்கப்படமுடியாத இரண்டு விடயங்களுண்டு. அதில் மிக முக்கியமானது இந்த மாமர ஊஞ்சலில் யார் ஆடுவது என்பதுதான்.

மரக்கிளையில் ஊஞ்சல் வந்து இரண்டு வருடங்களிற்கு மேல் வரும். ஒருமுறை நாகதம்பிரான் கோயில் மதியத் திருவிழா முடிந்து வீட்டுக்கு வரும்போது புதிதாக முற்றத்தில் தொங்கிக்கொண்டிருந்தது ஊஞ்சல். நேரே அம்மாவிடம் போய் நின்றான் பெரியண்ணா.

"அம்மா நீங்களா ஊஞ்சல் கட்டினது."

"இல்லை, வீட்டுக்கு வந்த புலிமாமா ஒராள் நிலாக்கு எண்டு சொல்லிக் கட்டிவிட்டவர்."

அன்றிலிருந்து, மாமர ஊஞ்சல் எனக்கென்றானது. வீட்டுக்கு யார் வந்தாலும் அவர்தான் அம்மா சொன்ன அம்புலிமாமாவா என்று கேட்டுக்கொண்டு திரிந்தேன். இருப்பது ஒரு ஊஞ்சல், நாங்களோ

மூன்று பேர். ஊஞ்சற்சண்டை நீண்டுகொண்டே போகும். எப்படிப்பார்த்தாலும் யாராவது ஒராள் ஒருத்தரின் பக்கம் சாய்ந்தால்தான் தீர்ப்பு கிடைக்கும். நிறுத்தாமல் வாதாடி வாதாடி களைத்து, கடைசியாகப் பெரியண்ணா என் பக்கமாகச் சாய்ந்து, சின்னண்ணாவை அங்கிருந்து கலைத்துவிட்டு என்னை இருத்தி ஆட்டிவிடும்போது காற்றில் ஆடும் பட்டமாக மிதக்கும் ஊஞ்சல். அண்ணாவென்பதற்கே அர்த்தம் பெரியண்ணாதானென்று எழுதிக்கொடுத்துவிடுமளவிற்குப் பாசத்தில் திண்டாடும் மனம். அந்த ஊஞ்சல்தான் இப்போது ஆனந்தத்துக்குப் பதில் ஆத்திரத்தைக் கிளப்பிக்கொண்டிருந்தது. சின்னண்ணா இருந்து ஆடிக்கொண்டிருந்தான்.

வழிந்துகொண்டிருக்கும் கண்ணீரைத் துடைக்காமலேயே பெரியண்ணாவைத் திரும்பிப்பார்த்தேன். தான் ஏதோ தனியாள்போல, இங்கு நடக்கும் சம்பவங்களுக்கும் தனக்கும் எந்தவிதச் சம்மந்தமும் இல்லாததுபோலக் கறுத்தக்கொழும்பான் மாங்காயை உப்போடு தொட்டுச்சப்பியபடி மாமரத்தினடியில் உட்கார்ந்திருந்தான். நானே ராஜா நானே மந்திரி கணக்கில் காற்றிலேறி மெத்தனம் காட்டிக்கொண்டிருந்தான் சின்னண்ணா. ஊஞ்சல் உயர உயர அவனின் ஆணவமும் வளர்ந்துகொண்டேபோனது.

"ஆலையிலே சோலையிலே
ஆலம்பாடி சந்தையிலே
கிட்டிப்புள்ளும் பம்பரமும்
கிறுக்கியடிக்க பாலாறு... பாலாறு... பாலாறு..."

கலவரத்திலும் ஒரு கிளுகிளுப்பைத் தேடிக்கண்டுபிடிப்பவன் தான். அதற்காக, 'ஊஞ்சலாடி வெறுப்பேத்துறது போதாதெண்டு, பாட்டு வேற கேக்குதா உனக்கு.' அடக்கமாட்டாத அளவுக்குப் பீறிவெடித்ததென் கர்வம். வெறுமொரு நெருப்புப் பார்வையை மட்டும் அவன் பக்கமாகப் பார்த்துவிட்டு, காலெட்டாத உயரத் திண்ணையிலிருந்து கீழே தாவியிறங்கினேன். வெறுங்கால் மணல் மண்ணில் புதையப் புதைய நடந்து, கொய்யா மரத்தைக் கடந்து, கிணற்றடியில் உடுப்பு தோய்த்துக்கொண்டிருந்த அம்மாவிடம் போய் நின்றேன். மனதுக்குள் படபடவென்ற சத்தத்தோடு சுவாலைவிட்டுப் பெரிதாக எரிந்துகொண்டிருந்தது இன்னமும் ஊஞ்சலில் ஆடிக்கொண்டிருக்கும் சின்னண்ணாவின் உருவம்.

“அம்மா, என்ரை அம்மா எங்கை இருக்கிறா...”

“என்ன கேக்கிறாய்...? நான் இங்கதானை நிக்கிறன்... பள்ளிக்கூடத்திலயிருந்து வந்ததிலயிருந்து சாப்பிடாமக்கொள்ளமால் அப்பிடியே இருக்கிறாயென்ன. என்ன கதைக்கிறெண்டாலும், போய் முதலிலை சாப்பிட்டுட்டு வந்து கதை.”

உடுப்புக்கல்லில் விரித்திருந்த வெள்ளைச் ‘சேட்டுக்கு’ச் ‘சோப்பு’ப்போட்டுத் தேய்த்துக்கொண்டிருந்தவாவின் குரல் மட்டும் வெளிவந்தது. பின்பக்கமாகத் திரும்பியிருந்ததால் முகத்தைச் சரியாகப் பார்க்கமுடியவில்லை.

“நீங்களில்லை, என்ரை அம்மா வேறை அம்மா, அவ எங்கையிருக்கிறா...?”

“உன்ரை அம்மாவெண்டா நாந்தானை... வேறை அம்மாவைக் கொண்டுவாவெண்டால் நானெங்கை போறது வேற அம்மாவுக்கு...”

“இல்லை நீங்களில்லை, எனக்கு என்ரை அம்மா வேணும்...”

“இப்ப என்னை என்ன செய்யச் சொல்லுறாய் நிலா. உனக்கு ஒருக்கால் சொன்னா விளங்காத... ஆ. நாந்தான் உன்ரை அம்மா. இதிலை நிண்டு கரையிறதை விட்டுட்டு போய் சாப்பிட்டுட்டு, வரேக்கை வெள்ளைச் சட்டையைக் கழட்டிக்கொண்டுவா தோய்க்க...”

அம்மா இலேசாக எரிந்துவிழுந்தா. கைகள் முன்பைவிட வேகமாக உடுப்பைத் தேய்த்துக்கொண்டிருந்தன. ‘ஒருவேளை எனக்கு உண்மை தெரிஞ்சிட்டு எண்டதாலை அவாக்கு பயம் வந்திட்டுப்போல. இண்டைக்கு எப்பிடியாவது தெரிஞ்சுகொண்டேயாகவேணும். வடிவாக்கேட்டு தெரிஞ்சுகொண்டு என்ரை உண்மையான அம்மாட்டை போயிரோணும். இனியும் இங்கயிருந்து கஸ்ரப்படக்கூடாது.’ திரும்பத் திரும்ப அதே கேள்விகளையே துருவித் துருவிக் கேட்டுக்கொண்டிருந்தேன்.

“உண்மையைச் சொல்லுங்கோம்மா, அண்ணாக்கள் நெடுக என்னைத் தவிட்டுக்கு வாங்கினது, தவிட்டுக்கு வாங்கினது எண்டுதானே சொல்லுறாங்கள். என்னை யாரிட்டேருந்து வாங்கினீங்கள். அங்கை கொண்டுபோய் விடுங்கோ...”

இந்தத் தடவை மெலிதாக அழவும் ஆரம்பித்தேன்.

“அவங்கள் விசரங்கள், உன்னைக் கோவப்படுத்துறதுக்காகச் சொல்லுறாங்கள். நீயும் அதைக் கேட்டுக்கொண்டு வந்து என்னட்டை நிக்கிறியே லூசு. ஓடு அங்காலை” அம்மா சிரிப்பது தெரிந்தது.

நான்கு பக்கமும் ‘சோப்பு’ நுரை வழிந்திருந்த உடுப்புக்கல்லிலிருந்து கையை எடுத்து இடுப்பில் வைத்து, தலையை என் பக்கமாக இலேசாத் திருப்பி, ஒரு பொய்க்கோபம் வழியும் முகத்தோடு கண்டித்தா அம்மா. கை வைத்திருந்த இடத்தில் நுரைபட்டு ‘சோட்டி’ மெலிதாக நனைந்திருந்தது. முகத்திலும் கூட ஒன்றிரண்டு இடத்தில் திட்டுத்திட்டாய் வெள்ளைநுரை உட்கார்ந்திருந்தது.

“இல்லை, உண்மையாத்தான். என்னை நீங்கள் தவிடு குடுத்துத்தான் வாங்கியிருக்கிறீங்கள். மூத்தது ரெண்டும் அண்ணாக்கள் எண்டதாலை உங்களுக்கு பெம்புளப் பிள்ளை வேணுமெண்டு என்னை வாங்கியிருக்கிறியள். என்ரை அம்மா அப்பா வேற யாரோதான். அதுதான் அப்பாக்கும் என்னிலை பாசம் இல்லை. இவ்வளவு நாளும் தந்த ரெண்டு ரூபாவை இனி தரமாட்டனெண்டு சொல்லிப்போட்டார்...”

திடீரென படபடக்கும் கல்மழைபோலச் சொல்லிக்கொண்டிருக்கும் போதே ஓவென்று பெரிதாக அழத்தொடங்கியதை அம்மா எதிர்பார்க்கவில்லை. அப்பாவே வந்து பிரம்பெடுத்தால் கூட அடங்கும்நிலையில் இல்லையென் அழுகை. அமத்தி அமத்தி வைத்த அத்தனை சந்தேகமும் கதறலாகப் பொத்துக்கொண்டு வந்து விழுந்து அம்மாவைக் கலங்கடித்துக்கொண்டிருந்தது.

கிணற்றடியில் நின்று நான் கேவிக்கேவி அழும் சத்தம் முற்றத்திலிருந்த மாமரத்துக்குக் கீழே நின்ற அண்ணாக்கள் இரண்டு பேருக்கும் கேட்டிருக்கவேண்டும். வலப்பக்க உள்ளங்கையில் கொட்டிவைத்திருந்த உப்பில் இடக்கையில் இருந்த மாங்காய்த் துண்டை தொட்டபடியே முதலில் கிணற்றடிக்கு வந்தது பெரியண்ணாதான். அவனை வால்பிடித்துக்கொண்டே, இனி கடிக்க இடமில்லாமல் தும்பெழும்பியிருந்த மாங்காய்க் கொட்டையைக் கொய்யாமரத்துப் பக்கம் வீசிவிட்டு, தன் நீலக்காற்சட்டை பொக்கற்றுக்குள்ளிருந்து ஒரு புதுமாங்காயை வெளியே எடுத்தபடி பின்னால் வந்தான் சின்னண்ணா. யார் வந்தால் எனக்கென்ன...? ‘என்ர உண்மையான அம்மாட்ட கூட்டிற்றுப் போங்கோ’ என்று அழுது அடம்பிடிப்பதை நான் நிறுத்துவதாகவில்லை. நிறுத்திவிட்டால் இனி பலனும் இல்லை.

“தங்கா, இப்பயாச்சு நீ நம்பினியே உன்னைத் தவிடுகுடுத்துத்தான் வாங்கினதெண்டு.”

பாவம், நேரகாலம் தெரியாமல் தேன்கூட்டிற்குக் கல்லெறிந்து விட்டான் சின்னண்ணா. தண்ணீரோடுகின்ற பக்கம் தெரியாமல் ஆற்றில் விழுந்தவன் கணக்காக இங்கு நடந்த விடயம் தெரியாமல் தானாவே வந்து மாட்டிவிட்டான்.

அவ்வளவுதான். ஏற்கெனவே எவ்வளவு சொல்லியும் என்னைச் சமாளிக்க முடியவில்லையேயென்ற சரியான எரிச்சலில் இருந்த அம்மா, தான் தோய்த்துக்கொண்டிருந்த உடுப்புகளை அப்பிடியே போட்டுவிட்டு, ‘சோப்பு’க்கையை உதறி ‘சோட்டி’யில் துடைத்துவிட்டு, போட்டிருந்த ‘சீத்தைச்சோட்டி’யைத் தூக்கி இடுப்புப் பாவடையில் கொழுவிய வேகத்தைப் பார்த்த அந்த நொடியே சட்டென என் அழுகை முழுங்கப்பட்டுவிட்டது. சந்தேகமேயில்லை, அண்ணாக்கள் இனி செத்தான் என்பதும் சிறப்பாக விளங்கியது.

அம்மாவின் அகோரித்தனத்தை முதலில் நூல்பிடித்து அறிந்தது பெரியண்ணாதான். பூவரசமரத்தை நொக்கி கை நீளும்போதே எடுத்தான் ஓட்டம். பெரியண்ணா தலைதெறிக்க ஓடுவதைக் கண்ட பிறகுதான் அவனுக்கு மண்டை விறைத்திருக்க வேண்டும். ஆனால், பாவம், அப்போதே காலம் கனதூரம் கடந்துபோய்விட்டது.

திரும்பி ஓடுவதற்கு வெளிக்கிட்ட சின்னண்ணாவின் கையை எட்டியொரு பிடிபிடித்தா அம்மா. அவ்வளவுதான். இன்னும் ஒரு கடிகூட கடிக்கப்பட்டிருக்காத முழுமாங்காய் சற்றென்று காற்றைக் கிழித்துக்கொண்டு வந்து என் காலடியில் விழுந்தது.

“சொல்லுவியா... இனி இப்பிடிச் சொல்லி அவளை அழ வைப்பியா ஆ... சொல்லு, இனி சொல்லுவியா... சொல்லுவியா...?”

“அம்மா, இல்லையம்மா... இல்லையம்மா... சத்தியமா இனி சொல்லமாட்டன் அம்மா... அம்மா... அடிக்காதேங்கோம்மா... அடிக்காதேங்கோ... ஐயோ அடிக்காதேங்கோ...”

“ஐயோ, ஐயோவோ... ஐயோவெண்டெல்லே சொல்லக்கூடாதெண்டு உங்களுக்கு எத்தினை தரம் சொன்னது ஆ... ஐயோவோ... ஐயோவோ...”

“ஆ. நோகுது... நோகுதம்மா. இனி சொல்லமாட்டன், இனி சொல்லமாட்டே...ன் அம்மா. விடுங்கோ... விடுங்கோ...”

என்ன கெஞ்சியும் என்ன, அம்மாவின் அனலாட்டம் நிற்பதாயில்லை. எதிலோ தொடங்கிய கோபம், நேற்றைய, முந்தநாளைய, போனமாதத்து குழப்படிகளை எல்லாம் சொல்லிச்சொல்லி நீண்டுகொண்டிருந்தது. எழுதிவைத்துப் பாடமாக்கியிருப்பாவோ என்னவோ. "ஓடித்தப்பிற்றன் எண்டு நினைக்காதை, பொறுவாறன் உனக்கும் இருக்கு..."

தூர நின்ற பெரியண்ணாவைப் பார்த்துச் சொன்னபடி அவிழ்ந்திருந்த தன் கொண்டையை அள்ளி முடிந்துகொண்டு திபுதிபுவென்று திரும்பவும் படியேறி கிணற்றடிக்கு வந்தா அம்மா. தானாகவே நகர்ந்து உடுப்புதோய்க்கும் கல்லோடு ஒட்டிக்கொண்டிருந்தன என் கால்கள். மூச்சு விடும் சத்தம் காற்றுக்குக்கூடக் கேட்டிருக்குமோ என்னவோ. எப்போதாவது ஒருநாள்தான் இந்தப் பத்திரகாளி கோலத்தில் அம்மாவைப் பார்க்கலாம். அப்படியான நேரத்தில் பார்த்துச் சூதானமாக நடந்துகொள்ளவேண்டும். இல்லையென்றால், சற்று முன்னர் வீசிய சூறைக்காற்று சிறிது நேரத்தில் என் பக்கமும் திரும்பலாம். அதனால் இப்போது இந்தப் புயல் என் பக்கம் திசை திரும்பமுன்னர், நான் கரையைக் கடப்பதுதான் உசிதம். புத்தியாக, அங்கிருந்து நகர்ந்து படியிறங்கி மெதுவாக வெளியே வந்தேன். அதுவரை அம்மாவின் குரல் என்னைத் துரத்திவருகிறதா என்று கேட்டுக்கொண்டே கொய்யாமரத்தைக் கடந்தாயிற்று. அப்படி எதுவும் நிகழவில்லை. அப்பாடா, நிம்மதி.

என்னைப் பழித்ததற்குப் பதில், சின்னண்ணாவிற்குப் பழி தீர்த்தாகிவிட்டது. ஆனாலும், அம்மாவிடம் அடிவாங்கியபின் என்னைப் பார்த்து முறைத்த சின்னண்ணாவின் பார்வையிலிருந்து, இனி நாளைக்கு விடிய என்னை விடமாட்டானென எனக்குத் தெள்ளத்தெளிவாகத் தெரிந்தது. 'கெட்டான், மொத்தமும் கெட்டான். நாளைக்கு மட்டுமில்லை, இனியொவ்வொரு நாளும் போர்க்களமாகத்தான் இருக்கப்போகுது.'

வெறும் இரண்டு ரூபாவில் தொடங்கிய பிரச்சினை, இப்போ 'நீயோ நானோ' என்கிற மானப் பிரச்சினையாய் மாறிவிட்டது. மானம் என்று வந்துவிட்டால் என் ரோசத்தை அளவிட இவ்வுலகத்தில் அளவுகோலே இல்லை. தோற்றுப்போவதென்பதை எந்தவிதத்திலும் ஏற்றுக்கொள்ளாத ஆள். நான் யாருக்கும் அடிமை இல்லை என்பதுதான் என் 'பொலிசி.' ஆனால், நாளைய விடியலை நினைக்க இரவு ஒரு பயங்கரப்பேயாய்ப் பயங்காட்டத் தொடங்கியது.

11

எப்படித்தான் புரண்டுபுரண்டு படுத்தாலும் 'வரமாட்டன் போ' என்று போக்கு காட்டிக்கொண்டேயிருந்தது நித்திரை. 'சே... வேளைக்கு விடிஞ்சு துலைச்சாத்தான் என்ன...' அடிக்கடி எழும்பி சுவரிலிருந்த மணிக்கூட்டில் நேரத்தைப் பார்த்துக்கொண்டிருந்தேன். அக்கம் பக்கம் தெரியாத கும்மிருட்டு. செங்கல்வைத்துக் கட்டி 'சிமெந்து' பூசி வெள்ளையடிக்கப்பட்டிருந்த சுவரில் கொழுவியிருந்த பெரிய மணிக்கூடு, கீழே படுத்திருந்து பார்க்கவும் தெளிவாகத் தெரிந்தது. அதற்கு வலப் பக்கத்தில் கொழுவியிருந்த தாயகம் நாள்காட்டியில் "நான் பெரிது நீ பெரிது என்றில்லாமல், நாடு பெரிதென்று வாழுங்கள் - தமிழீழ தேசியத் தலைவர்" என்கிற வரிகள் கொட்டை எழுத்துகளில் எழுதப்பட்டிருந்தன.

மணிக்கூட்டிலிருந்த நம்பிக்கை மெல்லமெல்லமாகத் தேய ஆரம்பித்தது. எழும்புவதும், விடிந்துவிட்டதா என்று கதவிடுக்கு ஓட்டைக்குள்ளால் வெளி முற்றத்தைப் பார்ப்பதும் ஏமாந்துபோய்த் திரும்பிப்படுப்பதுமாக என்னுடைய நாடகம் போய்க்கொண்டிருந்தது. அன்றைக்கெனப் பார்த்து, எத்தனை தரம் எழும்பியெழும்பி பார்த்தாலும் வீட்டைச் சுற்றிவர கரிக்கட்டியை கரைத்து பூசிவிட்டமாதிரி இருட்டு அப்பிடியே அப்பிக்கொண்டு நின்றது. பொல்லாத சூரியன் எங்குதான் போய் ஒழிந்ததோ...? வீராவைக்கூடக் காணவில்லை. 'இப்ப மட்டும் விடியிறதுக்கு ஏன் இவ்வளவு நேரமெடுக்குதோ, ஒருவேளை இண்டைக்கு விடியாமலே விட்டுடுமோ...?'

நிலம் வெளிக்கும் வரையும் காத்துக்கொண்டிருக்கப் பொறுமையில்லை. சத்தம் போடாமல் பூனைமாதிரி எழும்பிப்போய் சாத்தியிருந்த கதவைத் திறந்து வெளியே எட்டிப் பார்த்தேன். ஒரு பொட்டு வெளிச்சமில்லை. இருந்தாலும், 'விறாந்தைப்படியைத் தாண்டி மெல்லக் கீழிறங்கி தலையை நீட்டி எட்டிப் பார்த்தேன். சின்னதாயொரு மங்கலான வெளிச்சம் தெரிந்தாற்கூடப் போதும். அப்பாவைப் பார்க்க ஓடிவிடலாம். கண்களை விரித்துத் தேடினேன். எங்கு திரும்பினாலும் இருட்டு... இருட்டு... கும்மிருட்டு. 'அது என்ன, மெல்லியதொரு வெளிச்சம். அசைய வேறு செய்கிறதே...' இரண்டடி முன்வைத்துக் கண்களை எறிந்து துளாவினேன், தலையை விரித்துப்போட்டபடி கைகளை

நீட்டி 'குசினி'க்குப் பக்கத்து வாழைகளுக்கு நடுவில் நின்று வாவாவென்று ஆடுகிறது ஒரு பேய்.

புறங்கால் தலையிலடிபட பாய்ந்தடித்து ஓடிவந்து கண்ணை இறுக்கமூடி குப்புறப்படுத்தேன். மூடிய கண்களுக்குள் இன்னமும் நின்று ஆடிக்கொண்டிருந்தது அந்தப்பேய். 'பயமாயிருக்கு, எனக்குக் கிட்டவாங்கோ' என்று சொல்லிக்கொண்டே நான் அம்மாவுக்குக் கிட்டவாய் நகர்ந்துபோனேன். அம்மாவின் கையை எடுத்து எனது நாரிக்குக் குறுக்காகப்போட்டு கட்டிப்பிடித்தேன். இழுத்துப்போர்த்திய போர்வையையும் குறுக்காகப் போட்ட அம்மாவின் கைகளையும் மீறி திரும்பத் திரும்ப பேய் என் கண்களிற்குள் ஆடிக்கொண்டேயிருந்தது.

இரவு எப்போது முடிந்ததென்று தெரியவில்லை. கண் முழித்துப் பார்த்தால், பக்கத்தில் சின்னண்ணா இல்லை. துள்ளியடித்துக்கொண்டு எழும்பியோடிப்போய்க் கதவைத் திறந்து, வெளியில் எங்காவது நீலச் செருப்பு தெரிகிறதா என்று பார்த்தால் இல்லை, பெரியண்ணாவின் கறுப்புச் செருப்பு மட்டும் தக்காளிக்கொய்யாவிற்கு அருகில் அங்கொன்றும் இங்கொன்றுமாக இழுபட்டுக் கிடந்தது. 'சின்னண்ணா எனக்கு அலுப்புக் குடுத்திற்றான். முதல்நாள் அம்மாவிடம் வாங்கிய அடிக்கும், நான் காட்டிய 'வளீச்சா'விற்கும் சேர்த்து வேலையைக் காட்டிவிட்டான்.' நெஞ்சுக் குழிக்குள் அழுகை தேங்கியது.

இரண்டு அண்ணாக்களென்றாலும், பெரிய அண்ணாவால் எனக்கொன்றும் அவ்வளவு பிரச்சினையில்லை. ஆனால் இந்த சின்னண்ணா... தொல்லைக்கென்றே பிறந்தவன். என்னுடைய எல்லாப் பிரச்சினையிலும் ஏதோ ஒருவகையில் சம்மந்தப்பட்டுவிட்டால்தான் அன்றைக்கு அவனுக்கு நித்திரையே வரும்.

அப்பாவை எழுப்பிய புளுகத்தில் வாயெல்லாம் பல்லாகப் படலையடியிலிருந்தே கத்திக்கொண்டு வந்தான் சின்னண்ணா. "புதிய உதயம் ஆரம்பம் பொங்குது ஒரு பூகம்பம்..." இயக்கப்பாட்டுத்தான். 'என்னை உசுப்பேத்துவதற்காக வென்றுதான் அந்தப் பாட்டை தேடிப்பிடித்து பாடுறான். இல்லையென்றால், அத்தனை ஆயிரம் பாட்டுக்குள்ளை, இந்தப் பாட்டை மட்டும்தான், அதுவும் இப்பத்தான் பாடவேணுமோ.'

வந்த ஆத்திரத்துக்கு அவனோடு கட்டிப்புரண்டு விழுந்துருண்டு சண்டைபிடிக்கவேண்டும் போலிருந்தது. ஆனாலும் என்ன, அப்பிடிச் சண்டையே பிடித்தாற்கூட அவன் நல்லா மொத்து மொத்தென மொத்திப்போட்டுப் போய்விடுவான். ஆள் பார்க்கத்தான் கொஞ்சம் உயரம் குறைவு. உருளைக்குட்டி. ஆனால் சண்டையென்று வந்தால் அவனை ஒருத்தரும் வெல்லேலாது. கனக்க ஏன்...? அண்ணாக்கள் இரண்டு பேருக்குள்ளே சண்டை வந்தாற்கூட அனேக நேரத்தில் இவன்தான் பெரியண்ணாக்கு நல்லா விளாசிவிடுவான். ஆள் பார்க்கத்தான் சாது, உள்ளுக்குள்ளே கொஞ்சம் முரடு.

ஒருநாள் நானும் அம்மாவும் பள்ளிக்கூடம் விட்டு வரும் ஒருநாள் நேரம் இரண்டுபேரும் முற்றத்து மாமரத்துக்குக் கீழே நின்று ஒரே அடிபாடு. ஒராளையொராள் கட்டிப்பிடித்து, வெறும் நிலமென்றும் பார்க்காமல் விழுந்துருண்டு நல்ல சண்டை. என்ன பிரச்சினை... யார் தொடங்கியது... ஒன்றும் தெரியாது. சின்னண்ணா வெறும் மேலோடு நீலக் காற்சட்டை மட்டும் போட்டிருக்கிறார். பெரியண்ணாக்கு வெள்ளைச்'சேட்டு'க்கூட கழட்ட நேரமில்லை. சண்டையின் உக்கிரத்தில் 'சேட்டில்' இரண்டொரு 'பட்டன்' கிழிபட்டிருக்கு. அவனுக்குப் பக்கத்தில் சின்ன சின்னனாகக் கறுப்புக் கறுப்பாக நிலத்தில் ஏதோ விழுந்து கிடக்கு. அதைப் பார்க்கப் பார்க்கத்தான் பெரியண்ணாவிற்குக் கோபம் உச்சந்தலைக்கு ஏறுகிறது என்பது தெரிந்தது. 'என்னவா இருக்கும்....?' என்னுடைய கிறுக்கு மூளையைத் தூசுதட்டி யோசிக்கத்தொடங்கினேன். "ஐயோ... அன்னமுன்னா...!"

கொண்டுவந்த புத்தகப் பையைப் பக்கத்திலிருந்த சின்னக் கதிரையில் போட்டுவிட்டுப் புயலெனப்பாய்ந்து பெரிய அறைக்குள்ளே போனேன். அங்கேதான் நெல்லுச்சாக்கு மூட்டைகள் அடுக்கியிருக்கின்ற இடம். நெல்மூட்டைகள் ஒன்றுக்கு மேலே ஒன்றாக அடுக்கப்படும்போது அவையொவ்வொன்றுக்கும் இடையில் குட்டியாக ஓர் இடைவெளி வரும், கிட்டத்தட்ட ஒரு பொந்துபோல.

கீழிருந்து இரண்டாவது வரிசையில், பின்னிருந்து முன்பாக மூன்றாவது நிரலுக்கு இடையிலிருந்த பொந்துக்குள் - அதுதான் எனக்கான பொந்து - கையை விட்டுத் துளாவினேன். ம்கூம்... எதுவுமே கையில் தட்டுப்படவில்லை. 'எடுத்திற்றான், சின்னண்ணா என்ரையயும் எடுத்திற்றான். மூண்டு நாளா நான் பத்திரப்படுத்தி

வைச்சிருந்ததைக் கொஞ்சங்கூட யோசிக்காமல் எடுத்திற்றான்.' வெளியே ஓடிவந்தேன்.

"எடேய், இவன் என்ரையையும் எடுத்திற்றான்ரா..." பெரியண்ணாக்குச் சொன்னேன்.

நான் சொன்னதுந்தான் தாமதம், சின்னண்ணா என்னைத் திரும்பிப் பார்த்து ஒரு முறாய் முறாய்த்தான். அடுத்து, எனக்கு விழவேண்டிய அடியையெல்லாம் பெரியண்ணாவிற்கு 'பார்சல்' பண்ணிக்கொண்டிருந்தான்.

"டேய்... ரெண்டுபேரும் நிப்பாட்டு. சண்டையை நிப்பாட்டிப் போட்டு என்ன நடந்ததெண்டு சொல்லுங்கோ. இல்லையோ தடியெடுத்தனண்டால் பிறகு தெரியுந்தானே"

அம்மாக்குப் பள்ளிக்கூடத்தில் பிள்ளைகளை மேய்த்த களைப்பு மாறியிருக்கவில்லை. அங்கு யாரைக் கேட்டாலும் 'இங்கிலீஸ் ரீச்சரைத்தான்' பிடிக்கும் என்று சொல்வார்கள். என்ன வேண்டுமென்றாலும் அம்மாவிடம்தான் போய்க் கேட்பார்கள். அவா அடிக்கமாட்டா, கோபப்படமாட்டா, பேசமாட்டா. ஆனால் வீட்டில் எல்லாம் எதிர்மாறு. அடிக்கடி அடிக்கமாட்டாவென்றாலும் எல்லாக் குழப்படியையும் சேர்த்துவைத்து ஒருநாள் அடிக்கப்பிடித்தாவென்றால், பிறகு அந்தாள் பாடு செத்தான்தான். திரித்து தும்பெடுத்திடுவா.

அம்மா எவ்வளவு சொல்லியும் இரண்டு பேரும் தமது உலகப்போரை நிறுத்துவதாயில்லை. எனக்கா உனக்கா என்ற உரிமைச் சண்டை. இலகுவில் விட்டுக்கொடுத்துவிடமுடியுமா என்ன...?

"இல்லம்மா, சின்னண்ணா நான் பழுக்கிறதுக்காக ஒளிச்சு வைச்ச அன்னமுன்னாப் பழத்தை எடுத்துச் சாப்பிட்டுட்டான்..."

"நான் சாப்பிட்டனான் எண்டு நீ கண்டனியோ..."

சண்டையில் கவனத்தை வைத்துக்கொண்டே என்னோடு எரிந்து விழுந்தான் சின்னண்ணா.

"அம்மா, பொய்யெண்டால் அங்கை பாருங்கோ. அன்ன முன்னாப்பழக் கொட்டையிருக்குது. இவன்தான் எங்கள் ரெண்டுபேரின்ரையும் பழத்தையும் எடுத்துச் சாப்பிட்டுட்டான்."

ஆத்திரமும் அழுகையும் ஒன்றாக வந்தது. 'மூன்று நாளாக அது எப்ப பழுக்கும் எப்ப பழுக்குமென்று பார்த்துப் பார்த்துக்

காத்திருந்தது. அதைப் போய் எடுத்துச்சாப்பிட இவனுக்கு எப்பிடி மனசு வந்தது...?'

அப்படி நடந்தது ஒன்றும் முதல்தடவை இல்லை. இன்னும் சொல்லப் போனால், நாங்கள் எல்லோருமே செய்கிற திருகுதாளந்தான். பள்ளிக்கூடம் விட்டு வந்ததும் இருக்கிற முதல்வேலை யாருடைய அன்னமுன்னாக்காய் பழுத்திருக்கென்று பார்ப்பதுதான். நாங்கள் ஒளித்துவைத்த காய் பழுக்காமல் மற்றாக்களின் காய்கள் ஏதாவது பழுத்திருந்தால் அதை எடுத்துக்கொண்டு எங்களுடைய காயை அந்தாளின் இடத்தில் மாற்றி வைத்துவிடுவது. நானும் இரண்டொரு தடவை இந்த விளையாட்டு விட்டிருக்கிறேன். ஆனால், இன்று எல்லாக் காய்களும் பழுத்திருந்ததால், ஒவ்வொன்றாகச் சின்னண்ணா எல்லாத்தையும் எடுத்து விளையாடி மொக்குத்தனமாய்ப் பிடிபட்டுவிட்டான்.

எப்போதும் பெரியண்ணாவால் எனக்கு எந்தப் பிரச்சினையும் இல்லை. இதோ இந்தக் காசுவிடயத்திலும் பெரியண்ணா என்னோடு பிரச்சினைக்கு வரவில்லை, எல்லாம் இந்தச் சின்னண்ணாதான். கடைசியில், பார்த்துப் பார்த்துக் காத்திருந்து, எப்படா விடியுமென்று கொட்டக்கொட்ட முழித்திருந்தும் காவும்வரை காவி கடப்படியில் போட்டுடைக்கிற கதையாய் எல்லாவற்றையும் கோட்டை விட்டுவிட்டேன். ரோசக்காரி தோற்றுவிட்டேன்.

***

வீட்டுப் பிரச்சினை, வீட்டில் முடியவேண்டியது. ஆனால், பள்ளிக்கூடத்தில் தேவாரம் பாடும்போது தொடங்கிய புராணம் வகுப்பறையில் தவழ்ந்து, வீதிகளில் நடந்து, மாலையாகி வீட்டில் விளக்குகொளுத்திய பின்பும் முடிவதாயில்லை. 'இனி அப்பா காசு தரமாட்டாராமே' என்றும், 'ஏன் நீ வெள்ளண எழும்பிப் போகேல்லை' என்றும், 'வேளைக்குப் படுத்தால் வேளைக்கு எழும்பலாம்' என்றும், 'சரி விடு... நாளைக்கு உனக்குத்தான்' என்றும் காண்போர் எல்லோரிடமிருந்தும் அறிவுரைகளும் ஆற்றுப்படுத்தல்களும் தாராளமாகக் கிடைத்தன.

'நாளைக்கு... எப்பிடியும் நாளைக்கு வெள்ளண எழும்பிப்போய் அப்பாவை எழுப்பிடோணும். எனக்காக இல்லையெண்டாலும் மற்றாக்களின்ரை இந்த விண்ணாணம் புடுங்கிற

கதைகளுக்காகவாவது நான் அதைச் செய்தாகவேணும். ஆனால் எப்பிடி...?'

நாள் முழுவதும் செய்த பலமான யோசனைகளுக்குப் பிறகும், இடமும் புறமும் மேலும் கீழுமென எந்தப் பக்கம் திரும்பினாலும் ஏதோவொரு முட்டுச்சுவரில் போய் முட்டிக்கொண்டுதான் நின்றது மூளை.

'எல்லாமுமே அம்மாதான்.' என்னுடைய சின்னக் கதிரையிலிருந்து மெல்ல எழும்பி யாராவது என்னைக் கவனிக்கிறார்களாவென அக்கம் பக்கம் திரும்பி பார்த்துவிட்டு, கள்ளத்தனமாக அம்மாவை நோக்கி நடக்கத் தொடங்கினேன். 'ரேடியோ'வில் வீரச்சாவு அறிவித்தல்கள் போய்க்கொண்டிருந்தன. 'குசினி'க்குள் இருந்த இரட்டைச் சூட்டடுப்பில் ஒன்றில் மரவள்ளிக்கிழங்கு அவிந்துகொண்டிருந்தது. ஆனால், அடுப்படியில் அம்மா இல்லை. குசினிக்கு இடப்பக்கத்துக் குந்தில் கைவிளக்கை வைத்துவிட்டு அதன் ஒளியில் சம்பல் அரைத்துக்கொண்டிருந்தா. காவலாக அம்மிக்கு இடப் பக்கமாக முன்னங்கால் இரண்டையும் மடித்து வைத்துக்கொண்டு ஆறுதலாக இருந்து விடுப்புப்பாத்தபடி வீரா.

மெல்ல அம்மாவின் அருகில் போய் அமர்ந்து, உதவி செய்வதுபோல ஆரம்பித்து, பிறகு நாசூக்காக விடயத்திற்கு வந்தேன். அரைத்த சம்பலை வழித்துத் துடைத்து ஒரு வெள்ளிக் கிண்ணத்தில் சேர்த்த அம்மா, குழவியின் ஒரு பக்க முனையை இடக்கையால் தூக்கிக் குத்திட்டு நிறுத்தி, அதன் மேல்பக்க முனையில் தன் இடக்கையை வைத்து மெல்லமெல்ல அதை உருட்ட, வலக்கை அந்த ரிதத்திற்கு ஏற்றமாதிரி மேலிருந்து கீழாகக் குழவியில் ஒட்டியிருந்த சம்பலை வழித்துக்கொண்டிருந்தது. நான் சொல்வதை அம்மா கேட்கிறாவா இல்லையாவென்று கண்டுபிடிக்க முடியாதளவுக்கு அந்தக் குழவி நளினம் அழகாயிருந்தது. நானும் விடவேயில்லை. என் திட்டத்தைத் தொடர்ந்து சொல்லிக் கொண்டிருந்தேன். இடைவழியில், குழவியில் இருந்த பார்வையை எடுக்காமலேயே "அது சரியில்லை தங்கா..." என்ற குரல் என் முன் வந்து விழுந்தது.

"இண்டைக்கு மட்டுமம்மா, இனி கேக்கமாட்டேன். என்ரை செல்ல அம்மாவெல்லே."

அழுது வடிந்துகொண்டு நின்ற என்னைப் பார்க்க அப்பாவி அம்மாவுக்குப் பாவமாக இருந்திருக்க வேண்டும், நானும் 'கில்லாடி', அப்படித்தான் பாவனை செய்துகொண்டிருந்தேன்.

"சரி, ஆனால் ஒருநாள் மட்டுந்தான். சரியே... பிறகு நெடுக கேக்கக்கூடாது"

காற்றுக்கு நூரப்போன கைவிளக்குத் திரியைச் சுற்றிக் கையால் காப்பரண் அமைத்தபடி என்னைப் பார்த்துக் கண்டிப்புடன் சொன்னா. "அச்சா அம்மா" கழுத்தைக் கட்டிப்பிடித்துக் கன்னத்தில் கொஞ்சவும் கீச்சிட்ட வீராவின் சத்தம் காதைக் கிழித்தது. வீராவுக்கு நான் யாரைக் கொஞ்சினாலும் பிடிக்காது.

அம்மாவின் ஒப்புதலின்பின் எதுவும் பெரிய பிரச்சினையாயே தெரியவில்லை. இருட்டு, பேய், பாம்பு... ம்கூம் எதுவும் ஒரு பொருட்டாயே இல்லை. உச்சந்தலையில் ஒரு மழைத்துளி விழுந்து நடு உச்சி வழியாக வழிந்து மூக்கைத் தொட்டு அப்பிடியே வாயில் விழுகிற சந்தோசம். ஓரங்கள் பனிக்க மெல்ல கண்களை விழித்து அம்மாவைப் பார்த்தேன். பின்னேரம், 'என்ரை உண்மையான அம்மாவைக் காட்டு' என்று அடம்பிடித்து அழுதது எவ்வளவு பிழையென உள்மனம் பாடம் நடத்தத் தொடங்கியது.

12

நாளைய காலையை நினைக்க உடம்பெல்லாம் ஒரே புல்லரிப்பு. நிச்சய வெற்றி உறுதிப்பட்ட பின்பு கால்கள் எப்படித் தரையில் நிற்கும்...? ஆகாயம் வந்து சுட்டுவிரல் நுனியில் ஒட்டிக்கொண்டது. கால்பெருவிரலை உரசிக்கொண்டு ஓடும் மேகங்கள், அந்தரத்தில் மிதக்கும் நட்சத்திரங்கள், மேலேமேலே பறக்கும் கால்கள். சிட்டுக்குருவியை விட, வண்ணத்துப் பூச்சியை விட, பருந்தை விட, கழுகை விட உயரமாக... இன்னும் உயரமாக...

அதோ வெறும் சின்ன நுள்ளான் எறும்பளவில் சின்னண்ணா. என் வீடு, என் முற்றம், இந்த ஊர்... எல்லாமே ஒரு சின்ன புள்ளியளவில்... அண்டவெளியில் நான் மட்டும், போட்டிக்கு யாருமில்லை. அவசியம், அநாவசியம், ஆர்ப்பாட்டம் எதுவுமேயில்லை. நான் மட்டும், என் சொல் மட்டும்... ஆகா எவ்வளவு ஆனந்தம்.

"ஏய்... ஆகாயத்திலைப் பறந்தது காணும். விடியவெள்ளண எழும்போணுமெண்டால் இப்பப் போய்ப்படு..."

'மேகத்தை இழுத்துக்கொண்டு நான் வானத்தில் பறந்தது அம்மிக்கல்லுக்கு முன்னாலயிருந்த அம்மாக்கு எப்படித் தெரிஞ்சுது...?' ஆச்சரியம் தாழவில்லை.

நாளைய விடியலை நினைக்க நெஞ்சுக்குழியில் செவ்வரத்தை பூத்தது. கால்கள் நிலத்தில் நிற்கவே மறுத்துவிட்டன. உள்ளே கண்மண் தெரியாமல் காளியாடிக்கொண்டிருந்தது சந்தோசம். பீறிட்டுவரும் புளுகத்தை எப்படி அடக்குவது, எதில் அடைப்பதென்று ஒன்றுமே புரியவில்லை. 'அம்மாவிடத்தில நிக்கிறதும் சரியில்லை. பிறகு, மனசுமாறி மறுப்புகிறுப்பு சொல்லிட்டாவெண்டால் போட்டதிட்டமெல்லாம் தவிடுபொடியாகீடும்'. பாய்ந்து நடு'விறாந்தை'யை நோக்கித் துள்ளிக் குதித்தபடி ஓடினேன். கால்கள் காற்றில் தாவிக்கொண்டிருந்தன. கனவுகளோ இருட்டையே விரட்டிக்கொண்டிருந்தன. குசினியைக் கடந்து 'விறாந்தை'யில் கால்வைக்கும் நேரம் நிலம்வெடிக்கும் தோரணையில் தடாலென்ற சத்தத்தோடு வீழ்ந்தேன்.

படுப்பதற்காக விறாந்தையில் பாய் விரித்துக்கொண்டிருந்த வேலையை விட்டுட்டு, கையிலிருந்த தலையணையைத் தூக்கி கதிரைப் பக்கமாக வீசியெறிந்துவிட்டுத் திபுதிபுவென ஓடிவந்து 'குசினி'க்குள் நுழைந்தான் சின்னண்ணா. அவன் முன் இருட்டுமூலையில் குருட்டுத்தவம் செய்தபடி ஒரு உருவம் கீழே விழுந்து கிடந்தது. அதற்கு முன்னால் தன் அகன்ற வாயைத் திறந்து வைத்தபடி விரிந்துகிடந்தது ஒருபெரிய தேக்கங்கதவு. கதவுக்கு பின்னால் சுவரோரமாக அடுக்கிவைக்கப்பட்டிருந்த நாலைந்து கடகப்பெட்டிகள் கவிழ்ந்து கிடந்தன. அங்கங்கு சிதறியோடியிருந்த சாமானுகள் எல்லாம் இன்னமும் ஓரிடத்தில் நிற்காமல் உருண்டுகொண்டிருந்தன.

"ஏன் உனக்குக் கண் இல்லையே, பாத்து வரமாட்டியே... காயமேதுமே... காலிலை ஏதும் உரஞ்சிற்றுதே... காட்டு பாப்பம்..."

சுவரிலொட்டிய பல்லிபோலத் தரையில் கிடந்த என்னைக் குனிந்து தூக்கிவிட்டபடியே, கோபம் பாதி அக்கறை பாதியாய்ப் பேசினான் அவன். பின்னால் பெரியண்ணாவின் குரலும் கேட்டது.

"நடுவிலை ஒரு கதவிருக்கெண்டதே தெரியாதளவுக்கு உனக்கென்ன அவ்வளவு ஓட்டம்..."

"இல்ல, இருட்டுக்குப் பயத்திலை... கண்ணை மூடிக்கொண்டோடி வந்து..."

என்ன சொல்வதென்று தெரியாமல் எதையோ சொல்லி மழுப்பினேன். 'கரணம் தப்பினால் மரணம் எண்டுற மாதிரி இப்ப ஏதாவது வாய்குளறிச் சொல்லி மாட்டினால் நாளையான் மொத்த விளையாட்டுமே கெட்டுப்போம்.'

"என்னடா தம்பி, அவளுக்கேதும் காயமோடா. இங்காலை வெளிச்சத்துக்குக் கொண்டு வா ஆளை..." - பெரியண்ணா கிண்டிக்கொண்டேயிருந்தான்.

"தெரியேல்லையடா அண்ணா, என்ன நிலா, சொல்லன். பெரிசா அடிபட்டுட்டுதே... காயமே..." - சின்னண்ணா.

"அவன்தான் கேக்கிறானெல்லே, வாயைத்திறந்து ஏதாவது சொல்லன். வாய்க்க என்ன புட்டுக்கட்டியே வைச்சிருக்கிறாய்...?"

"...."

"உன்னைத்தான் நிலா, நோகுதே...? எங்காவது காயம் கீயமே...?"

இரண்டு பேரும் மாறிமாறிக் காட்டும் அன்பைப் பார்க்க பயமாயிருந்தது. 'ஏதாவது உளறிக்கொட்டிவிடுவேனா... அப்பிடியேதும் நடக்காமல் கடவுளே காப்பாத்தப்பா.'

"உன்னைத்தான் நிலா... எங்காவது அடிபட்டிருக்கே... காட்டு பாப்பம்..."

"என்ன... என்ன கேட்டனி...?"

"காயமேதுமோ காட்டெண்டு சொன்னன்..."

"ஆ... இல்லை இல்லையே."

ஒரே சொல்லாய்ச் சொல்லிக்கொண்டு, வலது பக்க முழங்கையால் அவனை விலத்திவிட்டுப்போய் அப்பாவின் 'சறத்தை' எடுத்துக்கொண்டு நல்ல பிள்ளையாகப் படுத்தேன். கால்மாட்டில் நின்றுகொண்டிருந்த பெரியண்ணாவைக் கூட நிமிர்ந்து பார்க்கவில்லை. சின்னண்ணா இன்னும் அந்தக் கதவுக்குப் பக்கத்தில்தான் நின்றுகொண்டிருந்தான்.

"நிலா உனக்கு உண்மையா நோகேல்லையோ...?"

"இல்லை..."

"காயமொண்டுமில்லையோ...?"

"இல்லை…"

"வடிவாப்பாத்தனியோ…?"

"இல்லை…"

"என்ன…?"

"இல்லை, ஓ பாத்தனான். ஒண்டும் காயமில்லை… என்ன நீ ஒரே கேள்வியா கேட்டுக்கொண்டு… எனக்கு சரியா நித்திரை வருது. நான் படுக்கப் போறன்…"

***

கிசுகிசுக்கும் குரலில் கனவில் பேசிக்கொண்டிருந்தா அம்மா.

"எழும்பன் நிலா… உன்னைத்தான், எழும்பனடி, விடிஞ்சிற்றுதெல்லே…"

"என்னம்மா நீங்கள், எனக்குச் சரியா நித்திரை வருது. இன்னும் கொஞ்ச நேரம் படுக்கப்போறன் விடுங்கோ"

"அப்ப சரி, நல்லாப் படு. எனக்கென்ன, பிறகு கொண்ணனாக்கள் எழும்பிற்றாங்கள் எண்டால் நான் ஒண்டும் செய்யேலாது ஆ…"

அண்ணாக்கள் என்றதும்தான் தாமதம் 'கரண்ட்' அடித்ததுபோல மூளை திடுக்கிட, வாரிச்சுருட்டிக்கொண்டு எழும்பி உட்கார்ந்து வலமும் இடமும் திரும்பித் திரும்பிப் பார்த்து மலங்க மலங்க முழிக்கத்தொடங்கினேன். நல்லகாலம், நான் பயந்ததுபோல அண்ணாக்கள் இன்னும் எழும்பியிருக்கவில்லை. 'அப்பாடா…' சற்று நிம்மதியாகவிருந்தது. ஒரு சின்ன பெருமூச்சு மேலெழுந்து பனிகலந்த காற்றோடு கரைந்து கலந்துபோனது.

பெரியண்ணாவிற்கு 90 பாகை இடைவெளியில் செங்குத்தாகப் படுத்திருந்த சின்னண்ணாவின் பாதியுடம்பு பாயிலும் மீதி வெறுந்தரையிலும் கிடந்தது. இரவு படுக்கும்போது, 'உனக்கு கூட வந்திற்று, எனக்குக் குறைய வந்திற்று' என்று அடிபட்ட சேலைப்போர்வை இப்போது இரண்டடி தள்ளிப்போய் வெறும் நிலத்தில் சுருண்டுகிடந்தது. நித்திரையில் அவை உழத்துகிற உழத்து அப்பிடி.

சேலையையும் வெறுந்தரையையும் பார்க்கும்போது உதட்டை நிறைத்துக்கொண்டு சிரிப்புசிரிப்பாக வந்தது. போர்வையைத் தூக்கியெறிந்துவிட்டுத் துள்ளிக்குதித்துக்கொண்டு வெளியே

ஓடினேன். வெளியிலிருந்து வந்த சில்லென்ற காற்றுபட்டு சிலிர்த்துவிறைத்தது முகம்.

"ஏய்… குதிமண் குத்தாதை… நீ போடுற குதிமணுக்குப் பிறகு அவங்கள் எழும்பிடுவாங்கள்…"

அம்மா தலைமாட்டிலிருந்த 'லாந்தரி'ன் 'சிம்மினி'யை உயர்த்தி, இரவு தணித்துவிட்டிருந்த திரியை மறுபடி தூண்டிக்கொண்டே சொன்னா. கள்ளப் பூனைபோலச் சத்தஞ்சந்தடியின்றி மெல்ல அடியெடுத்து வைத்து வெளியேறினேன். வெளிர்நீல நிறத்தில் கொஞ்சமாய் வெளித்திருந்தது நிலம். வெளித் திண்ணைக்கு மேலே சாக்கில் சுருண்டு படுத்திருந்த வீரா என் காலடிச் சத்தம் கேட்டோ என்னவோ தலையை ஒருமுறை தூக்கிப் பார்த்துவிட்டு மறுபடி சுருண்டு படுத்தது.

'குசினி'க்கு வெளிப்புறக் கிடுகில் சொருகியிருந்த பற்பொடிச்சரையை எடுத்து கையில் கொட்டி பல்லுத்தீட்டிக்கொண்டே அன்னமுன்னா மரத்தடிக்குப் போனேன். பனியில் நனைந்தபடி சிரித்துக்கொண்டிருந்தது அது. பச்சை இலைகள் மங்கலான வெள்ளை நிறத்துக்கு மாறியிருந்தன. 'பழமேதும் இருக்குதா…' தேடித்தேடிப் பார்த்தேன். ஒரு பழமும் இல்லை. பறவைகள் கொந்திப்போன கொந்தலும் இல்லை. கைக்கெட்டும் தூரத்தில் பதிவில் முற்றல்காய்களைக்கூடக் காணோம். என் கெட்டகாலம், ஒன்றிரண்டு செங்காய்கள் மட்டும் உச்சாணிக்கொப்பில் தொங்கிக்கொண்டிருந்தன. வேலியில் சாத்தியிருந்த கொக்கைத் தடியை எடுத்து, மேலேயிருந்த கொப்பை எட்டி வளைத்தேன். சிலபல பனித்துளிகள் உருண்டு முத்தாகித் தோளில் விழுந்து கழுத்துவழி மெல்ல வழிந்து, மொத்த நரம்பு மண்டலத்தையும் சில்லிட வைத்தது.

அடுப்புக்குள்ளிருந்த நேற்றைய பழைய சாம்பலை வழித்தெடுத்து பின்வேலிக்கரையோடு நின்றுகொண்டிருந்த தேக்க மரத்துக்குப் பக்கவாட்டாக வரிசைக்கு நட்டு வைத்திருந்த பயித்தங்கொடியளிற்குக் கீழே கொட்டிவிட்டுக் கிணத்தடிப் பக்கமாகப் போன அம்மாவின் கண்ணில் கொக்கத்தடியோடு நின்று காய் பிடுங்க அந்தரித்த என் குட்டியுருவம் எப்பிடித்தான் விழுந்து தொலைத்ததோ.

"உதுவளிய நிண்டு நீ ததிங்கிணத்தொம் போட்டது காணும், கிணத்தடிக்கு நட தண்ணி அள்ளி நிரப்பிவிட…" என்கிற அதட்டல்

அந்த மெல்லிய விடியலை வெருட்டியபடி என் காதில் வந்து விழுந்தது.

கிணற்றில் தண்ணீர் அள்ளுவதற்ககு எனக்கு அனுமதியில்லை. யாராவது அள்ளித் தரவேண்டும். கட்டுக் கிணறுதானென்றாலும், வெறும் ஆறு வயதுதான் என்பதால் எனக்கு அந்த அனுமதி கிடையாது. அதனால், எப்போதுமே அம்மாவையோ அப்பாவையோ பெரியண்ணாவையோ யாரையாவது கேட்டுக் கெஞ்சவேண்டியிருந்தது. ஒருமுறையாவது நானாகக் கிணற்றில் தண்ணீர் அள்ளிவிடவேண்டுமென்ற நீண்டநாள் கனவை நிறைவேற்றிவிடவேண்டி ஒருநாள் முட்டாள்தனமாக முயற்சிசெய்து வீடே அல்லோலகல்லோலம்.

பள்ளிக்கூடக் கணக்குவழக்கு ஏதோ பிழைத்துவிட்டதென்று சரியான மும்முரமாக அம்மா கணக்கு பார்த்துக்கொண்டிருந்த ஒருநாளில் அந்த வரலாற்றுப் புகழ் மிக்க சம்பவம் நடந்தது.

மாலை மங்கி கருக்கல் விழத்தொடங்கிய பொழுது. குழப்பமும் பரபரப்பும் பரவிய முகமாக வெளித் திண்ணையில் குந்தியிருக்கிறா அம்மா. முன்னும் பின்னுமா அவாவைச் சுற்றிவர விரித்துவைத்தபடி நான்கைந்து 'கொப்பிகள்'. அவற்றிலிருந்து ஒன்றை எடுப்பதும், பிறகு மற்றக்'கொப்பி'யை எடுத்து அதிலே ஏதோ தேடிப் பார்த்து கையிலிருந்த 'பென்சிலால்' எழுதுவதுமாக மல்லுக்கட்டிக்கொண்டிருந்த அம்மாவின் போராட்டம் முடிவதற்கான எந்த அறிகுறியும் இல்லை. திண்ணையிலிருந்த அடிமட்டம் எப்போது கீழே விழுந்தது என்பதே தெரியாத அளவுக்குக் குழப்பம் கண்களைச் சுற்றிக் கட்டியிருந்தது. 'காரியம் கைகூடக்கூடிய நேரம் இதுதான்'. மிகச் சரியாகக் குறிப்பெடுத்துக்கொடுத்தது மட்டுமில்லாமல் உடனே அம்மாவை நோக்கி நடவெனக் கலவரத்துக்கு அத்திவாரமும் போட்டது மூளை.

"அம்மா... அம்மா குளிக்கப் போறன், வாங்கோ வந்து தண்ணியள்ளி நிரப்பிவிடுங்கோ"

"என்ன குளிக்கப்போறியோ... சரி, கொஞ்ச நேரத்தாலை குளிக்கலாம் இப்ப போ."

'கொப்பி'களுக்கு முன்னுக்குப் போய் நின்ற என்னை ஏறெடுத்துக் கூடப் பார்க்கவில்லை. கணக்கு பிழைத்த கவலை. திருத்த வேண்டிய நிர்ப்பந்தம். செய்யவேண்டிய இரவுச் சாப்பாடும் வீட்டு வேலைகளுங்கூடக் காத்துக்கொண்டிருக்கிறன. என்ன செய்வதென்று தெரியாமல் பரபரத்துக்கொண்டிருந்தா.

உண்மையில், எனக்குக் குளிக்கவேண்டுமென்ற எந்த அவசரமும் இல்லை, தேவையுமில்லை. 'கிணத்தில தண்ணியள்ளவேணும் என்கிற நீண்ட நாள் கனவை எப்படியாவது நனவாக்கிவிடவேணும். அதுக்குச் சரியான சந்தர்ப்பம் இதுதான். இதைவிட்டால் இன்னொரு நாள் கிடைப்பது சரியான கஸ்ரம். ஆக, இன்றுதான் எனக்குத் திருவிழா. எப்பாடுபட்டாவது நடத்தியே ஆகவேண்டும். ஆசையை மனசுக்குள்ள வைச்சு பூட்டியே வைச்சிருந்தா அது நாளடைவில கறள் பிடிச்சு உக்கி வீணாப்போயிடும். சிலபல நேரங்களில் துணிஞ்சு அடம்பிடிக்கவும் தெரியவேணும். அதுக்குச் சில சூட்சுமங்களும் புரியவேணும்.'

முகமெல்லாம் எண்ணெய் வழிய, கை காலை சொறிந்தபடி முதல் தூண்டிலைப் போட்டேன்.

"உடம்பெல்லாம் ஒட்டுதம்மா. இப்பத்தான் பனம்பழம் உரிச்சு சாப்பிட்டனாங்கள். களியெல்லாம் வாயெல்லாம் ஒட்டுது. விளையாடின வேர்வையும் உடம்பெல்லாம் கடிக்குது. குளிக்கப்போறன். வந்து தண்ணியள்ளித்தாங்கோ..." - பொய் பொய்யாய்ச் சொன்னேன்.

"ஒரு நிமிசம் நிம்மதியா இருக்க விடமாட்டியள்... அவசரமா வேலை செய்யேக்கைதான் வந்து அரியண்டம் குடுத்துக்கொண்டு நிப்பியள்."

கடுகடுவென வெடித்த குரலின் தோரணையிலிருந்து இன்னும் கணக்கு சரிவரவில்லையென்பது சந்தேகத்துக்கு இடமில்லாமல் திட்டவட்டமாகத் தெரிந்தது. உடனே, எந்தப் பயமும் இல்லாமல் அடுத்த தூண்டில் இறங்கியது.

"அம்மா, நான் வேணுமெண்டால் அரையரை வாளித் தண்ணியா அள்ளிக் குளிக்கட்டே..."

போட்டிருந்த மூக்குக் கண்ணாடியை இடக்கை சுட்டுவிரலால் மெல்ல சரிசெய்துகொண்டு குழப்பத்தோடு என்னை நிமிர்ந்து பார்த்தா. வீதிக்கரைப் பக்கமாக மற்ற நாய்களோடு கூட்டம் போட்டுவிட்டு அப்போதுதான் வீடு திரும்பிய வீரா என் கால்களை நக்கிக்கொண்டே நடப்பதெல்லாவற்றையும் விடுப்பு பாத்துக்கொண்டிருந்தது.

"அவசரப்படாமல், ஆறுதலா மெல்லமெல்லமா அள்ளிக் குளிப்பியே..."

"என்னம்மா..."

"வலு ஆறுதலா மெல்ல மெல்லமா அள்ளிக் குளிப்பியோ...?"

முதல்கட்ட வெற்றி கிடைத்துவிட்டது. மனதுக்குள் குதிக்கும் முயல்க்குட்டியை முகத்தில் தவழவிடாமல், அதே பழைய நிலையில் முகத்தை வைத்திருப்பதற்குப் பகீரதப் பிரயத்தனம் செய்ய வேண்டியிருந்தது. 'இந்த மனது உள்ளேகிடந்து தாளமேயில்லாமல் தன்பாட்டில் வெறித்தனமாய்த் தொங்கித்தொங்கி ஆடும் ஆனந்தத் தாண்டவத்தின் அறிகுறியே வெளியே தெரியாமல் அடக்கியே ஆகவேண்டும். இல்லை, அத்தனையும் பிசகிவிடும்.'

"ஓமம்மா... நான் வெறும் கால்வாளித் தண்ணியா அள்ளிக் குளிக்கிறேன்..."

'சரி, போ. பாத்து கவனமா குளிச்சிற்று வா"

மறுபடி தன் 'கொப்பி'களிற்குள் தொலைந்துபோன அம்மாவுக்கு நான் வைத்த பொறிக் கிடங்கின் ஆழம் தெரிந்திருக்கவில்லை. தலைக்கு மேலேயிருந்த வேலைச்சுமையோ, கட்டுக்கிணறுதானேயென்ற நம்பிக்கையோ அல்லது அரை வாளியிலிருந்த தண்ணீரை நான் கால் வாளிக்குக் குறைத்ததோகூட இந்த வெற்றிக்கு ஒரு சின்ன காரணமாக இருக்கலாம். எதுவாக இருந்தால் என்ன...? வெற்றி என்பது கொண்டாடத்தானே.

அடுத்தநொடி, போட்டிருந்த நீலப்பாவாடையும் சட்டையும் கைக்கு வந்தது. கழட்டிய வேகத்திலேயே தலைக்கு மேலே கொடிபோல உயத்தி மூன்று சுற்று சுற்றி திண்ணை பக்கமாக வீசியெறிந்தேன். அந்தரத்தில் பறந்து அம்மாவின் காதுமடலை உரசியபடிபோய் 'விறாந்தை' விளிம்பின் ஓரமாக விழுந்தது.

உள்ளேயிருக்கும் பூரான் உடையாமல் தேங்காயை உடைக்கிறது மாதிரி, கீழேயிருக்கும் கிழங்கு அறுபட்டுவிடாமல் மரவள்ளியைப் பிடுங்குவது மாதிரி வலுபக்குவமாக மெல்ல வாளியை எடுத்து உள்ளே விட்டு, அம்மா சொன்னதுபோலக் கொஞ்சம் கொஞ்சமாகத் தண்ணீரை அள்ளித் தொடங்கியது குளிப்பு. கிணற்றுக்குள்ளே வாளியை விடும் ஒவ்வொரு தடவையும் அறுணாக்கொடிப்பாம்பு வளைந்து வளைந்து நெளிந்தது- அதுதான் கிணற்றுக்கட்டோடு நீர் தொடும்போது ஓரங்களில் ஒரு வெள்ளிக் கயிறுபோல, அறுணாக்கொடி போலே தெரியுமே- அதுதான் அறுணாக்கொடிப் பாம்பு. கிணற்றுக்குள்தான் இருக்கும். கட்டின் மேல்பகுதிவரை ஏறிவரும், வெளியில் வராது. அதனால் சின்னாக்கள் யாரும் கிணற்றடியில் நின்று குழப்படி

செய்தாலோ அல்லது கிணற்றுக்கட்டில் ஏறி விளையாடினாலோ அது கடித்துவிடும். ஆனால், அதைத்தாண்டி வெளியில் வந்தால் செத்துவிடும்.

அதேபோல கிணற்றுக்குள்ளே பெரிய பூதம் இருந்தது. தண்ணீரில் அலை எழும்புகிற நேரம், நீர்மட்டம் மேலேயும் கீழேயும் மெலிதாக ஏறியிறங்கும்போது, வானத்து விம்பம் கிணற்றுத் தண்ணீரின் மேற்பரப்பில் புதுப்புது வடிவங்களைக் கொடுக்கும். அதை உற்றுப் பார்த்தால் கிணற்றுப் பூதம் தெரியும். கிணற்றடிக்குத் தனிய வருகிற அல்லது, தனியாகக் கிணற்றை எட்டிப் பார்க்கிற சிறுவர்களை அது பிடித்துத் தின்றுவிடும். இப்போது அம்மாவின் அனுமதியின் பேரில் வந்திருப்பதால் அது என்னை ஒன்றும் செய்யாது.

ஒவ்வொரு வாளியாய் அள்ளி வாக்க வாக்க, சில்லிடும் தண்ணீரும், துள்ளிக்குதிக்கும் மனதும் சேர்ந்து விளையாட்டுக்காட்ட ஆரம்பித்தது. பகலில், வானத்திலிருந்து ஒளிந்திருக்கும் அத்தனை நட்சத்திரங்களும் என் நெஞ்சுக்குள் ஓடிவந்துநின்று ஒன்றாக மின்னத் தொடங்கியது. அந்த வெளிச்சத்தில் மூளை ஒரு கணம் ஸ்தம்பித்தது. ஏன், எதற்கு, எங்கிருந்து என்றெல்லாம் தெரியாது, அந்த ஒளியின் கிறக்கத்தில், குளிப்பின் இடைநடுவில் திடீரென்று முளைத்தது ஒரு வில்லத்தனம்.

ஐந்து முறை நல்ல பிள்ளையாகக் குளித்துமுடித்துவிட்டு ஆறாவது முறையாக வாளி கிணற்றுக்குள் போகிறது. தண்ணீரைத் தொட்டதும் அங்காலும் இங்காலுமாக ஒரு ஆட்டு ஆட்டி வாளியில் நீர் கோலப்படுகிறது. பிறகு ஏனோ கால்வாளி மாறி அரைவாளியாகி, அரை வாளி அழிந்து முழுவாளியாகி தொம் தொம்மென்று தண்ணீருக்குள் முக்கிமுக்கி முழுகி எழும்பியது. பிறகுதான் விசேடம். முழுவாளித் தண்ணீரை கஸ்ரப்பட்டு, முக்கித்தக்கி ஒரு இழுப்பு இழுத்து, வாளி தண்ணீர் மட்டத்திலிருந்து ஒரு அடி மேலே வந்ததும் பட்டென்று கயிற்றிலிருந்து விலகிக் காற்றுக்கு மாறின இரண்டு சுண்டுக்கைகள். தொண்டை கிழியும் சத்தத்தில் “அம்மா...” என்கிற அலறல்.

தொம்மென்ற பெருஞ்சத்தமும் என் அலறலும் ஒருசேரக் கேட்டதில் பதறியடித்துக்கொண்டு ஓடிவந்து கிணற்றை எட்டிப் பார்க்கிறா அம்மா. இடுப்பு வரை மட்டுமே நீர் நின்ற கிணற்றுக்குள் தவளையோடு தவளையாய் நான் நிற்கிறேன். அவ்வளவுதான். ஓவென்று அழுதபடி அம்மா அண்ணாக்களைக் கூப்பிட, அண்ணாக்களும் எம்.ஆர்.ஆர். ஒக்காரருமாக ஓடிவந்து

வாளியொன்றை உள்ளிறக்கி, என்னை அதில் ஏற்றி மேலேயிழுத்து... பெரிய பூமி நடுக்கமே நிகழ்ந்து முடிந்திருந்தது. சிவந்த கண்களும் நடுங்கும் கால்களுமாக வெளியே வந்த என்னை ‘அதொண்டும் பெரிய ஆழமில்லை, பயப்பிடாதே’ என்று அம்மா கட்டிப்பிடித்து ஆறுதல் சொல்லிக்கொண்டிருந்தா. உண்மையில், கிணற்றுக்குள் விழுந்ததால் வந்த பயமல்ல அது. இனி அப்பா அடி வெளுக்கப் போகிறாரேயென்ற கலக்கம்தான்.

பழைய கதை எதற்கு...? விட்டுத்தள்ளலாம். அப்பாவை யார் முதலில் எழுப்புவது என்பதுதான் இப்போதைய இலக்கு. அதற்கு யாருடைய உதவியாவது வேண்டும். அம்மாவுக்குப் பின்னால் நடக்கத் தொடங்கினேன்.

மனது பேசுகிற நேரங்களில் மொழி ஒரு குறையா என்ன...? என் கனவு முழுக்க காலைக் காற்றின் ஈரம். ‘இதோ பொன்னள்ளிப் பூசப்போகின்ற எனக்கான காலை விடிந்துவிட்டது. இனி என் தோட்டத்தில் கண்ணைச் சிமிட்டியபடி பூக்கள் பூக்கப்போகின்றன. அடைபட்டிருந்த கதவு திறக்கப்போகிறது. வாசலில் வந்துநின்று எனக்காகக் காத்துக்கொண்டிருக்கிறது வெற்றி. இன்னும் ஐந்து நிமிடங்களில், வெறும் ஐந்தே ஐந்து நிமிடங்களில் (அந்த நேரம் குறையக்கூடச் செய்யலாம், அது நான் தயாராகும் வேகத்தைப் பொறுத்தது) ஆனையை அடக்கிய வீரமங்கை அரியாத்தைப் போல, அண்ணன்களை அடக்கிய குட்டித்தங்கை நிலா வரப்போகிறாள்.’

“டும்...டும்...டும்... இத்தால் சகலருக்கும் அறிவிப்பது யாதெனில், இன்று அப்பாவை முதலில் சென்று எழுப்பிய நிலா இப்போது வீட்டுக்குத் திரும்பி வந்துகொண்டிருக்கிறார்... வந்துகொண்டிருக்கிறார்... வந்துகொண்டிருக்கிறார்...”

நான் திமிரோடு திரும்பிவருகின்ற நேரம் வாசலில் ஏமாந்துபோய் நின்றுகொண்டிருக்கப்போகும் அண்ணாக்களின் முகத்தை நினைக்க சிரிப்புசிரிப்பாக வந்தது. ‘சின்னண்ணாப் பிள்ளைக்குப் பதிலடியா, படலையிலிருந்து வரும்போதே பாடிக்கொண்டுவாறதுக்கு எனக்குமொரு பாட்டுவேணும்...? என்ன பாட்டு...? என்ன பாட்டு...?’

“நடடா ராசா மயிலைக்காளை நல்ல நேரம் வருகுது. நடடா ராசா சிவலைக்காளை நாளை விடியப்போகுது...”

13

பள்ளிக்கூடம் முடிந்து வரும்போது சின்னண்ணாவையும் என்னோடு கூட்டிவந்தேன். வெற்றியைக் காட்டத்தான். நேரே அப்பாவிடம்போய் நின்றேன். இரண்டு ரூபா கிடைத்தாயிற்று. சும்மாயில்லை, பலத்த போராட்டத்துக்குப் பிறகு கிடைத்த வரம். காசு கிடைத்ததில் ஒரே கொண்டாட்டம். வாங்கிக்கொண்டு வெளியில் வந்தேன்.

"அண்ணா, நீ நேற்று அப்பா தந்த காசை என்ன செய்யப்போறாய்…?" ஆர்வம் என்னைத் தூண்டியது.

"சேத்து வைக்கப் போறன்…"

"சேத்து வைச்சு…?"

"சேத்து வைச்சு நாகதம்பிரான் கோயில் பொங்கலிலை வெடித்துவக்கு வாங்குவன் இல்லாட்டில் வோட்டர்போட் வாங்கப் போறன்…"

"அப்ப, நானும் இந்தக் காசை சேத்துவைச்சு அலஸ்பான்ற் வாங்கப் போறன்… இல்லையில்லை முத்துமாலை…"

திருவிழாக்கடையில் அடுக்கப்பட்டிருக்கும் அத்தனை பொருட்களும் கண்முன் ஒருமுறை வந்துபோயின.

"இப்ப வெறும் ரெண்டு ரூபாவை வைச்சுக்கொண்டே அதுவோ, இதுவோ எண்டு அங்கலாய்க்கிறாய்… முதலிலை எதுவேணுமெண்டு ஒழுங்கா யோசி. பிறகு அதுக்கு ஏத்தமாதிரி சேமி."

சின்னண்ணா ஏதோ பெரிய 'சேர்' மாதிரி பேசினான். கதைத்துக்கொண்டே நாதண்ணையின் கடையடி வாசலால் இறங்கி 'றோட்டுக்கரைக்கு' வந்தேன். கனவுகளில் 'கலர் கலர்' பொருட்களாய் நிரம்பிக்கொண்டிருந்தன.

"நிலா… என்ன இண்டைக்கும் காசை துலைச்சுப்போட்டியே… அல்வா வேண்டாமே…"

நாதண்ணை தன் குபேரத் தொந்தியைத் தூக்கமாட்டாமல் தூக்கிக்கொண்டு கதவடியைக் கடந்து வெளியே வந்தார்.

"இல்லை, காசு வைச்சிருக்கிறன்…"

“பிறகேன் வாங்காமல் போறாய்... அப்பா இனிப்பு சாப்பிடக்கூடாதெண்டு ஏதும் பேசினவரே...?”

“இல்லை, அது வந்து...” - என்ன சொல்வதென்று தெரியாமல் முழித்தேன்.

அவரின் கையிலிருந்த கச்சான் அல்வா, என்னைப் பார்த்து வாவாவென்று கூப்பிட்டது. கை அதை வாங்குவாங்கென்று சொன்னது. மறுபக்கம் மூளை, கச்சான் உருண்டையா காப்பாவென்று பட்டிமன்றம் வைத்துக்கொண்டிருந்தது. ‘நேற்று காசு இல்லையென்றபோதே கச்சான் உருண்டையைத் தூக்கித் தந்தவர். அவரிட்டை போய் இனி நான் அல்வா வாங்கமாட்டன், அந்தக் காசிலை ‘கியுடெக்ஸ்’ வாங்கப்போறன் எண்டு எப்பிடி சொல்லுறது...’ தலையைச் சொறிந்துகொண்டு சின்னண்ணாவைப் பார்த்தேன்.

“ஒண்டு செய், ஒரு ரூபாய்க்குக் கச்சான் அல்வா வாங்கு, ஒரு ரூபாவை உண்டியலிலைப் போடு.”

சின்னண்ணா ‘அந்த மாதிரி’ ஒரு ‘ஐடியா’ தந்தான். நாதண்ணைக்கும் கோபமில்லாமல் எனக்கும் கவலையில்லாமல் பிரச்சினை சுமுகமாக முடிந்தது. வீட்டுக்கு வந்த எனக்கு நீலநிற மூடிபோட்ட ஒரு ‘போத்தல்’ உண்டியலாய் மாற, ஒரு ரூபாவுடன் என் சேமிப்பு தொடங்கியது.

அடுத்த நாள் நான் முதலில் எழும்பினேன். இம்முறை, கிணற்றடிக்கு அம்மாவை இழுத்துக்கொண்டு போகவில்லை. முதல்நாள் இரவே அப்பாவைக்கொண்டு அள்ளி வைத்திருந்த குளிர்த் தண்ணீரில் முகத்தைக் கழுவினேன். இன்னும் அண்ணாக்கள் எழும்பியிருக்கவில்லை. ஆறுதலாய்த் தலைசீவிக்கொண்டே திரும்பவும் உள்ள போய் அவர்கள் எழுந்திருக்கிறார்களா என்று பார்த்தேன். சின்னண்ணா எழும்பியிருந்தான். ஆனாலும், பாதி திறந்த கண்ணால் என்னைப் பார்த்துவிட்டு மறுபடியும் மற்றபக்கமாகப் புரண்டு படுத்தான்.

‘அப்பாடா, இண்டைக்குப் போட்டி இல்லை.’ அழகாகத் திருநீறு பூசினேன். அரிசிக்குறுனலில் அம்மா காய்ச்சி வைத்திருந்த கறுத்தபொட்டுச் சிரட்டைத் திண்ணையிலிருந்தது. ஒரு சொட்டு தண்ணீர் விட்டுக் கரைத்து, நடுநெற்றியில் அம்புலிமாமா அளவுக்கு ஒரு பொட்டு வைத்தேன். பனியில் நனைந்த செவ்வரத்தம்பூக்கள் பூத்தது பாதி, பூக்காதது பாதியாகக் குட்டிகுட்டியாய் மரத்தை

மறைத்து பூத்து சிலுப்பிவிட்டிருந்தன. ஆறுதலாக ஒவ்வொன்றாக பறித்துக் கைநிறைய அடுக்கிக்கொண்டு, இன்னும் நான்கைந்தைப் பிடுங்கி விரல்களுக்கிடையில் சொருகினேன். என் கை முழுதும் பூக்களாகச் சிவந்து விரிந்திருந்தது.

அப்பாவுக்கு அளவுகடந்த சந்தோசம். அன்று முழுதாக 'என்ரை பிள்ளை கெட்டிக்காரி, பெடியனுகளுக்கு முன்னுக்கு எழும்பி வந்திட்டாள்' என்று ஊரெல்லாம் சொல்லி பெருமை பீத்திக்கொண்டிருந்தார். நாதண்ணை நேற்று நடந்த விடயத்தை அப்பாவிடம் சொல்லியிருந்திருப்பார் போல, இரண்டு ரூபாவிற்குப் பதில் மூன்று ரூபா கிடைத்தது. எனக்குத் தலைகால் தெரியாத புளுகம். இறக்கை முளைத்தது. மறுபடி, பூமி ஒரு பொட்டுப்புள்ளியாய்ச் சுருங்கியது. காணும் ஒவ்வொருநொடியும் அண்ணாக்களிடம் 'எடுப்பு'க்காட்டிக்கொண்டு திரிந்தேன்.

'என்ரை பலத்தை, என்ரை வெற்றியைக் கொண்டாடவேணுமே. அதுக்கு என்ன செய்யுறது...?' விருந்துக்கு ஆயத்தம் செய்தேன். நேரே அம்மாவிடம் போய் நின்றேன்.

"அம்மா ராவைக்கு ரொட்டி சுடுவமே..."

நடுமுற்றத்தில் குந்தியிருந்து, காயப்போட்ட மாங்காய் வற்றல்களைக் கிளறிவிட்டுக்கொண்டிருந்த அம்மா, 'என்ன ரொட்டியோ' என்றபடி நிமிர்ந்தா.

உரொட்டி என்பது இலேசுப்பட்ட காரியமில்லை. அதுவும் எங்களின் குடும்பத்தில் ஒவ்வொருத்தருக்கும் ஒவ்வொருவிதமாகத் தேவைப்படும். பெரியண்ணாவுக்கு நல்ல மொறுமொறுவென்று மடமடப்பு ரொட்டி. சின்னண்ணாவுக்கு அவ்வளவாக வேகாத சாதாரண ரொட்டி. எனக்கு, தேங்காய்ப்பூவில் சீனி கலந்து அதை ரொட்டிக்கு நடுவில் வைத்து இரண்டாக மடித்துச் சுடுகிற சீனிரொட்டி. இத்தனை விதமாகத் தனித்தனியாகச் சுடுவது கடினமென்பதால் அம்மா எப்போதாவதுதான் ரொட்டி சுடுவா.

"பாவமெல்லே தங்கா அம்மா. ரொட்டி சுடுறதெண்டால் அம்மாக்கு நிறம்ப நேரம் எடுக்குமெல்லே..."

தானும் பெரியண்ணாவும் சேர்ந்து போட்ட பனம்பாத்தியிலிருந்து கிழங்குகளை இழுத்திழுத்து பிடுங்கிக்கொண்டே அம்மாவுக்காகத் தான் பதில் சொன்னான் சின்னண்ணா.

“நீ இண்டைக்கு எழும்பேல்லை, என்னட்டை தோத்துட்டாய் எண்டதாலை கோபத்திலை சொல்லுறாய் என்ன...”

“அடி அதுக்கில்லையடி... இப்பத்தான் நீ சொல்லி, இனிமேல்தான் ஆயத்தப்படுத்தி சுடுறதெண்டால் பாவந்தானை அம்மா, ஆறுதலா வேறொரு நாள் சுடுவம்...”

“ஓகோ, இண்டைக்கு வேண்டாமெண்டுட்டு, நீ அப்பாவை எழுப்புற ஒரு நாளிலை சுடுறதுக்கு பிளான் பண்ணுறாய் என்ன. எவ்வளவு கள்ளப்புத்தி உனக்கு. தோத்தான்கோழி... தோத்தான்கோழி...”

எகத்தாளமாய் அவனை வம்பிக்கிழுத்து தாண்டவமாடியது என் மமதைக் குரல்.

“சும்மா சும்மா அவனோடை தனகாதை நிலா. விடிய சின்னண்ணா உனக்கு முன்னமே எழும்பிற்றான், தெரியுமே. பாவம் இண்டைக்கு தங்கச்சி போகட்டும் எண்டு சொல்லிற்று நித்திரை மாதிரி பேசாமல் கிடந்தவன். அவன் உண்மையா நித்திரை இல்லை.”

என் விண்ணாணத்தைத் தாங்கமுடியாமல், அம்மா உண்மையை உடைத்து வீசியதைக் கேட்டதும் கண்ணைக் கட்டிக் காட்டில் விட்டதுபோல இருந்தது. சட்டெனத் திரும்பி சின்னண்ணாவைப் பார்த்தேன். இந்தக் கதைக்கும் தனக்கும் சம்மந்தம் இல்லாததுபோல “அண்ணா. கொஞ்சம் பாத்து இழு. நான் இழுத்த ரெண்டு கிழங்கு அறுந்திற்றுது...” என்று பெரியண்ணாவுக்கு ஏதோ சொல்லிக்கொண்டிருந்தான்.

எனக்கு என்னவோபோல இருந்தது. இவ்வளவு நேரமும் நான் காட்டிய ‘எடுப்புக்கு’ எந்தவித அர்த்தமும் இல்லாததுபோல சப்பென்றிருந்தது பொழுது. அம்மாவிடமும் அண்ணாக்களிடமும் இருந்து மெல்ல விலகி படலைப்பக்கமாக நடந்தேன். உண்மையில் அந்த எதிர்பாராத தோல்வியை சந்திக்க திராணியில்லாமல் தோற்று ஓடினேன்.

பனம்பாத்தியில் நின்றுகொண்டிருந்த அண்ணாக்கள் எதைப் பற்றியும் அலட்டிக்கொள்ளவில்லை. பச்சைக் குடுமி வெளியில் தெரிய மண்ணிற்குள் ஒளிந்திருந்த கிழங்கின் தலைமுடியைக் கற்றையாய்ச் சேர்த்துப்பிடித்துப் பக்குவமாக இழுத்துக்கொண்டிருந்தார்கள். தண்ணியூற்றி இளக்கிய பாத்திமேட்டிலிருந்து இருவாட்டி மண்வாசம் புறம்பாக வந்தது.

செம்பாட்டு மண்ணை உடம்பு முழுக்க பூசிக்கொண்டு முற்றத்தில் வந்து விழுந்தன தோலுரிக்காத கிழங்குகள். இடையிடையே நடந்த இரண்டொரு விபத்துகளில் கால் உடைந்தபடியும் இடுப்பு நெளிந்தபடியும் வெளிவந்தன சிலுதுகள்.

ஏற்பட்ட திடீர் அவமானத்தை அடையாளமிழக்க வைப்பதற்கு, என்ன செய்வதென்று தெரியவேயில்லை. என்னென்னவோ எல்லாம் செய்து பார்த்தேன். படலையைத் திறந்து வீதியில் புதினம் பார்த்தேன். வேலிக்கரை கள்ளியின் இலையைப் பிடுங்கி இரண்டாகப் பிய்த்து, அதிலிருந்து கசியும் வெள்ளைப் பாலை விரலில் கொட்டி அதில் ஒட்டுகின்ற அந்தப் பிசுபிசுப்பைச் சோதனை செய்தேன். இடையிடையில் தெரிந்த இளம்சிவப்பு நிறக் கள்ளிப்பூக்களைப் பிடுங்கி தேனைக் குடித்தேன். 'றோட்டோரம்' மேய்ந்தபடி பட்டிதிரும்பிக்கொண்டிருந்த எருமைகளோடு கதைத்தேன். வீதியில் போய்வரும் வாகனங்களை எண்ணினேன். எதுவுமே வேலைக்காகவில்லை. மனது ஒரு புள்ளியைச் சுற்றிச் சுற்றியே வட்டமடித்துக்கொண்டிருந்தது. அண்ணா... அண்ணா... அண்ணா...

திடீரென்று காற்றைக் கிழித்துக்கொண்டு மின்னல் வேகத்தில் வீதியில் ஒரு மரம் நகர்ந்தது. 'எப்படிச் சாத்தியம்...? மரம் எப்படி நகரும்...?' யோசித்துக்கொண்டே வீதிக்கரைக்கு ஓடிப்போனேன். மரத்தைக் காணவில்லை. வலமும் புறமும் திரும்பி திரும்பி பார்த்தாலும் ம்கூம்... அது வந்து போனதுக்கான எந்த அடையாளமும் இல்லை. 'அப்படி எங்கே போயிருக்கும், அதுவும் கண் இமைக்குற நேரத்துக்குள். ஒருவேளை எதிர்பாராத இந்தத் தோல்வியால் எனக்குப் பைத்தியம் கிய்த்தியம் ஏதும் பிடிச்சிற்றுதோ...'

யாருக்கும் எதுவும் சொல்லாமல் திரும்பி படலையடிக்கு வந்து, ஒரு கள்ளி இலையைப் பிடுங்கி குச்சி ஒன்றால் குத்திக்குத்தி மறுபடி ஒரு புதுக்காவியம் இலையில் எழுதத்தொடங்கினேன். ஆனாலும், பார்வை அப்பப்போ வீதியில் விழுந்தது.

மறுபடியும் அதிசயம். இன்னொரு மரம், அதே மின்னல் வேகத்தில் வீதியில் ஓடிமறைந்தது.

"அண்ணா... மரம் ஓடுது. றோட்டாலை மரமொண்டு ஓடுது..."

காணாததைக் கண்டுவிட்ட ஆச்சரியத்தில் துள்ளிக் குதித்துக் கொண்டோடிப்போய் நாற்றுமேடையில் ஏறி நின்றேன். மேல்மூச்சு கீழ்மூச்சு வாங்கியது.

“மரமென்னண்டடி ஓடும் லூசு…”

கிழங்குகளை இழுத்தெடுத்துக்கொண்டிருந்த சின்னண்ணா சேற்றுமண் பட்டுவிடாமல் முழங்கையால் முகத்தைத் துடைத்தபடியே நக்கலடித்தான். ‘சேட்டு’ப் போடாத அவன் நெஞ்சிலும் முதுகிலும் கூட அங்கங்கு சேறு தெறித்திருந்தது.

“எடேய் தம்பி, வாழையிலையைப் பேயெண்டு பயந்தவளுக்கு மரம் ஓடும், நிலம் கதைக்கும், பாம்பு பல்லுத்தீட்டும். என்ன நிலா, நேற்று பாம்புக்குட்டி ஒண்டு பல்லுத்தீட்டினதெல்லோ…”

எப்போதும் என் பக்கம் நிற்கும் பெரியண்ணா இம்முறை சின்னண்ணாவோடு கூட்டுச்சேர்ந்திருந்தான். நான் சொன்னதை அவர்கள் நம்பவில்லையென்பது பலத்த ஏமாற்றத்தைக் கொடுத்தது.

“உண்மையாடா… ரெண்டு மரம் ஓடினது…”

இன்னும் அழுத்தமாகச் சொன்னேன். அவர்கள் எனக்கு மொக்குப்பட்டம் கட்டுவது சுத்தமாகப் பிடிக்கவில்லை.

இன்னும் வெள்ளி முளைக்காத, ஆனால் பகல் மங்கிவிட்டிருந்த அந்தப்பொழுதில் காற்றைக் கிழித்துக்கொண்டு வீதியால் அடுத்த மரம் ஓடியது. என்னை நிரூபிக்கவேண்டி நான் தொண்டை கிழிய கூவிய சத்தத்தில் காதைப் பொத்திக்கொண்டே நிமிர்ந்து பார்த்தான் சின்னண்ணா. அதற்கிடையில் அதுவும் ஓடி மறைந்துவிட்டிருந்தது.

“அங்கை… அங்கை பார். மரம், பச்சை மரம் ஓடுது…”

“ஓமடா… தங்கச்சி சொல்லுறது மாதிரி றோட்டாலை பச்சையா ஏதோ ஓடினது தான்ரா…”

சின்னண்ணா மெதுவாக ஒத்துக்கொண்டான். கையிலிருந்த பனங்கிழங்கை அப்படியே மேட்டில் போட்டு, கைகளை உதறி மண்ணைத் தட்டிக்கொண்டே பாத்தியை விட்டுக் கீழிறங்கினான். அவரது ‘தோப்பளாஸ்’ காற்சட்டை இடுப்பிலிருந்து வழுகி வழுகி வந்தது. அதை இழுத்துச் சரி செய்துகொண்டே என் கையைப் பிடித்துக் கூட்டிக்கொண்டு ‘றோட்டு’க்கு வந்தான்.

பத்துநிமிடக் காத்திருப்புக்குப் பிறகு, தூரத்தே பச்சையாக ஒரு புள்ளி. ‘வருகிறது… மூன்றாவது மரம் வருகிறது.’ நிம்மதியாக இருந்தது. சொன்னதைச் சாதித்துவிட்டேன்.

அந்த மரம் எங்களைக் கடக்கவும், அது ஒரு வாகனமென்று தெரிந்தது. சின்னண்ணாதான் கண்டுபிடித்தான்.

“அடேய், அதொரு ஜீப்படா. வாகனத்தை மறைச்சு இலைகுழையைக் கட்டியிருக்கிறாங்களடா...”

“ஆனால் ஏன்ரா, அப்பிடிக் கட்டியிருக்கிறாங்கள். ஒருவேளை வெய்யிலுக்கா இருக்குமோ...”

“எண்டாலும், இண்டைக்குப் பெரிசா வெய்யில் இல்லையேடா...”

“அப்ப என்னவாயிருக்கும்...?”

சின்னண்ணாவும் பெரியண்ணாவும் யோசிச்சுக்கொண்டிருந்த இடைவெளிக்குள், அடுத்தடுத்து ‘சைரன்’ சத்தத்தோடு அந்தப் பச்சைமர வாகனங்கள் ஒட்டுசுட்டான் பக்கமிருந்து புதுக்குடியிருப்புப் பக்கமாகப் பாய்ந்து விழுந்து பறக்குது.

“அடேய்... இது மெடிக்ஸ்காரரின்ர வாகனமடா... காயக்கரரை ஏத்திற்று போறாங்கள் எண்டு நினைக்கிறன். எங்கயோ சண்டை தொடங்கிற்று போல. இஞ்சால்பக்கமெண்டால் முல்லைத்தீவாத்தான் இருக்கும்.”

சின்னண்ணா உற்சாகமானான். சண்டையென்றதும் எனக்கு உதறல் எடுத்தது. ‘இனி ஆமிக்காரன் குடிமனையெல்லாம் தாறுமாறா செல்லடிப்பான். சுப்பசொனிக்காரன் வந்து கண்மூடித்தனமா கொட்டப்போகிறான்... கடவுளே...’ பயத்தில் என்னையறியாமலேயே வார்த்தைகள் கட்டறுந்து வெளிவந்தன.

“முல்லைத்தீவு எங்கயண்ணா இருக்கு. அங்கை எவ்வளவு ஆமிக்காரன் இருப்பான்...”

“அது இங்கால் பக்கம் கடற்கரை சைற்றிலை இருக்குற இடமடி. பென்னாம் பெரியொரு இடம்...”

“எவ்வளவு தூரம் கடல் இருக்கும். பென்னாம்பெரிய எங்கடை முத்தையன்கட்டுக்குளம் அளவு இருக்குமோ...?”

“இல்லைத்தங்கா, முத்தையன்கட்டுக்குளம் ஒரு பெரிய குளம்தான். ஆனா, அது குளம் தங்கா, கடலில்லை. கடலெண்டா பெரிசு. கடற்கரையிலை நிண்டியெண்டால் அதுக்குப் பிறகு ஒண்டுமே தெரியாது. வெறும் தண்ணி மட்டும்தான்.”

“சரி, முத்தையன்கட்டுக்குளம் முடிய அங்காலை அம்பகாமம் இருக்கெண்டு அம்மா ஒருக்கால் சொன்னவா. அப்ப, இந்தக் கடல் முடிய அங்காலை என்ன ஊர் இருக்கு...?”

“ஊரில்லை தங்கா, கடலுக்கு அங்காலை வேற நாடு. இலங்கையில்லை...”

அண்ணா சொல்வதைக் கேட்க ஒரே குழப்பமாக இருந்தது. ‘இந்தப் பெரிய முத்தையன்கட்டுக்குளத்தை விடவும் பெரியது என்றால் அது எப்பிடியிருக்கும்.’ ஒரே குழப்பமாகவிருந்தது.

“தங்கா, உலகம் முழுக்கலையும் மூடி ஐஞ்சு சமுத்திரம் இருக்குது தங்கா. சமுத்திரம் எண்டால் பென்னாம் பெரிய கடல், சரியோ. முல்லைத்தீவு கடலும் அதிலை ஒண்டு. இந்து சமுத்திரம் எண்டு சொல்லுவினம்.”

அவன் சொல்லச் சொல்ல, இப்போது ஏதோ கொஞ்சம் புரிந்தது போலிருந்தது. புரியாததும் நிறைய இருந்தது. காயக்காரரை ஏற்றுகின்ற வாகனங்கள் பச்சை தென்னோலைக் கட்டி மறைத்தபடி வீதியால் அங்குமிங்குமாக ஓடிக்கொண்டிருந்தன. இடையிடையே ‘ஜீப்’ வண்டிகளும் இயக்க மாமாக்களை ஏற்றிக்கொண்டு போகும் ‘ரக்ரர்களுமாக’ வீதி பரபரப்பாக இருந்தது. அண்ணாக்கள் இரண்டு பேரும் படலையடியிலேயே நின்றிருந்தார்கள். நான் முற்றத்திற்கு வருவதும் பிறகு படலைக்கு ஓடுவதுமாக மாறிமாறி கிளித்தட்டு மறித்துக்கொண்டிருந்தேன். பாதிப் பகல் கழிந்திருந்த நேரம் திடீரென அப்பா வீட்டு முற்றத்தில் நின்றிருந்தார்.

“நிலா... அம்மா எங்க?”

“என்னப்பா...?”

“அம்மாவை ஒருக்கால் கூப்பிடு பாப்பம்.”

எப்போதுமே விறைப்பாக இருக்கின்ற அவர் முகத்தில் இப்போது கொஞ்சம் படபடப்பு ஒட்டிக்கொண்டிருந்தது. அடிக்கடி கையால் பிடரித்தலையைக் கோதிக்கொண்டிருந்தார். நானும் அண்ணாக்களும் வீதியில் நிற்பது பற்றி அவரின் கவனம் இருக்கவில்லை. வாகனங்கள் வீதியால் கூவிக்கொண்டு போகும் ஒவ்வொரு தடவையும் ஆர்வமும் கவலையும் எதிர்பார்ப்பும் அனுதாபமுமாக அவர் கண்கள் படலைப்பக்கமா போய்ப்போய் வந்தது. எப்பவாவது குழப்பத்தில் இருக்கிறபோது அவர் இந்தக் கோலத்தில்தான் நிற்பார்.

“நிலா... அவசரம். அம்மாவைக் கொஞ்சம் கெதியா வரச்சொல்லு.”

அடுத்தநொடி அம்மாவின் முன் நின்றேன். கழுவிக்கொண்டிருந்த சட்டி பானையை அப்பிடியே போட்டுவிட்டு, தன் கரிக்கையை அலசி கழுவி, ‘சோட்டியில்’ துடைத்துக்கொண்டு எழும்பிவந்தா அம்மா.

“என்னப்பா... இடையிலை வந்திருக்கிறியள். கடையிலை யாரை விட்டுட்டு வந்தனியள்...?”

“கதவை இழுத்துச் சாத்திற்று வந்தனான். அது கிடக்கட்டும். இஞ்சரப்பா, உனக்கொரு விசயம் தெரியுமே, முல்லைத்தீவிலை சண்டை தொடங்கீற்றாம். அதான் பெடியளுக்கு உலருணவு ஏதாவது செய்து குடுத்துவிடோணும். என்ன செய்யலாம்...”

“என்னப்பா இவ்வளவு சிம்பிளா சொல்லுறியள், முல்லைத்தீவிலைச் சண்டை தொடங்கிற்றோ. அந்தப் பெரிய தேசத்தை என்னெண்டப்பா...?” அம்மா கேள்வியாய் நோக்கினா. அண்ணாக்கள் சொன்னது சரிபோலத்தான் இருந்தது.

“அதை அவங்கள் பாத்துக்கொள்ளுவாங்கள். பெடியள் ஏற்கெனவே அரைவாசி வரைக்கும் முன்னேறிற்றாங்களாம். எப்பிடியும் வெற்றிதான். நீ இருந்து பாரன்.” அப்பாவின் முகத்தில் ஒரு பிரகாசம். உடனே அம்மாவுக்கும் அந்த வெளிச்சம் தொற்றிக்கொண்டது.

அப்பா அம்மாவின் முகத்தைப் பார்த்துக்கொண்டிருந்தார். அம்மா ‘குசினி’யைத் திரும்பிப் பார்த்து கொஞ்சம் யோசிச்சா.

“அரிசி எண்டால் கிடக்குதப்பா. அரியதரம் செய்யலாம்தான். ஆனால், இனி அதை ஊறப்போட்டு இடிச்சு வறுத்து அதுக்குப் பிறகு சுட்டு எடுக்க கனநேரமாகும். உடனை செய்யிற மாதிரி எண்டால், கொஞ்சம் பனக்காய்க்காய்ச் சுடலாம். இங்கனைக்கை, எங்கடை வளவுக்கையும் அக்கம் பக்கத்திலுமா நான் பழம் பொறுக்கி றெடிப்பண்ணுறன். நீங்க போய் மாவும், சீனியும் வாங்கி வாங்கோ...”

அவ்வளவுதான். அப்பா தன் வேலைக்குப் போய்விட்டார். ‘றோட்டிலும்’ வீட்டிலும் நின்று விடுப்பு பார்த்துக்கொண்டிருந்த நாங்கள், ஆளுக்கொரு வேலை தரப்பட்டு திக்குக்கொராளாக அனுப்பப்பட்டோம். அக்கம் பக்கத்து பனங்கூடல்களில் புகுந்து பனம்பழம் பொறுக்கிவரவேண்டியது அண்ணாக்கள்

இருவரினதும் பொறுப்பு. அப்பா கொண்டுவந்த செய்தியை, சுற்றிவர உள்ள ஆறேழு வீடுகளிற்குப் பறை அடித்துக்கொண்டு வரவேண்டியது என் பொறுப்பு 'றோட்டுக்கு' ஏறினேன். வீரா பின்னால் துணைக்கு வந்தது.

'முதலிலை ராசாத்தியக்கா வீடு, அடுத்தது தாரணியாக்கள், அதுக்குப் பிறகு செக்கடி கமலா அன்ரி, அங்காலை மலர் ரீச்சர், குணம் அங்கிள்...' போகவேண்டிய வரிசையை மனதுக்குள் தயார்செய்துகொண்டு வண்டியை கிளப்பினேன். ப்றிம்ம்ம்... ப்றிம்ம்ம்...ப்றிம்ம்...

"அம்மா உங்களை அவசரமா ஒருக்கால் வந்திற்றுப் போகட்டாம். வரேக்கை எங்கயாவது பனம்பழமிருக்கோ எண்டு பாத்து எடுத்துக்கொண்டு வரட்டாம்."

"அம்மா உங்களை அவசரமா ஒருக்கால் வந்திற்றுப் போகட்டாம். வரேக்கை எங்கயாவது பனம்பழமிருக்கோ எண்டு பாத்து எடுத்துக்கொண்டு வரட்டாம்."

அம்மா சொல்லிவிட்ட கிளிப்பிள்ளை பாடத்தை ஒருவரி பிசகாமல் ஒப்புவித்துக்கொண்டிருந்த என் கால்களின் கீழ் கிடந்து மிதிபட்டுக்கொண்டிருந்தது பல குச்சொழுங்கைகள்.

14

ஊரே வேறு மாதிரி மாறிவிட்டது. அதே கடைகள், அதே வீடுகள், அதே மரங்கள், அதே மனிதர்கள். ஆனாலும், ஏதோவொரு சிலிர்ப்பு. நாகதம்பிரான் கோயில் பால்வார்ப்பிற்கோ, ஒட்டுசுட்டான் சிவன்கோயில் வேட்டைத்திருவிழாவிலன்றோ மொத்த ஊரும் ஜேஜே என இரவு பகலாகக் கொண்டாடிக் கொண்டிருக்கிறது போல இப்போது காட்டுக்கரைகளில், 'றோட்டு' முடக்குகளில், வீட்டு முற்றங்களில் கலகலவென சனம் கூடி கொண்டாடத் தொடங்கியிருந்தார்கள். சோற்றுப்பானைக்குள் தலையை விட்ட ஆட்டுக்குட்டியொன்று கண்மண் தெரியாமல் காடுமேடல்லாம் கிணுகிணுத்துத் திரிவது மாதிரி, சண்டை தொடங்கிவிட்டிருந்த விடயத்தை ஊரெல்லாம் ஓடி பறையறைந்து முடித்து வீட்டுக்குத் திரும்பி வருவதற்கிடையில் பாதிக்கிராமமே எங்கள் வீட்டுக்குப் படையெடுக்கத் தொடங்கிவிட்டிருந்தது.

ஆளாளுக்கு உரப்பையும், மாட்டுத்தாள் பைகளும், சட்டிகளும் கிண்ணங்களுமென்று எதையெதையோ தூக்கிக்கொண்டு வந்து வீட்டு முற்றத்தில் கொட்டிக்கொண்டிருந்தார்கள். முற்றத்து மாமரமும் வேலிக்கரை அரசமரமும் குளிர்மையைக் கரைத்து ஊற்ற, தூரத்தில் எங்கோ ஒரு சேவல் நேரம் தப்பிக் கூவிக்கொண்டிருந்தது.

மஞ்சளும் கறுப்புமாக, வரிவரியாய், குண்டுக்குண்டாகவிருந்த பனம்பழங்களைப் பார்க்க, அப்பவே நெருப்பில் சுட்டு சாப்பிடவேண்டும்போல ஆசை பிய்த்துக்கொண்டுவந்தது. எத்தனை பழங்கள் வந்திருக்கு என்று எண்ணத் தொடங்கினேன், மொத்தம் 35. 'இத்தினை பழங்கள் இருக்கே, ஒன்றை எடுத்தால் என்ன'. மெதுவாக அம்மாவின் பக்கமாக நகர்ந்து கைகளைச் சுரண்டினேன். வெட்டொன்று துண்டு இரண்டாக வந்துவிழுந்தது கண்டிப்பான மறுப்பு. அண்ணாக்கள் பக்கம் ஒதுங்கினால் அங்கும் வேலைக்காகவில்லை.

"இல்லைத்தங்கா, உனக்கு நாளைக்கு விடிய நான் அப்பத்தான் விழுந்த பழம், புதுப் பழம் பொறுக்கித்தாறன். ஆனால், இதை எடுக்கக்கூடாது என்ன..."

'சின்னண்ணா தானா...? வார்த்தைகளில் அன்பு வழிய பேசுறது உண்மையிலேயே அவன்தானா...? எள்ளும் கடுகுமா வெடிக்கிறவன் முள்ளுக்கு பூ முளைச்சமாதிரி கெஞ்சலாப் பேசுறானே...? நம்பலாமா வேண்டாமா...?' எதுவும் புரியாத நிலையில், சரியென்பதுபோலத் தலையை மட்டும் ஆட்டிவிட்டுத் திரும்பி நடந்தேன். என்னை வெளியே அனுப்பிவிட்டு வேலை மளமளவென்று நடக்கத் தொடங்கியது.

தோளில் காவிய ஒரு மூட்டையோடு வந்தார் அப்பா. போட்டிருந்த 'நீலச்சேட்டெல்லாம்' வெள்ளை வெள்ளையாகத் திட்டுத்திட்டாக மா ஒட்டியிருந்தது. நாதண்ணை தன் கடையிலிருந்து சீனிமூட்டை கொண்டுவந்து போட்டார். செக்கிலிருந்து தேங்காயெண்ணெய் வந்தது. நாகமணித் தாத்தா வீட்டிலிருந்து முக்கால் மூட்டை பன்றியிறைச்சி வற்றல் வந்தது. கிணற்றடிப் பாதையால் 'விசில்' அடித்தபடி வந்த சின்னையாவின் கையில் கள்ளுப்போத்தல் - அது அவருக்கு.

மாமரத்தின் வலப் பக்கமாகக் குவிக்கப்பட்டிருந்த பனம்பழங்களிலிருந்து, ஒவ்வொன்றாக எடுத்து அதனுடைய அடிப்பக்கத்தைத் திருப்பிப்பார்த்து, இலையான் மொய்த்திருந்தவற்றைக்

கழித்துவிட்டு நல்லதுகளைத் தெரிந்தெடுக்கின்ற வேலை ராசாத்தியக்காவுடையது. 35 பனம்பழங்களில் மிஞ்சியவை வெறும் 19 தான். அப்படி மிஞ்சிய பழங்களின் தொப்பிகளை உரித்து வேலிக்கரையோரமாகப் போட்டுவிட்டு, பழத்தை ஒரு பெரிய வாளியில போட்டுக்கொண்டிருந்தா அம்மா. திண்ணையிலிருந்து பார்க்கவே அந்தக் காட்சி தடல்புடலாக அமர்க்களமாக இருந்தது. நாக்கில் எச்சில் ஊறியது. மெதுவாகத் தலையைத் திருப்பி அண்ணாக்களைத் தேடினேன், வேலிக்கரையோர அரசமரத்துக்குக் கீழ் நின்று என்னையே பார்த்துக்கொண்டிருந்தான் பெரியண்ணா.

"ராசாத்தியக்கா, தலைமுடியைக் கொண்டையைப் போட்டுட்டு இருந்து செய்யுங்கோவன். நிலத்திலை அரையுது."

'விறாந்தை'யிலிருந்து மாவரித்துக்கொண்டிருந்த 'மலர் ரீச்சர்' முற்றத்தைப் பார்த்துச்சொன்னா.

ராசாத்தியக்கா கறுப்பு, நல்ல வடிவு. மணல் நிலத்தில் அவாவின் முடி பட்டு, மயிரெல்லாம் வெள்ளை மண்ணாக ஒட்டியிருந்தது. ராசாத்தியக்கா எழும்பி, பக்கத்திலிருந்த வாளித் தண்ணீரைச் சரித்துக் கையை ஒருமுறை அலசிவிட்டு, முடியை அள்ளி அலேக்காய்ச் சுற்றி ஒரு கொண்டை போட்டா. ஒரு பெரிய கறுப்புப்பந்து போல பொம்மிக்கொண்டிருந்தது அது.

அம்மாவும் ராசாத்தியக்காவும் பனங்களி பிசைய, மலர் 'ரீச்சரும்' கமலா 'அன்ரியும்' வீட்டு 'விறாந்தையில்' குந்தியிருந்து மாவரித்துக்கொண்டிருக்க, அப்பாவும் நாதண்ணையும் மாமரத்துக்கு கீழே ஆளுக்கொரு அடுப்பு சரிசெய்ய, சின்னண்ணாவும் பெரியண்ணாவும் விறகுகள்,சுள்ளிகள் பொறுக்கிக்கொண்டு வந்து கொடுக்கவென்று வீடே பரபரப்பாய் இயங்கிக்கொண்டிருக்க பாவப்பட்ட நான் மட்டும் திண்ணைக்குக் காவலாக ஒதுக்கப்பட்டிருந்தேன். வீராவுக்கும் ஈரமேயில்லை. என்னை விட்டுவிட்டு அப்பாக்களைச் சுற்றிக்கொண்டிருந்தது.

'எவ்வளவு நேரமென்றுதான் திண்ணையிலேயே உட்கார்ந்திருக்கிறது...? வெறும் பெற்றோல்மாக்ஸ் வெளிச்சமும் அடுப்பு நெருப்பும் எவ்வளவு நேரத்துக்குத்தான் போக்குக்காட்டும்...? திருவிழா பார்க்க வந்த என்னை வெளிவீதியிலேயே இருத்தி வைச்சிருப்பது எந்தவிதத்தில் நியாயம்...? இராட்டிணம் சுற்ற, பொம்மைக் கடைக்குப் போக, ஐஸ்கிறீம் குடிக்க எதுக்குமே அனுமதியில்லையெண்டால் பிறகு அது என்ன திருவிழா...?'

திண்ணையிலிருந்து மெல்லக் குதித்துக் கீழிறங்கி ‘விறாந்தையிலிருந்த’ மலர் ‘ரீச்சரடிக்கு’ நகர்ந்தேன். என் அதிஸ்டம், அண்ணாக்களோ அம்மாவோ யாரும் அங்கிருக்கவில்லை. என்னுடைய சின்னக்கதிரைக்கு முன்னால் இரண்டு கடகங்களில் அரித்த கோதுமை மா மலைக்குடுமி போலக் குமிந்திருந்தது. மூன்றாவது கடகம் நிரம்பிக்கொண்டிருந்தது. நான் மெல்ல பேச்சுக்கொடுத்து இலாவகமாக என் பிரசன்னத்தைத் தெரிவித்துக்கொண்டே என் சின்னக் கதிரையில் அமரப்போனேன்.

“ரீச்சர், இன்னும் எத்தினை கடகம் அரிக்கோணும்…?”

“யாரது மாவரிக்கிற இடத்திலை …?”

“நா…ன்… நான் ரீச்சர்…”

“நிலா… நீயேன் இங்கை வந்தனி. மண் விழுந்திரும், கிட்டவராதை. தள்ளி நில்லு.”

முகத்தைத் தொங்கப்போட்டபடி அம்மாவின் பக்கமாக ஒதுங்கினேன். திரும்பவும் அதே புறக்கணிப்பு. “உதவி செய்தது காணும். சின்னாக்கள் எல்லாரும் போய்ப் படுங்கோ…” என்ற அப்பாவின் குரல் அண்ணாக்களையும் அங்கிருந்து அனுப்பிவிட்டது. வேலிக் கரையோரமாகப் பனம்பாத்திப் பக்கமாகப் பொறுக்கிக்கொண்டிருந்த சுள்ளி விறகுளைக் கொண்டுவந்து மாமரத்தடியில் போட்டுவிட்டு வந்து என்னோடு திண்ணையிலேறி உட்கார்ந்தார்கள். மறுபடி பழைய பாடலை ஆரம்பித்தேன்.

“உங்களையெல்லாம் அதிலை நிக்க விட்டவர்தானை அப்பா, என்னை மட்டும்தானை விடேல்லை. அவருக்கு என்னிலை விருப்பம் இல்லை…”

“இல்லை தங்கா. அது இயக்க மாமாக்களுக்குச் செய்யுறது. அதிலை மண் விழுந்தால் அவை எப்பிடி அதைச் சாப்பிடுறது…?”

“நான் கிட்ட வராமல் தள்ளி நிண்டிருப்பன்தானை…” - என் கோள் குறையவேயில்லை.

“நீ அதிலை நிக்க, உனக்கு நெருப்பு ஏதூவது பறந்திட்டெண்டால் பிறகென்ன செய்யிறது. உன்ன பாக்கிறதோ… வேலையைப் பாக்கிறதோ. அதுவும் அவசரமான இந்த நேரத்திலை…”

சொல்லிவிட்டுத் தான் போட்டிருந்த 'சேட்டை' கழட்டி முதுகிலும் நெஞ்சிலும் வழிந்த வியர்வையைத் துடைத்தபிறகு திண்ணையில் வைத்தான் பெரியண்ணா. அவன் சொன்னதும் சரிதான்...

நான் அடுப்படியில் ஒரு நாளும் நல்ல பிள்ளையாக இருந்ததில்லை. ஏதாவது ஒரு குறளிவித்தை செய்தேவிடுவேன். அடுப்பில்லை, நெருப்பில்லை, கொதிசாமான் எதுவுமே இல்லையென்றால், ஆகக் குறைந்தது சாம்பலில் விளையாடி, அதுக்குள்ளே இன்னும் நூராமல் கிடக்கின்ற தணலிலாவது கையை வைத்துவிடுவேன். பிறகு ஆ... ஊ என்று துள்ளிக் குதித்து, வாழைச்சாறைப் பிழிந்து விட்டு, அல்லது உப்புத் தண்ணீரில் தோய்த்து என்று ஏதாவதொரு நாட்டிய நாடகம் கண்டிப்பாக நடக்கும். இப்போதானால், ஒன்றிற்கு இரண்டு அடுப்பு, முளாசி எரியும் நெருப்பு, தாச்சி நிறைய எண்ணெய். அண்ணாக்கள் சொல்வது உண்மைதான். எப்படியாவது ஏதோவொரு வழியில் பெரிய கதகளியே ஆடியிருப்பேன்.

"நீங்கள் மூண்டு பேரும் இன்னும் படுக்கேல்லையே. உங்களையெல்லே அப்பவே படுக்கச்சொன்னது..."

அடுப்புக்கு விறகு வைத்து மூட்டிக்கொண்டே எங்கள் பக்கம் கட்டளையை வீசிய அம்மாவுக்குத் தெரியும், கண்டிப்பாக இன்றைக்கு எங்களுக்கு நித்திரை வராதென்பது. ஆனாலும், அப்பாவுக்கு முன் அம்மா முந்திக்கொண்டா.

"நித்திரை வரேல்லையம்மா... நித்திரை வரேக்கை போய்ப்படுக்கிறம்" சின்னண்ணாதான் பதில் சொன்னான்.

"சரி. அப்ப, வீட்டுக்கை இருக்கிற பாயை எடுத்து விறாந்தையிலை விரியுங்கோ. விரிச்சிட்டு அதுக்கு மேலை பேப்பரை எடுத்து விரியுங்கோ..."

அடுத்த நொடி உள்ளறையிலிருந்த பாய்கள் ஒன்றன்பின் ஒன்றாக விறாந்தையில் வந்து விரிந்தன. விரித்து வைக்கப்பட்டிருந்த பாயில் ஒரு பக்கம் பனங்காய்ப்பணியாரமும் இன்னொரு பக்கம் இறைச்சிப் பொரியலும் குவியத்தொடங்கின. வாசம் என்றால் வாசம். அப்படியொரு வாசம். ஒன்றிரண்டை எடுத்து வாயில் போட்டால் என்னவென்றிருந்தது எனக்கு. எடுக்கவும் செய்தேன்.

"சொன்னான் தானை, எடுக்காதை தங்கா. இருக்கிறதே கொஞ்சம். அதையும் நீ எடுத்தால் பாவமெல்லோ அவை..."

அம்புலிமாமா ஊஞ்சல் ❋ 101

அப்பாவுக்குக் கேட்காத சன்னக்குரலில் தலையைக் குனிந்தபடி சொன்னான் பெரியண்ணா. அவனை முறாய்த்துக்கொண்டே கையைப் பொரியலிலிருந்து வெளியே எடுத்தேன். வேலை மளமளவென்று நடந்தது. குட்டிக்குட்டி பைகளில் பத்துப் பதினைந்து பணியாரமோ இறைச்சிப் பொரியலோ போட்டு, அந்த 'சொப்பிங் பையை' இரண்டு சுற்றுச் சுற்றி, உள்ளேயிருக்கும் காற்றை அமத்தி வெளியேற்றி, முடிச்சுப் போட்டு கட்டிவைக்கும் வேலை இரவிரவாக நடந்தது. அவ்வளவு களைப்பிலும், ஒரு பொரியலோ ஒரு பணியாரமோ ஒருவரின் வாயிலும் போகவில்லை.

அதிகாலை மூன்று மணியளவில் மூன்றரை உரப்பைகளில் முல்லைத்தீவு நோக்கிப் புறப்பட்டது எங்கள் பணியாரம், கூடவே சின்னண்ணாக்களின் பாத்தியிலிருந்த பனங்கிழங்குகளும். சின்னையா கூட்டிவந்த இயக்கமாமா ஒராள் 'மோட்டார் சைக்கிளில்' வந்து இரண்டு தடவையாக எடுத்துப் போனார். அவரை வழியனுப்பிவிட்டு, எங்களை உள்ளே போய் படுக்கச் சொல்லிவிட்டு, அதன்பிறகும் பெரியவர்கள் விறாந்தையில் கூடியிருந்து கதைத்துக் கொண்டிருந்தார்கள். புதினம் முடியவில்லை.

***

"ஊருக்குப் போப்போறன். நான் ஊருக்குப் போகப்போறன்."

பல்லுக்கிட்டும் அந்தக் குளிரிலும், கும்மிருட்டைக் கரைத்து ஊற்றிய அந்தக் கடும் நடுச்சாமத்திலும் படலையடியிலிருந்தே புளுகத்தில் யாரோ கத்திக்கொண்டுவரும் குரல் காற்றில் வந்தது. படுக்கையில் கிடந்த நாங்கள் துள்ளிக்குதித்து எழும்பிப்போய் கதவடியில் நின்று எட்டிப் பார்த்தோம். முதலில் அந்தக் குரலை அடையாளம் கண்டுபிடித்தது பெரியண்ணாதான்.

"எடேய் அப்புச்சியடா."

"என்னடா விசர்க்கதை கதைக்கிறாய்...? அப்புச்சி ஏன்ரா இந்த நேரம் வரப்போறார்... வடிவாப்பாற்றா?"

"எத்தினை ரூபா பந்தயம்...? அது அப்புச்சித்தான்."

இடுப்பில் ஒரு மஞ்சள் வேட்டி. அங்கொன்றும் இங்கொன்றுமாக வெள்ளி முடிகள் மினுங்கும் வெறும் மேல். செருப்பே போட்டறியாத கால். கையில் ஒரு தடி. ஓம், அது அப்புச்சி தான். மலர் ரீச்சரின் தாத்தா, ஊன்றுதடியை ஊன்றியூன்றி

தாண்டித்தாண்டி பாய்ந்து வந்தார். பனிக்குளிருக்கு இறுகிய கரகர குரலில் இறுமாப்பு கூடியிருந்தது.

"சங்கதி தெரியுமேடா... முல்லைத்தீவையெல்லே பெடியள் பிடிச்சுப் போட்டாங்களாம். ஆமிக்குச் சரியான சேதமாம். நல்ல அடியாம்..."

"எணேய் அப்புச்சி. இந்த நேரத்திலை ஏனணை எழும்பி வாறியள். மேலையும் ஒண்டும் போடாமல், இந்தக் குளிருக்குள்ளாலை... சரி, சரி பாத்து பத்திரமா வாங்கோ..." அம்மா எழும்பிப்போய் அவரைக் கைத்தாங்கலாக கூட்டிவர முயற்சித்தா.

"அட, கையை விடு. எனக்கொண்டும் இல்லை மோனை. நான் நல்ல சந்தோசமா இருக்கிறன். இவ்வளவு காலமா கொஞ்சநஞ்ச ஆட்டமே போட்டவே உந்த ஆமிக்கார துலைவார். ஊத்தங்கரை பிள்ளையார் கோயிலுக்குப் போகேலாது, வற்றாப்பளை கண்ணகியம்மன் கோயிலுக்குப் போகேலாது. எவ்வளவு அநியாயம் செய்தவன் ஆ. நல்லா வாங்கிக்கட்டட்டும். நான் காத்திருந்தது இந்த ஒரு நாளுக்குத்தான். இனி இந்தக் கட்டை நிம்மதியா போகும். எங்கடை ஊர் சுடலையிலைதான் வேகும். கடவுளே... உனக்கு நன்றியப்பா. இல்லையில்லை கடவுளுக்கில்லை, பெடியளே உங்களத்தான் கோயில் கட்டி கும்பிடோணுமடாப்பா..."

அப்புச்சி மேலே பார்த்துக் கும்பிட வெளிக்கிட்டு, பிறகு உடனே அதை நிப்பாட்டிவிட்டு முல்லைத்தீவு பக்கமா பார்த்து கையெடுத்துக்கும்பிட்டார். அப்பா அவரைக் கூட்டிக்கொண்டு வந்து கதிரையில் இருக்க உதவி செய்தார். அப்பாவின் கையை உதறிவிட்டுக் கோபமாகப் பார்த்தார் அப்புச்சி.

"அட என்னடா நீ. அங்கை எங்கடை ஊருக்காக இளம்பெடிபெட்டயள் எல்லாம் நிண்டு சண்டைபிடிச்சுக் கொண்டிருக்கிறாங்கள். ஒரு பொட்டு நித்திரையில்லை, நேரத்துக்குச் சாப்பிடேலாது, கொஞ்சம் கண் அசந்தாலும் எல்லாம் போச்சு. இங்கை நான் இப்ப கதிரையிலை இருந்து என்னத்தைக் காணப்போறன். நாளைக்கு இந்தக் கட்டை எங்கடை ஊர்ச்சுடலையிலை எரியிறதுக்காக இண்டைக்கு யார் யார் வீரச்சாவோ, காயம் பட்டாங்களோ. எல்லாம் என்னத்துக்காக எங்கடை இந்த மண்ணுக்காகத்தானே. ஓ...இந்த மண்ணுக்காகத்தானே. வெண்டுட்டம் வெண்டுட்டம், நான் ஊருக்குப் போகப்போறேன்... நான் ஊருக்குப் போகப்போறேன்."

அப்புச்சிக்குத் தலைகால் புரியாத ‘புளுகு’. குனிந்து மண்ணை அள்ளி தன் உடம்பு முழுதும் அப்பினார். கண்டகண்ட பக்கமெல்லாம் திரும்பி கையெடுத்துக் கும்பிட்டார். அந்தப் பக்கமும் இந்தப் பக்கமும் இடுப்பை ஆட்டியாட்டி நாட்டியம்போல ஏதோ ஆடினார். எப்போது பார்த்தாலும் கண்ணில் விழுகிற எல்லோரையும் ஏதாவது சொல்லி கரகரத்துக்கொண்டிருக்கிற அப்புச்சியை இப்பிடிக் குதூகலக்கோலத்தில் பார்ப்பது நன்றாகவிருந்தது.

“கிழவனுக்குச் சந்தோசத்திலை பைத்தியமே பிடிச்சிடும்போலக் கிடக்கு. நான் சொன்னாக் கேட்காது. ரீச்சர், ஆளை நைசாக்கூட்டியந்து இதிலை இருத்துங்கோ முதல்...”

அப்புச்சிக்குக் கேட்டுவிடாமல் மலர் ‘ரீச்சரிடம்’ மெதுவாகச் சொன்னார் அப்பா. மலர் ‘ரீச்சர்’ எழும்பிப்போய் ஏதோ சொல்லி ஒருமாதிரி அவரைக் கூட்டிவந்து திண்ணையில் அமரவைத்தா. கீழே நிலத்தில் வைக்கப்பட்டிருந்த ‘பெற்றோல்மாக்ஸ்ஸின்’ மஞ்சள் வெளிச்சம் விழுந்து முகமெல்லாம் தகதகக்கச் சிறு நீர்க்கட்டிகளாய்ப் பளபளத்தது அப்புச்சியின் சுருக்கம் விழுந்த கண்கள்.

அப்புச்சி ஆடுகிற இந்தக் கூத்துகள் நெடுக நடக்கிறதுதான். யார் வீட்டுக்குப் போனாலும் அப்புச்சிக்கு ஒரேகதைதான். அடிக்கடி எங்கள் வீட்டுப்பக்கமும் வருவார். அவரை நாங்கள் வயது போனாக்கள் மாதிரி பாவித்தால் அவருக்குப் பிடிக்கவே பிடிக்காது. ஒருக்கால் வீட்டு உள்ளறைப் படிக்கட்டிலிருந்து கால்தடக்கித் தள்ளாடியவரைக் கீழே விழவிடாமல் தாங்கிப்பிடித்த சின்னண்ணா, ‘அப்புச்சி மெதுவா வாங்கோ. விழுந்து கை கால் ஏதும் காயமெண்டாலும்...” என்று வசனத்தை முடிக்கமுன்னமே புறுபுறுக்கத் தொடங்கிவிட்டார். அண்ணாப்பிள்ளை பயந்து போனார்.

“டேய் பெடியா... எனக்கு இப்போதைக்கு ஒண்டுமே ஆகாதடா. என்ரை கட்டை எங்கடை ஊர்ச் சுடலையிலை எரியிற எண்டுதான் கடவுள் எழுதி வைச்சிருக்கிறான்ரா. அதுவரைக்கும் எனக்கும் ஒண்டும் ஆகாதடா. கல்லு மாதிரி இருப்பன்ரா...” இன்னும் என்னென்னவோ எல்லாம் சொன்னார் அப்புச்சி. ஆனால், அவர் உடம்பு எரியிறது என்று சொன்னதை உள்ளறையிலயிருந்து கேட்டுக்கொண்டிருந்த எனக்குத் தூக்கிவாரிப்போட்டது.

"அம்மா, உடம்பு ஊரிலை போய்த்தான் எரியும் எண்டு அப்புச்சி சொல்லுறாரே அம்மா. அப்பிடியெண்டால் என்னெம்மா. அவரின்ரை ஊருக்குப் போனதும் நெருப்பிலை விழுந்திருவாரா...?"

நான் முழி பிதுங்க அம்மாவிடம் போய் நின்றேன்.

"இல்லை தங்கா. செத்தவீட்டிலை எல்லாம் முடிஞ்சபிறகு, செத்த ஆளைச் சுடலைக்குக் கொண்டுபோவினமல்லோ. அதுக்குப் பிறகு ஏன் திரும்பி அவரின்ரை உடம்பு வீட்டை வாறேல்லை. ஏனெண்டால், சுடலையிலை அதை எரிச்சிருவினம். செத்தாக்கள் சுடலையிலை எரிஞ்சு அப்பிடியே சொர்க்கத்துக்குப் போயிருவினம்..."

"சொர்க்கம் எங்கயிருக்கு...? அதுக்குப் போறதுக்குப் பாதையிருக்கா...?"

"சொர்க்கம் வானத்திலை சரியான தூரத்திலை இருக்கு. அதுக்கு எல்லாரும் போகேலாது. மற்றவைக்குப் பாவம் செய்யாமல் இருக்கிறாக்கள், அண்ணாக்களோடை சண்டைபிடிக்காத ஆக்கள், களவெடுக்காத ஆக்கள், மற்றவைக்கு நல்லது செய்யிற ஆக்கள் இவைக்குக் கடவுள் ஒரு கணக்கு கொப்பியிலை அவை செய்த நல்லதையும் கெட்டதையும் எழுதிவைப்பார். அந்தக் கணக்கை பாத்து சொர்க்கத்துக்குக் கூட்டிக்கொண்டு போவார்."

"அப்ப, நான் அண்ணாக்களுக்கு அடிச்சிருக்கிறன். நேற்று பூனைக்கு அடிச்சனான். அப்பப்ப வீராவோடையும் தனகிறனான். பள்ளிக்கூடத்திலை பெட்டயளோடையும் சண்டை பிடிச்சிருக்கிறன். கடவுள் இதையெல்லாம் எழுதி வைச்சிருப்பாரா...?"

"சின்ன பிள்ளையளைக் கடவுள் மன்னிச்சு விட்டிருவார். பத்து வயசுக்கு மேலை உள்ள ஆக்கள் பிழை செய்தாத்தான் எழுதிவைப்பார். நீங்கள் சின்னப்பிள்ளையள்தானை. உங்களையெல்லாம் கடவுள் எழுதமாட்டார். ஓடு, ஓடிப்போய் அண்ணாக்களோடை விளையாடு."

அன்று அம்மா சொன்ன கடவுள் கணக்கும் சொர்க்கமும், அப்புச்சி சொன்ன சுடலைநெருப்பும் இப்போது தானாகவே வந்து தலையைக் காட்டியது. அண்ணாக்களைத் திரும்பிப் பார்த்தேன், கதவு நிலையைத் தாண்டி இறங்கி திண்ணைப் பக்கமாக இரண்டடி முன்னேறியிருந்தாங்கள்.

"நீங்கள் மூண்டு பேரும் என்ன இங்கை விடுப்புப்பாத்துக்கொண்டு நிக்கிறியள்... உங்களைப் படுக்கச்சொல்லி எவ்வளவு நேரம். ஆ...?"

திரும்பிக்கூடப் பார்க்கவில்லை, ஆனாலும் ராசாத்தியக்கா கண்டுபிடித்துவிட்டா. அண்ணாக்களின் குசுகுசு குரல்தான் காட்டிக்கொடுத்திருக்க வேண்டும். உரத்த குரலில் வந்த வெருட்டலில் மற்றவர்கள் கண்டு திட்டத் தொடங்குமுன், மூன்று பேரும் திரும்பியோடிப் போய் படுக்கையில் விழுந்தோம். கனவுகள் நீண்டுகொண்டிருந்தன. அப்புச்சி ஆடிய நாட்டியமும் அம்மாக்களின் குரலும் மெல்லமெல்ல கரைய கனவை முல்லைத்தீவு முழுதாக ஆட்கொண்டிருந்தது.

அடுத்தநாள் விடிய எழும்பவேண்டுமென்பதோ, அப்பாவை எழுப்பப்போகவேண்டுமென்பதோ மூன்று பேருக்குமே சுத்தமாக மறந்துவிட்டிருந்தது. அடுத்தநாள் ஒருத்தருமே அப்பாவை எழுப்பப் போகவில்லை. ஆனாலும், மூன்று பேருக்குமே ஆளாளுக்கு இரண்டு ரூபா கிடைத்தது, முன்னைய நாள் உழைப்பிற்கான பலன்.

அதன்பிறகு, நாட்கள் மாறிமாறி வந்து போயின. என்னுடைய நீலமூடி உண்டியலும், சின்னண்ணாவின் சிவப்புமூடி போத்தலிலும், மாறிமாறிச் சில்லறைகள் விழுந்தன. அவ்வப்போது பெரியண்ணாவின் கறுப்பு மூடிப் போத்தலிலும் குற்றிகளும் தாள்களும் கிணுகிணுத்தன. நாகதம்பிரான் கோயில் பொங்கல் கடைகளில் எங்கள் தரிசனம் கண்டிப்பாக நடந்தது. பூப்போட்ட 'அலஸ்பான்ற்றும்', முத்துமாலையும், வெடித்துவக்கும், 'வோட்டர்போட்டு'களும் கூட வீட்டுக்கு வந்தன. இடைக்கிடை அடிபாடுகளும், அபிசேகங்களும், மலையேற்றங்களும், மடை குளிர்த்திகளும் இன்ன பிற தாண்டவங்களும் தாராளமாக நடந்தேறின.

அப்புச்சி சொந்தவூருக்குப் போய் நான்கைந்து மாதங்களின் பின், தன் ஊர்ச் சுடலையில் வேகினார். அம்மாவும் அப்பாவும் பக்கத்து வீடுகளிலிருந்து பலரும் முல்லைத்தீவுக்குச் சென்று அப்புச்சியைச் சொர்க்கத்திற்கு அனுப்பிவிட்டு வந்தனர். நான் அடுத்த வகுப்புக்கு முன்னேறியிருந்தேன். பிறகும் அடிக்கடி குண்டுச் சத்தங்கள் கேட்கத் தொடங்கின. இன்னொரு யுத்தம் தொடங்கிவிட்டதாகப் பேசப்பட்டது. கண்டிவீதி என்று ஒன்றைப் பிடிக்கவென இராணுவம் முயல்வதாகச் செய்திகளில் தெரிவிக்கப்பட்டது. அந்த யுத்தம் இப்போது படலைக்கு வந்துவிட்டது. ஓடுகிறோம்.

15

பசி வயிற்றைக் கிள்ளியது. புதுக்குடியிலிருப்பிலிருந்து வெளிக்கிடும் போதும் ஒன்றும் சாப்பிடவில்லை. ஒரு நிமிடம் தாமதித்தாலும் அம்மா முடிவை மாற்றிக்கொண்டுவிடுவா என்கிற அச்சத்தில் அப்படியே கிளம்பி வந்திருந்தேன். இப்போது பயமும் பசியும் உயிரை வாட்டியெடுத்தன. பக்கத்தில், தாம் பேசுவது அம்மாவுக்குக் கேட்டுவிடாதபடி பெரியண்ணா சின்னண்ணாவும் முணுமுணுத்தபடி வந்துகொண்டிருந்தார்கள்.

"இங்கயிருந்து பேராத்துக்கு எப்படியும் பதினாலு பதினைஞ்சு மைல் வருமடா. நாலு ஏத்தத்தாலை ஏறி இறங்கோணுமடா. அவ்வளவு தூரம் என்னெண்டடா நடக்குறது..."

"வேண்டாம் வேண்டாம் எண்ட நாங்கள் தானையடா இல்ல வரப்போறம் எண்டு வெளிக்கிட்டனாங்கள். இப்ப மாட்டன் எண்டால் அம்மா அடிவிளாசிப்போடுவா. பேசாமல் வாயை மூடிக்கொண்டு நடக்கவேண்டியதுதான்..."

"ஆனால், அப்பிடி அடிக்கப்பிடிச்சு ஓடவெளிக்கிட்டாலும் பரவாயில்லையடா. களைப்பு தெரியாமல் போய் சேந்திடலாம்..."

அண்ணாக்கள் பம்பலாகக் கதைத்துச் சிரித்தாலும், எனக்கு உண்மையாகக் கால் வலித்தது. அடுத்து ஒரு அடி எடுத்து வைக்கமுடியாமல் உடம்பு தள்ளாடியது. 'ஒரு மைல் கூட இன்னும் நடக்கவில்லை. அதற்குள்ளேயே மேல்மூச்சு கீழ்மூச்சு வாங்குதே. பதினைஞ்சு மைலுக்கு என்ன செய்வது...' பதைபதைக்கத் தொடங்கியது மனது. நெற்றியிலிருந்து கோடுபோட்டு வழிந்த வியர்வை மூக்கு நுனிக்கேறி... நேரே உதடுகளின்மேல் வழிந்து... ஒரே உப்பு. "சீக்..." வலக்கையால் சொண்டை தேய்த்துத் துப்பிக்கொண்டே இடப் பக்கத்து 'றோட்டு'க்கரையிலிருந்த ஒரு பெரிய மரத்தின் கீழ் போய்ப் பொத்தென அமர்ந்தேன். அடுத்தடுத்து அண்ணாக்களும் வந்து விழுந்தார்கள். குடைவிரித்திருந்த அதன் நிழல் உடம்பு அசதிக்குக் கொஞ்சம் சுகமாகவிருந்தது. குட்டி அரசமரம்போலிருந்த அதன் இலையொன்றைப் பிடுங்கி சுருட்டி பீப்பீ ஊதிப் பார்த்தேன். ம்கூம், சத்தம் வரவில்லை. மறுபடி ஒருமுறை முயற்சித்தேன், வரவேயில்லை. பீப்பீ விசயத்தில் பெரியண்ணாதான் கெட்டிக்காரன். அவன் எப்பிடிச் சுருட்டி

ஊதினாலும் சும்மா அந்த மாதிரி சத்தம் வரும். என் பீப்பீயைப் பெரியண்ணாவிடம் நீட்டினேன்.

"ஏன்ரா அண்ணா, இதிலைச் சத்தம் வராதாம்."

"இதிலை ஊதேலாது தங்கா... சத்தம் வராது."

"ஏன் வராது... நான் ஊதினாத்தான் வராது நீ ஊதினா வரும்..."

"தங்கா இது அரச மரமில்ல, ஆமணக்கு மரம். இதிலை பீப்பீ ஊதேலாது. எனம்மா, இது ஆமணக்குதானே..."

நீட்டிக்கொண்டிருந்த என் இலைகளை வாங்கிப் பக்கத்திலிருந்த நாயுண்ணிச்செடிப் பக்கமாக எறிந்துவிட்டு அம்மாவைக் கேள்வியாய்ப் பார்த்தான் பெரியண்ணா.

"ஓ... இதிலைச் சத்தம் வராது தங்கா..."

சேலைத்தலைப்பை நிலத்துக்கு விரித்துவிட்டு அதுக்கு மேலேயிருந்தபடி கை இரண்டையும் கொஞ்சம் பின்னால் வைத்து இலேசா சாய்மனைக் கதிரை மாதிரி சாய்ந்திருந்த அம்மா அவனுக்கேற்ற மாதிரி ஒத்தூதினா. சற்றுத் தள்ளி பற்றைக்காடு போலச் சடைத்து நின்ற நாயுண்ணிச் செடிகளை ஆராய்ந்து அதன் பழங்களைப் பிடுங்கித் தின்றுகொண்டிருந்தான் சின்னண்ணா.

"அப்ப, அதின்ரை பழங்களைப் புடுங்கித்தின்னலாமோ...?"

கண் சின்னண்ணாவை விட்டு இன்னும் விலகியிருக்கவில்லை.

"இல்லை. நோவுகள், தோல் சம்பந்தப்பட்ட வியாதியள், வயித்துப் பிரச்சினையளுக்கு ஆமணக்கு எண்ணெய் நல்ல சாமான். ஆனால், நீ நினைக்கிற மாதிரி அதிலை பீப்பீ சரிவராது. அதுக்கு அரசமிலைதான் தோது."

எங்கள் வீட்டு வேலிக்கரையோடு நின்ற அரசமரம் நினைவுக்கு வந்தது. பனையோடு ஒட்டி வளர்ந்த அரசமரம். பனை பாதி அரசு பாதி. அதன் இலைகள் இதே வடிவத்தில்தான் இருந்தது. மடித்து ஊதினால் நாதஸ்வரம் தோற்றுப்போகும். பின்னேரமானாலே அதன் இலைகளைப் பிடுங்கி பீப்பீ ஊதுவது ஒரு நித்திய கச்சேரியாய் ஆகிப்போயிருந்தது. ஒரு நாள் நாங்கள் வாசித்த வாத்தியக் கச்சேரியில் மயங்கி, இரண்டு நல்ல பாம்புகளும் ஒரு புடையன் பாம்பும் ஒரேயடியாய் வீட்டுக்கு விருந்தினராய் வந்ததிலிருந்து பீப்பீ கச்சேரிக்கும் அனுமதி மட்டுப்படுத்தப்பட்டது.

எங்களை விடப் பெரியண்ணாக்குத்தான் அதனால் சரியான கவலை.

“அப்பிடியெண்டால், இதிலை சத்தம் வராதா...? உண்மையாவா...?”

“ஓ, அதிலை சத்தம் வராது. ஆனால் நேரம்போகுது. நல்லா இருந்தது காணும், எழும்பி நடவுங்கோ...”

இரக்கம் இல்லாத அம்மா ‘சாறித்’தலைப்பைத் தூக்கித் தலையில் பொட்டுக்கொண்டு நடக்கத் தொடங்கியிருந்தா. கையிலிருந்த இலையைத் தூக்கியெறிந்துவிட்டு பின்னாலேயே எழும்பியோடினேன். பட்டத்துக்குப் பின்னால் இழுபடும் வால்போல அவாவின் ‘சாறித் தொங்கலுக்கு’ப் பின்னால் ஓடுவதும், கொஞ்ச நேரம் எங்காவது ஒரு மரத்தின் கீழ் இருப்பதும் பிறகு எழும்பி நடப்பதுமாக இழுபட்டுக்கொண்டிருந்தோம். மழை மப்பும் காட்டு அடர்த்தியுமாக வீதியில் இருள் கவிந்திருந்தது.

“அப்பாடா, முதலாவது ஏத்தத்துக்கு வந்திற்றம்...”

கையில் கொழுவியிருந்த ‘வயர்பாக்கை’த் தூக்கித் தோளில் போட்டுக்கொண்டே பெருமூச்சு விட்டான் பெரியண்ணா. பாவம், அவன் குச்சித்தடி உடம்பு கசங்கிப்போய்விட்டிருந்தது.

“என்னடா, இவ்வளவு நேரத்துக்கும் இந்த ரோட்டாலை ஒரு சைக்கிள், மோட்ட சைக்கிள்கூட வராதாமடா...”

“ஒரு ஏத்தம்தானே வந்திருக்கு, மிச்சத் தூரம் அவ்வளவும் நடக்கிறதெண்டால்... இப்பிடியெண்டு தெரிஞ்சிருந்தால் பேசாமல் பேபி ரீச்சர் வீட்டிலையே நிண்டிருக்கலாம் போலயடா...”

அம்மாவுக்குக் கேட்காத குரலில் சலித்தபடி முன்னும் பின்னும் திரும்பி ‘றோட்டை’ அளந்த சின்னண்ணா திடீரென கத்தினான்.

“அம்மா, அங்கரம்மா ஒரு சைக்கிள் வருதம்மா. மறிச்சு ஒராளை ஏத்திக்கொண்டு போறியளோவெண்டு கேப்பமே...”

விண்ணப்பித்தது்ச் சின்னண்ணாதானென்றாலும் விடுதலை கிடைத்ததோ என் கால்களுக்குத்தான்.

***

பாதிச் சுமையோடு மன்னாகண்டல் நோக்கிப் போய்க்கொண்டிருந்த என் கடவுளுக்கு மீதிச் சுமையாக நான் தொற்றிக்கொண்டேன். ஏற்கெனவே களைத்து விழுந்திருந்த என் கால்கள் மன்னாகண்டல்

என்ன, மடு என்ன, எங்கே கொண்டுபோய் இறக்கிவிட்டாலும் பரவாயில்லை என விளப்பம் அடித்துக்கொண்டிருந்தன.

புதுக்குடியிருப்பிலிருந்து ஒட்டுசுட்டான் நோக்கி வரும்வழியில் ஒரு ஆறேழு மைல் கழிய, ஒரு குட்டிக்குளம். எருமைகள் கிடந்து சேறுபூச, மாடுகள் வந்து தண்ணீர் குடித்துப்போக அளவான ஒரு சின்னக்குளம். அதிலிருந்து வலப் பக்கமாகப் பிரிந்து உள்ளே போகும் தெருவில் ஒரு மைல் அளவு தூரம் போனால் மன்னாகண்டல். வயல்வெளிகளுக்கு நடுவில் குந்திக் கொண்டிருக்கின்ற ஒரு குட்டி ஊர்.

"மன்னாகண்டலிலை நீங்கள் என்ன செய்யிறியள்...?"

'சைக்கிள்' பயணத்தில் சுதியேற மேதாவித்தனம் மேட்டுக்கு வந்தது.

"நாங்கள் அங்கை வயல் விதைச்சிருக்கிறம். அதைப் பாக்கத்தான் போறன். போய் பாத்திற்று பின்னேரம் திரும்பி புதுக்குடியிருப்புக்கு வந்திருவன்..."

"ஓ... நீங்கள் அப்ப, மன்னாகண்டலிலை இல்லையே..."

"நாங்கள் மட்டுமில்ல, ஒரு சனமுமே இல்லையே. அது சரி நீங்கள் எங்க போறியள்...?" சைக்கிள் ஒரு கிடங்கில் விழுந்து குலுங்கியது.

அவர் கேள்வியைச் சரியாகத்தான் கேட்டார். எனக்குத்தான் பதில் தெரியவில்லை.

"நாங்கள் அம்மாக்களிட்டை போறம்..."

"உங்களோடை வந்தது அது அம்மாதானே...?"

"ஓம். அம்மாதான். அண்ணாக்களும் நானும் ரெண்டு நாளா புதுக்குடியிருப்பிலை நிண்டனாங்கள். அம்மாக்கள் இங்கைதான் எங்கயோ இருக்கினம். இண்டைக்கு அம்மா எங்களைப் பாக்க வந்தவா. நாங்கள் அவாவோடை அப்பாவைப் பாக்கப்போறம்..."

ஏற்றத்தில் ஏறமாட்டேனென்று அடம்பிடிக்கும் 'சைக்கிளை' இன்னும் கொஞ்சம் பலமாக ஊன்றி மிதித்துக்கொண்டே 'ஓ' என்றொரு எழுத்தை மட்டும் உச்சரித்தார். முக்கித்தக்கி 'சைக்கிள்' ஏற்றத்தின் விளிம்பைத் தொட்டுவிட்டிருந்தது.

"உங்களின்ரை பேர் என்ன...?"

அவர் அடுத்த கேள்வியைக் கேட்டுவிடுவதற்குள் முந்திக்கொண்டேன் நான். முந்திரிக்கொட்டை.

“என்ரை பேரோ... என்ரை பேர் நித்திராசா. எல்லாரும் என்னை நித்தி எண்டுதான் கூப்பிடுறது...”

தலையை உயர்த்தித் திடுக்கிட்டு நிமிர்ந்து பார்த்தேன். நல்ல காலம், எனக்குத் தெரிந்த பெயரிற்கும் அவரது உருவத்திற்கும் சம்மந்தமில்லாமல் இருந்ததில் நிம்மதி. ‘ஒருவேளை நித்தி என்ற பெயருடைய எல்லோருமே ஒரே மாதிரியிருந்தால்...? அதுவும் பக்கத்தில் ஒருத்தருமில்லாத இந்த நேரத்தில்...’ கை காலெல்லாம் உதறல் எடுக்க நடுங்கத் தொடங்கியது.

பள்ளிக்கூடப் பிள்ளைகளுக்கு ‘நித்திசேர்’ என்றால் பேய்ப் பயம். அவரைக் கண்டால் காணும் பிடரியில் கால் அடிபடி விழுந்தடித்து ஓடிப்போய் வகுப்பில் இருப்பார்கள். ‘நித்திசேரை’ப் பற்றி மொத்தப் பள்ளிக்கூடத்திற்கே தெரியும். அடியென்றால் அடி, அனல் பறந்த அடி விழும். போனமுறை விளையாட்டுப் போட்டி மும்முரமாக நடந்துகொண்டிருந்தது. எங்களினுடைய இல்லம். பிள்ளைகள் ‘சேருக்கு’ப் பயத்தில் பேயைக் கண்ட மாதிரி விழுந்தடித்து விளையாடியதில் எங்களின் இல்லம்தான் முதலாவது. நானும் தவளைப் பாய்ச்சல், பழம்பொறுக்கல், தண்ணீர் நிரப்பல் மூன்றிலும் முதலாவது. பரிசு கொடுக்கும் இடத்திற்குப் போய் அதிபரின் கையால் பரிசுகளை வேண்டிக்கொண்டு திரும்ப இல்லத்துக்கு ஓடி வந்தால், என்னை விட்டுட்டு எல்லாப் பிள்ளைகளும், ‘ரீச்சராக்களும்’ ‘குறூப்போட்டோ’ எடுக்கத் தயாராக நிற்கிறார்கள். நான் ஓடி வருவதைக் கண்ட ‘சங்கீத ரீச்சர்’ ‘போட்டோக்கார’ அண்ணையைக் கொஞ்சம் நிற்கச் சொல்லிவிட்டு என்னை நோக்கிக் கை அசைத்தா.

“நிலா... ஓடி வா. கெதியா ஓடிவா. பாத்தியே உன்னை விட்டுட்டு நாங்கள் போட்டோ எடுக்கப்பட்டம்.”

கையிலிருந்த பரிசுளோடேயே ஓடிப்போய் அவாக்குப் பக்கத்தில் நின்றேன்.

“பிள்ளை, நீ இந்தப் பக்கம் வாம்மா. போட்டோக்குள்ளை அடங்காதாம்...”

என்னைப் பிடித்து மற்றபக்க தொங்கலில் விட்டார் ‘போட்டோக்கார அண்ணை’.

"இன்னும் கொஞ்சம் கிட்ட வாங்கோ, போட்டோக்குள்ளை அடங்குதில்ல."

இன்னும் கொஞ்சம் நெருங்கி வந்தேன். 'நித்திசேரின்' கை என்னைப் பிடித்திழுத்துத் தனக்கு முன் நிற்கவைத்தது.

"அட, இதிலைவந்து முன்னுக்கு நில்லன்."

சுற்றிவர இருட்டு. விளையாட்டுப் போட்டி முடிந்து வீட்டுக்குப் போவதில் மைதானம் கலவரப்பட்டுக் கொண்டிருந்தது. அவரவர் அவரவர் வேலையில் குறியாயிருந்தார்கள். 'சேர்' தன் கைகள் இரண்டையும் என் கழுத்தின் இரு பக்கமாகவும் போட்டு ஒரு மாலையைப் போல் கோத்திருந்தார். கொஞ்சம் அழுத்துவது போல, அரைவது போல. ஒரு மாதிரியாய், ஏதோ வித்தியாசம்... அருவருக்கத் தொடங்கியது. என்ன செய்வதென்று தெரியாமல் படக்கென்று நிமிர்ந்து அவரைக் கேள்வியாய்ப் பார்க்கவும் படம் எடுக்கப்படவும் சரியாக இருந்தது. 'இனி ஒரு நிமிசம் கூட இங்கிருக்கக் கூடாது, ஓடித் தப்பினால் போதும்.' வழமைபோல அம்மாவிற்காகக் காத்திராமல், வேறுவேறு இல்லங்களில் இருந்த அண்ணாக்களைத் தேடிப்பிடித்து இழுத்துக்கொண்டு வேகவேகமாக வீடு வந்து சேர்ந்தேன். இன்னதென்று தெரியாத ஏதோவொரு பயம் மனது முழுதும் படர்ந்து விரிந்தது. அன்றிலிருந்து அந்த மூலையில் 'நித்திசேரைக்'கண்டால் இந்த மூலையால் ஓடி ஒளித்தேன். ஏனென்று தெரியாது, எதெற்கென்று புரியாது, பிரம்பெடுத்து அடித்தது கிடையாது. ஒரு சொல் ஏசியது கிடையாது. ஆனாலும் அரக்கன் போல மாறியிருந்தார். கொஞ்ச நாளைக்குப் பிறகு 'நித்திசேரை'ப் பள்ளிக்கூடப் பக்கம் காணவில்லை. கேட்டதற்கு இயக்கம் வந்து எதற்கோ கூட்டிப்போய்விட்டதாகச் சொன்னார்கள்.

'இப்போது இவருக்கும் பெயர் நித்தி. ஒருவேளை இன்னொரு அரக்கனாய் இருக்கக்கூடும்.' மழைக்கு நனைந்த கோழிபோலப் பயத்தில் வெடவெடத்துக் கால்கள் நடுங்கின. கை விறைத்தது. என்ன செய்வதென்று தெரியாது 'சைக்கிள்' கைப்பிடியை இன்னும் இறுக்கமாகப் பற்றிப் பிடித்திருந்தேன். அதன்பிறகு அவரிடம் நான் பேசவில்லை. அவர் பேசியதற்கும் பதில் சொல்லவில்லை. மன்னாகண்டல் முச்சந்திக்குக் கிட்டவாக, 'றோட்டோரமாக' நின்ற ஒரு பனைமரத்தின் கீழ் இறக்கிவிடப்படும் வரை யாருமற்ற அநாதரவாக நீண்ட வீதி முழுதும் சிந்திக்கொண்டுவந்தது என் மௌனம்.

“சரியம்மா, நான் சந்தியாலைத் திரும்பி உள்ள போகவேணும். உங்களை அந்த மரத்தடியிலை இறக்கிவிடுறன் என்ன. அம்மா வரும் வரையும் அதிலை நில்லுங்கோ.”

‘சைக்கிளின்’ முன் கம்பியிலிருந்து ஒற்றைக் காலை முதலில் ஊன்றி கீழே இறங்கியதுதான் தாமதம், ஒரு நன்றி கூடச் சொல்லவில்லை. தப்பினேன் பிழைத்தேன் என்று அவரிடமிருந்து தலைதெறிக்க ஓடிவந்து இன்னொரு மரத்தின் கீழ் ஒளிந்துகொண்டேன். மேல் கிளைகளிலிருந்து சரசரவெனக் கீழே இறங்கிவந்த அணிலொன்று திடீரென என்னைக் கண்ட அச்சத்தில் இடைவழியில் பட்டென நின்று திரும்பி மேல்நோக்கி ஏறிப்போனது. மெல்ல தலையை நீட்டி எட்டிப் பார்த்தேன். திரும்பித் திரும்பி என்னைப் பார்த்தபடியே வலப்பக்க ஒழுங்கையால் இறங்கி மறைந்துபோனார். ‘இந்தப் பிள்ளைக்குப் பேய்கீய் பிடிச்சிற்றுதோ அல்லது பைத்தியமோ’ என்று நினைத்திருப்பாரோ என்னவோ.

***

ஊமைக்கொட்டான் போல அமைதியாகவிருந்த மழை மறுபடி விசராடத்தொடங்கியது. மேகம் எறிந்த ஓரிரு கல்லுகள் கிளைகளின் இடுக்குகளிற்குள்ளால் உச்சந்தலையில் வந்து ‘ணங்’ என்று விழுந்தன. அக்கம் பக்கம் ஒரு வீடில்லை, கொட்டிலில்லை. தூரத்தில் ஒரு வேப்ப மரத்தின் கீழ், யாரோ நான்கு தடிகளை நட்டு ஐந்து கிடுகள் கட்டியிருந்தார்கள். தலைக்குமேல் இரண்டு கைகளையும் விரித்துப்பிடித்து மழைக்கு மறைத்தபடி கொட்டிலடி நோக்கி கிடுகிடுவென ஓடினேன். வேப்ப மரத்தின் கீழ் நாகதம்பிரான் புற்று இருந்தது. யாரோ வந்து பால்வைத்துவிட்டுப் போயிருக்கவேண்டும், வெளிப்பக்க மடிப்பில் சின்னதாய் உடைந்திருந்த ஒரு மண் சட்டியில் வெள்ளையாக பால் படிந்திருந்தது.

அடிக்கடி, பாம்பு வருகிறதா என்று புற்றைப் பார்ப்பதும், அம்மாக்கள் வருகினமா என்று தெருவைப் பார்ப்பதுமாக நெஞ்சுக்குள்ளே நெருப்பெரிந்து கண்வழியாகப் புகை வர நின்றுகொண்டிருந்தேன். இரண்டு மணிநேரக் காத்திருப்புக்குப் பிறகு, கொட்டும் மழைக்குள்ளால் கப்பல் விட்டமாதிரி நீந்திக்கொண்டு வந்தது ஒரு ‘லுமாலா சைக்கிள்’. அதன் முன் ‘பாரில்’ சின்னண்ணா, பின் ‘கரியரில்’ பெரியண்ணா. கிடுகுக்கொட்டிலுக்குள் நான் நிற்பது தெரியாமல் காற்றில் பறக்கும் ‘றொக்கெட்’ மாதிரி என்னைக் கடந்து போகுது அந்தக் கம்பிக் கப்பல்.

“இங்கை... இந்தப் பக்கம்... அண்ணா இங்கை நிக்கிறேன்... அண்ணா நான் இங்கை நிக்கிறேன்...”

என்னதான் கையை ஆட்டியாட்டிக் கத்தினாலும் அண்ணா அண்ணா என்று கூப்பிட்டு துள்ளித்துள்ளிக் குதித்தாலும் பேய்மழை தன் பொல்லாத பலத்தைக்காட்டி என் குரலைச் செல்லாமல் ஆக்கியது. ‘அண்ணாக்கள் என்னைத் தனியே விட்டுவிட்டு போட்டாங்கள். அம்மாவும் விட்டுட்டுப் போயிட்டால்...? இடம் வலம் தெரியாது எனக்கு. அம்மாக்கள் இருக்கிற இடமும் தெரியாது. திரும்பி பேபி ரீச்சர் வீட்ட போறதுக்கு ஆக்களும் கிடையாது. அப்பிடியே நடந்துபோகோணும் எண்டாலும் பொழுது கரைஞ்சு இருட்டாகுது.’ அழுகை அழுகையாக வந்தது.

மூன்று நான்கு மணித்தியாலய கடுந்தவத்திற்குப் பிறகு தூரத்தில் ஒரு மஞ்சள் புள்ளி. ‘கடவுளே அம்மாவாக இருக்கவேணும்.’ பூஞ்சிய கண்களால் இருளை ஊடுருவித் தேடினேன். ‘அம்மா தான். அம்மாவேதான்.’ மழையில் நனைந்து நடுங்கியபடியே, கட்டிய ‘சாறி’ உடம்போடு ஒட்டியிருக்க வெறும் பொடிநடையாய் நடந்து வந்துகொண்டிருந்தா. உருவமற்ற ஏதோவொன்று மனதைப் பிசைய, கொட்டிலிலிருந்து வெளியேறி ஒரேயோட்டமாய் ஓடிப்போய் அம்மாவின் சேலைத் தலைப்பைத் தாவிப்பிடித்தேன். மழையில் தோய்ந்திருந்த சேலையின் ஈரம் கை வழியாக வழிந்து சின்னிவிரலைக் கழுவிக்கொண்டு துளித்துளியாக நிலத்தில் சொட்டியது.

“அம்மா, எவ்வளவு நேரம் உங்களுக்காகப் பாத்துக்கொண்டிருக்கிறன் தெரியுமே...”

“சரி சரி, நிண்டு கதைக்க நேரமில்லை. சரியா இருண்டு போச்சு. நட நட... ஓடி நட முன்னாலை...”

அவ்வளவுதான். மறுபடி நடை. ஒரு நிமிடம் கூட நின்று ஓய்வெடுக்க அம்மா தயாரில்லை. ‘வந்திற்றேன் வந்திற்றேன்’ என்றபடி பின்னால் துரத்திக்கொண்டே வருகின்ற இருட்டை விரட்டிவிடுகிற வேகத்தில் முடுக்கப்பட்ட நடை. கிடங்கு பள்ளம் எல்லாம் விழுந்தெழும்பி இன்னமும் முடிவில்லாமல் தொடரும் யாத்திரை. கெரடமடுச் சந்தியில் நின்றுகொண்டிருந்த அண்ணாக்களையும் கூட்டிக்கொண்டு நடந்துகொண்டேயிருந்தா அம்மா.

மதியம் இரண்டுமணிபோல் வெளிக்கிட்ட பயணம். இரவு பத்துமணியாகியும் முடிகின்றபாடாய் இல்லை. கால்கள்

இரண்டும் மரக்கட்டையாய் மாறியிருக்க மனது மொத்தமும் செத்துப்போயிருந்தது. பேராற்றுப் பாலம் கழிந்து, முதலாவது குச்சொழுங்கையால் உள்ளிறங்கி, அங்கங்கு நீட்டிக்கொண்டிருந்த எருக்கலையையும் நாயுண்ணிப் பற்றைகயையும் கைகளால் மெல்ல விலக்கிவிட்டுக்கொண்டே அம்மா முன்னுக்கு நடக்க நாங்கள் அவாக்குப் பின்னுக்கு, எதுவுமே பேசாது நீண்டுகொண்டிருந்த அமைதியை கிழித்தபடி எங்கோ விழுந்துவெடித்தது ஒரு எறிகணை. யாரோ விட்டுவிட்டுப்போன நாயொன்று ஊளையிட்டு அழுதுகொண்டிருந்தது மொத்த ஊருக்கும் சேர்த்து.

16

அம்மா மேல் கடுங்கோபத்தில் இருந்தார் அப்பா. “என்ன வேலை செய்திருக்கிறாயப்பா...?”

....

“இஞ்சரப்பா, எப்பிடியும் இண்டைக்கு அல்லது நாளைக்கு இங்கயிருந்து வெளிக்கிட்டிடோணும். இப்ப செல்லுகளை இங்கால் பக்கம் திருப்பேல்லை அவன். திருப்புறதுக்கு முன்னம் இங்கயிருந்து வெளிக்கிடுறதுதான் புத்திசாலித்தனம். ரெடியா இருங்கோ. நாங்கள் ரெண்டு பேரும் ஒருக்கால் எங்கடை கடைப் பக்கம் போட்டுவாறம்.”

ஒரு தேடாக்கயிறை எடுத்து ‘சைக்கிள் கரியலில்’ சுற்றியபடி அம்மாவிடம் சொல்லிக்கொண்டிருந்தார் அப்பா. பக்கத்தில் தன் ‘சைக்கிளின்’ முன்சில்லை கையால் அமத்திப் பார்த்துக் கொண்டிருந்தார் வேலாயுதம் அண்ணை. சில்வண்டுகள் சிடுசிடுத்து எச்சரிக்கும் ஒரு கண் திறக்காத காலை நேரத்தில், இரு குடும்பங்கள் மட்டும் தனித்திருக்கும் தோட்டக்காணியிலிருந்து தயாராகிக்கொண்டிருந்தது பயங்கரங்கள் நிறைந்த ஒரு தூரப் பயணம்.

“என்னப்பா விசரே உங்களுக்கு. றோட்டுக்கரை ரெண்டையும் பிடிச்சு வைச்சு நிரைக்குச் செல்லடிச்சுக்கொண்டிருக்கிறான். நீங்களென்னெண்டால் கடையடிக்குப் போப்போறன் எண்டுறியள். ஆ...?”

அம்மா அப்பாவிடம் கோபமாய் எரிந்து விழுவது கேட்டது.

"றோட்டாலையில்லை ரீச்சர். பேராத்தைப் பிடிச்சு அதின்ரை கரையாலை அப்பிடியேபோய் பள்ளிக் கூடத்துக்குப் பின்னாலை ஏறி போய்ப் பாத்து வாறம். நிலமை சரியில்லையெண்டால் இடையோடையே திரும்பி வந்திடுவம்..."

"இப்ப அங்கை போறதுக்கு அப்பிடி என்ன அவசரம்..." அம்மாவும் விடவில்லை.

நேற்று எங்களைக் கண்டபோது 'உன்ன பாத்திற்று வாவெண்டு அனுப்பினால் கையோடேயே கூட்டிவந்திருக்கிறியேப்பா. கரையில கிடந்தவன இழுத்து முதலையின்ர வாயுக்குள்ள திணிச்ச மாதிரி அங்க இருந்தவங்கள திரும்ப இங்கக் கூட்டிவந்திருக்கிறியே... கடவுளே...' என்று அப்பா எப்படியெல்லாம் எரிந்துவிழுந்தார். அப்போதெல்லாமல் பேசாமல் வாயை மூடிக்கொண்டிருந்த அம்மாதானா இதுவென்று சந்தேகமாகவிருந்தது.

வாசல்படலையில் எங்களைக் கண்டதிலிருந்தே, வீட்டு முகட்டில் ஓடுகின்ற எலி மாதிரி கலவரத்துக்கொண்டிருந்தார். வெளியில் உறையும் குளிரை, மூடிக்கொட்டியிருக்கும் இருட்டை, கொஞ்சங்கூட இரக்கமேயில்லாமல் கூட்டமாய்ச் சேர்ந்து கத்திக்கொண்டிருக்கிற மாரித்தவக்கையின் சத்தத்தையெல்லாம் மீறி வெடித்துக்கொண்டிருந்தது அப்பாவின் கோபம். அடம்பிடித்து அழுத கதையை அம்மா போட்டுடைத்துவிடுவாவோ என்ற பயம் அடிவயிற்றைக் குடைந்துகொண்டிருந்தது. அதிஸ்டவசமாக அம்மா காட்டிக்கொடுக்கவில்லை. கடகம் கடகமாக அப்பா கொட்டித் தீர்க்கும் அத்தனை பேச்சையும் சுவரின் மூலையில் அமர்ந்தபடி, தனியொருத்தியாக வாங்கிக்கொண்டிருந்தா.

"சரி விடுங்கோ அண்ணை. பாவந்தானை பிள்ளையள். தனிய அதுகளும் எத்தினை நாளுக்குத்தான் தாக்குப்பிடிக்குங்கள்..." - வேலாயுதம் அண்ணாவின் குரல் அப்பாவைச் சமாதானப்படுத்த முயற்சித்தது.

"அதுக்கில்லையண்ணை, சிலவேளை ஏதும் பிரச்சினையாயிட்டாலும்..." அப்பா இழுத்தார்.

"சரி, எவ்வளவு வேகமா இங்கயிருந்து வெளிக்கிடேலுமோ அவ்வளவு வேகமா வெளிக்கிடப்பாப்பம். பாவம் பிள்ளையள்

இவ்வளவு தூரம் களைச்சு விழுந்து வந்திருக்குதுகள். வந்ததும் வராததுமா ஏனண்ணை...”

அவர் சொல்லச் சொல்ல அப்பாவின் நெருப்புக் கண்கள் மெல்ல மெல்ல ஆறுவது போலிருந்தது. தன் பால்ய சினேகிதனின் பேச்சை எப்போதும் அப்பா அவமதிப்பதில்லை.

கிடுகுக் கூரையின் ஓரிரு ஓட்டைகளிற்குள்ளால் கொட்டிலுக்குள் அங்குமிங்குமாக ஒழுகுகிக்கொண்டிருந்தது விடாமல் பெய்யும் மழை. சட்டி பானைகளைக் கொண்டுவந்து ஒழுக்கிற்கு வைத்தா அம்மா. டொக் டொக்கென்று சட்டியில் விழும் துளி நான்கு பக்கமும் சிதறித் தெறித்தது. தரை முழுதும் ஈரம். இரவுத் தூக்கம் இல்லை. எல்லோரும் கொட்டக்கொட்ட முழித்துக்கொண்டிருந்தோம். ஒரு சாக்குப்பையை எடுத்துக் கீழே விரித்துவிட்டு அதன் மேல் பாயை விரித்து எங்களையும் அவர்களது பிள்ளையையும் அதில் படுக்கவைத்தா வேலாயுதம் ‘அன்ரி’. பாயில் ஈரம் தெறிக்காமல் இருக்க எங்களிற்கு முன் ஒரு மறைப்புபோல இரவிரவாக அமர்ந்திருந்தா அவா. ‘இப்போது விடிந்ததும் இவர்கள் எங்கே கிளம்பிவிட்டார்கள்...? என்னதான் நடக்கிறது இங்கு...?’

கிலிகொண்ட மனது கலங்கித் தவித்தது. வெளியில், அம்மா விடாமல் மறுத்துக்கொண்டேயிருந்தா.

‘சொன்னக்கேளுங்கோப்பா, ஒருடமும் போகவேண்டாம்.’

“என்னப்பா விளங்காமல் கதைக்கிறாய். கடையை அப்பிடியே விட்டுட்டு ஓடிவந்தாச்சு. ஒரு கொஞ்ச உடுப்பத்தானைக் கட்டிக்கொண்டு வந்தனாங்கள். இப்ப போனால் மிச்சமிருக்கிறதிலை சிலதைக் கொண்டுவரலாந்தானே. சரி அதை விடு. நாங்கள் நிலைமையைப் பாத்துச்செய்யிறம். நீங்கள் பிள்ளையளுக்கு ஏதாவது சமைச்சு சாப்பிடக் குடுங்கோ.”

அப்பா ‘சைக்கிளை’ உருட்டிக்கொண்டு படலையைக் கடந்துபோய் அரைநாள் கடந்துவிட்டிருந்தது. இரண்டு மூன்று மணிக்கெல்லாம் வந்திருக்க வேண்டியவர்கள். ஏழு மணியாகியும் இன்னும் காணவில்லை. அதற்குள், இந்தப் பிசாசு மழைவேறு. இடைக்கிடை தூரத்தில் எங்கோ வரிசைக்கு ‘செல்’விழும் சத்தமும் கேட்டது. அச்சம் பீடித்தது. வாசலையே பாத்துக்கொண்டிருந்தோம். ‘இப்ப ஏன் அப்பா அவசரப்பட்டு போனவர், ஒருவேளை போன இடத்திலை ஏதாவது ஆகியிருக்குமோ... ஆமிக்காரன்

பிடிச்சிருப்பானோ... பாதைகீதை தெரியாமல் போய் மாட்டீற்றினமோ...?' நெஞ்சுக்குள் நடுக்கம் பிடித்தது.

ஒன்பது மணியிருக்கும். யாரோ படலையைத் திறந்து கொண்டுவரும் சத்தம் கேட்டது. மங்கி நூருகிற தறுவாயிலிருந்த கைவிளக்குத் திரியைத் தீண்டிக்கொண்டே பெரியண்ணா சந்தோசத்தில் கத்தினான்.

"அப்பாக்கள்தான். வந்திற்றினம் வந்திற்றினம்..."

"வடிவாப்பார். அது அப்பாக்கள்தானோ எண்டு."

"ஓமம்மா, அப்பாக்கள்தான். வருகினம்... வருகினம். அப்பாக்கள் வருகினம்."

அவசரஅவசரமாய் மொழிந்தான் அண்ணா. வெறும்காலோடே வெளி முற்றத்துக்குப் பாய்ந்தான் சின்னண்ணா. அம்மாவிற்குப் பின்னால் ஒளிந்துகொண்டே தோள்மூட்டிற்கு மேலால் மெதுவாக எட்டிப் பார்த்தேன், அப்பாக்கள்தான். மழையில் நனைந்து தெப்பமாகி, 'சைக்கிளை' உருட்டியபடி வந்துகொண்டிருந்தார்கள். வெறுமையால் நிறைந்து வழிந்த அவர்களின் 'சைக்கிளை' ஆளுக்கொராளாய் வாங்கிப் பக்கத்திலிருந்த தென்னை மரத்தோடு சாத்தினார்கள் அண்ணாக்கள்.

"என்னப்பா. ஒரு பிரச்சினையும் இல்லைத்தானே. நான் மறிக்க மறிக்க இல்லை போகோணும் எண்டு போனியள். இப்ப வெறுங்கையோடை வந்திருக்கிறியள்...?"

'இல்லை ரீச்சர். அதொண்டும் பிரச்சினையில்லை. கடை வரைக்கும் போய் சாமானுகளைக் கட்டிக்கொண்டு இவடத்தடி மட்டும் வந்திற்றம். அதுக்குப் பிறகுதான் எல்லாம் கைவிட்டுப்போச்சு' என்று தலையைச் சொறிந்தபடியே வார்த்தையை முடிக்காமல் இழுத்தார் வேலாயுதம் அண்ணை. 'அன்ரி' அவரைக் குழப்பமாய்ப் பார்த்தா.

"சொல்லுறதை ஒழுங்கா சொல்லுங்கோவனப்பா... மனிசருக்குச் சும்மா நெஞ்சிடியைக் கூட்டிக்கொண்டு..."

"இல்லையப்பா. போய் சாமானுகளைக் கட்டிக்கொண்டு ஒரு பிரச்சினையும் இல்லாமல் திரும்பி வந்திட்டம். ஆத்துக்கிட்ட வரத்தான் பிரச்சினை தொடங்கிச்சு. விடியப்போகேக்கை மழை அவ்வளவா இல்லாததாலை ஆத்திலை ஆழம் இல்லாத இடமா

பாத்து கடந்து போயிட்டம். திரும்ப வந்து பாத்தால் ஆத்திலை நெஞ்சளவு வெள்ளம். சரியான இழுவையும். வேற வழியில்லை. சைக்கிளிலை இருந்த மூட்டையளை இறக்கி அந்தப் பக்கம் வைச்சுட்டு சைக்கிளை தூக்கி தோளிலை வைச்சுக்கொண்டு முதலிலை நான் இந்தப் பக்கம் வந்துட்டன். பிறகு போய் ஒவ்வொரு மூட்டையளா தூக்கி வருவம் எண்டுதான் பிளான். நான் இந்தப் பக்கம் வந்து சேந்ததும் ஆத்திலை வெள்ளம் கூடிற்றுது. தண்ணி வடியட்டும் எண்டு கொஞ்ச நேரம் நிண்டு பாத்தம். நேரம் செல்லச் செல்ல வெள்ளம் கழுத்தளவுக்கு வந்திட்டுது. அங்காலை இவன் நிண்ட கரை கொஞ்சம்கொஞ்சமா கரையவும் வெளிக்கிட்டுட்டுது. ஒண்டும் செய்யேலாது. மூட்டையளைக் கழட்டி அதிலயே வைச்சிட்டு ஆத்திலை இறங்க வேண்டியதாப் போச்சு. அப்பிடியிருந்தும் ஆள் ஒருக்கால் தண்ணியிலை போகப்பட்டார். நல்ல காலம், நான் இந்தப் பக்கம் இருந்து ஒரு கொட்டானை எடுத்து ஒரு நுனியைப் பக்கத்திலை இருந்த அரச மரத்திலை முட்டுக்குடுக்க மற்றபக்கத்தைப் பிடிச்சுக்கொண்டுதான் ஆள் கரைக்கேறி வந்தது. இல்லாட்டில் ஆத்தோடைபோய்க் குளத்திலைதான் தேடியிருக்கோணும்.”

வேலாயுதம் அண்ணை இத்தனை சொன்னாலும் அப்பாவின் வாயிலிருந்து ஒரு சொல் வரவில்லை. கண் இலக்கற்று அலைந்துகொண்டிருந்தது. ஏதோ ஒரு ஆற்றாமை, ஏதோவொரு காயம் அவர் நெஞ்சுக்குள் புதைந்திருந்தது. வெளியில் காட்டிக்கொள்ளவில்லை.

“சரி, ஏதோ நடக்கிறது நடக்கட்டுமண்ணை. பாப்பம். நீ அந்தத் துவாயை எடுத்தாப்பா. எதுக்கும் முழுகிற்று வாறன். அண்ணை, நீங்களும் தலை ஊறுறதுக்கு முன்னம் முழுகுங்கோ வாங்கோ...” என்றபடி கிணற்றை நோக்கி நடந்த அப்பாவைப் பின்னால்விட்டுத் துரத்தியபடியிருந்தது இருட்டு.

***

நாங்கள் மட்டும் தனியாக, சுற்றிவர இருந்த முழு ஊரிலும் ஒரேயொரு குடும்பமாகத் தனித்திருந்தோம். தங்களிடமிருந்த ‘ரக்ரரில்’ சாமானுளை அடுக்கிக்கொண்டு வேலாயுதம் அண்ணாக்களும் முந்தநாள் எங்கோ புறப்பட்டுப் போயிருந்தார்கள். ‘அண்ணை இவையைக் கொண்டு போய் விட்டுட்டு நாளைக்கு வாறன் உங்களை ஏத்த. றெடிப் பண்ணி வையுங்கோ’ என்று சொல்லிவிட்டுத்தான் போனார். சொன்னதுபோல ‘ரக்ரர்’

வரவில்லை. நேர அட்டவணை வைத்து 'ஆமி'யடிக்கும் 'செல்'மட்டும் நாள் தவறாமல் அங்கும் இங்கும் விழுந்து வெடித்துக்கொண்டிருந்தது.

மூன்றாம் நாள் பின்னேரம் தூரத்தில் 'ரக்ரர்' வரும் சத்தம். ஓடிப்போய் படலையைத் திறந்து எட்டிப் பார்த்தேன். ஒற்றையடிப் பாதையின் புல் பூண்டுகளை மிதித்துக்கொண்டு வரும் 'ரக்ரரில்' இருப்பது வேலாயுதம் அண்ணை இல்லை, வேறு யாரோ. படலையைத் திரும்பக் கொழுவிவிட்டு குதிக்கால் குண்டியிலடிபட ஓடிவந்து வீட்டுச் சுவற்றுக்குப் பின்னால் ஒளிந்துகொண்டு கத்த ஆரம்பித்தேன்.

"ஐயோ அம்மா... அம்மா இங்க ஓடிவாங்கோம்மா... அம்மா ஓடிவாங்கோ... ஓடிவாங்கோ... ஐயோ ஓடிவாங்கோ..."

"என்னடி ஏனிப்ப பாடுறாய்... நீ ஒருத்தி அடிக்கடி கதறிக்கொண்டு..."

'சோட்டியின்' கீழ்விளிம்பில் ஒட்டியிருந்த ஈரமண்ணை உதறிக்கொண்டு அருகில் வந்து நின்றா அம்மா. கண்கள் வேண்டாவெறுப்பாய் நோக்கின. அதற்கெல்லாம் கவலைப்படும் நிலையில் நானில்லை. நுனிக்காலில் எட்டி அம்மாவின் காதோடு காதாகக் குசுகுசுத்தேன்.

"அம்மா, யாரோ ரக்ரரிலை வாறானாம்மா. ஆமிக்காரனா இருக்குமோ..."

"உனக்கு எப்ப பாத்தாலும் ஏதாவதொரு வில்லங்கம்..."

திட்டிவிட்டு திரும்பிப்போனா அம்மா. பின்னாலேயே தொண்டையைச் செருமியபடி அப்பா வெளியில் போவது கேட்டது. நான் சொன்ன சொல்லு கண்டிப்பாக அப்பாவிற்குக் கேட்டிருக்காது, அம்மாவின் குரல்தான் உசுப்பிவிட்டிருக்கவேண்டும். 'ரக்ரர்' சரியாக வந்து படலையடியில் நின்றது.

"ரீச்சராக்கள் வீடு இதுதானே..."

"ஓம். நீங்கள்...?" அப்பா சந்தேகமாய்க் கேட்டார்.

"வேலாயுதம், அவர்தான் என்னை அனுப்பினவர். அவற்றைப் பெறா மகன்தான். ஆக்கள் இங்கையிருந்து வரேக்கை சரியா நனைஞ்சிட்டினம்போலை. ஆளுக்குச் சரியான காய்ச்சல். அவர்தான் என்னை அனுப்பிவிட்டவர்."

"ஓ... சரி சரி. உள்ள வாங்கோ அப்பன்."

"அண்ணை, நேரம் மினக்கெடுத்தாமல் இப்ப வெளிக்கிட்டமெண்டால் ராவைக்கிடையிலை போயிடலாம். இப்ப கொஞ்சத்துக்கு முன்னந்தான் செல்லடிச்சு முடிஞ்சது. எப்பிடியுமினி ஆட்லறியளைக் கொஞ்சம் ஆறவிட்டுத்தான் தொடங்குவான். அதுக்கிடையிலை மன்னாகண்டல் சந்தியை தாண்டிற்றமெண்டால் பிறகு பிரச்சினையில்லை."

அவர் சொல்கின்ற கணக்கு சரிதான். இப்போது ஆற அமர சுகநலம் விசாரித்து, விருந்துபசாரம் செய்கின்ற நேரமில்லை. அப்பா மளமளவென்று வேலையில் இறங்கினார். உடுப்புகள் அடங்கிய உரப்பைகள் 'ரக்ரர்' பெட்டிக்கு ஏறியது. அம்மா வீட்டுப் பொருட்கள் அடங்கிய பையைத் தூக்கிப் பெட்டியில் போட்டுவிட்டு எங்களையும் ஏற்றிவிட்டா. அப்பா தன்னுடைய 'சைக்கிளை' எனக்குப் பக்கத்தில் படுத்திவிட்டுத் தானும் ஏறி பக்கத்தில் அமர்ந்தார். ஆடியாடி புறப்பட்டது வண்டி.

இரண்டாவது முறை இன்னொரு 'ரக்ரர்' பயணம். ஆனால், இம்முறை தனியாக இல்லை. குடும்பமாக இருப்பதால் பயம் குறைந்து உற்சாகம் கூடியிருந்தது. இனி 'ஆமி'ப் பயம் இல்லை. 'செல்'லுக்கு ஓடத் தேவையில்லை. புது ஊர், புது வீடு, புதுப் பள்ளிக்கூடம். நினைக்க நினைக்க புளுகம் பொங்கி வழிந்தது. கற்பனைக்குக் கால் முளைக்க இறக்கை கட்டிப்பறந்தது குதூகலம்.

வானத்தில் ஓரிரு வெள்ளி முளைத்திருந்தது. குளிர்காற்று மோதி உடம்பு விறைத்தது. சுற்றிவர இருட்டு மட்டுமே தெரிகிற ஒரு இரவில், யாருமே அசையாத ஒரு வீதியில் எங்களின் பயணம் மட்டுமே நடந்துகொண்டிருந்தது. என் மனதில் சந்தோசம் நுரைத்துக்கிடக்கும் இந்த இரவில் எல்லோரும் பிடித்துவைத்த பிள்ளையார் போல உம்மென்று இருப்பது எனக்குக் கொஞ்சம் கூடப் பிடிக்கவில்லை. மௌனத்தைக் கலைக்க விரும்பினேன்.

"அப்பா, நாங்கள் இப்ப எங்கை..." வார்த்தையை முடிக்கவில்லை. சட்டென்று அவர் குரல் குண்டூசி குத்தியது.

"கொஞ்சம், சத்தம் போடாமல் இரு பாப்பம்."

பட்டென்று இரண்டு கையாலும் வாயை மூடிக்கொண்டேன். அம்மா திடுக்கிட்டுத் திரும்பி அப்பாவைப் பார்த்து முறைத்துவிட்டுப் பிறகு என்னைப் பார்த்து மெதுவாகச் சிரித்தா.

“நிலா, நீங்கள் கதைச்சால் ஆமிக்காரன் செல் குத்தினாலும் கேக்காதெல்லேம்மா. அதுதான் அப்பா சத்தம் போடவேண்டாம் எண்டு சொன்னவர். என்ன கேக்கிறதெண்டாலும் பிறகு அங்காலை வந்தாப்பிறகு கேள் என்ன...”

அம்மா சொன்னதும் சரிதான். திரும்பி அப்பாவைப் பார்த்தேன். பக்கவாட்டாகப் படுத்தியிருந்த ‘சைக்கிள்’ சில்லைத் தாண்டி அப்பா தன் கையை நீட்டி என்னை இழுத்துத் தன்னோடு அணைத்தார். திடீரென என் காதை உரசிக்கொண்டு தோள்பட்டையை நனைத்தது ஒரு துளி. ‘போச்சா, எல்லாம் போச்சா. இந்த நேரம் இனி மழையும் தூறப்போகிறதா. ஆனால் வேறு ஒரு மழைத்துளியையும் காணேல்லையே. அப்பிடியென்றால்... அப்பிடியென்றால் இது கண்ணீரா... அப்பாவின் கண்ணீர்த் துளியா... அப்பா அழுகிறாரா...’ நம்பமாட்டாமல் மனது திகைத்தாலும் அப்பாவின் கண்ணுக்குக் கீழே இரண்டு வெள்ளித்துளிகள் ஒட்டி பளபளத்துக்கொண்டிருந்தது அந்தக் கும்மிருட்டிலும் தெளிவாகத் தெரிந்தது.

17

“வணக்கம், புலிகளின் குரல். நேரம் காலை ஆறுமணி முப்பது நிமிடம்.”

ஈரக்காற்றில் கலந்துவந்து காதுக்குள் புகுந்தது கொற்றவை அக்காவின் குரல். அப்பாதான்; ‘ரேடியோவை’ப் போட்டுவிட்டார்.

“சே... என்ன ஆள் இவர். ஒரே ஒருநாள்கூட நேரம் தப்பாமல் ரேடியோ கேட்பதற்கு அப்படி என்னதான் அவசியமோ...?’ எரிச்சல் எரிச்சலாக வந்தது. கண்களைத் திறக்க மனமில்லை. அப்பா எழுப்புவதற்குள் இன்னும் இரண்டொரு நிமிடங்கள் தூங்கிவிடவேண்டும். பிறகு முடியாது. அப்பா என்னை அடையாளம் கண்டுவிடாதபடி ஒரு மூட்டைக்குப் பின்னால் தலையை மடக்கிப் படுத்தேன். கழுத்துப் பக்க பிடரிநரம்பில் சுள்ளென்றொரு வலியோடி மறைந்தது.

பத்துப் பன்னிரண்டு நாட்களாகவே சரியான நித்திரையில்லை. நிம்மதியாக ஒரு இடத்தில் இருக்கமுடியாமல் அங்குமிங்குமாக அலைந்துகொண்டிருந்தோம். இப்போதும் அதே கதைதான். ஒரு முழு இரவைக் கடந்த பயணம். இன்று காலை ஏதோவொரு தெருவோர

விளாத்தி மரமொன்றின் கீழ் இளைப்பாறிக்கொண்டிருக்கிறது. "இந்த மண் எங்களின் சொந்த மண். இதன் எல்லைகள் மீறி யார் வந்தவன். நீர் வளம் உண்டு. நில வளம் உண்டு. நிம்மதி ஒன்று தான் இல்லை. எனினும் இந்த மண்..." 'ரேடியோ' நிற்காமல் பாடிக்கொண்டிருந்தது. "எங்களின் சொந்தமண்..." அதனோடு சேர்ந்து பாடினேன்.

"சே, சத்தம் போடாதை தங்கா. காதுக்கை கிடந்து சும்மா கத்திக்கொண்டு..."

பாட்டாகப் படுத்திருந்த 'சைக்கிள்' சில்லின் மேல் தலையை வைத்தபடி படுத்திருந்த பெரியண்ணா, குதிகாலால் எட்டி என் முதுகில் ஓர் உதை உதைந்தான். நித்திரை கலைந்த கவலை அவனுக்கு. சின்னண்ணாவைத் திரும்பிப் பார்த்தேன். சாத்துவாய் வடித்தபடி நெல்லுச்சாக்கு இடுக்கில் வளைந்துகிடந்தான் அவன்.

வலக்கையைப் பெட்டி விளிம்பில் பிடித்து இடக்கையைப் பக்கத்திலிருந்த மூட்டைமேல் முண்டுகொடுத்து எழும்ப முயன்றேன்; முடியவில்லை. உடம்பெல்லாம் யாரோ அடித்துப்போட்டது மாதிரி அப்பிடியொரு நோவு. அம்மா தன் கைகளால் கொஞ்சம் நீவிவிட்டால் நன்றாகவிருக்கும் போலிருந்தது. மெல்ல எழும்பி மூட்டை முடிச்சுகளிற்கு மேலால் ஏறி இறங்கி அம்மாவை நோக்கி நடந்தேன். ஆனால், அதற்கு வழியில்லாமல் செய்துவிட்டது அப்பாவின் குரல்.

"பிள்ளையள், இறங்கி இந்த அன்ரியோடைபோய் முகத்தைக் கழுவிற்று வாங்கோ."

'ரக்ரரை' நிறுத்தியிருந்த 'றோட்டுக்கரையோடிருந்த' ஒரு வீட்டைக் காட்டி அப்பா சொல்லி முடிப்பதற்கிடையில், அலம்பில் வைத்துக்கட்டிய வீட்டுப்படலை மெதுவாகத் திறக்க, ஒரு 'அன்ரி' தலையை நீட்டி வெளியே எட்டிப் பார்த்தார்.

'இவா யார்...? இது எந்த ஊர்...? என்ன பெயர்...? இனி, இங்குதான் இருக்கப்போகிறோமா...? அல்லது திரும்பவும் வேறு எங்காவது போகப்போகிறோமா...?' எந்தக் கேள்விக்கும் விடை தெரியாது. முழுசியபடி 'ரக்ரர்' பெட்டியிலிருந்து இறங்கினோம். சின்னண்ணாக்கு இன்னமும் நித்திரை ஒழுங்காகப் போகவில்லை. பெரியண்ணாவுக்கும்தான். இருந்தாலும், அப்பா காட்டிய அந்த 'அன்ரியின்' பின்னால் நடந்துகொண்டிருந்தோம்.

அப்போதுதான் கூட்டி அள்ளியிருக்கவேண்டும். பளிச்சென்றிருந்த முற்றம். அண்ணாவைத் திரும்பிப் பார்த்தேன், இன்னமும் தூங்கிவழிந்துகொண்டிருந்தான். 'சரியான நித்திரைச்சாமி.' வரிவரியாய்க் கோடு வைத்துப்போட்ட கோலம்போல அந்தப் பெரிய காணி முழுதும் ஒரு சின்னபிசிறுமில்லாமல் சித்திரம் கீறியிருந்த விளக்குமாறு பலா மரத்தோடு சாத்திவைக்கப்பட்டிருந்தது. ஈர்க்குகள் நிலத்தைத் தொட்டுக்கொண்டிருக்க தடி வானத்தைப் பார்த்துக்கொண்டிருந்தது.

"அம்மா அங்கை பாருங்கோ. விளக்குமாத்தை இப்பிடி வைக்கக்கூடாதெல்லோம்மா..."

"கொஞ்ச நேரம் வாயை மூடிக்கொண்டு வா நிலா..."

அதட்டியபடி நடந்த அம்மாவை மறித்தது அந்த 'அன்ரியின்' குரல்.

"ஏன் பிள்ளையைப் பேசிறியளக்கா, பேசாதையுங்கோ. அதம்மா, அன்ரி கூட்டிக்கொண்டிருந்ததை இடைவழியிலை விட்டுட்டு உங்களைக் கூப்பிட அவசரமா வந்ததாலை அப்பிடி வைச்சிற்று வந்திற்றன். இனிபோய் மிச்ச குப்பையளை அள்ளிப்போடவேணும்."

'அன்ரி' பேசிக்கொண்டிருக்கும்போதே வீட்டுக்குப் பின்பக்க வாழைத்தோட்டத்திலிருந்து துள்ளிக் குதித்துக்கொண்டுவந்து, குவித்து வைத்திருந்த குப்பைகளின் மேல் உருண்டு பிரண்டு, கிண்டிக் கிளறி, முற்றம் முழுதும் வாரித் தூவிக்கொண்டு என்னை நோக்கி ஓடிவந்தது ஒரு குட்டிநாய்.

"ஐ... வீரா... என்ர வீரா..."

கண்மண் தெரியாத புளுகத்தில் படபடவென்று கையைத் தட்டி அடித் தொண்டையில் பிளிறிக்கொண்டு அதை நோக்கி ஓட எத்தனித்தேன். எட்டிப் பிடித்து நிறுத்தியது அம்மாவின் இரும்புக்கை.

"ஏய் கத்தாதை நிலா, அது உன்ரை வீரா இல்லை. அவையின்ரை நாய்க்குட்டி."

"இல்லையம்மா, அது வீரா போல தான் இருக்கு பாருங்கோ. அதே நிறம். அதே அளவு."

"இல்லை நிலா, அது வீரா இல்லை. நீ வரேக்கை வீராவைக் கூட்டிக்கொண்டே வந்தனி. இல்லயே."

ஓடி வந்த வேகத்திலேயே எங்களுக்கு முன்னால் நடந்துகொண்டிருந்த 'மஞ்சளன்ரியின்' கால்களைச் சுற்றி ஒரு வட்டம் போட்டுவிட்டு வால்களை ஆட்டிக்கொண்டு மறுபடி எங்கோ ஓடி மறைந்தது குட்டிநாய். என் உருவமே கண்ணில் விழவில்லையென்பதுபோல் அப்படியொரு புறக்கணிப்பு. 'அம்மா சொன்னது உண்மைதான். நிச்சயம் அது என் வீரா இல்லை.' தொடர்ந்து நடக்கக் கால்கள் பின்னடித்தன. வீராவின் நினைப்பு வந்து தொண்டையை அடைத்துக்கொண்டு நின்றது, கூடவே அழுகையும்.

"அண்ணா, இப்ப எங்கடை வீரா என்னண்ணா செய்யும்...? அதுக்குச் சாப்பாடு குடுக்கவும் ஒருத்தரும் இல்லை. யாரும் கூட்டிக் கொண்டு போயிருப்பினமே...?"

"எல்லாச் சனமும் விழுந்தடிச்சு ஓடிவருது. யார் வீராவை கொண்டுபோறது. நீயே விட்டுட்டுதானை வந்தனி."

இன்னும் நித்திரை கலையாத சின்னண்ணாவின் எரிச்சல் குரலில் குற்றம் சாட்டும் தோரணை கொஞ்சம் கூடுதலாக இருந்தது.

"ஏன் நீங்கள் ரெண்டுபேருங்கூட அதோடை விளையாடுறனீங்கள் தானை. இப்ப என்னை மட்டும் சொல்லுறீங்கள்."

ஏக்கமும், குற்றவுணர்ச்சியும் கத்திகொண்டு மனதை அரிந்தன. குற்றத்தை மறைக்கச் சிணுங்கத் தொடங்கினேன்.

"தங்கா, உடனை சும்மா அழவெளிக்கிடாதை. உன்ரை நாய்க் குட்டிக்கு யாராவது இயக்க மாமாக்கள் சாப்பாடு வைச்சிருந்திருப்பினம். ஆனால், நாய்க்குட்டி வேணுமெண்டு நீதானை அழுது ஆர்ப்பாட்டம் பண்ணி ஒற்றக் காலிலை நிண்டு வாங்கினனி. நீயெல்லோ அதைக் கவனமா கொண்டு வந்திருக்கோணும்."

பெரியண்ணா சொன்னது உண்மைதான். ஒரு நாய்க்குட்டி வேண்டுமென்று கேட்டுக்கேட்டு அடம்பிடித்து வாங்கிய நாய்க்குட்டி அது. 'ஒரு உயிருக்கு நேரத்துக்கு நேரம் சாப்பாடு வைக்க வேணும். பத்திரமா பாத்துக்கொள்ளவேணும். இல்லாட்டில் அது பெரும்பழி' என்று என்னென்னவோ காரணம் சொல்லி அம்மா மறுத்ததையும் மீறி, கெஞ்சிக் கூத்தாடி வீராவை வீட்டுக்கு கொண்டுவந்திருந்தேன். கடைசியில், வீராவைக் கைவிட்டுவிட்டு நான் மட்டும் தப்பி ஓடிவந்துவிட்டேன்.' என் செயலை நினைக்க உடம்பு முழுதும் புழு ஊர்வது போல அருவருப்பாக இருந்தது.

'ஆனால், என்னையும் திடீரென்றுதானே சின்னையாவின் ரக்ரரில் ஏற்றி அனுப்பிவிட்டா அம்மா. நான் வரப்போவதுகூட எனக்கே தெரியாதே. கண்டிப்பாக என்னைத் தேடித்தேடி ஏங்கியிருக்கும். காணாமல் அழுதிருக்கும். சாப்பிடாமல் கூடக் கிடந்திருக்கும்.' அந்தச் சில்லென்ற காலையிலும் கண்ணீர் வழிந்து விழுந்தது.

"ஏய்...ஏய்...கவனம். வேலியிலை போய் மோதாமல் ஒழுங்கா பாத்து நட."

வீராவின் நினைப்பில் வந்து பக்கத்திலிருந்த முள் வேலியில் மோதப்பட்டேன். நல்ல காலமாக, அது கீறிக்கிழிப்பதற்கிடையில் கையைப் பிடித்திழுத்து, போக வேண்டிய பக்கமாக திருப்பிவிட்டான் சின்னண்ணா. வீராவை விட்டுவந்த பழி என்னைத் துரத்திக்கொண்டேயிருந்தது.

வேண்டாவெறுப்பாக முகம் கழுவிவிட்டு வந்தேன். அம்மா என் கையைப் பிடித்தபடியே வந்துகொண்டிருந்தா. 'பிள்ளை, எங்கையடி போறியள்...? மோள் உள்ளை தேத்தண்ணி போடுறாள். குடிச்சிற்றுப் போங்கோ...' என்றபடி பின்னாலிருந்து அழைத்தது ஒரு முதிய குரல்.

'சீமெந்து' பூசிய வீட்டின் வெளித் திண்ணையிலிருந்து வெற்றிலைத் தட்டத்தில் எதையோ தேடிக்கொண்டிருந்த ஆச்சி 'மஞ்சளன்ரியின்' அம்மாவாக இருக்கவேண்டும். எழுபது எழுபத்தைந்து வயதுக்கு மேல் வரும். மேற்சட்டை போடாமல், சாயம்போன ஒரு நீலச் சீலையை மட்டும் சுற்றிக் கட்டியிருந்தா. தோள்மூட்டில் ஏதோவொரு படம் பச்சை குத்தியிருந்தது.

"இல்லை பரவாயில்லை. உங்களுக்கெதுக்கு வீண் சிரமம். நாங்கள் போட்டுவாறம்." - அம்மா.

"இதிலையென்னக்கா பெரிய சிரமம். வாங்கோ, வந்து ஒரு வாய் குடிச்சிற்றுப் போங்கோ."

ஒரு கையில் ஆவி பறக்கும் 'ஜொக்கோடும்' மற்றகையில் 'ரம்ளர்களோடும்' சமையலறையிலிருந்து வெளியே வந்தா 'அன்ரி'. வீட்டுக் கதவோடு ஒட்டிநின்று விடுப்புபார்த்துக் கொண்டிருந்தார்கள் நான்கு சிறுவர்கள். 'மஞ்சளன்ரியின்' பிள்ளைகளாக இருக்க வேண்டும்.

"அட, வா எண்டுறன் பிள்ளை."

இம்முறை கொஞ்சம் அதிகாரத்தோரணையில் வந்தது பாட்டியின்குரல். ஆச்சியின் பக்கமாக நடையைக் கட்டிய அம்மாவின் 'சோட்டிக்கு'ப் பின்னால் தயங்கி தயங்கி நடந்தேன்.

"என்ன பேர் மோனை பிள்ளைக்கு...?"

"நிலா..."

"ஆ... நிலா, கேட்டியே நானும் உன்ரை கொம்மம்மா மாதிரித்தான். பயப்பிடாமல் தேத்தண்ணியக் குடி."

திண்ணையில் அமர்ந்திருந்த எங்கள் முன், வரிசைக்கு அடுக்கப்பட்டிருந்த வெள்ளி 'ரம்ளரில்' நுரை தள்ளத் தள்ள நிறைந்திருந்த தேநீரைச் சுட்டிக்காட்டியபடியே என்னைப் பார்த்துச் சிரித்தா. சரி என்பதுபோலத் தலையை மட்டும் ஆட்டி வைத்தேன்.

இன்னும் இரண்டு பெரிய வெள்ளி 'ரம்ளர்களோடு' படலையடிக்குப் போன 'மஞ்சளன்ரி', அப்பாவையும் 'ரக்ரர் மாமாவையும்' கூப்பிடுவது காதில் விழுந்தது. யாரென்றே தெரியாத, என்ன இடமென்றே புரியாத ஒரு வீட்டு முற்றத்தில் புதிய நாள் விடிந்தது.

18

வீடு பார்க்கப் போன அப்பா இன்னமும் திரும்பி வரவில்லை. 'ரக்ரரிலிருந்து' கீழே இறங்கி புதினம் பார்க்கலாமென்றால் அம்மாவும் விடவில்லை. வெயிலில் மண்டை பிளந்துகொண்டிருந்தது.

அலுவலகங்களுக்குச் செல்பவர்கள், சந்தைக்கு வியாபாரத்திற்காகப் போபவர்கள், பேருந்துகளுக்காகக் காத்திருப்பவர்கள் என்று கலகலக்கத் தொடங்கியது ஊர். 'ரக்ரர்' பெட்டியில் மூட்டை முடிச்சுகளோடு முன்பின் தெரியாத 'றோட்டுக் கரையில்' அகதிகளாய் நிற்குமெங்களைப் பார்க்க அவர்களுக்கு விசித்திரமாய் இருந்திருக்கவேண்டும். திரும்பித் திரும்பிப் பார்த்துச் சிரித்தபடி கொஞ்சப் பேர், ஏதோ குசுகுசுவென்று காதோடு காதாகக் கதைத்தபடி இன்னும் கொஞ்சப் பேர், 'ஐயோ பாவம்' என்பதுமாதிரி பார்வைகளோடு இன்னும் கொஞ்சப் பேராக நொடிக்குநொடி எங்களைக் கூனிக்குறுக வைத்தபடி தம் திசைநோக்கி அகன்றுகொண்டிருந்தார்கள் அவர்கள்.

வெள்ளைச் சட்டை போட்டுக்கொண்டு காலையில் பள்ளிக்கூடம் போனவர்கள் எல்லாம் அரைநாள் கழித்து கையில் 'றிப்போட் கார்ட்டோடு' துள்ளலோடு திரும்பி வந்துகொண்டிருந்தார்கள். 'ஊரில் இருந்திருந்தால் இப்போது எனக்கும் றிப்போட் தந்திருப்பார்கள். அதை நடக்கவிடாமல் ஆக்கிவிட்டான் இந்த ஆமிக்காரன். அவனது ஊரிலும் பிள்ளைக்கும் றிப்போட் குடுத்திருப்பார்கள். ஆனால், அவன் பிள்ளையின்ரை றிப்போட்டும் பாக்காமல், வீட்டிலையும் இருக்காமல் ஏன்தான் விழுந்தடிச்சு இங்கைவந்து எங்கடை ஊரிலைச் சண்டைக்கு நிக்கிறான். அவங்கள் மட்டும் இங்கால்பக்கம் வராமல் இருந்திருந்தால் நாங்கள் ஏன் இடம்பெயர்ந்து வரப்போறம். வீராவை ஏன் நடு வழியில விட்டுட்டு வந்திருக்கப்போறன்.' எதிலோ தொடங்கி, எங்கோ வந்து நின்றது என் கோபம்.

"அம்மா, ஆமிக்காரனுக்கு வீடில்லையோ அம்மா?"

"எத்தினை நாளுக்கொருக்கால் அவன் வீட்டைப் போவான்...?"

"அவன் ஏன் எங்கடை ஊரிலை வந்து நிண்டு சண்டைபிடிக்கிறான்...?"

"எங்களைப் பாவம் எண்டு நினைக்கமாட்டானா?"

பதிலெதுவும் பேசாமல், கண்ணை இறுக்கி மூடியபடி நெற்றியை விரல்களால் தடவிக்கொண்டிருந்தா. கேள்விகளை நிறுத்திவிட்டு வீதியை விளப்பம் பார்க்கத்தொடங்கினேன். தூரத்தில் அப்பா வந்துகொண்டிருந்தார்.

வியர்வை வழிந்து 'சேட்'டெல்லாம் தெப்பமாகியிருந்த அப்பா சொன்னதன்படி, புதுவீடு கண்டுபிடித்தாகிவிட்டது. வீட்டிலிருந்து ஒன்றரை 'மைல்' தூர இடைவெளியில் உடையார்கட்டில் கடை. மூங்கிலாறில் வீடு.

அப்பா முதலில் ஓர் இடம் பார்த்துவிட்டுத் திரும்பி வருவதற்குள், அந்த இடத்தை யாரோ வேறு நபர்கள் பேசி காசைக்கொடுத்து வாங்கிவிட்டார்களாம். என்ன செய்வதென்று தெரியாமல் அந்தரப்பட்டுக்கொண்டு நின்றவரிற்கு வேறொரு அண்ணா, தான் நடத்திக்கொண்டிருந்த தனது கடையைக் கொடுத்திருக்கிறாராம். அவர் இந்தக் கடைக்குப் பக்கத்தில் இன்னொரு புதுக்கடை கட்டிக்கொண்டிருக்கிறாராம். இன்னும் இரண்டு மூன்று கிழமைகளில் புதுக்கடை கட்டிமுடிந்துவிடும் என்று சொன்னாராம். மூங்கிலாறு வந்து சேர்கிற வரைக்கும் அப்பா முன்பின் தெரியாத

அந்த அண்ணாவைப் பற்றியே சொல்லிக்கொண்டு வந்தார். குரலில் ஒரு ஈரப்பசை ஒட்டியிருந்தது.

19

புளுகம் என்றால் அப்படியொரு புளுகம். அறைக்குள் ஆடியபோதும், நடுமுற்றத்தில் வந்துநின்று இரண்டு கைகளையும் நீட்டிக்கொண்டு பம்பரம் சுற்றிச் சுழன்றபோதும், கிணற்றடியில் போய்கிடந்து தப்படித்தும், இன்னும் என்னென்னவோ எல்லாம் செய்துபார்த்தும் தீராத புளுகம். இத்தனை நாளாய் விதிக்கப்பட்ட சிறையடைப்பிலிருந்த இனி நிம்மதி, நிரந்தர நிம்மதி. 'புதுப் பள்ளிக்கூடம் போகப் போகிறோம்' நினைக்கும்போதே சிலிர்த்துக்கொண்டு வந்தது.

'உஜாலா நீலம்' போட்டுத் தோய்த்த வெள்ளைச் சட்டையை முதல் நாள் இரவு 'பிளீற்' பிடித்து தலையணைக்குக் கீழே மடித்து வைத்திருந்தா அம்மா. அம்மாவினுடைய கையில் ஏதோ மந்திர சக்தி இருக்கவேண்டும். பசை பூசி ஒட்டிவிட்ட மாதிரி மடங்காமல் கசங்காமல் அந்தப் பக்கம் இந்தப் பக்கமென்று மாறிமாறி நிற்காமல் அப்பிடியொரு வடிவாக இருந்தது வெள்ளைச்சட்டை. இரட்டைக் கீரைப் பிடியைத் தலையில் நட்டுக்கொண்டு, ஒற்றைக் கொப்பியை நெஞ்சோடே அணைத்துப் பிடித்துக்கொண்டு தொடங்குகிறது என் உலகம் வியக்கும் நடை.

"நிலா, நிண்டு அரைஞ்சுகொண்டு நிக்காமல் கெதியா வா பாப்பம். பள்ளிக்கூடத்துக்கு நேரம் போகுதெல்லே. உங்களைக் கொண்டுபோய்ச் சேத்திட்டுத்தான் நான் பிறகு என்ரை பள்ளிக் கூடத்துக்கு போகோணும். ஓடி வாங்கோ."

அம்மா விறுவிறென்று முன்னுக்கு நடந்துகொண்டிருந்தார். அம்மாவுக்குப் பின்னால் அண்ணாக்கள். தினமும் இந்த வீதியாலேதான் சந்தைக்கு வந்துபோகிறார்கள். அவர்களுக்கு இது பழக்கப்பட்ட பழைய குப்பை. எனக்கு அப்படியில்லையே. வீட்டை மட்டுமே பார்த்துக்கொண்டிருந்த எனக்குப் புதினம் பார்க்க ஆயிரம் விடயங்கள் இருந்தது. திரும்பும் திக்கெல்லாம் திருவிழா.

'தியாகி திலீபன் வீதி' என்ற பெயர்ப் பலகை, கண்ணாடி மாதிரி பளபளப்பாக ஓடுகின்ற ஆற்றுத் தண்ணீர், ஆற்றங்கரையோரத்தில்

ஒரு பிள்ளையார் கோயில், வீதியை மறைத்து மூடிநிற்கும் மூங்கில் காடு, அதிலிருந்து வருகிற கீச்சுக் கீச்சுச் சத்தம், விரிந்த வயல், இடையிடையே சில கமுகங்சோலைகள், தூரத்தில் ஒரு ஏற்றம், அதிலிருந்து நான்கு பக்கமும் பிரிந்துபோகின்ற செம்பாட்டு 'றோட்டு'...

"எவ்வளவு வடிவாயிருக்கு இந்த ஊர். என்னண்ணா..."

எதையும் சேர்த்து வைத்துப் பழக்கமில்லை, ஆச்சரியத்தையும்.

"ம். வடிவுதான். ஆனால், கற்சிலைமடுவை விடவோ..."

போட்டிருந்த 'வெள்ளைச்சேட்டின்' மேல் தெறியைக் கழட்டிவிட்டுக்கொண்டே கேட்டான் பெரியண்ணா. 'கொலரைச்' சுற்றி விளிம்பின் ஓரமாக வியர்வை ஈரம் செய்திருந்தது.

"ஏன், அதுவும் வடிவு இதுவும் வடிவுதான்..."

"ஒரு ஊரைச் சொல்லு. அதுவோ இதுவோ..."

"அப்பிடியெண்டால்... இல்லை, கற்சிலைமடுவைவிட இல்லைதான். ஆனாலும் வடிவா இருக்கு."

"பிறகு கதையுங்கோடா... இப்ப கொஞ்சம் வேகமா நடந்து வாங்கோ. ஏற்கெனவே நேரம் போச்சுடா."

தன் கையிலிருந்த மணிக்கூட்டை திருப்பிப் பார்த்துக்கொண்டே கோபப்பட்டா அம்மா. உற்றுப் பார்த்தேன், கையில் வெறும் மணிக்கூடுதான் இருந்தது. காப்பைக் காணவில்லை. அம்மா வெளியில் எங்காவது வெளிக்கிட்டால், கையில் அந்தக் காப்பு, அது தனியொரு வடிவு. ஆனால், இப்போது அதைக் காணோம்.

"அம்மா, எங்கையம்மா உங்கடை நெளிநெளிக் காப்பு...? இடம்பெயந்து வரேக்கை விட்டுட்டு வந்திற்றியளே...?"

அரண்டுவெடித்த என் குரலைக் கேட்டு அண்ணாக்கள் திரும்பிப் பார்த்தார்கள்.

"என்ன தங்கா, ஏனிப்பிடி கத்துறாய்...?"

"எடேய், அம்மான்ரை காப்பைக் காணேல்லையடா. ஊரிலயே விட்டுட்டு வந்திற்றம்போல. இல்லாட்டில் யாரோ களவெடுத்திற்றாங்கள்போல..."

நகையைக் காணாத பதற்றம் முளைவிடத் தொடங்கியது.

"ஓமம்மா, எங்கை உங்கடை காப்பு சங்கிலியொண்டையும் காணேல்லை. வெறுங்கழுத்தாய் வாறியள்...?"

ஓடிப்போய் அம்மாவின் அருகில் நின்ற பெரியண்ணாவின் கண்ணில் திகில் நிறைந்திருந்தது. அம்மாவிடம் பெரிதாக எந்த உணர்ச்சியும் இல்லை. அதே வேகத்தில், அதே நிதானத்தில் நடை சீராகத் தொடர்ந்துகொண்டிருந்தது. பெரியண்ணா விசாரணையைக் கைவிடவில்லை.

"அம்மா, எங்கம்மா உங்களின்ரை சங்கிலிக் காப்பு...? ஏன் போடேல்லை?"

"பள்ளிக்கூடத்துக்கு நேரம்போச்சு ஓடி நடவுங்கோடா எண்டால் நீங்கள் என்னவந்து கேள்வி கேட்டுக்கொண்டு நிக்கிறியள் என்ன? பேசாமல் எல்லாரும் வேகமா நடவுங்கோ பாப்பம்..."

"சொல்லுங்கம்மா, எங்கை உங்கடை சங்கிலி காப்பெல்லாம்... எங்காவது களவு குடுத்திற்றியளே..."

அம்மாவின் வேகத்தைச் சமன்செய்து கூடவே நடந்தபடியிருந்தான் அவன்.

"பெரியாக்கள் மாதிரி பாரன் அவற்றைக் கேள்வியையும் ஆளையும். அதொண்டும் களவுபோகேல்லை. கடைக்குக் காசு தேவையெண்டுறதாலை அப்பா அதை அடைவு வைச்சிருக்கிறார்."

"அடைவு வெச்சிற்றாரா... வெறுங்கழுத்தா உங்களைப் பாக்க ஒரு மாதிரி இருக்கம்மா... எப்ப அதைத் திருப்ப எடுத்துத் தருவார்...?"

அவன் கேட்டதிலிருந்து நகை களவுபோகேல்லையென்பது புரிந்தது. சின்னண்ணாவின் முதுகுப் பக்கமாய் மெல்லமாய் சுரண்டினேன். அவன் வியர்வையின் ஈரம் வெள்ளைச்சேட்டுக்கு மேலால் என் விரலை நனைத்தது.

"அண்ணா, அம்மான்ரை நகைக்கு என்ன நடந்த...?"

"அடைவு வெச்சிருக்காம்..."

"அப்பிடியெண்டால்...?"

"அது வந்து... காசு தேவையான நேரத்திலை நகையைக் குடுத்துக் காசை வேண்டுவினம். பிறகு காசைக் குடுத்திட்டு நகையைத் திருப்பி எடுக்கிறது."

"ஓ... அப்ப அம்மான்ரை நகை திரும்ப வந்திருமா. எப்ப வரும்...?"

"எப்பவெண்டு தெரியாது. ஆனா, கடையிலை காசிருக்கேக்கை அப்பா அதைத் திருப்ப எடுத்துக் குடுத்திருவார்"

சின்னண்ணா சொன்னதுகூட கொஞ்சம்தான் விளங்குவது போல இருந்தது. மிச்சம் என்னவாயிருக்கும் என்று நான் செய்துகொண்டிருந்த ஆராய்ச்சியில் எவ்வளவு நேரம் போயிருக்குமோ. மறுபடி அம்மாவின் குரல் காதில் கடித்தது.

"நேரம் போச்சு. ஓடிவாங்கோவெண்டு சொல்லுறன். நீங்கள் என்னடா எண்டா ஆளாளுக்கு கண்ட கண்ட ஆராய்ச்சியெல்லாம் செய்துகொண்டிருக்கிறியள் என்ன. ஓடிநட மூண்டு பேரும். நிலா, அங்கை நிண்டு என்ன தவழுறாய். ஓடி வா. கெதியா"

அம்மா சொன்னதுபோல எல்லோரையும்விட பின்னால் நான்தான் போய்க்கொண்டிருந்தேன். எப்படி நடந்தாலும் இடைவெளி கூடிக்கொண்டுபோனதே தவிர, குறைவதாகத் தெரியவில்லை. 'இவ்வளவு தூரம் நடந்துதான் பள்ளிக்கூடம் வரவேணுமென்றால் ஒவ்வொருநாளும் நான் பிந்திவந்தாக்களின்ர வரிசையிலதான் நிக்கப்போறன் போல.' இன்னும் ஏதேதோ எண்ணங்கள் தோன்றி மறைந்தன. வேறு யாராவது பள்ளிக்கூடப் பிள்ளைகள் வருகிறார்களாவென்று முன்னாலும் பின்னாலும் திரும்பிப் பார்த்தேன். என்னைக் கடந்துபோய் பாலத்தைத் தொட்டது ஒரு 'லுமாலா சைக்கிள்'.

"அண்ணே, என்ன நேரம்?"

'சைக்கிள்காரரை' நோக்கிக் கேட்டான் பெரியண்ணா.

"எட்டே முக்காலாச்சடா... கொஞ்சம் எட்டி நடவுங்கோவன்ரா..."

பதிலையும் சொல்லிவிட்டுக் கொஞ்சம் அதட்டவும் செய்தபடி போனார் அந்த இயக்க மாமா. பச்சையும் மண்ணிறமும் கலந்த வரி உடுப்பில் அவரின் முதுகுக்குப் பின்னே துவக்கு தொங்கிக்கொண்டிருந்தது.

கால்களில் வேகத்தைக் கூட்டினான் பெரியண்ணா. 'வேறு வழியில்லை, விட்டால் பிறகு அவங்களைப் பிடிக்க முடியாது'.

ஓரேயோட்டமாய் ஓடிப்போய் ஏற்றத்தில் ஏறினேன். களைப்பில் நாக்கு வெளியில் தொங்கிக்கொண்டிருந்தது. கிட்டத்தட்ட ஒரு குட்டி எருமை போல மூசிக்கொண்டிருந்தது மூச்சு.

***

வலமெது இடமெது, கிழக்கெது மேற்கெதெனத் தெரியாமல், முன்னால் போகின்ற 'ரீச்சரின்' காலடிக்குப் பின்னால் இழுபட்டுக்கொண்டிருந்தேன். அதிபரின் அலுவலகத்திலிருந்து வெளியில் வந்து, கிணற்றடியைக் கடந்து, வாய்க்காலைக் கடந்து, கொய்யா மரத்தைக் கடந்து... 'கடவுளே, பள்ளிக்கூடத்தின் அந்தத் தொங்கலில் இருந்து இந்தத் தொங்கல் வரையும் வந்தாயிற்று. இன்னும் என் வகுப்பைக் காணவில்லை. வீட்டிலிருந்து பள்ளிக்கூடம் தூரமெண்டால், பள்ளிக்கூடத்துக்குள்ள என்ரை வகுப்புக்கும் இவ்வளவு தூரமா...?' இருந்த சந்தோசம் கொஞ்சம் கொஞ்சமாய் வடிந்து காணாமல்போய்க்கொண்டிருந்தது.

"என்ன ரீச்சர், புதுப்பிள்ளைபோல. எந்த வகுப்பு.?"

வெறுமை சூழ்ந்த எண்ணங்களோடு நடந்துகொண்டிருந்த என்னைக் குறுக்கிட்டு நிறுத்தியது ஒரு ஆசிரியரின் குரல். எங்களின் பக்கமாகத் திரும்பியது மொத்த வகுப்பும்.

"ஓம் ரீச்சர், ஒட்டுசுட்டானாலை இடம்பெயந்து வந்தவையாம். ஸ்கொலர்சிப் வகுப்பிலை சேத்துவிடோணும்."

"ஸ்கொலர்சிப்போ. ஆள் வலுசின்னனா இருக்கு..."

"ஓம், ஆனால் ஐஞ்சாம் ஆண்டுதான். வாறன், கொண்டுபோய் விட்டுட்டு வாறன்..."

அங்கு நின்ற அத்தனை பிள்ளைகளின் கண்களும் என்னையே குறிவைத்தன. அவர்களுக்குத் தெரியும் நானொரு அகதிப்பிள்ளை, புதிதாகச் சேர வந்திருக்கிறேன் என்று. தொண்டைக் குழிக்குள் அழுகை தேங்கியது. 'அகதியா, நானா...? எப்பிடியும் கொஞ்சநாளிலை எங்களின்ரை ஊருக்கே திரும்பபோயிருவம்' என்று சொல்லவேண்டும் போலிருந்தது. ஆனாலும், வாயை மூடிக்கொண்டு நடந்தேன்.

என் வகுப்புதேடும் படலம் கடைசியாக ஒரு சிரஞ்சீவி மரத்துக்குப் பக்கத்தில் போய் முடிந்தது. பாதிவரை கற்சுவர் வைத்த கட்டடம். நிலம் மண்ணாகவிருந்தது. மேலே கூரை வேய்ந்திருந்தது. அதற்குள் மூன்று வகுப்புகள். ஒரு வகுப்பிற்குள் போய் ஏதோ

கதைத்துவிட்டு வெளியேவந்து ‘இதுதான் உங்களின்ர வகுப்பு. உள்ள போங்கோ’ என்றா என்னைக் கூட்டிவந்த ‘ரீச்சர்’. தயங்கித் தயங்கி உள்ளே நுழைந்தேன். பயத்தில் கால் பின்னடித்தது. ‘இந்த ரீச்சர் எப்பிடிப்பட்டவா...? அன்பா கதைப்பாவோ, அடி பின்னியெடுப்பாவோ, எதுக்கெடுத்தாலும் எரிஞ்சு விழுவாவோ, அகதிப்பிள்ளை எண்டு அருவருப்பாவோ...’ ஒன்றும் தெரியவில்லை. அழாத குறையாய் மெல்ல நகர்ந்து ஆசிரியரின் மேசையடியில் போய் நின்றேன்.

“உங்களின்ரை பேர் எழில்நிலாதானே...”

ஓம் என்பதற்கு அர்த்தமாய்த் தலையசைத்தேன்.

“சோர்ட்டா என்னெண்டு கூப்பிடுறவை.”

“நிலா எண்டு...”

“சரி நிலா, இது ஸ்கொலர்சிப் வகுப்பு. நீங்கள் இந்தமுறை ஸ்கொலர்சிப் சோதனை எடுக்கோணுமெல்லோ. இப்பத்தான் இவைக்கு ஒரு சோதினை வைச்சுப் பாத்தனான். நீங்களும் இதைக் கொண்டுபோய்ச் செய்துகொண்டு வந்து தாங்கோ பாப்பம்”

நெஞ்சுக்குள் படபடக்கத் தொடங்கியது. ‘வந்ததும் வராததுமா சோதினையா...? ஒரு மாசமா நான் ஒண்டும் படிக்கேல்லையே... கடவுளே என்ன செய்யிறது. மாட்டன் எண்டும் சொல்லேலாது...’ நடுங்கும் கைவிரல்களினால் ‘சோதனைப்பேப்பரை’ வாங்கிக்கொண்டு திரும்பினேன்.

“ஒருக்கால் நில்லுங்கோ நிலா, உங்கடை கையைக் காட்டுங்கோ...”

குலைப்பன் அடிக்கத் தொடங்கியது. எதை யாரும் பார்த்துவிடாது மிக அவதானமாக மறைத்துவைக்க வேண்டுமென்று நினைத்தேனோ வந்ததும் வராததுமாக அந்தக் கள்ளத்தனம் கண்டுபிடிக்கப்பட்டுவிட்டது... மெதுவாக உள்ளங்கையை மேல்பக்கமாகத் திருப்பி ‘ரீச்சரின்’ மேசையில் வைத்தேன்.

“இண்டைக்குப் பள்ளிக்கூடத்திலை சேர வந்தபடியால் பரவாயில்லை. ஆனால் நிலா, நீங்கள் இதுக்கு மருந்துபோட்டு மாத்திற்றுத்தான் இனி பள்ளிக்கூடம் வரோணும் என்ன. பிறகு, இந்தச் சிரங்கு மற்றாக்களுக்கும் தொத்திரும் எல்லோ...”

“இன்னும் மருந்தெடுக்கேல்லை ரீச்சர்...”

"பெரிய மருந்தொண்டும் தேவேல்லை. என்ரை மகளுக்கும் வந்ததுதான். நீங்கள் அம்மாட்டைச் சொல்லி குப்பைமேனியும் பழம்பாசியும் தேசிப்புளியும் கலந்து அரைச்சு பூசுங்கோ. ரெண்டு மூண்டு நாளிலை காய்ஞ்சு மாறிரும் என்ன. சரி, இப்ப போய் இந்த பேப்பரைச் செய்துகொண்டு வாங்கோ"

'மழைத் தண்ணியில் அளைஞ்சுவிளையாடாதேயென்று அம்மா சொன்னதைக் கேட்காமல் உருண்டு திரிஞ்சதுக்கு நல்ல பரிசு...' சிரங்கு விடயம் எல்லோருக்கும் தெரிந்துவிட்டது. அவமானமாக உணர்ந்தேன். அத்தனை கண்களும் என்மேல் தான் மொய்த்திருந்தன. அந்நிய ஊரொன்றில் தனித்துவிடப்பட்ட ஆட்டுக்குட்டியாய் மருண்டது இதயம். முழுசும் கண்களும் தயங்கும் கால்களுமாக 'பேப்பரோடு' திரும்பினேன்.

"நிருபனாக்கள், கொஞ்சம் தள்ளியிருங்கோ. இவா இருக்கிறதுக்குக் கொஞ்சம் இடம் குடுங்கோ."

'ரீச்சரின்' குரல் அதிகாரத்தொனியில் வந்தது. வகுப்பறையின் கடைசி மேசையில், ஒரு சுருட்டைமுடிக் குண்டப்பனுக்குப் பக்கத்தில் எனக்கொரு இடம் கிடைத்தது. பள்ளிக்கூடம் விடும்வரையும் யாருடனும் பேசவில்லை. என்ன பேசுவதென்றும் தெரியவில்லை.

20

வெறும் மேலோடு நின்று ஏதோ யோசித்துக்கொண்டிருந்த சின்னண்ணாவின் பார்வை வேலிக் கரையோடு நின்றிருந்த குட்டி நித்தியகல்யாணி மரத்தை நோக்கிக் குவிந்திருந்தது. 'அங்கே பெரியண்ணா, கடையைக் கூட்டிச் சுத்தம் செய்துகொண்டிருக்க இங்கே நின்று அப்படியென்ன இவன் யோசித்துக்கொண்டிருக்கிறான்...?' தெரியவில்லை. ஆனாலும், அதைவிடத் தலைபோகிற விடயம் ஒன்று பதில் சொல்ல ஆட்கள் இல்லாமல் இரண்டு நாட்களாக மூளைக்குள் கிடந்து குடைந்துகொண்டிருந்தது. மெல்ல நகர்ந்து அவனை நெருங்கினேன். என் சத்தம் கேட்டோ என்னவோ வேலியிலிருந்த ஒரு கரிக்குருவி கழுத்தை நீட்டி எட்டிப் பார்த்துவிட்டு அவசரத்தில் எழுந்து பறந்தது.

"அண்ணா, நான் ஒண்டு கேப்பன் எனக்கு உண்மையைச் சொல்லுவியோ…"

"என்னெண்டு சொல்லன்…"

"ஏன் நாங்கள் மூங்கிலாறு வீட்டிலேருந்து இங்கை வந்தனாங்கள்…?"

"ஏன்ரி, இந்த வீட்டுக்கு என்ன, நல்லாத்தானேயிருக்கு."

"இந்த வீட்டுக்கு ஒண்டுமில்லைத்தான், ஆனால் அந்த வீடும் நல்லாத்தானே இருந்தது, அதுவும் புதுவீடு தானே. வெறும் ரெண்டு மாசத்திலை பிறகேன் இன்னொரு புதுவீடு."

"அது நல்லாத்தான் இருந்தது. ஆனால், வீட்டுக்கும் கடைக்கும் எவ்வளவு தூரம். ஒவ்வொரு நாளும் பள்ளிக்கூடத்துக்கு எவ்வளவு நேரம் நடக்கோணுமெண்டு யோசிச்சுப்பார்."

"ஆனால், அது நல்ல அளவான வீடு. இது என்ன ஒரு சுக்குட்டியா… ஒரு அறையளும் இல்லாமல்…"

சொல்லும் போதே என் குரல் உடையத் தொடங்கிவிட்டிருந்தது. உண்மையில் இது வீடே கிடையாது. கடையில இருப்பவர் தங்குவதற்காகப் பின்னுக்கொரு இடம் இருந்தது. இரண்டு பாய்கள் போடக்கூடிய நீள அகலத்தில் சுற்றிவர மண்சுவர் வைத்துக் கட்டியிருந்த ஒரு குட்டி அறை. நாங்கள் கட்டி விளையாடுகிற விளையாட்டு வீடு மாதிரியே குசினியோடேயே இரண்டு தடிகளை நட்டுக் கிடுகால் மேய்ந்து, மிச்ச சொச்சத்துக்குத் தகரத்தால் அடைத்து, ஒரு பத்தி 'சரிக்கட்டி' தயாரான வீடு.

"சரியடி, இப்ப ஏன் முஞ்சையை தூக்கிவைச்சுக் கொண்டிருக்கிறாய்…? சின்ன இடம்தான். ஆனா இது அந்த வீட்டைவிட நல்லது."

"அப்பிடி என்ன நல்லது."

"அங்கயெண்டால், அம்மா பள்ளிக்கூடம் விட்டு வரும்வரைக்கும், அப்பா கடையைப் பூட்டிற்று இரவு வரும்வரைக்கும் நாங்கள் மூண்டு பேரும் தனியத்தானே நிக்கவேணும். ஆருக்கும் எதுவும் நடந்தாலும் அப்பாக்களுக்கு ஒண்டும் தெரியா."

"அதுக்கு…"

"இங்கையெண்டால் அப்பா எப்பவும் பக்கத்திலேயே இருப்பார். பள்ளிக்கூடமும் காலுக்கை…"

“ஆனால், இங்கை விளையாடுறதுக்கும் ஒண்டுமில்லை. ஒரு ஊஞ்சல் கட்டலாமெண்டால் அதுக்குக்கூட ஒரு மரமில்லை. கற்சிலைமடுவிலையெண்டால் எந்தாப் பெரிய மாமரம். ஆனால் இங்க என்ன இருக்கு...?”

“ஓ... உன்ரை அம்புலிமாமா ஊஞ்சலின்ரை நினைப்பு வந்திட்டுதோ...?”

“விளையாடாதை, கேட்டதுக்கு பதிலைச்சொல்லு.”

“இந்தா ஒரு நிழல்மரவள்ளி நிக்குது, அங்காலை நித்தியகல்யாணி நிக்குது. கிணத்தடியிலை பப்பாசியும் அங்காலை அந்த பிலாவும் நிக்குது. பிறகென்ன...?”

“பிலா முழுக்க குருவிக்கூடு. ஒருக்கால் ஆடினாலே மொத்த முட்டையும் கீழைதான் கிடக்கும். வீட்டை அந்தாப்பெரிய மாமரத்திலை கட்டினமாதிரி இதிலையெல்லாம் ஊஞ்சல் கட்டேலுமே...?”

“அதுக்குத் திருப்பி நீ ஆமிட்டைத்தான் போகோணும், போறியா...”

தீடீரென்று அவன் எக்குத்தப்பாய் பதில் சொன்னான். வார்த்தைகளில் இலேசான கோபம் கூட கலந்திருப்பதாகப்பட்டது. மறுபடி கற்சிலைமடு வீட்டின் ஞாபகம்வந்து கண்ணைக்கரித்தது. ‘எந்தாப்பெரிய சிமெந்து வீடு. பத்தாததுக்குத் தனியவொரு விறாந்தை, குசினி, பனங்கூடல், அந்தாப்பெரிய பின்வளவு...’ எதற்கடா அங்கிருந்து வந்தோமென்று மனம் வெம்பியது.

21

‘அவள் கெட்டிக்காரி, எப்படியும் பாஸ் பண்ணிடுவாள்’ என்றும் ‘ஸ்கொலர்சிப் ரிசல்ட் வந்திற்றுதாமே, பாஸா பாஸா’ என்றும் கேட்டுக்கொண்டு திரிபவர்களைக் கண்டால் கல்லைக்கொண்டு எறியவேண்டும்போலக் கோபம் தலைக்கேறி சிப்பிலியாட்டத் தொடங்கி ஆறேழு நாட்கள் கடந்திருந்தன. ‘என்ன சொல்வது...? இல்லை, பெயில் பண்ணிட்டன் எண்டு என்ரை வாயாலயே திரும்பத் திரும்ப எத்தனை தடவைதான் சொல்வது. பகல் நேரங்களில் வெளியில் ஒரு இடமும் தலை காட்டமுடியாமல் வீட்டுக்குள்ளேயே குந்திக்கொண்டிருக்கும்

அவமானத்தின் உச்சத்தை, ஒருவரோடும் கதைக்கப் பிடிக்காமல், இருட்டை மட்டுமே கட்டிக்கொண்டிருக்கிற எங்கள் வீட்டு உள்ளறைச்சுவரோடு, சுவரில் அவ்வப்போது வந்துபோகிற புலிமட்டை சிலந்தியோடு மட்டுமே பேசிக்கொண்டிருக்கிற இந்த சுயநிராகரிப்பை எப்போது எப்படி நிறைவுக்குக் கொண்டுவருவது...?'

காற்றுகூட வரமறுக்கின்ற உள்ளறையில் இருந்து அண்ணாக்கள் படித்துக்கொண்டிருக்க, நான் படிப்பதுபோல் நடித்துக்கொண்டிருந்தேன். வெளி முற்றத்தில் இருந்து பேசிக்கொண்டிருந்த அம்மாக்களோ எனக்கு முன்னே அமர்ந்திருந்த அண்ணாக்களோ நினைவிலில்லை. வெளித்தெரியாத பலநூறு கேள்விகளும் சஞ்சலங்களும் அழுகையுமாய் மனம் வெந்தவிந்து செத்துக்கொண்டிருந்தது. உள்ளே உடுக்கடித்துக்கொண்டிருந்த என் திருட்டுத்தனத்தைக் கண்டுபிடித்தோ அல்லது விம்மிவெடிக்கும் ஆற்றாமைக்கு ஆறுதலாகவோ குசினிவாசலில் படுத்திருந்த மணி அங்கிருந்து கிளம்பி நேரே என்னிடம் வந்து மடிமேலேறி படுத்தது. குனிந்த தலை நிமிராமல் புத்தகத்தின் பக்கங்களை வெறித்துக்கொண்டிருந்த என் நினைவுப்பெட்டியில் ஒவ்வொரு கல்லாக எறிந்துகொண்டிருந்தது ஞாபகப்பிசாசு. அத்தனைக் கல்லுகளும் அச்சுப்பிசகமால் ஒரேயொரு விடயத்தைச் சொல்லி விண்கூவியபடியே வந்து விழுந்துகொண்டிருந்தன.

இலங்கை முழுதாக எல்லாருக்கும் நடக்கின்ற பொதுப் பரீட்சைதான். சிங்களம் தமிழ் எல்லோருக்கும் ஒரே 'பேப்பர்'தான். ஒரே நேர அட்டவணைதான். ஒரே மாதிரி ஒழுங்குகள்தான். ஆனால் ஒரு வித்தியாசம். அங்கெல்லாம் பாதுகாப்புக்குப் பள்ளிக்கூடத்துக்கு வெளியில் 'பொலிஸ்' நிற்கும். இங்கோ, அந்த நேரத்தில்தான் 'கிபிர்' வந்து கொட்டிவிட்டுப்போகும். 'அந்தப் பொல்லாத சோதினையின் ரிசல்ட் வரவில்லை என்று யார் அழுதது...?' விழுந்துவிழுந்து படித்ததற்கு ஒரு பிரியோசனமும் இல்லை. எத்தனை மாதிரிப் பரீட்சைகள், எத்தனை வகுப்புப் பரீட்சைகள் எல்லாம் செய்தும் கடைசியில் நான் கோட்டை விட்டுவிட்டேன். சரியான நேரம் பார்த்து அந்தப் பொல்லாத 'கிபிர்' விமானம் வந்து விசில் ஊதியதால் வந்த வினை. இருந்தாலும் வெறும் 1 மாக்ஸில் பெயிலானதை ஏற்றுக்கொள்ளமுடியவில்லை.

ஏதோ செய்துவிடக்கூடாத பெரும்பிழை ஒன்றைச் செய்துவிட்டதுபோல, 'ரீச்சராக்களை', அம்மாக்களை நம்பவைத்து ஏமாற்றியதுபோல, என்னவென்றே சொல்லமுடியாத ஒரு

கலவை உணர்வில் கலங்கிக்கொண்டிருக்கும் மனதுக்கு எந்தப் பிடிமானமும் இல்லை. எனது திமிர், எனது பிடிவாதம், எனது கௌரவமெல்லாம் ஒரு கிழமையாக இடைவிடாமல் தொடர்ந்து கல்லால் அடிவாங்கிக் காலுடைந்து இரத்தம் சிந்துகின்ற ஒரு நொண்டி நாய் மாதிரி கெந்திக்கொண்டு திரிந்தது. சுருக்குக் கயிற்றில் தொங்கிக்கொண்டிருந்தது என் சுயமரியாதை. எங்கேயாவது சறுக்கி விழுந்துவிடுவனோ என்று இதயத்தை இறுக்கிக்கொண்டேயிருக்கும் பயம் விடுபடுவதாகவில்லை. புத்தகத்தின் மீதிருக்கும் கையை எடுத்து மணியின் முதுகை மெல்ல தடவிக்கொடுத்தேன். சட்டெனத் தலையை உயர்த்தி, மூடியிருந்த பளிங்குக் கண்களைத் திறந்துபார்த்து ஒருமுறை சிநேகமாய் சிமிட்டிவிட்டு மறுபடி படுத்தது. தெளிந்த முகம். யாருக்கும் எதற்கும் பதில் சொல்லவேண்டிய கட்டாயமற்ற வாழ்க்கை. எந்தக் கவலையுமில்லாத நித்திரை. சீரான வேகத்தில் மூச்சுவிட்டபடி நிம்மதியாய்த் தூங்கும் அதன் ஏகாந்தத்தைக் கலைக்க விரும்பாமல் கையை மெதுவாக எடுத்தேன். கண்களில் ஏனோ கண்ணீர் முட்டிக்கொண்டு வந்தது. ‘எனக்கும் யாராவது தடவிக்கொடுத்தால் நன்றாகவிருக்கும்.’

அன்றையநாள் அப்படி முடிந்திருக்காவிடில், இப்போது இப்படி நான் கலங்கிக்கொண்டிருக்கவேண்டிய தேவையும் இருந்திராது. பரீட்சை தொடங்குகின்ற காலைநேரம் அவ்வளவு உற்சாகமாகவும் ஆரவாரமாகவும்தான் ஆரம்பித்தது.

முதல்நாள் இரவிரவாகச் சோதனைப் பயத்தில் முழித்திருந்து, விடிய வரும்போது ஆயிரத்தெட்டுமுறை சாமி கும்பிட்டு, சுட்டெண்ணை சரிபார்த்து, நேரத்தோடேயே விழுந்தடித்து பள்ளிக்கூடம் வந்திருந்தால், பள்ளிக்கூட வாசலோடு நின்றபடி உள்ளே போகும் எல்லோருக்கும் ‘ரீச்சர்’ கொடுக்கும் அறிவுறுத்தல்கள் ஆகப்பயம் காட்டிக்கொண்டிருந்தன. கண்ணாடி போட்ட கண்களை உருட்டி மிரட்டி அவா பேசும் தோரணையோ ஏதோ பெரிய ‘ஆட்லறிக்கிடங்கை’ தகர்க்கப்போறம் என்பதுபோல அச்சமூட்டியது. எல்லோரும் ஆளையாள் பார்த்து முழுசிக்கொண்டிருந்தோம். யாரும் யாருடனும் பேசவில்லை. எல்லோரின் எலும்பு, நரம்பு, இரத்தம், சதை அத்தனையிலும் சோதினைப்பேய் சுற்றிக்கொண்டிருந்தது.

ஒருவர் பின் ஒருவராக வரிசையில் நிறுத்தப்பட்டு, ஒவ்வொருவராக சோதனையிடப்பட்டு, ‘வெறும் எழுது கருவிகளைத் தவிர

வேறெதுவும் உள்ளே எடுத்துச்செல்லப்படலாகாது' என கண்டிப்பான உத்தரவுகள் பிறப்பிக்கப்பட்டு... இன்னும் கொஞ்ச நேரத்தில் முன் எல்லையைத் திறந்து பிரதானச் சண்டைக்களத்தில் தள்ளிவிடப்போகிறார்கள் போலிருந்தது அங்கு நிலவிய சூழல்.

உள்ளங்கை கசிந்து ஈரமாகத்தொடங்கியது. வலது கையிலிருந்த 'பென்சில் பேனைகளை' இடதுகைக்கு மாற்றிவிட்டு வலதுகையை உதறிவிட்டுக்கொண்டேன். உயிரைத் தவிர அத்தனை அங்கங்களும் வெடவெடத்து நடுங்கத் தொடங்கின. 'உள்ளே போனால் இன்னும் என்னென்ன நடக்குமோ...?' கண்ணை இறுக்க மூடிக்கொண்டு உள்ளநாட்டு கடவுளையெல்லாம் ஏலம் விடத்தொடங்கினேன்.

சற்றுநேரத்தின் பின் ஒவ்வொருவராக உள்ளே அனுமதிக்கப் பட்டோம். எம். யு. நான்கு. எட்டு. ஏழு இரண்டு நான்கு மூன்று ஒன்று ஏழு. மேசையிலெழுதியிருந்த சுட்டெண்ணை ஒன்றுக்கு மூன்றுமுறை திரும்பத்திரும்ப சரிபார்த்தேன், என்னுடையது தான். பரீட்சை உத்தியோகத்தர்கள் நேரம் பத்துமணி என்பதை உறுதிசெய்துகொண்டு மளமளவென்று வினாத் தாள்களை ஒவ்வொரு மேசையிலும் விரித்தார்கள். இத்தனை நாளும் என் சந்தோசத்துக்கெல்லாம் முட்டுக்கட்டை போட்ட பூதம் வெள்ளை நிறத்தில் மூன்று பக்கங்களில் சுருங்கிக்கிடந்தது. 'இதை மட்டும் முடித்துவிட்டால் போதும். இன்றோடு முடிந்தது இன்னல்பாடு...' அடித்துப்பிடித்து அவசரப்பட்டு வாங்கி விரித்தேன். கண்கள் படபடவெனக் கேள்விகளை, மேய்ந்தன. வேம்படிவைரவரிற்கு வைத்த நேர்த்தி வீண்போகவில்லை. நம்பிக்கை பளிச்சிட்டது. 'பென்சிலை' எடுத்து மளமளவென்று எழுதத் தொடங்கினேன். அரை மணித்தியாலயம் கழிந்திருக்குமா என்று தெரியவில்லை.

இனி வரப்போகும் அத்தனை நாளுக்குமான தடைதகர்க்கும் தார்மீகப் பொழுதில் மூழ்கிப்போயிருந்த என் ஐம்புலன்களையும் தடுத்தபடி காதுகளில் வந்து விழுந்தது அந்த இரைச்சல். 'வீதியால் ஏதாவது பெரிய வாகனம் போகிறதா...? இல்லை, காற்றுத்தான் ஓவென்று வீசுகிறதா...?' மண்டபத்தின் வாசல்படியைத் தாண்டி வெளிப் பக்கமாகப் பார்த்தேன். ம்கூம், அப்படியெந்த அறிகுறியும் இல்லை.

'அப்படியென்றால்.... ஐயோ...கிபிர். கிபிர்தான். கிபிரேதான்.' மிக மெல்லமாகத்தான் கேட்டது. 'தூரத்தில் எங்கோ வருகிறது. கிளிநொச்சி தாண்டியோ அல்லது வவுனியாவுக்கு மேலாகவோ இருக்கலாம். இருந்தாலும் அதன் பேய் வேகத்துக்கு ரெண்டொரு நிமிசம் போதும் இங்கு வந்துசேர.'

நினைத்த மாத்திரத்திலேயே நின்றுவிட்டது நெஞ்சு. வெளியில் அடித்துக் கொழுத்திக்கொண்டிருந்த வெயில் முழுதும் மொத்தமாய்த் திரண்டுவந்து என் ஒருத்தியின் உச்சந்தலையில் தான் கொட்டிக்கொண்டிருப்பதாய் எரியத் தொடங்கியது உடம்பு. மலேரியாக் காய்ச்சல் வந்தாக்கள்போலக் கிடுகிடுவென்று நடுங்கத்தொடங்கியது 'பென்சில்'. எழுதிக்கொண்டிருந்த விரல்கள் பட்டென்று நின்றன. கேள்விகளைப் படித்துக்கொண்டிருந்த கண்கள் பயத்திலும் அடுத்து என்ன என்ற படபடப்பிலும் பிதுங்கி வழிந்தன. பயத்தில் நடுங்கிய கை அழுத்திய அழுத்தத்தில் 'பென்சிலின்' கூர் உடைந்திருந்ததுபோல. யார் அதைக் கவனிப்பது...? அக்கம் பக்கத்தில் திரும்பிப் பார்த்தேன். இன்னும் யார் காதிலும் சத்தம் விழுந்திருக்கவில்லை. எல்லோரும் குனிந்ததலை நிமிராமல் கிறுகிறுவென்று எழுதிக்கொண்டிருந்தார்கள். 'எனக்குக் கேட்ட சத்தம் மற்றவொருவருக்கும் கேட்கவில்லையா. அல்லது அந்தச் சத்தமே கிபிரில்லையா. சோதினைப் பயத்தில் எனக்குத்தான் விசர்கிசர் பிடிச்சிற்றுதோ...'

அடுத்து என்ன என்று நினைப்பதற்குள், காதை அடைத்துப்பூட்டியது காட்டுத்தனமான பெருஞ்சத்தம்.

பேய்த்தனமான இரைச்சலோடு தலைக்கு மேலால் பறந்து மறைந்தது அந்த ஆள்விழுங்கிப் பாம்பு. காற்றிலிருந்த அழுத்தம் காதையும் நெஞ்சையும் அதைத்து அடைத்தது. கையிலிருந்த 'பென்சிலும் சோதினைப் பேப்பரும்' எங்கோபோய் ஒளிந்தன. வெறிகொண்டு எழும்பியது ஒரு காட்டுமிருகம். மின்னலடிப்பதைப் போல ஆயிரம் மடங்கு வேகத்தில், எனக்கு முன்னிருந்த மேசையை பலம்கொண்டமட்டும் கையாலும் நெஞ்சாலும் முட்டி வெளிப்பக்கமாகத் தள்ளினேன். அரையடி தூரத்தில் தரையில் போய் மோதி தலைகுப்புறக் கவிழ்ந்து கிடந்தது அது. மேசையை முன்பக்கமாக எம்பித் தள்ளிய வேகத்தில் தானாகவே கால்கள் கதிரையை உதைத்தன. அடுத்தநொடி 'கிரீச்' என்ற சத்தத்துடன் பின்பக்கமாக உருண்டு விழுந்தது கதிரை. கதிரைக்கும் மேசைக்கும் இடையிலிருந்த இரண்டடி இடைவெளியில் 'பொத்தென'க் குப்புற விழுந்து படுத்தேன். பிக்கானும் கிணற்றுக் கல்லும் மோதித்தெறிப்பது போல 'ணங்' என்றொரு சத்தம்.

முன்பல்லு சிமெந்து தரையில் பட்டுப் பாதியுடைந்து தெறித்துவிட்டது போல. முரசு விண்விண்ணென்று வலித்தது. நெருப்புச்சுட்ட புண்கூடப் பரவாயில்லை, அதைவிட

அகோரமாக சொண்டு எரிந்தது. நடுங்கும் விரல்களால் மெல்ல தடவிப் பார்த்தேன். கையில் இரத்தம் ஒட்டி பிசுபிசுத்தது. மேல்த்தாடையும் கீழ்த்தாடையும் முன்னேற்பாடெதுவுமில்லாமல் மோதிக்கொண்டதில் கடவாய் பக்கத்துச்சொண்டு வெடித்திருந்தது. விரலில் ஒட்டியிருந்த இரத்தத்தை நிலத்தில் தேய்த்துவிட்டுக் காதுகளை மூடிக்கொண்டு தரையோடு தரையாகப் படுத்தேன்.

திரும்ப திரும்ப வந்து வந்து காதில் அறைந்துகொண்டேயிருந்தது கொடிய போர்விமானத்தின் பலத்த சத்தம். பல்லுடைந்தது பெரிதாய்த் தெரியவில்லை. ஊ...வென்ற அதன் சத்தம்தான் கிலிபிடிக்கவைத்தது. பயத்தில் கத்தத்தொடங்கினேன். எங்கும் ஒரே அல்லோலகல்லோலம்.

"ஐயோ... அம்மா... கடவுளே... முருகா... யேசுவே... அம்மாளாச்சித்தாயே... என்ர யூதாவே..."

காற்றை அடைத்துக்கொண்டு காதை நிரப்பும் ஓலம். இடதுபக்கமாகத் தலையைத் திருப்பிப் பார்த்தேன். யூலி கண்களை மூடிக்கொண்டு அழுதுகொண்டிருந்தாள். உதடுகள் அசைய ஒலியற்ற ஏதேதோ சொற்கள் தட்டித்தடவி விழுந்துகொண்டிருந்தன. கண்ணீர் வழிந்துகொண்டிருந்தது. அவளிற்கு அரையடி தள்ளி சரூபன், உள்பக்கத் தூண்மறைவில் குந்திக்கொண்டிருந்தான். சுவரோரமாக இருந்த அவளது இடத்தில் குப்புறப்படுத்திருந்தபடி பக்கத்திலிருந்த 'அலுமாரியை'ப் பார்த்து கத்திக்கொண்டிருந்தாள் நிருபா. அவளின் முதுகுக்கு மேலே விழுந்துகிடந்த கரும்பலகைக்கு மேலால் எழுந்து பறந்தது தூசிப்படலம்.

'அலுமாரியின்' கதவுகளிற்கிடையில் ஓர் உருவம் ஒடுங்கிக்கொண்டு ஒளிந்துகொண்டிருந்தது. அதன் வெள்ளைச்சட்டை பக்கத்திலிருந்த மேசைக்கிடையில் சிக்கிக்கொண்டிருந்தது.

"எடியேய் துவா, உனக்குச் சொல்லறது கேக்கேல்லையே கீழை படடி. இப்பிடி நிக்காதையடி சொன்னாக் கேள்..."

அழுகை அடங்காத பயத்திலும் முடிந்தமட்டும் தொண்டையைத் திறந்து உரத்த குரலில் கத்திக்கொண்டிருந்தாள் நிருபா. கண்களைப் பொத்திய கைகளை எடுக்காமல் அந்தப் பாதியுடைந்த மரக் கதவினோரமாகச் சிலைபோல அப்படியே நின்றுகொண்டிருந்தாள். என்னைப் போலவே அவளும் ஒட்டுசுட்டானிலிருந்து இடம்பெயர்ந்து வந்திருந்தாள். கிபிருக்குச் சரியான பயம்.

பல்லுடைந்த முரசிலிருந்து கொட்டிய இரத்தம் சட்டைக் 'கொலரில்'பட்டு கடும் சிவப்பிலிருந்து கறுப்புக்கறையாக மாறிக்கொண்டிருந்தது.

வெளியில் நின்று 'கிபிர்' போகும் திசையைக் கணக்கிட்டுக் கொண்டிருந்த மேற்பார்வையாளர்களில் ஒருவர், உள்பக்கமாகத் திரும்பிவந்து என்னருகில் நின்றார். என்னசெய்வது என்று தெரியாமல் பயத்தில் அந்தரிக்கும் எனக்குத் துணைக்கு வந்து நின்றிருப்பார் போல.

'பயப்பிடாதையம்மா, அது இங்கை கிட்டத்திலயில்லை. கொஞ்சம் தூரத்திலைதான்.'

அத்தனை இரைச்சல்களிற்கு நடுவிலும் அவர் சொன்ன சொல்லை யாரும் கேட்கத் தயாராயில்லை. நான் அவரை நிமிர்ந்துகூடப் பாக்கவில்லை. மண்டபத்துக்கு வெளியே ஐந்தடி இடைவெளியில் பதுங்கு குழி இருந்தது. எழும்பியோடினேன். கால்கள் மறுத்தன; இழுத்துக்கொண்டோடினேன். படியைத் தாண்டும்போது மறுபடி தலைக்குமேலால் கத்தியது விமானம். ஒவ்வொரு முறையும் 'கிபிர்' பெரிய வட்டம்போட்டுக்கொண்டு சுற்றிவரும்போது சாவு சாவகாசமாய் ஆடியாடி வருவது போலவே தோன்றியது. பொத்தென வாசற்படியில் விழுந்துபடுத்தேன். பல்லுடைந்த முரசிலிருந்து கொட்டிய இரத்தம் சட்டைக்'கொலரில்'பட்டு கடும் சிவப்பிலிருந்து கறுப்புக்கறையாக மாறிக்கொண்டிருந்தது.

"அங்கற்றா போறான்ரா. ஒண்டில்லையடா மூண்டடா..."

"எங்கையடா, எனக்குத் தெரியேல்லையேடா..."

"அங்கற்றா, அந்தப் பெரிய கறுத்த முகிலுக்குக் கீழை பார்... ஒரு புள்ளியா போறான்ரா... போறான்ரா..."

வாசலுக்கு நேரே படுத்துக்கிடந்த தீபனும் நிருபனும் மேலே பார்த்துக் கையைக் காட்டிக்காட்டி கத்திக்கொண்டிருந்தார்கள். எழும்பிப்போய் காதைப்பொத்தி நாலு சாத்து சாத்தவேண்டும்போல ஆத்திரம் அடக்கமாட்டாத அளவுக்குப் பொத்துக்கொண்டு வந்தது.

எங்கோ ஒரே இடத்தில்தான் அடித்திருக்கவேண்டும். அடுத்தடுத்து ஆறேழு தடவைகள் ஒரே திசையிலிருந்து கிட்டத்தட்ட ஒரே அழுத்தத்துடன் காற்று அதிர்ந்து காது அடைத்தது. இந்தக் களேபரங்களிற்கிடையில் வெறும் பத்தே பத்து நிமிடங்களில் வந்தவேலையை முடித்துவிட்டுத் தம்வழியே போய்மறைந்தன

பேய்கள். எனக்குக் கைகளின் நடுக்கம் நிற்கவில்லை. இதயம் இன்னும் பயத்தில் இருண்டிருந்தது.

'மறுபடி பரீட்சைத்தாளை பொறுக்கியெடுத்துக் கைகளில் நீட்டினால், முன்பிருந்ததுபோல எல்லாவற்றையும் எழுதிக்கிழித்துவிடலாமா என்ன...' மூளை அத்தனையையுமே மறந்துவிட்டிருந்தது. என்னத்தை எழுதினேன், எப்படி எழுதினேன்... நினைவு இல்லை. எதையோ கிறுக்கித் தொலைத்தேன். 'எதுவாயிருந்தால் என்ன... எழுதாவிட்டால்தான் அதுக்கு என்ன...?'

போதாக்குறைக்கு அன்றிரவு புலிகளின்குரல் செய்தி அச்சத்தைப் பன்மடங்காக அதிகப்படுத்தியது. எங்கோ சந்தைப் பகுதியில் தான் விமானக்குண்டுத் தாக்குதல் நடந்ததாகவும் அதிகமானவர்கள் இறந்ததாகவும் சொல்லியது.

"சந்தையள், கடையளுக்கு எதுக்கு அடிக்கிறாங்கள்...? சாப்பிடக்கூடக் கூடாதா நாங்கள்...?" கோபம் கோபமாக வந்தது.

மொத்தத்தில், அந்த நாளே நல்லதாக இல்லை. சோதனையும் அவ்வளவாகச் செய்யவில்லை. இருந்தாலும் அம்மாவிடம் அதைச் சொல்லவில்லை. 'ஏன் வீணாய் பொல்லு குடுத்து அடி வாங்குவான். ரிசல்ட் வரும் போது வரட்டும்' என்று யாருக்கும் சொல்லாமல் விட்டிருந்தேன். 'சே, அண்ணாக்களிட்டையாவது சொல்லியிருக்கலாமோ...'

சின்னண்ணாவை நிமிர்ந்துபார்த்தேன். சுற்றிவர புத்தகங்களைப் பரப்பியிருந்தான். உள்ளறையின் பாதியிடத்தை அடைத்தபடி விரிந்துகிடக்கும் அவற்றில் ஒன்றிலிருந்து இன்னொன்றுக்கும் அதிலிருந்து மற்றதுக்குமாக மாறிமாறி எதையோ பரபரவென்று எழுதிக்கொண்டிருந்த அவனைப் பார்க்க கவலையும் கரிசனமும் ஒருசேரப்பிறந்தது. 'பாவம், இவனும் இப்பிடி விழுந்தடிச்சு படிச்சு வெறும் 1 மாக்ஸ்ஸில பெயிலாயிட்டானெண்டால்...? அம்மாளாச்சித்தாயே, அப்பிடியேதும் நடக்காமல் பாத்துக்கொள்ளம்மா.' மெதுவாக உடம்பை வளைத்து அவனது மடியிலிருந்த புத்தகத்தின் ஓரத்தை அவனுக்கே தெரியாமல் தொட்டு கண்ணிலொற்றிக்கொண்டேன். எப்போதும் அவனோடு முரண்டுக்கே நிற்கும் என் மூளைக்கு இப்போது என்ன ஞானோதயமென்று எனக்கே தெரியவில்லை. 'பெரியண்ணாவுக்குக் கும்பிடாமல்விட்டுப் பிறகு அவன் பெயிலாயிற்றானெண்டால்...' அவசர அவசரமாகப் பெரியண்ணாவின் பக்கமாகத் திரும்பினால்

நான் சற்றும் எதிர்பார்க்காத விதமாய் நேருக்குநேரே கண்களை நோக்கி என்ன என்பதுபோலத் தலையை அசைத்தான்.

"ஒன்றுமில்லை."

மறுபடி குனிந்துகொண்டேன். திரும்பவும் படிக்கவேண்டும். படிப்பதுபோல் நடிக்கவேண்டும். 'பெயிலான' பிறகும் எதுக்கு படிப்பு...? தெரியவில்லை. ஆனாலும், படித்துத்தான் ஆகவேண்டும். புத்தகத்தின் அடுத்த பக்கத்தைத் தட்டினேன். 'விறாந்தையில்' இருந்து பேசிக்கொண்டிருக்கும் அப்பாவின் பேச்சில் என் பெயர் அடிபடுகிறது. காதைக் கூர்தீட்டினேன்.

"ஐஞ்சாம் ஆண்டிலை இந்தப் பிள்ளையளுக்கு இப்பிடியொரு நாடளாவிய சோதினை வேணுமாப்பா. சும்மா அதுகளைப் படிபடியெண்டு ஆக்கினைப்படுத்தி, பிறகு ஒண்டு நடக்கேல்லை எண்டதும் உடைஞ்சு போகச்செய்து, சே... பாவம் அப்பா பச்சைக் குழந்தையள்."

"அதுக்கென்னப்பா செய்யிறது. அரசாங்கம் வைக்கிறதுக்கு நாங்கள் என்ன செய்யிறது. வேண்டாம், வேண்டாம் நிப்பாட்டு எண்டுபோய்ச் சத்தம் போடேலுமே..."

"ஆகக்குறைஞ்சது நானாச்சு என்ரை பிள்ளையை நிப்பாட்டியிருக்கலாம். இந்தமாதிரி, ஏதோ இழவு விழுந்ததுமாதிரி முழுசிக்கொண்டிருந்திருக்கமாட்டாள்..."

"அதெல்லாம் ஒண்டுமில்லையப்பா. கொஞ்ச நாளிலை அவள் அதை மறந்துடுவாள். நீங்கள்தான் கனக்க யோசிக்கிறீங்கள். பேசாமல் விடுங்கோ."

நம்ப முடியாத ஆச்சரியம். கலங்கிய குட்டையில் தாறுமாறாய் விழுந்துகொண்டிருந்த கல்லுகளின் வேகம் கொஞ்சம் குறைந்து மனது இலேசாய் அமைதிப்படத் தொடங்கியது. அலையடிக்கும் வேகம் கட்டுக்குள் வந்தது. அப்பாவின் கவலையும் அம்மாவின் ஆற்றுப்படுத்தலும் ஒரு உண்மையைச் சொன்னது. அவர்களிற்கு என் மேல் கோபமெதுவும் இல்லை. ஆனால், அப்பா அடுத்து சொன்ன விடயத்தைக் கேட்க ஒருவித பயம் வந்தது.

"ம்ம்... அதுவும் சரிதான். அட, சொல்ல மறந்திற்றன், உனக்கொரு விசயம் தெரியுமே... பேபியின்ரை அக்கான்ரை மூத்தபெடியெல்லே இயக்கத்துக்குப் போட்டுதாம்..."

"யார், எங்களின்ரை பேபி ரீச்சரின்ரை அக்கான்ரையோ... மல்லிகாவோ... அவளெல்லோ கம்பசுக்கு போவாளெண்டு எதிர்பார்த்துக் கொண்டிருந்தவை."

"எதிர்பாத்து இனியென்னேற, அதான் அவள் போட்டாளே..."

"என்னப்பா இது, எப்பவாம் நடந்தது...?"

"இப்ப ஒரு கிழமைக்கு மேலையாம். மதியம் புதுக்குடியிருப்புக்கு ஒரு அலுவலாப்போ கேக்க ரீச்சரை சந்தியடியிலை கண்டன். அப்பத்தான் சொன்னா. பள்ளிக்கூடம் விட்டுவரேக்கை இடையிலை மறிச்ச பிரச்சாரக்காரரோடை அவளும் இன்னும் ரெண்டும் அப்பிடியே போட்டுதுகளாம்."

மல்லிகாக்கா ஏனிப்போது இயக்கத்துக்குப் போனாவென்று நினைக்க கவலை முட்டியது. வேலியால் எட்டிக் கடிதம் கொடுத்துவிட்ட அந்தப் பக்கத்து வீட்டுக்கார அண்ணா என்ன ஆனார், தெரியவில்லை. 'மொழுமொழுவென்று என்ன வடிவான அக்கா. நீட்டு தலைமுடி. இனி, அந்தத் தலைமுடியைக் கட்டையாக வெட்டிவிடுவாவோ என்னவோ...' வேண்டாத கற்பனைகள் முளைத்தன.

"றெனிற்றாவோ டெனிற்றாவோ, அதுதானப்பா அந்த மாவீரர் படிப்பகப் பிள்ளை, அதையும் அடிக்கடி மறிச்சு பிரச்சாரம் வைக்கிறாங்கள். நானே ரெண்டுதரம் கண்டன். ஆள் கொஞ்சம் மசியிறாபோல. அதான் அவங்களும் விடுறாங்கள் இல்ல. எதுக்கும் தகப்பனிட்டை ஒருக்கால் சொல்லிவையுங்கோ..."

மொத்தப் பேருக்கும் காவல்காரிபோல நடந்துகொள்ளும் அம்மாவைப் பார்க்கச் சிரிப்பு வந்தது.

கதை வீட்டைக் கடந்து ஊருக்குள் நுழைந்துவிட்டது. என்னென்னவோ எல்லாம் பெரிய கதைகள். என் பெயர் இனி எப்போதும் அந்தக் கதைகளில் வந்து விழாதென்பதும் அப்பாவுக்கு என்மேல் வருத்தமோ கோபமோ இல்லையென்பதுமே பெரும் நிம்மதி, திருப்தி. இனியும் கண்டிப்பாக அடுத்த அலைவரும். அந்த அலையோடு அள்ளுப்பட்டு தத்தளித்து உருளும் வாறவருடம் புதிதாகப் பரீட்சை எழுதப் போபவர்களின் பெயர்களும் தலைகளும்.

22

சத்திய சோதனை. நாளைக்கு செய்துகொண்டுபோய்க் காட்டவேண்டிய கணித வீட்டுப்பாடம் தலைக்குமேல் பெரும் பாவமூட்டையாய் இறங்கி அழுத்திக்கொண்டிருந்தது. செய்யாமல் போனால் கணித 'ரீச்சர்' எப்படியும் அடி பின்னியெடுத்துவிடுவா. எந்தச் சாக்குப்போக்கும் வேலைக்காகாது. போன கிழமை துவாரகாவை முறித்துப்போட்ட சம்பவம் கண்ணுக்குள் வந்துநின்று வெருட்டியது. அம்மாவிடம் தஞ்சம் புகுந்தேன். சமையல் நேரத்தில் யாரும் தொந்தரவு செய்தால் அம்மாவுக்குச் சுத்தமாகப் பிடிக்காதென்றாலும் நானும் விடாது பின்னாலும் முன்னாலும் இழுபட்டுக்கொண்டிருந்தேன்.

"நேற்று முந்தநாள் எல்லாம் இருந்திற்று, நாளைக்குப் பள்ளிக்கூடம் எண்டோணை எல்லாரும் இப்பத்தான் வாங்கோ..."

"என்ரை செல்ல அம்மால்லே. இந்த ஒரேயொரு கேள்வி மட்டுமம்மா."

"சரி சரி, காலுக்கைக் கிடந்து இழுபடாதை. போ, உள்ளபோய் புத்தகத்தைப் பாத்து எனக்கு கேக்கக் கூடிய மாதிரி சத்தமா வாசி."

கையிலிருந்த மரக்கறியை அப்பாவின் கைகளில் திணத்துவிட்டு எழும்பி குசினிப் பக்கமாக நடந்த அம்மாவை வால்பிடித்துக்கொண்டுபோன நான் திருப்பியனுப்பப்பட்டேன். நல்லகாலம், ஆங்கிலத்தோடு சேர்த்துக் கணிதமும் விஞ்ஞானமும்கூடத் தெரிந்திருப்பதால் அம்மாவொரு அட்சய பாத்திரம். 'நேற்றுப்படிச்சது எனக்கெல்லாம் இண்டைக்கே மறந்துடுது. ஆனா, அவாக்கு மட்டும் எப்பிடித்தான் இவ்வளவு வருசமா ஞாபகமிருக்கோ.'

ஆரம்பமே வலு அமர்க்களம்.

"அம்மா, நாலின் கீழ் மூண்டு சக ரெண்டின் கீழ் நாலு சக நாலின் கீழ் ஒம்பது."

அம்மா உள்ளறைக்கு வரும்போது குரலை தணித்தும் குசினிக்குப்போகும்போது ஓவென்ற பெரிய சத்தத்திலும் வழமையான பாணியில் ஒப்புவித்துக்கொண்டிருந்தேன். பறையறையாத குறை.

“அப்பிடியிருக்காதே. வடிவாப்பார் கணக்கை.”

“அப்பிடித்தானம்மா கிடக்கு. நாலின் கீழ் மூண்டு சக ரெண்டின் கீழ் நாலு சக நாலின் கீழ் ஒம்பது”

“ஒழுங்காப்பார் எண்டு திருப்பித் திருப்பி சொல்றன். நாலின் கீழ் ஒம்பதோ. கடைசியா இருக்கிறது நாலின் கீழ் ஒம்பதோ ஒம்பதின் கீழ் நாலோ, வடிவாப்பார் பாப்பம்.”

அரிக்கன்சட்டியும் கையுமாய்க் ‘குசினி’க்குள் இருந்து எழும்பிவந்த அம்மா என்னிடமிருந்த புத்தகத்தைத் தன் பக்கமாகத் திருப்பிவைத்துப் பார்த்துவிட்டு ணங் என்று நடுமண்டையிலேயே ஒரு குட்டு வைத்தா. அண்ணாக்கள் திரும்பிப் பார்த்து தங்களுக்குள்ளேயே சிரித்துக்கொள்வது பூதக்கண்ணாடி பூட்டிய என் ஓரப் பார்வைக்குத் தெரிந்தது.

ஞாயிற்றுக்கிழமைகளில் எல்லோரும் சேர்ந்திருப்பது வழக்கம். ஆனால், இப்போது நான் மட்டும் படித்துக்கொண்டிருக்க, அண்ணாக்கள் புதினம் கதைத்துக்கொண்டிருப்பது கடுப்பாகவிருந்தது. நேரம் பத்தரை பதினொன்றைத் தாண்டியிருக்கும். சூரியன் அநியாயத்துக்குச் சுட்டெரித்துக்கொண்டிருக்கும் மதிய நேரத்தில், சமையல் தயாராகி பசியைக் கிளம்பும் பொழுதில், குட்டி அறைக்குள் ஐந்து பேரும் சுற்றிவர இருப்பதால் நான் வாங்கும் அர்ச்சனைகள் ஆலாபனைகள் அத்தனைபேர் காதிலும் விழுந்து தொலைப்பதைத் தவிர்க்க வழியில்லை.

நானும் அம்மாவும் புத்தகமும் கையுமாக மல்லுக்கட்டிக்கொண்டிருக்க, அண்ணாக்கள் அப்பா சொல்லும் கதைகளைத் திறந்தவாய் மூடாமல் கேட்டுக்கொண்டிருந்தார்கள். அப்பாவின் காலடியில் வாலை வளையமாகச் சுருட்டி ஒடுக்கிக்கொண்டு குட்டிப்பூனை ‘மணி’. புதினம் கேட்கும் எல்லோருக்கும் நல்ல தோதான அமைப்பு தான், புத்தகத்தோடு குத்துக்கரணம் போட்டுக்கொண்டிருக்கும் என்னைத் தவிர.

‘குமுதினிப் படுகொலை’ சம்பவத்தைப் பற்றிச் சொல்லிக் கொண்டிருந்தார். அந்தப் படகில் அப்பாவும் போகவேண்டியிருந்தது. படகில் ஆட்கள் நிறைந்துவிட்டதால் அடுத்த படகில் வருமாறு சொல்லி அப்பாவை விட்டுவிட்டுப் போய்விட்டார்களாம். பிறகு பார்த்தால் அந்தப் படகில் போனவர்களை சிங்கள இராணுவம் வெட்டிப் படுகொலைசெய்து குவித்திருந்தது. கேட்கப் பயங்கரமாகவிருந்தது.

“சரி சரி, இப்ப என்னத்துக்கு பெடியளுக்கு உந்தக் கதையளை சொல்லிக்கொண்டு. எல்லாம் நடக்குறதுதான் நடக்கும். எல்லாரும் அவரவரே வேலையைப் பாருங்கோ. நிலா, என்ன கணக்கெல்லாம் செய்துமுடிஞ்சுதே. கதை கேட்டது காணும், கெதியா செய் பாப்பம்.”

அரிக்கன்சட்டியை எடுத்துக்கொண்டு வெளியேபோய் கொதித்திருந்த உலைப்பானையில் அரிசியைப் போட்டுவிட்டுப் திரும்பி வந்தா. அப்பாவையும் அம்மாவையும் மாறிமாறி பார்த்து முழுசிக் கொண்டிருந்தேன்.

“எடியேய், கணக்கெல்லே செய்யக் கிடக்கு, செய் பாப்பம். பிறகு பின்னேரமானால் பக்கத்து வீட்டுப் பெடியளோடை விளையாடவும் பறந்திடுவாய். அவன் நிருபன் எல்லாம் செய்துவைச்சிற்றுத்தான் வருவான். நீதான் வெறுங்கையை வீசிக்கொண்டு போய் நாளைக்குப் பள்ளிக்கூடத்திலை நல்லா அடிவாங்குவாய்...”

‘விடாப்பிடியாய் வீட்டுப் பாடத்திலேயே குறியாய் நின்ற அம்மாவை எப்படித்தாக்காட்டுவது...?’ வீட்டுப் பாடத்தைத் தொடர்வதற்காய்ப் புத்தகத்தைத் தேடினேன், காணவில்லை. சுற்றும்முற்றும் தேடினாலும் புத்தகத்தைக் காணோம்.

“என்னத்தைத் தேடுறாய். அங்கை சின்னண்ணான்ரை காலுக்குக் கீழே கிடக்கு உன்ரை கணிதப் புத்தகம். அவ்வளவு கதை கேட்கிற ருசி, ஆ...”

பட்டென்று புத்தகத்தை இழுத்து, விட்ட இடத்திலிருந்து கணக்கைச் செய்யத் தொடங்கினேன். ‘அண்ணாக்கள் எப்படியும் அப்பாவிடம் அடுத்த கதையைக் கேட்கவேணும் கடவுளே...’ மனது உள்ளே வேண்டிக் கொண்டிருந்தது. அப்பா ஏதாவது சொல்கிறாரா என்பதையும் கவனிக்கத் தவறவில்லை. ஆனால், அப்பாவின் குரலுக்குப் பதில் வேறொரு சத்தம் காதில் விழுந்தது. ‘கெட்டான், மொத்தமும் கெட்டான்.’

23

“அப்பா, செல்லடிக்கிறான் அப்பா...”

“அது தூரத்திலை எங்கயோ விழுகுதம்மா. இங்கை இல்லை...”

“அப்பா, இல்லையப்பா. சத்தம் வரவர கிட்டடத்திலை கேக்குது...”

இப்போதுதான் அவர் சொன்ன கதைகளைக் கேட்டிருந்ததாலோ என்னவோ, அச்சத்தில் கைகள் நடுங்கி கண்கள் கலங்கின. சின்னண்ணாவின் கைகளை என் பக்கமாக இழுத்தேன்.

“இவளொருத்தி எடுத்ததுக்கெல்லாம் பயந்துகொண்டு... அது தூரத்திலைதான் விழுகுது. உனக்கு பயமெண்டால் நீ இதிலையே குப்புறப்படு.”

உள்ளிகளைத் தோலுரித்துக்கொண்டிருந்த சின்னண்ணாவின் சொற்கள் என் பக்கம் விழுந்தன, கூடவே இரண்டொரு உள்ளித்தோலும். ஏளனம் செய்யும் தொனியும் சண்டைக்கு இழுக்கும் செயலும்தானென்றாலும், இருக்கவே இடமில்லாத அந்தக் குட்டி இடத்திற்குள் ஒருமாதிரி கையை காலை நீட்டி, வெட்கத்தை விட்டுக் குப்புறப்படுத்துவிட்டேன். அண்ணாக்கள் சிரித்துக்கொண்டிருந்தார்கள். ‘யார் என்ன சொன்னாலும் பரவாயில்லை, நான் எழும்பமாட்டேன்.’ அடுத்த ‘செல்’ குத்தும் சத்தம் காதில் விழுந்தது.

அறையுள்ளேயோ அனல் வெக்கை. அதையும் தாண்டி அழையாவிருந்தாளியாய் அம்பகாம ‘ஆமி’ அன்புடன் அனுப்பிக்கொண்டிருக்கும் ‘செல்’. இத்தனைக்கும் மேலாலும் என்னைப் புள்ளியாய் வைத்துத் தொடங்கிய பல்லிளிப்பைப் பாதியிலேயே வெட்டியெறிந்துவிட்டு சத்தமாகக் கத்தினார் அப்பா.

“டேய், எல்லாம் படு. அப்பிடியே படு.”

என்ன சொன்னாரென சுதாகரித்தறிவதற்கிடையில் குப்புறப் படுத்திருந்த என்னைப் பெரும் ஆக்ரோசத்தோடு தூக்கியெறிந்தது நிலம். புத்தகங்கள் கையிலிருந்து பறித்துக்கொண்டு போய் எங்கோ விழுந்து கிழிந்தன. பூமி பிளந்து வீட்டைத் தின்றது. முகடு முறிந்து மேலிருந்து கல்லும் மண்ணும் கொட்டியது. மூக்கெல்லாம் ஒரே தூசி. நாசி அடைத்து சுவாசம் திணறியது. கண்ணைத் திறக்க

முடியாமல் அப்பியிருந்தன துகள்கள். வீட்டைக் காணவில்லை. சுற்றிவர ஒரே புகை. ஏதோ நடந்திருக்கிறது என்பது மட்டும் தெரிந்தது. திக்கென்றிருந்தது.

“ஓடாதயடா... கதிர் அடேய் கீதன்... ஓடாதயடா... அடுத்த செல் இப்ப வருமடா...”

அறைக்குள் இருந்து தட்டுத்தடுமாறி வெளியே ஓடிய ஒரு நிழலைப் பார்த்து அப்பா கத்தினார். அது சின்னண்ணாவா பெரியண்ணாவா என்று தெரியவில்லை.

“இல்லயப்பா, இதுதான் கடைசி செல். அவன் குத்தேக்கை நான் எண்ணினான்.”

சின்னண்ணாவின் குரல் வந்தது; ஆளைக் காணவில்லை. எறிகணைகள் ஏவப்படும்போது எப்படியும் நான்கைந்து ‘செல்களோ’ அல்லது ஏழெட்டு ‘செல்களோ’தான் அடுத்தடுத்து ‘ஆட்லறிக்குழலினுள்’ போடுவார்கள். பிறகு, வெப்பம் ஆறுவதற்காகக் கொஞ்சநேரம் இடைவெளிவிட்டுத்தான் மறுபடி போடுவார்கள். முதல் எறிகணை விழுந்து வெடித்தபோதே எழும்பியோடினால், துரதிஸ்டவசமாக அடுத்தடுத்த எறிகணைகளில் மாட்டுப்பட்டுவிடுவோம் என்பதால்தான் அப்பா பயந்தார். ஆனால், இராணுவம் ஏவிய எறிகணைகளில் இதுதான் கடைசி என்று சின்னண்ணாக்குத் தெரிந்திருந்தது. ‘ஆமிக்காரன் குத்தக் குத்த இவன் எண்ணிக்கொண்டிருந்திருக்கிறானா...? என்ன ஆள் இவன்...?’

என் கால்களும் அவன் பின்னால் ஓட்டம் எடுக்கத் தொடங்கின. நாலடி வைத்து வெளியில் பாய்ந்து வந்தேன். ‘பங்கருக்குள் போகலாமா...? வேண்டாம், பங்கருக்கு மேல் செல் விழுந்தால்...? சரி, எங்காவது ஒளிந்துகொள்ளலாம், சரியான மறைப்பு ஏதாவது இருக்கிறதா?’ நின்று தேட நேரமில்லை, நித்திய கல்யாணி மரத்துக்குக் கீழேபோய்ப் பொத்தென விழுந்தேன். சற்று முன்னர்தான் அதற்கு தண்ணீரூற்றியிருந்தான் பெரியண்ணா. சேற்றுக்குள் முகம் புதைய மூச்சு வர மறுத்தது. தலையை உதறி, முகத்தில் ஒட்டியிருந்த சேற்றை வழித்தெறிந்தேன். தலைமுடிகளில் இன்னும் சகதி ஒட்டியிருந்தது.

“ஏய், அங்கை ஏனடி போறாய்...? அதுக்குக் கீழை ஒளிஞ்சு ஒரு பாதுகாப்புமில்லை... இன்னும் ஒரு செல்லு விழுந்தால் நீ செத்தான்தான். எழும்பி ஓடிவா இங்காலை.”

என்னை நோக்கி உரத்த குரலில் திட்டிக்கொண்டு படலையைத் தாண்டியோடினான் பெரியண்ணா. பாதுகாப்பில்லை என்ற சொல்லைக் கேட்டதும் இதயம் பக்பக்கென்று அடிக்கத்தொடங்கியது. துள்ளியெழும்பி திரும்பவும் வீட்டுக்குள் ஓடினேன். வீடே இல்லை. வீட்டுக்குள் எங்கே ஒளிவது...? மறுபடி முற்றத்திற்கு ஓடினேன். வேலிக்கரையில்... உரலுக்குப்பின்னால்... அம்மிக்கல்லுக்கு அந்தப் பக்கம்... கிணற்றடி கிளுவைகளுக்குள்... குறுக்கு மறுக்காகக் குளறிக்கொண்டு திரிந்தேனே தவிர, ஒளிவதற்கு ஒரு இடம் தோதாகக் கிடைப்பதாய்க் காணோம்.

படலையைத்தாண்டி நிழல்மரவள்ளியைத் தொட்டுவிட்டிருந்த பெரியண்ணா, மின்னல் வேகத்தில் திரும்பிவந்து தறதறவென்று என் கையைப் பிடித்துத் தன்னோடு இழுத்துக்கொண்டு பாய்ந்தான். பின்னால் இழுபட்டுக்கொண்டு ஓடினேன். படலையை கடந்து, தயாண்ணாவின் கடைக்கும் எங்களது கடைக்கும் இடையிலிருந்த ஒரு ஒடைக்குள் நின்றுகொண்டிருந்தோம். நிற்கக்கூடப் பயமாக இருந்தது. கீழே குந்தியிருந்தேன். இனி எங்கே போவது என்று தெரியவில்லை. இதயம் ஏற்கெனவே கருகிவெடித்து சுக்குநூறாகியிருந்தது. எதையும் சிந்திக்கவே முடியவில்லை. மூளை முடங்கிவிட்டது.

“எல்லாரும் பாதுகாப்பா பள்ளிக்கூட பங்கருக்குப் போங்கோ. பள்ளிக்கூடத்துக்கெண்டால் அடிக்கமாட்டான்.”

அப்பாவின் பதற்றக்குரல் அறிவுறுத்தும் விதத்தில் பேசியது. வரிசையின் கடைசியில் நின்றிருக்கவேண்டும். கீழே செம்பாட்டு புழுதித் தரையில் மீன் நீச்சலடித்துக்கொண்டிருந்த என் பார்வையில் அவர் விழவில்லை. ‘பள்ளிக்கூடத்துக்கெண்டால் அடிக்கமாட்டானெண்டால் பள்ளிக்கூடத்துக்கும் எங்கடை வீட்டுக்கும் ஐம்பது மீற்றர் இடைவெளிகூட இல்லையே. பிறகு ஏன் செல்லடிச்சவன்...? ஒருவேளை பள்ளிக்கூடத்துக்கு அடிச்சதுதான் எங்கடை வீட்டிலை விழுந்திச்சுதோ...?’ தறிகெட்டோடிய மனதை நிலைநிறுத்தத்தெரியாமல் தத்தளித்த என்னை மறுபடி விரட்டியது அப்பாவின் நடுக்கம் கலந்த கறகறக் குரல்.

“அவதானமா பாத்துப்போங்கோ பிள்ளையள். முடிஞ்ச வரைக்கும் வேகமா ஓடி பள்ளிக்கூடப் பங்கருக்கைப் போங்கோ...”

அவ்வளவுதான். தரையில் கிடந்த என் உடம்பு திமிறிக்கொண்டெழும்பியது. பள்ளிக்கூடம் நோக்கி ஓட்டம் பிடித்தேன். ஓடுகிறேன் ஓடுகிறேன். குதிரை வேகத்தில் ஓடுகிறேன்.

ஆனால், கால்கள் அசைவதாயே தெரியவில்லை. ஆமைகூட ஆயிரம் மடங்கு மேல். நத்தையின் முதுகில் தொத்தியிருந்தால்கூட இந்நேரம் பாதித் தூரத்தை எட்டியிருக்கக்கூடும். ஆனால் இந்த மனிதக் கால்கள் பயத்தில் உடுக்கடித்தபடி தரையோடே ஒட்டிக்கொண்டு கிடக்கின்றன. கஸ்ரப்பட்டுக் கிளப்பி தூக்கி வைக்க வேண்டியிருந்தது. மலையைப் பெயர்ப்பதுபோல் மண்டை வெடித்தது.

இரண்டடிதான் எடுத்து வைத்திருப்பேன். கால் வின்வின்னென்று வலிக்கத் தொடங்கியது. உடம்பு பலமிழப்பதாயொரு உணர்வு. உலகம் தலைகீழாய்த் தொங்கிக்கொண்டிருந்தது. நெடுநெடுவென்று வானம் பார்க்க வளர்த்திருந்த மரங்கள் எல்லாம், பக்கவாட்டாக வயிறு வீங்கி இழுபட்டுக் கிடந்தது. தலையைச்சுற்றி மயக்கம் வந்தது. காலின் கீழே ஏதோ ஊர்வதுபோல இருந்தது. குனிந்து பார்த்தேன். குதிகாலிலிருந்து கட்டிஇரத்தம் கொளகொளவென்று கொட்டிக்கொண்டிருந்தது.

நின்று பார்க்கவோ நிதானிக்கவோ நேரமில்லை. அடுத்த ‘செல்’ குத்துவதற்குள் ‘பங்கருக்குப் போய் விடவேண்டும். கண்ணை மூடி, பல்லைக் கடித்துக்கொண்டு காலை எடுத்தேன். இயன்ற மட்டும் முயற்சிசெய்து எட்டிக் கால் வைத்தேன். காயத்தில் மண் ஒட்டிக் கரகரத்தது.

‘கிரவல்’ வீதியின் குருமணல்களும் கல்லுகளும் செம்பாட்டுப் புளுதியும் காயத்தில் நுழைந்து அடைத்துக்கொண்டது. நெருப்புக்கொட்டிவிட்ட மாதிரி எரிகிற வீதி. வெறும் கால். அதுவும் குதிகாலில் காயம். எண்ணெய்ச் சட்டியில் பொரிந்துகொண்டிருந்தது என் தசை. அட்டகாசம்...!

சும்மா நாள் என்றால், இரத்தத்தைக் கண்டாலே கைகாலெல்லாம் உதறல் எடுக்க ஆரம்பிக்கும். ஆனால், இப்போது குதிகாலிற்குப் பதில் நுனிக்காலால் ‘குவார்ட்டஸ்’ நோக்கி ஓட ஆரம்பித்தேன். எட்டுக்கோடு விளையாடும்போது வெறும் நான்கு பெட்டிகளையே ஒழுங்காகக் கெந்திக் கடக்கத் தெரியாத நான், இப்போது கிட்டத்தட்ட ‘200 மீற்றர்’ தூரத்தை ஒற்றைக் காலால் ஓடிக் கடந்தேன். ‘குவார்ட்டஸிற்கு’ இரண்டு படலைகள். ஒன்று ‘குவாட்டர்ஸில்’ இருப்பவர்கள் கடைகண்ணிக்கு வெளியில் வந்துபோவதற்கு வீதிக்கரையோடு ஒரு படலை. மற்றையது, பள்ளிக்கூடத்தையும் குவார்ட்டஸிற்கும் இணைக்கும் இன்னொரு படலை.

வீட்டுப் பக்கமிருந்து வீதியைக் குறுக்கறுத்து எதிர்ப் பக்கமாகப் பறந்தேன். வீதியோர மரப் படலைக் கொழுவியிருந்தது. இழுத்த இழுப்பில் கையோடேயே வந்தது கொழுக்கி. தூக்கி தூர வீசிவிட்டு காற்றைப்போல் உள்நுழைந்தேன். காலிலிருந்து வழியும் இரத்தம் இன்னும் நின்றபாடாயில்லை. வந்த இடம் நீட்டுக்கும், சேறான ஒரு சிவப்புப் பாதைபோல ஊறியிருந்தது இரத்தம். மணலில் ஊற்றிய தண்ணீரில் உருண்டு திரண்டு உதிர்ந்தும் உதிராமலும் ஒருமாதிரி கெட்டியாக இருக்கும் மண் துகள்போலச் சிவப்புச் சிவப்புத் திட்டுக்கள் நிறைந்திருந்தன. ஆராய்ச்சி செய்யவோ அனுதாபப்படவோ விதிக்கப்படவில்லை. அடுத்த எறிகணை குத்தும் சத்தம் காதில் விழுந்தது. படலையைத் தாண்டியதும் பெருநிழல் பரப்பி வளர்ந்திருந்த பலா மரத்தின் கீழ் 'பொத்தென' விழுந்தேன். விழுந்த வேகத்தில் மரவேர்கள் கால்முட்டியில் பட்டு வலித்தது.

கொட்டிவிட்ட முத்துமாலையாய் கும் கும் என்ற சத்தத்தோடு மறுபடி விழுந்து வெடிக்கத்தொடங்கின எறிகணைகள். திரும்பிப் பார்த்தேன். அப்பா வீதியின் நட்டநடுவில் பொத்தென்று விழுந்து படுத்தார். அவருக்குப் பின்னால் இரண்டடி தூரத்தில், அம்மா விழுந்துகிடந்தா. அண்ணாக்களைக் காணவில்லை. ஒருத்தனை அல்ல இரண்டு பேரையும் காணவில்லை.

சிறகு முளைக்காத குருவிக் குஞ்சொன்றைக் கூட்டிலிருந்து எடுக்கும்போது பயத்தில் வெலவெலத்து நடுங்குமே, அதுபோல நெஞ்சும் கிடந்து நடுங்கியது. அரை நிமிடத்திற்கு ஒருமுறை நிலம் அதிர்ந்ததிர்ந்து அடங்கியது. 'குவார்ட்டஸ்' கதவுகள் படபடவென்று அடித்துக் கொண்டிருந்தன. பேயாடுபவனைவிட மோசமாக இருந்தது யன்னல் நிலைகளின் பாடு. நிலம் குலுக்கிய குலுக்கலில் ஒருசில கண்ணாடிகள் கலீரென்று நிலத்தில் விழுந்துடையும் சத்தங்கூடக் கேட்டது. சடீர்புடீரென்று இன்னும் ஏதேதோ சத்தங்கள். கட்டாக்காலி நாய்கள் குரைத்தபடியும் ஊளையிட்டபடியும் பயத்தில் கத்திக்கொண்டலைந்தன. இது அத்தனையையும் பார்த்தபடி தலையைத் தூக்காமல் நிலத்தோடேயே புதைத்துக்கொண்டு கிடந்தேன். 'நிலம் மட்டும்தான் இப்போதைக்குப் பாதுகாப்பு. அதுவும் இல்லையென்றால்...?'

"ஐயோ அம்மா." தொண்டை கிழியக் கத்தினேன். ஒருமுறை உயிர்போய் உயிர்வந்தது. பொல்லாத பலாமரம்... நேரம் பார்த்து முசுடு ஒன்றைக் குறிபார்த்துக் காயத்தில் எறிந்தது.

“என்ன பிள்ளை… ஏன் கத்திறாய்…?”

பதறியடித்து எழும்பி ஓடிவந்த அம்மாவின் கொண்டை கலைந்து அலைந்துகொண்டிருந்தது. நெருப்பெரிக்கிற வீதியைப் பற்றியோ, அடுத்தடுத்து வந்துவிழுகிற எறிகணைகளைப் பற்றியோ சுத்தமாக மறந்துவிட்டிருந்தா.

“ஒண்டுமில்லையம்மா. ஒண்டுமில்லை. நீங்கள் கீழை படுங்கோ. எழும்பி வராதயுங்கோ.”

இங்கிருந்து பதிலுக்குக் கத்தினேன். சும்மா சும்மா எல்லாவற்றுக்கும் அலறியடிப்பதால் யாரையாவது ஆபத்தில் மாட்டிவிட்டுவிடுவேனோ என்று பயம் ஆட்டிப் படைத்தது.

“ஐயோ அம்மாவெண்டு கத்தினாய். பிறகு ஒண்டுமில்லை யெண்டுறாய். என்ன… என்ன நடந்தது”

“ஒண்டுமில்லையம்மா, நான் சும்மா பயத்திலைக் கத்திற்றேன். நீங்கள் எழும்பாதேங்கோ. படுங்கோ”

“சரி, கொண்ணாக்கள் எங்கை… உனக்குக் கிட்ட இருக்கிறாங்களே…”

“இல்லை. அவங்கள் இங்கை இல்லை…” - அடித்தொண்டையில் முடியுமட்டும் பலமாகக் கத்தினேன்.

“அவங்கள் உன்னை மாதிரி எழும்பியோடித்திரியமாட்டாங்கள். எங்கயெண்டாலும் பாதுகாப்பாத்தான் இருப்பாங்கள். நீ முதல் எழும்பியோடி பிரச்சினையிலை மாட்டாதையப்பா… விழுந்து படு.”

அப்பாவின் குரல் காதில் விழுந்தது. அம்மாவைப் பார்த்துத்தான் சொல்லியிருக்கவேண்டும். நான் திரும்பிப் பார்க்கவில்லை. அதற்கிடையில் படுத்திருந்தவாறே என் பாவாடையின் கீழ்ப் பக்கத்தை பல்லால் கடித்துக் கிழித்தேன். கையில் வந்த துண்டைக்கொண்டு குதிகாலிலிருந்து வழிந்துகொண்டிருந்த இரத்தத்தைத் துடைத்தேன். நிற்க விருப்பமில்லாமல் கொட்டிக்கொண்டேயிருந்தது. இரத்தப் பிசுபிசுப்பில் ஒட்டிய கல்லுகள் இன்னும் இறுக்கமாக அப்பிக்கொண்டிருந்தன. இரத்தம் ஒட்டியிருந்த அதே துணியை மறுபடியும் காயத்தைச் சுற்றி இறுக்கிக் கட்டினேன். வந்து விழும் எறிகணைகள் நிற்பதாயும் தெரியவில்லை. கிட்டத்தட்ட அரைமணித்தியாலயமாக அடுத்தடுத்து நிலம் அதிர்ந்து தீர்த்தபின் ஓர் ஐந்துநிமிடம் இடைவெளி கிடைத்தது. எழும்பி உள்பக்கமாக ஓடினேன்.

ஒவ்வொருமுறை காலெடுத்து வைக்கும்போதும் தலையை அறுக்கிறேன் பார் என்பதுபோலக் காயம் பயங்கரம் காட்டியது. குதிக்கால் நரம்பில் தொடங்கி உச்சந்தலைவரை சுள்சுள்ளென்று இழுத்தது. முள்ளுக்கம்பியை நான்கைந்தாகப் பட்டாக மடித்து ஒரே இடத்தில் திரும்பத்திரும்ப வீசியடிக்கும்; பயங்கர வலி. 'குதிக்கால் காயத்திற்கே இப்படியிருக்கிறதே. ஒற்றைக் காலையே இழந்த எத்தனைபேர் இருக்கிறார்கள். இரண்டு காலுமே இல்லாத ஆக்கள் எத்தினைபேர் இருக்கினம். அவர்களிற்கெல்லாம் எப்படியிருந்திருக்கும். பொல்லாத ஆமிக்காரன். அவனுக்கென்ன. சம்பளம் வருது. சாப்பாடு வருது. சாராயம் வருது. மூக்கு முட்டக்குடிச்சுப்போட்டு முஸ்பாத்திக்கு ஆட்லறியை இங்கால்பக்கம் திருப்பிவிடுறான். நாங்கள் இங்கைகிடந்து படுறபாடு.'

கண்ணை மூடிக்கொண்டு பல்லை இறுக்கக்கடித்தபடி முன்னாலிருந்த 'ஐ பங்கருக்குள்' இறங்கினேன். துணைக்கு யாரும் இல்லை. தனியே இருக்கவும் பயமாக இருந்தது. இப்படித் தனித்தனியாக இருப்பதிலும் ஒரு நன்மை உண்டு. யாராவது ஒருவர் இருக்குமிடத்தில் ஏதாவது நிகழ்ந்தாலும் அந்தக் குடும்பத்தில் இன்னொருவராவது எங்காவது மிச்சமிருப்பார்கள். 'சிலவேளை, நான் தப்பிப்பிழைத்து வேறு யாருக்காவது ஏதாவது நடந்துவிட்டால்...?' நினைக்கவே பயங்கரமாக இடித்தது.

24

"இங்கை... நாங்கள் இங்கையிருக்கிறம்..."

அம்மா கையை ஆட்டியாட்டி அண்ணாக்கள் வந்த திசையைப் பார்த்துக் கத்தினா. ஓரேயோட்டமாய் ஓடிவந்து, நாங்கள் இருந்த பதுங்கு குழி வித்தனிலிருந்து பொத்தென உள்ளே குதித்தார்கள் இருவரும். பெரியண்ணா குதித்த குதியில் கால் காயம் தட்டுப்பட்டு உசிர்போய் திரும்பி வந்தது.

"ஐயோ... அம்மா..."

என் குரல் அலறலால் அதிர்ந்தது ஊர். மறுபடி இரத்தம் கொட்ட ஆரம்பித்தது. அப்போதுதான் என் காலில் காயம் என்பதே அம்மாவிற்குத் தெரியவந்தது. சிவப்பாய் இருந்த முகம் பட்டென்று வெளுத்தது. வாய்வரை வந்த வார்த்தைகளை அரைகுறையாய்

கடித்துத்துப்பிக்கொண்டே அடுத்தநொடி அம்மா மயங்கிச் சரிந்தா.

“நிலாக்குக் காயமெண்டதைக் கேட்டோணதான் மயங்கிற்றா...” - பெரியண்ணா ‘குவார்ட்டஸ்’ கிணற்றடிப் பக்கமாக ஓடினான்.

“பாத்து, கவனம்” என்ற அப்பாவின் குரலும் அவனோடு சேர்ந்து பின்னால் ஓடியது. சின்னண்ணா ‘பங்கர்’ வித்தனில் சாய்ந்தபடியே அம்மாவைத் தன் கைகளில் தாங்கிப்பிடித்திருந்தான். ஒரு சின்னபிள்ளைபோல அவனின் உள்ளங்கைகளில் மடங்கிக் கிடந்தது அம்மாவின் முகம். கொஞ்சம் முன்னர்வரை அண்ணாக்களைத் தேடித்தேடிப் பதறியது அம்மாவின் குரல். இப்போது அம்மாவிற்காக ஓடுகிறது அண்ணாவின் கால்கள்.

என் காலில் சுற்றியிருந்த துணியை அவசரஅவசரமாய் அவிழ்த்துக் காயத்தின் ஆழத்தைச் சோதித்தார் அப்பா. குதிகால் என்பதாலும், சூரியன் உச்சியில் நிற்கும் மதியப்பொழுதென்பதாலும் அடங்காக் குணத்தில் குபுகுபுவென்று பொங்கி வந்தது இரத்தம். ஆளாளுக்கு அவதிப்படுவதைப் பார்த்ததும் பயம் பற்றிக்கொண்டது. நானென் கட்டுப்பாட்டை இழந்துகொண்டிருந்தேன்.

“குதிகாலில ஒரு சின்னகாயம். பீஸ் கிழிச்சிருக்கு. பெரிசா ஒண்டுமில்லை...”

அப்பா என்னை சமாதானப்படுத்தப் பார்த்தார். ஆனாலும், இல்லாத எதையெதையோ எல்லாம் இருப்பதாய்க் கற்பனை செய்துகொண்டு செல்லாத பாதையெல்லாம் சுற்றிவந்தது என் அச்சம். அழுதுகொண்டேயிருந்தேன். அடாவடியாய் வந்துநின்று வம்பிழுக்கும் சின்னண்ணாகூட இப்போது அன்பாய் ஆதரவாய் ஏதேதோ சொல்லிக்கொண்டிருந்தான்.

தண்ணீருடன் வந்து, அம்மாவை மயக்கம் தெளிவித்து எழுப்பி, ஒரு நிம்மதிப் பெருமூச்சு விட்டுக்கொண்டே, கலைந்திருந்த அம்மாவின் தலைமுடியைச் சுருட்டிக் கொண்டை போட்டான் பெரியண்ணா.

“அம்மா, இதென்னம்மா உங்கடை கழுத்திலை ரெத்தம்...?”

சுற்றிய தலைமுடியை அப்படியே போட்டுவிட்டுப் பெரியண்ணா அலறிய அவன் குரல் எல்லோரையும் திகைக்க வைத்தது.

"ஓமடா... எரியுதுதான்ரா. ஏதோ கூரை கீரை விழுந்து சிராய்ச்சிட்டு எண்டு நினைச்சன். பெரிய காயமோடா."

கழுத்துக் காயத்தை எட்டிப் பார்த்த அப்பா, 'க'டவுள் காப்பாத்தினது' என்று ஒரு ஆசுவாசப்பெருமூச்சு விட்டபடி அம்மாவின் முகத்தைப் பார்த்தார். அப்பாவின் குரலில் என்னவென்று தெரியாத ஒரு நடுக்கம் குடிகொண்டிருந்தது. தடுமாற்றமும் நிம்மதியும் கலந்து பிறந்த ஒரு நடுக்கம். கைகள் அம்மாவின் காயத்தில் கசிந்த இரத்தத்தைத் துடைத்தபடியிருந்தன. அம்மாவின் பிடரிப் பக்கத்து பூனைமுடிகளிற்குக் கீழே பின்கழுத்து மடிப்புகளில் கோடுகோடாய் இரத்தம் கசிந்துகொண்டிருந்தது.

"செல்பீஸ்தான் பட்டிருக்கு. ஆறின செல்பீஸா இருக்கோணும். அதுதான் மேலாலைக் கீறிற்று விட்டுட்டு, ஆழமா இறங்கேல்லை." பெரியண்ணா அப்பாவைப் பார்த்துக் கூறினான். அப்பாவும் இருக்கலாம் என்பதுபோலத் தலையாட்டியபடி எழும்பி வெளியே போனார்.

"நானொருக்கால் அப்பிடியே வாசுகி ரீச்சராக்கள் என்ன சீரெண்டும் எட்டிப் பாத்துக்கொண்டு போறன். நீங்கள் அவசரப்பட்டு எழும்பி வரவேண்டாம்."

பதுங்கு குழியை விட்டுப் புறப்பட்டுப்போன அப்பாவின் பின்னால் அடிக்குரலில் சில சொற்களும் சென்றுகொண்டிருந்தன.

"குதிகாலிலை பட்டது முழங்காலிலை பட்டிருந்தால், இப்ப இந்தச் சின்னனுக்கு ஒற்றைக்காலே இல்லாமல் இருந்திருக்கும். சின்னகீறலா கழுத்திலை பட்டது, ஆழமா இறங்கியிருந்தால் ஒரு உசிரே போயிருந்திருக்கும். இங்க குஞ்சும் குருத்துமா எத்தினை சனம் கழுத்தறுபட்டு விழுகுது. இவங்களை அடிச்சுக் கலைச்சாத்தான் எங்களுக்கு நிம்மதி. இல்லாட்டில் எல்லாரும் சாகவேண்டியதுதான்போல..."

அப்பா முணுமுணுத்துக்கொண்டிருந்தார். அதை முணுமுணுப்பென்றும் சொல்லமுடியாது. சொல்லும்போது கண்களிரண்டும் நெருப்புபோல மாறின. பற்களை நெருமும் சத்தம் கேட்டது. முகத் தசைகள் இலேசாய் ஆடின. பெரியண்ணா வைத்த கண் வாங்காமல் அப்பாவையே பார்த்துக்கொண்டிருந்தான். எனக்கு ஏனோ பயமாகவிருந்தது.

25

இதுவரையிருந்த பகலில்லை, இது வேறுபொழுது. கண்ணில் பதிந்த ஊரின் அழகு மொத்தமாய்க் கெட்டிருந்தது. பள்ளிக்கூட வேலியோடு நின்ற முள்முருக்க மரங்கள் கை கால் அறுபட்டு அங்கொன்றும் இங்கொன்றுமாக விழுந்துகிடந்தன. மொட்டைப் பனைகளும் தலையறுக்கப்பட்ட தென்னைகளும், செத்தது பாதி சாகாதது மீதியாய் மிச்சமாய்க் கிடந்தன. 'குவார்ட்டஸ்' முற்றத்தில் விழுந்து கிடந்த தென்னக்குற்றியொன்றிக்குள் நேற்றோ இன்றோ பொரித்த கிளிக்குஞ்சுகள் நான்கு தலைசிதறிக் கிடந்தன. என்ன நடந்ததென்று தெரியாத பச்சைக்கிளி பதறிப்பதறி இறக்கையடித்தபடி அந்தப் பொந்தைச் சுற்றிச் சுற்றியே வந்துகொண்டிருந்தது. நரகக் கூட்டின் நாசநெடி காற்று முழுதும் கலந்திருக்க, இரத்தமும் சதையும் கொத்திக் கிழித்த மாமிசமுமாய்த் திடீரென ஒரு மயானம் ஊரின் நடுவில் பாய்விரித்துப் படுத்துக்கிடந்தது.

மயக்கம் வருவதுபோல் தலை சுற்றியது. இன்னும் கொஞ்சதூரம் தான். ஆனாலும் தொடர்ந்து நடப்பதென்பது முடியாத காரியமாய் மூச்சு முட்டியது. நிமிர்ந்து பார்த்தேன். 'குவாட்டஸ் கேற்றைக்' காணவில்லை, வீதியும் முற்றமும் ஒன்றாகிக் கிடந்தது. நிலம் ஏதேதோ பொருட்களால் நிரப்பப்பட்டிருந்தது கெந்திக் கெந்தி கஸ்ரப்பட்டு நடந்த என்னை நிறுத்தி, பெரியண்ணா தன் கைகளில் தூக்கிக்கொண்டு நடந்தான். வீதியில் ஒருவரும் இல்லை. வெறிச்சோடிப்போயிருந்தது.

பெரியண்ணா என்னைக் கைகளில் தூக்கி வரவும் தயாண்ணை 'பங்கரிலிருந்து' வெளியே வந்து வீதியை எட்டிப் பார்க்கவும் நேரம் சரியாகவிருந்தது. ஒரு நிமிடம் அப்படியே உறைந்துபோய் நின்றவரை பெரியண்ணாதான் நியத்திற்குக் கூட்டிவந்தான்.

"என்ன தயாண்ணை. உங்களுக்கு ஒண்டுமில்லைத்தானே..."

"இ... இல்லடா. எனக்கொண்டுமில்லை. ஆனா, இவளுக்கென்னடா நடந்தது."

"ஒண்டுமில்லை அண்ணை. குதிக்காலிலை ஒரு சின்னக்காயம் அவ்வளோதான். பயப்படாதேங்கோ. கீழையெல்லாம் ஒரே முள்ளும்

கல்லும். நீங்கள் அங்கையே நில்லுங்கோ. வராதேங்கோ. நான் வாறன்.”

சொல்லிக்கொண்டே, கீழே பார்த்துப் பார்த்து, ‘பிசுங்கான்களையும்’, எறிகணைத்துண்டுகளையும் விலக்கி விலக்கி நடந்தான். உறியடித்துப் போட்ட நிலம்போலச் சிதறிக்கிடந்தன துண்டு துணுக்குகள்.

நடுவீதிவரை வந்துவிட்டிருந்த தன் நடையை நிறுத்தி விறுவிறுவென்று திரும்பிக் கடையைத் தாண்டி உள்பக்கமாக ஓடிய தயாண்ணை தன்னுடைய ‘எம் பி நைன்ரி மோட்டார் சைக்கிளை’ எடுத்துக்கொண்டு வெளியில் வந்தார்.

“ஏறு நிலா. கதிர் ஒருக்கால் கவனமாபாத்து அவளை ஏத்திவிடு.”

மெதுவாக என்னைச் சரித்து பின் ‘சீற்றில்’ இருத்திவிட்டு, சரியென்பது போலத் தலையசைத்தான் அண்ணா. ‘மோட்டசைக்கிள்’ இன்னும் ‘ஸ்ராட்டிலேயே’ நின்றுகொண்டிருந்தது.

“நீயும் ஏறன்ரா. பின்னாலை அவளைப் பிடிச்சுக்கொண்டிரு. சிலவேளை அவள் மயங்கிக்கியங்கினாலும்.”

“பறவாயில்லை தயாண்ணை, நான் இருப்பன். அண்ணா நீ அம்மாவை ஒருக்கால் என்னெண்டு பார்.”

“ஏன், ரீச்சருக்கும் ஏதும் காயமேடா.”

பதகளிப்பட்டுக்கொண்டிருந்த தயாண்ணாவை என் குரல் மறுபடி அதிர்ச்சிக்குள்ளாக்கியிருக்க வேண்டும். நடுநடுங்கி அவசரப்பட்டார். பயத்திலோ வேகத்திலோ கைகள் ‘அக்சிலேட்டரை’ முறுக்கிக்கொண்டிருந்தன.

“அது சின்னகாயம்தான். நீங்கள் முதலிலை இவளைக் கூட்டிக்கொண்டு போங்கோ. இவளுக்குத்தான் ரத்தம் நிக்காமல் பாய்ஞ்சுகொண்டே இருக்கு.”

“சரி, எதுக்கும் நான் முதலிலை இவளைக் கூட்டிக்கொண்டு போறன். அம்மாவையும் கூட்டிக்கொண்டு போகோணுமெண்டால் ரெடியா நிக்கச்சொல்லு. வந்து ஏத்துறன்.”

தயாண்ணையின் ‘மோட்டசைக்கிள் ஆஸ்பத்திரியை’ நோக்கிப் பறந்தது.

***

ஞாயிற்றுக்கிழமைகளில் மருத்துவமனையில் பெரிதாகக் கூட்டம் இருப்பதில்லை. ஆனாலும் வழமைக்கு மாறாக இன்று மருத்துவமனை கசகசவென அந்தரப்பட்டுக்கொண்டிருந்தது. 'நான்கைந்து எறிகணைகள் ஆஸ்பத்திரியையும் சுற்றி விழுந்து வெடித்ததாம். அதில் ஒன்று அம்புலன்ஸ் கொட்டிலுக்குப் பக்கத்தில் விழுந்ததாம். நல்ல காலம். எல்லாரும் பங்கருக்க இருந்ததால ஒருத்தருக்கும் ஒன்றும் ஆகவில்லையென்று' பேசிக்கொண்டிருந்தார்கள். அம்புலன்ஸ் கொட்டில் சிதைந்து சின்னாபின்னமாகிப் போய்க்கிடந்தது. அங்கே நின்றிருந்த ஒரேயொரு அம்புலன்ஸ் இனி ஓட்டைவிழ இடமில்லாமல் முறிந்து உடைந்து சக்கையாகிப் போய்க் கிடந்தது.

'ரீரீஈஈஈஈ...ற் ரீற் ரீஈஈஈஈற்'. 'கோர்ன்' அடித்தபடி மூங்கிலாறு பக்கமிருந்து இன்னொரு ஜீப் வண்டி சீறிப் பாய்ந்து வந்தது. வந்த வேகத்தில் நேராக உள்ளே வந்து வாசல் கதவுக்கு முன்பாக நின்றது.

"கொஞ்சம் கெதிப்படுத்துங்கோ அக்கா. காயம் கொண்டுபோக வாகனம் வந்திருக்கு. வேலவனாக்களோ குட்டியண்ணையின்ரை பெடியளோ யாரெண்டு வடிவாத்தெரியேல்லை. ஆனால் வாகனம் வந்திற்று"

'டெற்றோல் அக்காவின்' அறிவிப்புக் குரல் பரபரத்தது. 'ட்ரைவர்சீற்றில்' இருந்து இயக்க மாமா ஒராள் குதித்து கீழே இறங்கி அவசரஅவசரமாக வாகனத்தின் பின்பக்கக் கதவைத் திறந்துவிட்டார். மருத்துவமனைக்கு உள்ளேயிருந்து இரண்டுபேர் ஓர் அம்மாவைத் தூக்கிவந்து 'ஜீப்பின் பின்சீற்றில்' கிடத்தினார்கள். கதவு இடுக்குக்குள்ளால் எதுவும் வடிவாகத் தெரியவில்லை. ஒரு சின்ன இடைவெளிக்குள்ளால்தான் பார்க்கமுடிந்தது. இதற்கு முதல் எங்கோ கண்ட முகம்தான். 'சந்தைக்குள் மரக்கறிக்கடை வைத்திருக்கிற கொழும்பம்மாவா...' வடிவாகத் தெரியவில்லை. கைகளைப் பிசைந்தபடி உள்ளேயிருந்து இறைச்சிக்கடை மணியண்ணையும் வெற்றிலைக்கடைத் தாத்தாவும் ஒருவர் பின் ஒருவராக வெளியே வந்தார்கள். அவர்களின் 'சறங்களில்' அங்கங்கு இரத்தக்கறை ஒட்டியிருக்க கண்களில் பீதி அப்பியிருந்தது. 'அப்படியென்றால் அது கொழும்பம்மாதான். கடவுளே, அவாக்கு எவ்வளவு பெரிய காயம். எவ்வளவு பெரிய கட்டு.' பயம் ஒரு குட்டிப்பிசாசாக எனக்குள் வந்து உட்கார்ந்து கொண்டு உலுப்பத்தொடங்கியது.

"இவ்வளவும் தானேோக்கா. வேறையேதும் கேஸ் இருக்கோ. தேவையெண்டால், நான் எங்கடையாக்களுக்கு அறிவிச்சிற்றுப் போனால் அவங்கள் வாகனம் கொண்டுவந்து ஏத்துவாங்கள். அதுதான்."

"இல்லை, இதுவரைக்கும் ரெண்டு கேஸ்தான் வந்திருக்கு. நீங்கள் வெளிக்கிடலாம். ஆனால், வலுகவனம். கிடங்குப் பள்ளங்களிலை விட்டுடாமல் கொஞ்சம் பாத்து ஓட்டுங்கோ. வயித்துக்காயம். கொஞ்சம் சீரியஸ்."

வண்டியில் வந்தவரும் 'டெற்றோலக்காவும்' கதைப்பதைக் கேட்கப் பயமாயிருந்தது. 'இதுவரை நான் பாத்த எல்லாமே கனவாக இருக்கவேண்டும் கடவுளே' மனது கிடந்து அடித்துக்கொண்டிருந்தது. கண்ணை இறுக்க மூடி, மெதுவாகத் திறந்தேன். அத்தனையும் அழிக்கமுடியாத உண்மை என்பது போல 'ஆஸ்பத்திரி' அப்படியே அலங்கோலமாகத்தான் கிடந்தது. கால் காயத்தை இலையான்கள் சுற்றிக்கொண்டிருந்தன. எதுவுமே மாறவில்லை, எல்லாம் அப்பிடியே...

'ஒருவேளை திரும்ப அவன் செல்லடிச்சால் என்ன செய்யிறது...? வழமையாவே அப்பிடித்தானே அடிக்கிறவன். ஒருக்கால் அடிச்சிட்டு, கொஞ்சம் இடைவெளிவிட்டு, காயம்பட்டாக்கள் செத்தாக்களைத் தூக்கவாற மற்றாக்களுக்குப் படும்படியாக அடுத்தடுத்த தரம் போட்டு வெளுக்கிறது. அப்பிடி ஏதும் நடந்தால்...? அம்மாக்கள் அங்கை, நான் இங்கை.' பீதியில் வயிற்றைக் கலக்கியது. வீட்டுக்குப்போய் அம்மாவைப் பார்க்க வேண்டும் போல இருந்தது.

"தயாண்ணை, வேணுமெண்டால் காயத்துக்கு நாளைக்கு வந்து மருந்து கட்டுவமே, இப்ப வீட்டைப் போவம்."

வேலிக்கரையோர அலம்பலோடு 'மோட்டார் சைக்கிளை' விட்டுவிட்டு அரையடி தள்ளி நின்றுகொண்டிருந்தவரின் கண்கள் என் பக்கமாக அசைந்தன.

"ஏனிப்ப என்ன அவசரம். ஒரேதா கட்டிற்றே போவம், நில்லு..."

"எனக்கு இங்கை நிக்க பயமா இருக்கு..."

"பயப்பிடாதை, நான் கூட நிக்கிறன்தானை. இன்னும் கொஞ்சத்திலை மருந்து கட்டிற்று போலாம்."

சொல்லி முடிப்பதற்குள் 'டெற்றோலக்கா'வின் குரல் அதட்டியது. சந்தேகமேயில்லை, விதி விளையாடத்தான் போகிறது.

"நிலா, உங்கை நிண்டு என்ன செய்யிறாய்...? ஆரோட வந்தனி...?"

"அது... நான்... நான்..."

"என்னடி காலிலை உது துணி, அதுவும் உவ்வளவு பெரிய பந்தா? உனக்கும் காயமேதுமோ..."

யாருக்கும் காத்திராமல் தானே இறங்கிவந்து கைத்தாங்கலாக என்னை உள்ளே கூட்டிச்சென்றா. என் காலில் சுற்றியிருந்த அண்ணாவின் 'சேட்டையும்' அது முழுதும் ஒட்டியிருந்த இரத்தக் கறையையும் வெறித்துக்கொண்டிருந்தது பார்வை. 'பயப்பிடாதை நிலா, ஒண்டுமில்லை, ஆ...' என்ற சொற்களை முணுமுணுக்கும் தொனியில் தொடர்ந்து உச்சரித்தபடி படியேறிக்கொண்டிருந்த 'டெற்றோலக்கா'விடமிருந்து பலத்த குரலில் உள்நோக்கிப் பறந்துபோனது ஓர் அழைப்பு. என் எதிர்ப்பைச் சமாளிக்கத்தான் யாரோ அழைக்கப்படுகிறார்கள்.

அடிக்கடி வந்துபோகிற இடம்தான். கல்லுகுத்திய காயத்திற்கோ அல்லது விழுந்து முழங்காலில் தேய்த்த காயத்திற்கோ அதுவும் இல்லையென்றால் 'சைக்கிள்' கம்பி குத்திய காயத்திற்கோ எதாவது ஒன்றிற்காக மாதத்தில் ஒரு தடவையாவது இங்குவந்து, மொத்த மருத்துவமனையையும் விற்று வாங்கிவிடுகிற அளவுக்கு ரகளை செய்து, ஒளித்து ஓடி, அவர்கள் என் பின்னால் துரத்திவந்து மடக்கிப்பிடித்து தூக்கிக்கொண்டுபோய் மருந்து கட்டி, 'இத்தனை வயசாகியும் மருந்து கட்டப் பயப்படுற அந்த ஆள் இவாதான்' என்று மருத்துவமனை முழுக்க பிரபல்யமாகி... 'அப்போது நான் செய்த கூத்துகளுக்கு இப்போது என்ன நடக்கக் காத்திருக்கிறதோ...'

மருந்துகட்டும் அறை தனித்திருந்தது. சுவரோடு ஒட்டி போடப்பட்டிருந்த மரமேசையொன்றின் மேல் வைக்கப்பட்டிருந்த பெட்டியில் பரவிக் கிடந்தன வெள்ளிக் கத்தரிக்கோலும், பஞ்சும், இன்னும் இரண்டொரு மருந்துக் குப்பிகளும். மூலையில் இருந்த கூடைக்குள் நிறைந்திருந்தது இரத்தம் குடித்து கறுத்திருந்த பஞ்சுமலை. 'கொழும்பம்மாவின் வயித்துக்காயத்தானாய் இருக்கவேணும்'. கண் துடித்து, அடிவயிறு கலங்கி, தொண்டைக்குழியில் நெருப்புக்கிடங்காய் ஏதோ தகிப்பதுபோலிருந்தது. 'அந்தக் கறுப்புப் பாறையைப் பார்க்காமல் இருப்பதே உத்தமம்.' தலையை மறுபுறமாகத் திருப்பிக்கொண்டு,

மூளையை அறைக்குள் அலையவிட்டேன். காயத்தைச் சுற்றி நடப்பது என்னவென்று தெரிந்துகொள்ளாமலே இருப்பதென்பது படுமொக்குத்தனம்.

ஒவ்வொரு தொடுகையும் தோலின்வழி பறந்து மூளைக்குப்போய் தகவலாகத் திரண்டுகொண்டிருந்தது. ஒரு கை குதிகாலை மென்மையாகத் தாங்கிப்பிடிக்கிறது. இன்னொரு பலமான கை முன்னங்கால் விரல்களை அழுத்திப் பிடிக்கிறது. அடுத்தநொடி பட்டென்று ஒரு இழுவை. 'சேட்' கையோடே வந்தது. அதுவரையும் ஓரளவு கட்டுப்பட்டிருந்ததற்கு மாறாக மறுபடி குபுகுபுவென்று ஓடியது இரத்தம்.

"ஐயோ... வேண்டாம் வேண்டாம். விடுங்கோ, பிறகு கட்டலாம்... விடுங்கோ..."

அறைச் சுவர்கள் அதிர்ந்து நொருங்கும் வண்ணம் கிழிந்தது என் குரல்வளை. காலை இழுத்தபடி வெளியே ஓட எத்தனித்த என்னை, நீலச்சட்டை அக்கா இழுத்துப்பிடிக்கவும், விறாந்தையால் போய்க்கொண்டிருந்த யாரோ ஒருவர் கதவோரமாகத் தலையை நீட்டி எட்டிப்பார்த்துவிட்டு மறைவது தெரிந்தது.

"அடி முடிஞ்சுதடி. சும்மா அழுது வடிக்காதை. அவ்வளவுதான். முடிஞ்சு."

தயாராக இருந்தபடி, பஞ்சை வைத்து ஒற்றியெடுத்துவிட்டு, ஏதோவொரு திரவத்தை ஊற்றிக் காயத்தைக் கழுவினார் நீலச்சட்டை 'நேர்ஸ்ஸக்கா'. அடுப்புக்கொள்ளியாய்ச் சுள்ளிட்டு எரிந்தது காயம். சாவு காலிற்கடியில் வந்து கத்தரிக்கோலோடு நிற்பதுபோல வலியில் உயிர் போய்க்கொண்டிருந்தது. தயாண்ணை உள்ளே எட்டிப் பார்த்தார்.

"ஒண்டும் பிரச்சினையில்லைதானே."

"இல்லை, டெற்றோல் போட்டு காயத்தைக் கழுவினாங்கள். ஆள் எரிவிலைதான் கத்துறா. வேறொண்டுமில்லை."

பதில்சொல்லிக்கொண்டே காயத்தைச் சுற்றி வெள்ளைத் துணியால் கட்டுபோட்டார் 'டெற்றோலக்கா'. எரிவு கொஞ்சம் குறைந்திருந்தது. ஆனால், கண்களின் ஓரத்தில் இன்னமும் கண்ணீர் வழிந்துகொண்டிருந்தது.

"காயத்துக்கு மருந்து கட்டிவிட்டிருக்கு. ரெண்டு நாளாலை திரும்ப வந்து கட்டோணும் சரியோ. முந்திமாதிரி வராமல் விட்டால் இந்தக் காயம் மாறாது. மற்றது, தண்ணியில நனைக்கக் கூடாது. தாக்குப்படாமல் பாத்துக்கொள்ளோணும். எல்லாத்தையும்விட முக்கியம், நாலு நாளைக்குள்ள ஒருக்கால் புதுக்குடியிருப்பு ஆஸ்பத்திரிக்குப் போய் ஊசி போடோணும்."

தீச்சட்டியை இறக்கிமுடிந்ததென்று நினைத்தால் அடுத்து தீமிதிக்கச் சொல்வதுமாதிரி ஒன்றுக்கு மேலே இன்னொரு பிரகண்டம். தயாண்ணையைத் திரும்பிப் பார்த்தேன், தாதி அக்கா ஒருவரிடம் கையிலிருந்த குளிசைச்சரையைக் காட்டி ஏதோ கேட்டுக்கொண்டிருந்தார். 'இனி ஒரு நிமிடம்கூட நிக்கக்கூடாது, எப்பாடுபட்டாவது தயாண்ணையின் வண்டியைக் கிளப்பிவிடவேண்டும்.' வெளிமுற்றத்துக்கு இறங்கினேன். வேலிக்கரையோரமாக வண்டி காத்துக்கொண்டிருந்தது.

26

நாய் கடித்துக்குதறிய கோழிச்செட்டைகளைப் போலக் கிடுகுகளும் தடிகளும் முறிந்து உடைந்து அலங்கோலமான நிலம். மற்றபக்கம், முற்றுமுழுதாகக் கலைந்துபோய் திறந்தவெளியாக விரிந்துகிடக்கும் முற்றம். கால் வைக்கும் இடமெல்லாம் உள்ளங்காலில் உரசிவிளையாடும் சூடு ஆறாத 'செல்பீஸ்கள்'. கிணற்றடித் திட்டியில் வாய்பிளந்து போய்க்கிடக்கும் சோற்றுப்பானை. அரைவாசி எரிந்து கருகி பிய்ந்துபோன அண்ணாவினுடைய புல்லுக்கொப்பி. அதற்குப் பக்கத்தில் காற்றில் வெடித்துப் பறந்த வெள்ளைத் தும்பாக ஆயிரம் கீலமாகக் கிழந்தபடி என்னுடைய பள்ளிக்கூடச் சட்டை. வெறும் இரண்டு மணித்தியாலயத்துக்கு முன்னர்தான் நீலம் போட்டுத் தோய்த்து வெளிக்கொடியில் காயப்போடப்பட்டிருந்தது.

ஆறடி ஆழத்துக்கு அடுப்புக்கரையோடு கிடந்து இழித்துக்கொண்டிருந்தது ஒரு பெரிய பள்ளம். அதற்கு ஐந்தாறடி தள்ளி 'செல்லின்' பின்பக்க இரும்பு விசிறி விழுந்துபோய்க் கிடந்தது. 'இது, இந்தச் சனியன்தான் எல்லாத்துக்கும் காரணம். அப்பிடியென்னதான் இதில இருக்கு. எடுத்து பாத்திற்றா போச்சு' மெல்ல எழும்பி கெந்திக் கெந்தி நடந்தேன்.

"தங்கா... உன்னையெல்லே சொன்னான், நான் சொல்லும் வரைக்கும் உவடத்தை விட்டு நீ எழும்பக்கூடாதெண்டு. நிலமெல்லாம் ஒரே தடி தண்டுகளாகக் கிடக்கு. எங்கை எழும்பி விளையாடுறாய்... ஆ..."

"இல்லையடா, செல்லின்ரை அந்தப் பின்விசிறியைக் கொஞ்சம் கிட்டப்போய் பாக்கப்போறன்..."

"ஆ, நல்லம். அங்கையும் இங்கையும் எழும்பி விளையாடிற்று பிறகு கால்காயம் தாக்குப்பட்டிற்று எண்டு அழுதுகொண்டு நிண்டியெண்டால், இருக்கிற வேலைக்குள்ள ஒருத்தரும் உன்னைப் பாக்க வரமாட்டினம். சொல்லிப்போட்டன்"

"இல்லை, நான் ஒருடமும் போகேல்லை. அந்த விசிறியை மட்டும் பாத்திற்று வாறன்..."

"வா, இங்கை வா, இதிலை இரு. நான் சொல்லும் வரைக்கும் உந்த கதிரையைவிட்டு எழும்பக்கூடாது சரியே."

ஏதோ ஆயுள் தண்டனை வாங்கிய குற்றவாளிபோல முற்றத்து மரத்தின் கீழ் ஒற்றைக்குப் போடப்பட்டிருந்த கதிரையில் பிடித்து இருத்தப்பட்டேன். வெறும் மூன்று கால்களோடு முக்கிக்கொண்டிருந்த மண்ணிற 'பிளாஸ்ரிக்' கதிரை நான்காவது காலுக்குப் பதில் மஞ்சவுண்ணா மரத்தில் சாய்த்து முட்டுக்கொடுக்கப்பட்டிருந்தது. உடைந்து விழுந்த ஒரு முட்டையோடுபோலச் சிதறிக்கிடந்த வீட்டைச் சரிசெய்வதிலேயே எல்லோரும் குறியாயிருந்தார்கள்.

இடிபாடுகளின் மேலேறி நின்றபடி முறிந்த தடிகளையும் வளைகளையும் அப்பாவும் சின்னண்ணாவும் இழுத்து எடுத்துக்கொண்டிருக்க, பெரியண்ணாவும் அம்மாவும் உடைந்து கல்லுகளை எடுத்து அப்பால் அடுக்கிக்கொண்டிருந்தனர். முறிந்தும் மடங்கியும் கிடந்த கிடுகுகளையும் தகரங்களையும் அப்புறப்படுத்தும் வேலையில் தயாண்ணாவும் நிருபனின் அம்மாவும். மண்ணாங்கட்டிகளும் கல்லுகளும் தடிகளும் பொல்லுகளுமாய் என் கண்ணுக்கு முன்னே ஒரு மலை குவிக்கப்பட்டிருந்தது.

இழுத்தெடுத்த வரிச்சு ஒன்றை கொண்டுவந்து பதுங்குகுழி வித்தனுக்குப் பக்கத்தில் அடுக்கிவிட்டுத் திரும்பிப்போன சின்னண்ணா, மணியின் பெயரைச் சொல்லி அம்மாவின் காதுக்குள் குசுகுசுப்பது என் பாம்புக்காதிலும் விழுந்துதொலைத்தது.

“ஐயோ மணி... அண்ணா மணிக்கென்ன, மணிக்கென்ன நடந்தது... செத்துப்போச்சா?”

பதற்றத்தில் மரத்தின் அடிப்பாகத்தைக் கட்டிப்பிடித்தபடி எழும்பி அவனை நோக்கிப் பாய வெளிக்கிட்டேன். நகரவிடாமல் ஓடிவந்து தாங்கிப்பிடித்தான். கைளில் ஒரே வியர்வைப் பிசுபிசுப்பு.

“லூசா உனக்கு, ஆர் சொன்ன மணி செத்துப்போச்செண்டு. இன்னும் சாப்பிடக்கூட வரேல்லையே எங்கை போச்செண்டுதான் கேட்டனான்.”

“அடேய், மணியை நான் பள்ளிக்கூடத்துக் கிணத்தடிப் பக்கத்திலை கண்டனான். பயத்திலை எங்காவது ஒளிஞ்சிருக்கும், எப்பிடியும் பின்னேரத்துக்கிடையிலை வீட்டை வந்திரும்.”

பெரியண்ணா சொன்னதை நம்பினேன். பொய் சொன்னால் அவன் குரல் காட்டிக்கொடுத்துவிடும். நடுங்கிக் குளறி சொற்களை விழுங்கி தட்டுத் தடுமாறித் திணறி முழிப்பதற்குள் அது பச்சைப்பொய் தானென்பதைக் கண்டுபிடித்துவிடலாம். ஆனால், இப்போதைய அவன் குரலில் எந்த நடுக்கமுமில்லை. மணி வந்துவிடும் என்ற நினைப்பு மனதுக்கு இதமளித்தது.

மெல்ல எழும்பி சின்னண்ணாவின் துணையோடு கெந்திக் கெந்தி உள்ளே போனேன். வேலிப் பக்கத்துச் சுவரை உடைத்துக்கொண்டு சிதறிய செல் துண்டுகள் பல அப்போதும் தரையில் சிதறிக் கிடந்தன. காலால் அவற்றை விலக்கி விலக்கி எனக்குப் பாதை அமைத்துக்கொண்டிருந்த சின்னண்ணாவின் இடதுகால்பெருவிரலில் இரத்தம் கட்டிப்போயிருந்தது கண்ணில்பட்டது. அதற்கடுத்த விரல் நகம் பாதியாகக் கிழிந்து தொங்கிக்கொண்டிருந்தது.

சிராய்க்குச்சிகளும் அங்கங்கு சிதறிக்கிடக்கும் குட்டிக் குட்டி இரும்பு உருண்டைகளுமாக நிறைந்துகிடந்தது நிலம். வெடித்த ‘செல்லிலிருந்து’ பறந்து தெறித்தவைதான். அவற்றிலிருந்து ஒரு ‘செல்த்துண்டை’ கையில் எடுத்துப் பார்த்துக்கொண்டிருந்த சின்னண்ணாவிடமிருந்து அதை வாங்கித் தன் காற்சட்டைப் ‘பொக்கெற்றுக்குள்’ போட்டுக்கொண்டான் பெரியண்ணா.

வீட்டின் சிதைவு ஒரு பாதியென்றால் கடையோ சொல்லத் தேவையில்லை. மேசைமேல், நிலத்தில், மிஞ்சியிருந்த ‘றாக்கைளிற்கிடையில்’ எந்தப் பக்கம் திரும்பினாலும் உடுப்புகள்

எல்லாம் கிழிந்தும் எரிந்தும் சிதைந்துபோயிருந்தன. பொத்தல் விழாதவை என்று பார்த்தால் மிக மிகக் குறைவு. வெறும் நான்கில் ஒரு பங்குகூட வராது. மொத்தமாய் உடைந்து போய் தலையில் கையை வைத்துக்கொண்டு அப்படியே இருந்துவிட்ட அப்பாவைக் காணச் சகிக்கவில்லை. இத்தனை நாட்களில் இப்படியொரு காட்சியைக் கண்டதேயில்லை. இப்போது, அப்பாவுக்குப் பதில் அம்மாவிடமிருந்து பறந்துவந்தன கட்டளைகள்.

"கதிர், நீ அந்தத் துணிக்கட்டையளையெடுத்து கிழிஞ்சதுகளை ஒரு பக்கமாவும், கிழியாததுகளை மற்றபக்கமாவும் வை."

"கீதன், நீ இந்த றாக்கையிலை இருக்கிற உடுப்புகளைப் பாத்து நல்லது கெட்டதுகளைத் தரம் பிரி. நான் இந்த செல்பீசுகளைக் கூட்டியள்ளி போட்டுட்டு வாறன்"

"நிலா, நீ வா என்னோடை. உன்னைக் கொண்டே கதிரையிலை இருத்திற்று வாறன். வா..."

எல்லாவற்றையும் நெறிப்படுத்திக்கொண்டிருந்த அம்மாவின் குரல் என்னை மறுபடி தனிமைக் கிடங்கிற்குள் தள்ளத் தயாரானது. நெற்றியெங்கும் வியர்வை வழிந்து, வைத்திருந்த குங்குமம்கூடக் கரைந்து அழிந்துபோகுமளவிற்கு மும்முரமாக இருக்கும் அம்மாவைக் கரைச்சல் படுத்துவதும் கூடாதுதான். ஆனால், வெளியே தனியே இருக்கவும் மனம் தயாராயில்லை.

"அம்மா, நான் இதிலையொரு ஓரமா நிக்கிறனேயம்மா. ஒரு குழப்படியும் செய்யமாட்டன். உண்மையா அம்மா, வாயே திறக்கமாட்டன்..."

"சரி, அப்பிடியெண்டால் இந்தா இதிலை வந்திரு. மூச்சுக்காட்டக்கூடாது"

கொஞ்சம் தள்ளியிருந்த மரக்கதிரையை எட்டியிழுத்துத் தனக்கருகில் போட்டபடி அசரீரி போல ஒலித்தது அம்மாவின் குரல். ஏற்கெனவே மம்மலாகியிருந்தது. இருட்டுவதற்குள் செய்துமுடிக்கவேண்டிய வேலையோ தலைக்கு மேல் குவிந்திருந்தது.

அண்ணாக்கள் ஒவ்வொரு உடுப்பாகச் சோதித்துக் கொண்டிருந்தாங்கள். எரிந்த உடுப்புகளை ஒரு பக்கமும் தப்பிப் பிழைத்த ஒன்றிரண்டு நல்ல உடுப்புகளை மற்றபக்கமாகவும் வைத்துக்கொண்டிருந்தார்கள். ஒவ்வொருமுறை அண்ணாக்கள் உடுப்புக்களை எடுக்கும் போது அப்பாவின் கண்களில் ஒரு

ஏக்கமும், அவை கிழிபட்டவை என்று கழித்து வைக்கும் நொடியில் அது நிராசையாயும் மாறிமாறித் தடுமாறியது. அதிகாரம் பூசியிருந்த அந்தக் கண்களில் இப்போது அடைந்துகிடக்கும் அலைக்கழிப்பைக் பார்க்கமுடியவில்லை

ஊரெல்லாம் கடன். போதாக்குறைக்கு அம்மாவின் நகைகளும் அடைவில். இராப்பகலாகக் கஸ்ரப்பட்டுக் கடையை ஒருமாதிரி நிமிர்த்திக்கொண்டுவரும்போது மறுபடி ஒரு பெரும் குழிபறிப்பு. ஏற்கெனவே கற்சிலைமடுவில் விட்டுவிட்டு வந்தவை ஒரு தொகை. இப்போது இங்கேயும். வேரில்லாத மரம் போல ஆடிப்போய்விட்டார் அப்பா. சொல்லில் எதையும் சொல்லவில்லை. இருந்தாலும் உள்ளே சுக்குநூறாகிக் கிடக்கிறார் என்பதை எல்லோரும் உணர்ந்தோம். பிரச்சினைக்கு மேல் பிரச்சினை. கவலைக்கு மேல் கவலை. நட்டத்தின் மேல் நட்டம்.

மாலை மங்கி, நிலவு வந்து நடுவானில் நின்றுவிட்ட பொழுது. இதுவரை பழக்கப்பட்டிருக்காத அந்தப் பயங்கர அமைதியைக் குலைத்தபடி பலா மரத்திலிருந்து குருவிச் சத்தம் இடைவிடாது கேட்டுக்கொண்டேயிருந்தது, ‘ரெண்டு குருவிகள் சண்டை பிடிக்கின்றனபோல. எது எதைக் கொத்தித் தின்னுதோ...’ கண்கள் கசிந்தன. மஞ்சவுண்ணா மரத்தின் கீழ் படுக்கையை விரித்து வரிசைக்குப் படுத்திருந்தோம். படலைக்கு வெளிப்புறமாக நிழல் மரவள்ளியின் கீழ் தனித்திருந்து ஏதோ யோசித்துக்கொண்டிருந்தார் அப்பா.

***

“தங்கா... விடிஞ்சிற்றுதடி எழும்பு. எழும்பி வா முகத்தைக் கழுவ.”

என்னை எழுப்பிக் கைத்தாங்கலாகக் கிணற்றடிக்குக் கூட்டிக்கொண்டு போன சின்னண்ணா. வேலிமறைப்பில் செருகியிருந்த பற்பொடியை எடுத்துத் தன் கையிலும் எனக்கும் கொட்டிவிட்டு தீட்டத் தொடங்கினான்.

சிவந்திருந்த உள்ளங்கையைப் பார்த்தவாறே தீட்டிக் கொண்டிருந்தேன். இரவு படுக்கையில் இரண்டொருமுறை காயம் தட்டுப்பட்டிருக்க வேண்டும். காயத்தைச் சுற்றிக் கட்டியிருந்த துணியில் இரத்தம் ஊறிக் காய்ந்திருந்தது. ‘செல்பீஸ்’ பட்டு வாளியும் ஓட்டையாகியிருந்தது. கப்பி கொழுவியிருந்த கப்பு பாதி முறிந்து கிணத்துக்குக் குறுக்காக விட்டத்தின் மற்றகரையைத் தொட்டுக்கொண்டிருந்தது.

"ஐயோ என்னடாண்ணா இது"

"என்னடி..."

"என்ரை பப்பாசி, இப்பிடி பாறிக் கிடக்குது..."

"விசரி, நானும் என்னவோ ஏதோவெண்டு பயந்துபோனன்."

அலாரமடித்த என் குரலின் அவசரத்தைக் கேட்டு முகம் கழுவுவதை நிறுத்திவிட்டு என் பக்கமாகத் திரும்பியிருந்த சின்னண்ணா சிறு அலுப்புடன் மறுபடியும் வாளிப் பக்கமாகக் குனிந்தான்.

"சே... அங்கையிருந்து ஏன் இவ்வளவு தூரத்திலேருக்கிற இந்த பப்பாசியிலை பீஸ் வந்து பட்டிச்சு... வேறை எங்காவது போயிருக்கலாம்."

"அப்ப வா, ரெண்டு பேருமாப்போய் அதுக்கு றூட்டுப்போட்டுக் குடுத்திற்று வருவம் எப்பிடி போகோணுமெண்டு. விடியக்காலமையே விசர்க்கதை கதைக்காமல் காலை தாக்காமல் கொள்ளாமல் ஒழுங்கா உதிலை நில்லு. நான் முகம் கழுவிற்று வந்து கூட்டிக்கொண்டு போறன்."

அவனுக்கு அவன் பாடு. எனக்கு என் இழப்பு. இருந்ததே ஒரேயொரு பப்பாசி. அதுவும் சின்னன். இருந்தாலும், என் இசைக் கச்சேரிகளின் மேளதாள வித்துவங்களுக்குக் கைகொடுக்கிறது அதுதான். இப்போது அதுவுமில்லை.

எங்கோவொரு மூலையில் கிடந்த என் மூன்றுகால் சிம்மாசனத்தை எடுத்துவந்து அதே மஞ்சவுண்ணாவோடு சோடிசேர்த்து வைத்துவிட்டுத் திரும்பவும் தன் வேலைக்குப் போனான் பெரியண்ணா. நித்திய கல்யாணி மரத்திற்குப் பக்கத்தில் புதிதாக ஒரு அடுப்பு புகைய வைத்தான் சின்னண்ணா. நான்கைந்து சுள்ளிகளைப் பொறுக்கி வந்து ஒரு பொச்சுமட்டைக்குள் செருகி நெருப்பைப் பற்ற வைத்தான். கிணற்றடியில் விழுந்துகிடந்த பப்பாசியிலிருந்து ஒரு குழலை முறித்துவந்து ஊதத்தொடங்கினான். ஒன்றிரண்டு பூவாய்ப் பூத்து பிறகு பட்டென்று பற்றிக்கொண்டு எரியத்தொடங்கியது அடுப்பு. நம்பமுடியாத ஆச்சரியமாகவிருந்தது. சற்று நேரத்தில் என் காலடியில் தேநீர் கொண்டுவந்து வைத்துவிட்டுப் போனான். காலை விடிந்தது. தேநீர் குடித்தாயிற்று. சூரியன் வந்துவிட்டது. அடுத்து... 'பள்ளிக்கூடம் போகவேண்டும்.'

“அம்மா, எத்தினை மணிக்கம்மா இண்டைக்குப் பள்ளிக்கூடம் போற...”

பெரிய ஓட்டை விழுந்தவை, இனிமேல் எதற்குமே பாவிக்கமுடியாதளவிற்குத் தாறுமாறாகக் கிழிந்துபோனவை, ஒன்றுக்கு மேலாக ஒன்றைப் போட்டுக் கூரையை ஓரளவு சரிக்கட்டக் கூடியவை எனத் தகரங்களைத் தரம்பிரித்துக்கொண்டிருந்த அம்மா கோபத்தோடு திரும்பினா.

“கால்காயம் ஓரளவு ஆறும் வரைக்கும் ரெண்டுநாளுக்கு நீ போவேண்டாம். வீட்டைச் செல்விழுந்து உனக்குக் காயமெண்டு எல்லாருக்கும் தெரியும். ஒருத்தரும் ஒண்டும் பேசமாட்டினம். வேணுமெண்டால் நான் கடிதம் எழுதிக் குடுத்துவிடுறன்.”

“ஆனால் அம்மா, நாளைக்கு நெற்போல் ரீமுக்கு ஆக்களை எடுக்கிறதெண்டு பி.ரீ ரீச்சர் சொன்னவா.”

நானும் விடவில்லை.

“ஐஞ்சாம் ஆண்டிலை என்ன நெற்போல். அது ஆறாம் ஆண்டிலையெல்லோ.”

“முதலும் சொன்னனான் தானேயம்மா. வாற வருசத்துக்குத்தான் இப்பவே ஆக்களை எடுக்கினம். நெற்போலுக்கு என்னைக் கட்டாயம் எடுக்கிறதெண்டு சொன்னவையள். அதோடைக் கிளித் தட்டிலும் இருக்கிறன்.”

“நீ என்னடி விசர்க்கதை சொல்லுறாய். காலிலை காயத்தை வைச்சுக்கொண்டு நெற்போலும் பொலிபோலும். ஆளைப்பாரன்.”

விறாந்தைக் கூரை மேய்வதற்காக முகடு கட்டிக்கொண்டிருந்த அப்பாவுக்குக் கீழிருந்து வரிச்சுகளை எடுத்து நீட்டிக்கொண்டே என் கதையிலும் குறியாயிருந்த பெரியண்ணாவின் குரல் அம்மாவோடான என் உரையாடலைக் குறுக்கறுத்தது.

“அவன் சொல்லுறது சரிதான். இந்த ஆட்டம், பாட்டம், கொண்டாட்டம் எல்லாத்தையும் நான் சொல்லும்வரைக்கும் இனி கொஞ்சநாளைக்கு மூட்டை கட்டி வைச்சிற்று ஒழுங்கா நல்லபிள்ளையா இரு...”

“அம்மா, இது சின்ன காயம்தானம்மா. ரெண்டு மூண்டு நாளிலை மாறிடுமெண்டு டெற்றோலக்காவே சொன்னவா. நான் பக்குவமா போய் பக்குவமா வருவன் அம்மா...”

“சொன்னாக்கேள் நிலா. இப்போதைக்கு இனி உந்த விளையாட்டு நோடாளங்கள் ஒண்டும் இல்ல. காயம் மாறுற வரைக்கும் ஒண்டுக்கும் போகக்கூடாது, சொல்லிப்போட்டன்.”

முடிந்தது. இன்னும் தொடங்கவே தொடங்காத என் வெற்றிப் பயணம் அம்மாவின் அந்த வார்த்தையோடு முற்றுப்புள்ளியாகியது. பெரியண்ணாவை நிமிர்ந்து பார்த்தேன், என் பக்கமே திரும்பாமல் கூரை வேய்வதில் குறியாயிருந்தான். இங்கே என் கோட்டை இடிந்து தரைமட்டாகிக் கொண்டிருந்தது.

காலில் சக்கரம் பூட்டிக்கொண்டு ஊரெல்லாம் உழுது விதைத்து அறுத்துக்கொண்டுவரும் என்னை இரண்டு மூன்று நாட்களாக வெறும் கதிரையில் அமர்த்திவைத்துத் தண்டிப்பதென்பது எவ்வளவு பெரிய குரூரம். பக்கத்தில் யார் வந்தாலும் பைத்தியம் பிடித்ததுபோல எரிந்து விழுந்தேன். எவ்வளவு நேரத்திற்கென்றுதான் புத்தகங்களைப் படிப்பது. அதுவும் எரிந்து கருகிய புத்தகங்களின் மிச்சமிருந்த ஒன்றிரண்டு பக்கங்களை. புத்தகத்தைத் திறந்தாலே சாம்பல் மணம் மூக்கை அடைத்தது.

நான் மட்டுமல்ல அப்பாவும்தான், எது கேட்டாலும் எரிந்து விழுந்தார். பார்க்கின்ற போதெல்லாம் பயமுறுத்தியது அவர் தீ கக்கும் பார்வை. அப்பாவின் அருகாமை விலகிவிலகிப் போக எதுவென்றாலும் அம்மாவிடமே போய் நின்றேன். பிறகு, அம்மா அதை அப்பாவிடம் கடத்தி, மறுநாள் காலை திரும்பவும் அம்மாவிடம் இருந்து பதில் பெற்றுக்கொள்வதற்குப் பழகிவிட்டிருந்தன என் கேள்விகள்.

பள்ளிக்கூடத்தில் ‘நெற்போல் ரீமில்’ நானில்லை. கிளித்தட்டுக்கு நானில்லை. நடனப்போட்டிகளுக்கு நானில்லை. ‘எல்லாம் இந்த ஆமிக்காரன் செய்த வேலை.’ ஒரேயொரு ‘செல்பீஸ்’. என் மொத்த கனவும் ‘அம்பேல்...’

27

‘அண்ணா... டேய் அண்ணா...’ என்று கத்தியபடி வியர்க்க விறுவிறுக்க, படுவேகமாகப் பறந்து வந்தவன், வந்த வேகத்தில் சடாரென ‘சைக்கிளை’க் கீழே போட்டான். ‘விறாந்தை’யின் விளிம்புவரை இழுபட்டுக்கொண்டுபோய் மோதி அதே வேகத்தில்

‘சர்ரென்று’ கிடந்து சுற்றிக்கொண்டிருந்தது சில்லு. பார்த்துப் பார்த்துப் பக்குவமாகப் பராமரிக்கப்படுகின்ற அப்பாவின் ‘சைக்கிள்’. கிழமைக்கொருமுறை தேங்காயெண்ணெய் பூசி... ஒரு தூசில்லாமல் பளபளப்பாகத் துடைத்து... அவ்வளவு பத்திரமாகப் பாதுகாக்கப்படுகின்ற அரும்பெரும் சொத்து. ‘இவ்வளவு தைரியமாகப் பொத்தென்று போட்டுவிட்டுப் பாய்கிறானென்றால்... கண்டிப்பாக ஏதாவது பெரிய விசயமாகத்தான் இருக்கவேணும்.’ இடிப்பதை நிறுத்திவிட்டுச் சின்னண்ணாவின் பின்னால் ஓடினேன். உரலில் நெல்லிக்காய்த் துவையல் காத்துக்கொண்டிருந்தது. பலாமரப் பக்கமிருந்து வெளிப்பட்டான் பெரியண்ணா.

“டேய் நான் இங்க நிக்கிறன்ரா.”

“அடேய் விசயம் தெரியுமே... ஒட்டுசுட்டானை இயக்கம் பிடிச்சிற்றாமடா. நெடுங்கேணி தாண்டி போய்க் கொண்டிருக்கிறாங்களாம்...”

அறைக்குள் புகுந்த வேகத்திலேயே ‘சடின் பிறேக்’ போட்டு, பாதையின் திசையை மாற்றி பலாவடி நோக்கி மின்னல் வேகத்தில் பறந்தான். எதிர்பாராத தாக்குதலால் மூளை வேலைசெய்ய மறுத்தது. ‘இவன் என்ன சொல்லுறான்...? ஒட்டுசுட்டானைப் பிடிச்சாச்சா...? கனவு கினவு ஏதும் கண்டுட்டு புசத்துறானா விசரன்...?’

“ஒட்டுசுட்டானைப் பிடிச்சாச்சாமடா... ஒட்டுசுட்டானைப் பிடிச்சாச்சாம்...”

சின்னண்ணா நிறுத்துவதாயில்லை. சிலைபோல நின்றிருந்த பெரியண்ணாவைப் பிடித்துத் துள்ளிக்கொண்டிருந்தான். ஓடிவந்து தலையை உள்ளே நீட்டினேன். எனக்குப் பின்னால் போட்டி போட்டுக்கொண்டு வந்த மணி பெரியண்ணாவின் கால்களிற்கிடையில் போய் உரசிக்கொண்டு நின்றது. பட்டென குனிந்து அதைத் தூக்கி முகத்துக்கு நேரே பிடித்து ஒரு சிரிப்பு சிரித்துவிட்டு தோள்மூட்டின் மேல் வைத்தான்.

“என்னடா உண்மையாவே...? யார் உனக்குச் சொன்னது...?”

“அட, செய்தியிலை சொல்லிக்கொண்டிருந்தது. ரேடியோ எங்கை ரேடியோ...?”

உள்ளே ஓடிப்போய் கதவு முனையில் கொழுவியிருந்த ரேடியோவை எடுத்துவந்து காதோடு வைத்து ‘தமிழீழ வானொலியை’ப் போட்டான் சின்னண்ணா. நம்பவே முடியவில்லை. இயக்கம்

முன்னேறிப் போய்க்கொண்டிருந்தது. நெடுங்கேணி, அம்பகாமம், கரிப்பட்டமுறிப்பு இன்னும் என்னென்னவோ பெயர்கள் எல்லாம் செய்தியில் சொல்லிக்கொண்டிருந்தது.

கால்கள் நிலத்தில் நிற்க மறுத்தன. கைகள் பரபரவென எதையோ தேடின. எதென்றில்லை. ஆனால், எதையோ. யாரையாவது தொற்றிப் பிடித்து முதுகில் ஏறி, குத்துக்கரணம் அடித்து விழுந்துருண்டு கொண்டாடவேண்டும் போலப் பொங்கிப்பொங்கி நுரைத்தது சந்தோசம். 'இந்த நேரம்பாத்து அம்மாவை வேறு காணோம். எனக்கோ யாரிடமாவது சொல்லாமல் விட்டால் மண்டைபிளந்து இரத்தம் சிதறிவிடும்.'

சின்னண்ணாவின் கையிலிருந்த 'ரேடியோவைப்' பறித்துக்கொண்டு 'விறாந்தைக்கு' ஓடினேன். 'சைக்கிள்' இன்னமும் அதே இடத்திலேயே மல்லாக்காக விழுந்துகிடந்தது. அதில் இடறி விழுந்து நேரத்தை வீணாக்காமல் சைக்கிளைச் சுற்றிக்கொண்டு உள்பக்கமாகப் பாய்ந்தேன். நல்லகாலம், 'குசினியின்' வெளிப்பக்கத்து மூலையில் குந்திக்கொண்டிருந்த அம்மிக் கல் காலைப் பதம் பார்த்திருக்கும், தப்பிவிட்டேன்.

"இவள் வேற நேரகாலம் தெரியாமல். நிலா, ரேடியோவைக் கொண்டுவா நிலா இல்லாட்டில் பெரிய பிரச்சினை வரும் சொல்லிப்போட்டன்..."

"நீ முதல் சைக்கிளை எடுத்து வை. அப்பா கண்டால் பிறகு தெரியும்தானே..."

சண்டைக்கு வந்த பெரியண்ணாவின் சன்னக் குரலுக்குப் பதில் ஒரு மிரட்டலை வீசிவிட்டு உள்ளறைக்குள்ளால் புகுந்து, கடையின் முன் பக்கத்துக்கு ஓடினேன். மேசையடியில் அப்பாவைக் காணோம். கடை ஆவென்று திறந்துகிடந்தது. ஆட்கள் ஒருவருமில்லை.

"அப்பா ஓட்டுசுட்டானைப் பிடிச்சாச்சாம்... ஒட்டுசுட்டானைப் பிடிச்சாச்சாம்... அப்பா எங்கை நிக்கிறிங்கள்... ஒட்டுசுட்டானைப் பிடிச்சாச்சாம்..."

தாங்காத குதூகலிப்பில் 'ரேடியோவை'த் தலைமேல் தூக்கிவைத்துக் கொண்டு கத்திக்கொண்டிருந்தேன். திரும்பத் திரும்ப பறையறைந்த குரல் கேட்டு தயாண்ணையின் பக்கத்துக் கடையிலிருந்து எட்டிப்பார்த்தார் அப்பா. கையில் ஈழநாதம் விசேட பத்திரிகை சிரித்துக்கொண்டிருந்தது.

"என்ன நிலா, குதிக்கிறாய். என்ன கடையிலை ஆக்களே.?"

"இல்லை, கடையிலை ஆக்கள் இல்லை. ஆனால், ஒட்டுசுட்டானை இயக்கம் பிடிச்சிற்றாமப்பா. ரேடியோவிலை சொல்லிக்கொண்டிருக்கு..."

"அட, நீயும் கேட்டனியே... கெட்டிக்காரிதான்..."

பத்திரிகையின் பின்பக்கத்தைப் புரட்டிக்கொண்டே என்னை நோக்கி வந்த அப்பாவின் முகத்தில் பிரகாசம் மின்னியது. குரலில்கூட பழைய கறகற நெருடல் இல்லை. விறாந்தையில் நின்றிருந்த என் தலையில் கைவத்து 'சரி, ரேடியோவைக் கொண்டுபோய் உள்ள வைச்சிற்று வா' என்றவரின் சொற்கள் முடியும் முன்னரே வீதியால் சென்றவொரு 'சைக்கிள்' கிண்கிண்ணென்று மணியடித்து கவனத்தைக் கலைத்தது.

"என்ன பெடிச்சிக்கும் தேப்பனுக்கும் ஒரே சந்தோசம்போல. வாறன், நானும் உதிலைபோய் ஒரு பேப்பர் வாங்கிக்கொண்டு..."

வாயெல்லாம் பல்லாகச் சொல்லிக்கொண்டு போனவர் அப்பாவின் பதிலுக்குக் காத்திராமலேயே கால்வாசித் தூரத்தைக் கடந்திருந்தார். என் அறிவிப்புக்கு முன்னரே வீதி விலாசமாயிருந்தது. எல்லோர் கையிலும் 'பேப்பரோ ரேடியோவோ' ஏதோவொன்றிருந்தது. 'ஈழநாதம்' விசேட பத்திரிகை சண்டை பற்றிய விடயங்களோடு சூட்டோடு சூடாகப் பின்னேரம் வந்திருந்தது. 'றோட்டெல்லாம்' ஒரே அமர்க்களம். 'சைக்கிளில்' போவோர் வருவோரெல்லாம் அங்கங்கே தத்தமது கூட்டாளிகளைக் காணும்போதெல்லாம் இறங்கி நின்று நான்கு வார்த்தை அதைப் பற்றிப் பேசியபின்பே ஏறிப் போனார்கள். வீட்டில் நிற்பதைவிடக் கடைவீதியில் நின்று கதைகேட்பது கலகலப்பாகவிருந்தது.

"அண்ணை உந்த பேப்பரை ஒருக்கால் தாறிங்களே. சைக்கிள் கடைக்கார தினேஸ் கேட்டான். பேப்பர் கடையிலை பேப்பர் முடிஞ்சுதாம்..."

'என்னப்பா அதுக்குள்ளேயோ...' என்றபடி மேசை மேலிருந்த பத்திரிகையை எடுத்து தயாண்ணையின் கையில் கொடுத்தார் அப்பா.

"சனம் எல்லாம் வாங்கித் தள்ளீற்றுதுகள்... பின்ன, எதிர்பாராத வெற்றியெல்லோ."

"சண்டை வெற்றிதான் தயா. ஆனால், எத்தினை பிள்ளையள் வீரச்சாவோ எத்தினை கரும்புலி வெடிச்சுதோ யாருக்குத் தெரியும்..."

ஒரு பெருமூச்சோடு சொல்லிவிட்டு, கடையின் உள்பக்கமாகத் திரும்பி சுவாமித்தட்டைப் பார்த்து கும்பிட்டவரின் முகத்தில் சில கவலைக் கோடுகள் படர்ந்தன. ‘உண்மைதான், வெற்றிச்செய்தி முதல் பக்கத்திலென்றால் வீரச் சாவடைந்தவர்களின் செய்தி நாளைய பத்திரிகையில் வரத்தான் போகிறது. எத்தனை வீடுகள் வித்துடல்களைத் தாங்கப்போகிறதோ...’

அது ஒன்றும் புதிய விடயமில்லை. வெற்றிச் செய்திகளும் வீரச்சாவு அறிவித்தல்களும் நாளாந்தம் பழக்கப்பட்டவைதான். ஆனாலும் ஏனோ அப்பாவின் ஈரம் கசிந்த அந்தக் குரல் இதயத்தை என்னவோ செய்தது.

‘எத்தினை பேர் செத்து பிடிக்கிற இடம். ஒவ்வொரு சந்தியிலும், மரத்தடி மறைவிலும், வாய்க்கால் வரப்பிலும் யாரோ ஒரு இயக்க மாமா இயக்க அக்கா வீரச்சாவடைஞ்சிருந்திருக்கலாம், காயம் பட்டிருந்திருக்கலாம். அவையின்ரை ரத்தம் சிந்தின மண்ணுக்கு மேலாலைதான் நாங்கள் நடந்துதிரியப்போறம், ஓடிப்பிடிச்சு விளையாடப்போறம், ஊஞ்சல் ஆடப்போறம். அப்பிடியெண்டால், அந்த இடத்தை எவ்வளவு கவனமா பாத்துக்கொள்ள வேணும்’ இதுவரையான நாள்களில் ஒருமுறைகூடத் தோன்றாத புதுநினைவு ஒன்று அன்று எனக்குள் ஊர்ந்து அரித்துக்கொண்டிருந்தது.

28

நித்தியகல்யாணிக்கும் கிணற்றடி மறைப்புக்கும் இடைப்பட்ட நிழலில் ‘வாங்கிலை’ கொண்டுபோய்ப் போட்டுவிட்டு, அதன் இரண்டு பக்கமும் காலைப் போட்டுக்கொண்டு நடுவில் புத்தகத்தை வைத்துப் படித்துக்கொண்டிருந்தேன். எதுவும் விளங்குகின்ற பாடாய் இல்லை. சங்கமித்தையும் ஜம்புகோளப்பட்டிணமும். வாய்க்குள் நுழையாத ஏதேதோ பெயர்களும் ஆண்டுகளுமாக நிறைந்திருந்த பக்கத்தைப் பார்க்கப் பார்க்க விசரேறியது. ‘பெரிய ஆறாமாண்டு. பேசாமல் ஐஞ்சாமாண்டிலயே இருந்திருக்கலாம்... கூத்தும் கும்மாளமுமா ஒரே கொண்டாட்டமாயிருந்திருக்கும்...’ ஐந்தாமாண்டிலிருந்து ஆறாமாண்டிற்கு வந்த முதல் ஓரிரு மாதங்களில் மிதப்பேறித் திரிந்தது ஞாபகத்திற்கு வந்து எரிச்சலைக் கூட்டியது. புத்தகத்தை மடித்துக்கொண்டு கிளம்பினேன். மஞ்சவுண்ணா மரத்தடியை நெருங்கும்போது, கையில் ‘டோர்ச்

லைற்றும்' தலையில் 'தொப்பியுமாக' உள்ளறையிலிருந்து புறப்பட்டு என்னைக் கடந்து போயின இரண்டு உருவங்கள். சந்தேகத்தோடு அம்மாவை நெருங்கினேன்.

"அண்ணாக்கள் எங்கையம்மா போறாங்கள்...?"

"அதேதோ சுதந்திரபுரத்திலை ஒளிவீச்சு போடப்போறாங்களாம். பெடியளோடை பாக்கப்போறாங்கள்."

"அப்ப, நான்...?"

"நீயென்ன நீ, அவங்கள் போட்டாங்கள். இரவு நேரத்திலை அவ்வளவு தூரம் நீ தனிய போறதே...? பேசாமல் படி."

"இல்லை, இன்னும் போகேல்லை. வாசலடியிலை நிக்கிறாங்கள். என்னையும் கூட்டிக்கொண்டு போகச்சொல்லுங்கோ. அண்ணா வெளியிலை வா. மரவள்ளிக்குப் பின்னாலை மறைஞ்சு நிக்கிறதை கண்டனான். வெளியிலை வா."

மசந்தி மசந்தி ஒராள் வெளியே வந்தார். அம்மா அதை எதிர்பார்க்கவில்லை.

"நீங்கள் இன்னும் போகேல்லையோடா, வெளிக்கிடுங்கோடா. நிலா வேணுமெண்டால் இருளூறதுக்கிடையிலை நீ எங்கடை வேம்படி வைரவரிட்டை போயிற்று வா. இல்லாட்டி முருகன் கோயிலுக்கு போயிற்றுவா. அவங்கள் இங்காலை போயிற்று வரட்டும்."

"அது நான் எப்பெண்டாலும் போவன்தானே. நான் அண்ணாக்களோடை போறதுக்குத்தானே கேக்குறன். நீங்கள் வைரவரிட்டை போவெண்டுறியள்."

"சரி அப்ப ஒரிடமும் போவேண்டாம். பேசாமல் வீட்டை நில்லு."

முடிந்துவிட்டது. எந்தவிதப் பலனுமில்லாமல் என் முயற்சி தோற்றுவிட்டது. கண்கள் சிவந்தன. கோபித்துக்கொண்டு வெளியே வந்தேன்.

"நான் போறன். உங்கள் ஒருத்தருக்கும் நான் வேண்டாம்தானே. அதுதானே என்னை மட்டும் எல்லாரும் பேசிறியள். நான் போறன்..."

படலையைத் தாண்டி வெளியே வந்து பக்கத்தில் கட்டிக்கொண்டிருந்த எங்கள் புதிய கடைக்குள் ஒளிந்தேன்.

அப்பா கொஞ்சம் கொஞ்சமாகக் காசு சேர்த்து தனக்கென்று கட்டத் தொடங்கியிருந்த சொந்தக்கடை. பாதி வேலைகள்தான் முடிந்திருந்தது. இன்னும், கீழ் நிலம் இழுக்கவில்லை. சுவர் பூசப்படவில்லை, மேல் கூரையும் கதவுகளும் ஆவென்று திறந்தபடி காற்றைக் குடித்துக்கொண்டிருந்தன. அந்தக் கடையின் உள்பக்கமாகச் சுவர் மூலையில் குந்திக்கொண்டு நான்.

வெறும் பத்து பதினைந்து நிமிடங்கள்தான். அதற்குள் ஆயிரம் நுளம்புகள் சேர்த்துவைத்த வெறிமுழுதையும் கொட்டி இரத்தம் குடித்தன. அடித்துக்கொல்லவும் முடியாது. சத்தம் காட்டிக்கொடுத்துவிடும். 'எவ்வளவு நேரம்தான் இப்பிடியே இதில குந்திக்கொண்டிருப்பது...? ஒருவேளை யாரும் வந்து கண்டுபிடிக்காட்டில்...? காதடியில் இருந்த ஒரு கற்றைமுடியை இழுத்துவைத்து வாயில் சூப்பியபடி யோசித்துக்கொண்டிருக்கும் என் ஆழ்ந்த தியானத்தைக் கலைத்தபடி பெரியண்ணா மெல்ல உள்ளே எட்டிப் பார்த்தான்.

"தங்கா, கண்டுட்டன். இதுக்குள்ளை ஒளிஞ்சிருக்கிறாய் என்ன. அச்சாப்பிள்ளையெல்லே, நீ எழும்பி முதல் வீட்டைப் போ. நான் உன்னைப் பிறகு கூட்டிக்கொண்டு போறன். இண்டைக்கு நான் மட்டும் போட்டு வரட்டே."

கெஞ்சிக்கொண்டு நின்றவனைப் பார்க்க மனதைப் பிசைந்தது. அவன் கேட்ட தொனியும் பாவமாயிருந்த முகமும் எனக்குள் இருந்த பிடிவாதத்தைக் கரைத்தது. என்றாலும் ஒரு குட்டித் திமிர் இன்னும் மிச்சம் இருந்துகொண்டேயிருந்தது. மெல்ல வெளியில் வரும்நேரம் தூரத்தில் வழமையான அறிவிப்புக் குரல் கேட்டது.

"வீர வணக்கம். கடந்த 21-3-2000 அன்று பரந்தன் முன்னரங்கப் பகுதியில் இராணுவத்தினருடன் ஏற்பட்ட எதிர்பாராத தாக்குதலின் போது வீரச் சாவைத் தழுவிக்கொண்ட கப்டன் வான்மதி என்று அழைக்கப்படும் தம்பித்துரை கமலினியின் வித்துடல் தாங்கிய ஊர்தியானது..."

அண்ணா, அம்மா, படம், திமிர் எல்லாம் காணாமல்போக விழுந்தடித்து எழும்பி பூமரத்தடிக்கு ஓடினேன். சின்ன மரந்தான். ஆனாலும், கைக்கொள்ளும் அளவுக்குப் பூக்கள் இன்னும் இருந்தன. அதிலிருந்து இரண்டு சரங்களை நாள்தோறும் தொடுத்தாலும், யாராக இருந்தாலும், எப்போதும் அந்த மரத்தில் கொஞ்சம் பூக்கள் மிச்சமிருக்குமாறே பாத்துக்கொள்வோம்.

வித்துடல்கள் வரலாம் என்பதுதான் காரணம். இதற்குப் பிறகு திரும்பவும் இன்னுமொரு வித்துடல் வந்தால் மீளவும் பூக்கள் தேவைப்படும் என்பதால், இருந்த எல்லாவற்றையும் பிடுங்காமல் ஐந்தாறு பூக்களை மட்டுமே பறித்துக்கொண்டு வீதிக்கு வந்தேன். அதற்கிடையில் வித்துடல் அருகாமையில் வந்துவிட்டிருந்தது.

எதிர்பக்கத்தில் பள்ளிக்கூட 'குவார்ட்டஸ்ஸில்' இருந்த 'ரீச்சராக்களும்' பூப்போட நின்றிருந்தார்கள். வாசுகி 'ரீச்சருக்கு' பக்கத்தில் போய் சேர்ந்து நின்றேன். சிரித்தபடி திரும்பிப் பார்த்துவிட்டு மூடியிருந்த தன் கைகளை விரித்து அதிலிருந்து இரண்டு செவ்வந்திப் பூக்களை எடுத்து என் கையிலிருந்த நித்திய கல்யாணியோடு சேர்த்துவைத்தா. கையில் பூக்களோடு தங்கள் வீட்டு வாசலில் நின்றிருந்த நிருபனோடு போய் கூட்டுச்சேர்ந்து நின்றுகொண்டான் பெரியண்ணா.

இரண்டு பக்கமும் வாழைகள் நிறுத்தி, புலிக்கொடியை முன்னும் பின்னும் கட்டியபடி வந்த வித்துடல் ஊர்தி வேகம் குறைத்து நின்றது. வித்துடலை சுற்றி வரி உடுப்பில் கைகளில் துப்பாக்கிகளோடு ஆறேழு அக்காக்கள் இருந்தார்கள். பூவைப்போட்டுவிட்டுத் திரும்பும்போது வித்துடலின் மேலிருந்த பூக்களைச் சரிசெய்த ஒரு அக்காவைப் பார்த்தேன். இலேசாகச் சிரித்தா.

"டேய், அந்தப் பக்கம் இருக்கிறது உன்ர அக்காபோல இருக்கடா..."

நிருபனின் பக்கமாகத் திரும்பி கத்தினேன். வாகனம் மெல்ல உருளத் தொடங்கி ஐம்பது அறுபது 'மீற்றரில்' மீளவும் வேகத்தைக் குறைத்து நின்றது. அவன் இந்தப் பக்கத்திலிருந்து ஊர்தியைச் சுற்றிக்கொண்டு மறுபக்கமாகப் போய் பூப்போடப் போனான். அது நிருபனின் அக்காதான். குருவி வேகத்தில் வீடுநோக்கிப் பறக்கும் அவன் கால்கள்தான் அதற்கு சாட்சி.

எங்கள் பக்கமாக அக்கா கையசைக்க மறுபடி வண்டி புறப்படத் தொடங்கியது. 'விசரன், தானாவது நாலு வார்த்தை கதைச்சிற்று போயிருக்கலாம். இனி இவன் எப்ப வீட்டபோய் சொல்லி, அன்ரி வெளியில வந்து... அதுவரைக்கும் அவா நிக்கமாட்டாவே...' திரும்பிப் பார்த்தேன். வித்துடல் தாங்கியவூர்தி சந்திப் பகுதியைக் கடந்திருந்தது.

"தங்கா, நான் போகட்டயம்மா... நேரம் போகுது..."

“நீ என்னடா இப்ப...?”

சிந்தனையிலிருந்த துயரம் எரிச்சலாகி உமிழ்ந்தது. மோட்டு நிருபன் மொக்குத்தனமாக அக்காவோடு கதைக்காமல் ஓடியது இன்னும் கவலையாகவிருந்தது. ‘இத்தனைக்கும் நடுவில் இதுதான் தாயமென ஓடியொழிந்துபோகாமல் இதோ அவனாகவே வலியவந்து கெஞ்சிக்கொண்டிருப்பவனை என்ன செய்வது...?’

“சரியண்ணா போ. போயிட்டுவந்து கதையைச் சொல்லு. நித்திரைகொள்ளாமல் பாத்துக்கொண்டிருப்பன்.”

சொல்லிவிட்டு நிருபனைத் தேடி ஓட்டம் பிடித்தேன். வீதி முற்றாக இருட்டை இழுத்துப்போர்த்தியிருந்தது. தூரத்தில் சின்னப்புள்ளியாகத் தோன்றி பெரும் ஒளிக்கற்றையாகி என்னைக் கடந்துபோனது ஒரு மஞ்சள் நிற த.போ.க பேருந்து.

29

“டேய், நீ என்ரா நேற்று வரேல்ல... சும்மா அந்தமாதிரிப் படமடா... என்ன அடி தெரியுமா ஆமிக்கு... அடியெண்டா சக்கையடி...”

நேற்றைய ஒளிவீச்சு பற்றித்தான் கதை ஓடிக்கொண்டிருந்தது. ‘நல்ல சக்கை அடியாம், இப்ப சேர் வந்து தரப்போறார் நல்ல சக்கையடி.’ நினைக்கும் போதே கால்கள் நடுங்கி கண்ணைக் கட்டிக்கொண்டு வந்தது. தானாகவே கைகளைத் திருப்பி உள்ளங்கையைத் தடவிப்பாத்துக்கொண்டேன். ‘உந்த ஒளிவீச்சு பாக்கப்போன அண்ணாக்களுக்காக நித்திரைகொள்ளாமல் பாத்துக்கொண்டிருந்ததாலை வந்த வினை. இப்ப என்ன சொல்லி நழுவுறது...?’ எதை யோசித்தாலும் முட்டுச்சந்தில் போய் முட்டிக்கொண்டு நின்றது மூளை. நல்லதொரு சாட்டு பிடிபடவே பிடிபடாதாம்.

‘பிறேயர்’ முடிந்து எல்லோரையும் வரிசையாக வகுப்புக்கு அனுப்பிவிட்டு, கையில் பெரிய பிரம்போடு எங்களை நோக்கி ‘விஞ்ஞான சேர்’ நடந்து வருவது கண்ணில் விழுந்தது. ‘சரி, பூகம்பம் வெடிக்கத் தயாராகிறது.’ பயத்தில் வியர்த்து ஓடத்தொடங்கியது.

ஒவ்வொருத்தராக வரிசைக்குக் கையில் இரண்டு அடி கொடுத்து 'ஓடு வகுப்புக்கு' என்று உறுமுவது காதில் இரசத்தைக் கரைத்து ஊற்றியது. அங்கு ஒவ்வொருத்தருக்கு அடிவிழவும், என் கால்கள் இங்கு ஒவ்வொரு ஆளாகக் கடந்துகடந்து பின்னுக்குப் போய்நின்றன. கட்டாக் கடைசியாக என்னுடைய முறை. பயத்தில் முழிகள் வெளியே தொங்க திக்கித்திணறி ஏதேதோ காரணங்கள் சொல்லி கரணம் அடித்தேன். களவெடுத்தவன் கண்ணைப் பார்த்தால் தெரியாதா உண்மையும் பொய்யும்.

கையை நீட்டுவதும், அவர் அடிப்பதற்கிடையில் பின்னால் இழுப்பதுமாகப் பேய்க்காட்டிக்கொண்டிருந்த என் செய்கை அவரை உலுப்பிவிடும் என்று தெரியாமலில்லை. நானாகச் செய்யவில்லை, பயம் செய்வித்தது. இரண்டுதரம் கெட்டித்தனமாக ஏமாற்றமுடிந்தது. மூன்றாந்தரம், எதிர்பாராதவிதமாகக் காலுக்கு கீழே இரண்டு விளாசு விழுந்தது. துள்ளிவிழுந்து வகுப்பறையை நோக்கி ஓட்டம் பிடித்தேன். கண்களில் நீர் முட்டிக்கொண்டு பார்வையை மறைத்தது.

அதிபர் அலுவலகத்தைக் கடந்து இடதுபக்கமாக எனது வகுப்பறைக்குத் திரும்பவும் பள்ளிக்கூடப் பிரதான வாயிலைத் திறந்தபடி ஒரு 'சைக்கிள்' உள்ளே வந்தது. கதவுக்குக் கிட்டச்சென்ற 'விஞ்ஞான சேர்' தானே கதவைச் சாத்திவிட்டபடி 'வகுப்பு தொடங்க முன்னம் கெதியா ஓடு' என்று சொல்லியபடி தன்னுடைய வகுப்பறைப் பக்கமாக நடப்பது தெளிவாகத் தெரிந்தது. பிந்திவந்தவருக்கு அடி விழவில்லை.

திரும்பித் திரும்பிப் பார்த்துக்கொண்டே வகுப்புக்குள் நுழைந்து ஓரிருக்கையில் அமர்ந்தேன். வகுப்பறை முழுதும் புதிய நாளின் தொடக்கம் உற்சாகமாய்ப் பொங்கிவழிந்தது. ஆனாலும், காலின் கீழ் வாங்கிய அடி இன்னமும் வலித்துக்கொண்டிருந்தது எனக்கு.

"அதென்னடி விஞ்ஞான சேரின்ரை பழக்கம். நாங்கள் பிந்தி வந்தால் மட்டும் சும்மா வெளுத்து வாங்குறார். அந்தா, ஆதனண்ணா இப்பத்தான் போறார். அவருக்கு அடி விழேல்லை. பொல்லாத ஆள் சேர்..."

மனதின் புளுக்கத்தை யூலியிடம் கொட்டினேன். என் ஆத்திரம், பயம், காலில் இன்னமும் சுள்ளிடுகின்ற வலி எல்லாம் சேர்ந்து பொறாமையாய் வழிந்தது.

"ஏன் உனக்கு ஆதன் அண்ணாவைப் பற்றித் தெரியாதே..."

“என்ன தெரியாதே...? அவரென்ன பெரியாளே...”

“பெரியாளெல்லாம் இல்லை, ஆனால் பாவம் அவருக்கு வீட்டிலை நிறையவேலை...”

“என்னடி லூசுக்கதை சொல்லுறாய்...? பிந்திவாறதுக்கும் வேலைக்கும் என்ன சம்மந்தம். நானும்தான் வீட்டிலை வேலை செய்திற்று வாறன். அப்ப, எனக்குமெல்லோ சேர் அடிக்கக்கூடாது...”

“அப்பிடியில்லயடி. நீ பள்ளிக்கூடத்திலை சேருறதுக்கு முதல்வருசம், 98 இலை சுதந்திரபுரப் படுகொலை நடந்தநேரம் ஆதன் அண்ணாவின்ரை அப்பாவுக்கு ரெண்டு காலும் ரெண்டு கையும் இல்லை. அசையக்கூட மாட்டார். படுத்த படுக்கைதான். அம்மாவுக்குக் கையுமில்லை, பார்வையும் போச்சு. அப்பவிலயிருந்து அவர்தான் விடிய எல்லா வேலையும் செய்து வைச்சிற்று அதுக்குப் பிறகுதான் பள்ளிக்கூடம் வாறவர்.”

‘அவன் சரியான கெட்டிக்காரப் பெடியனென்று எல்லா ரீச்சராக்களும் சொல்வது சும்மாயில்லை. ஆள் உண்மையாவே சூரன்தான்போல’. நினைப்பில் ஆதனண்ணா நிறைய தொடங்கினார். ‘பாவம், உள்ளே இத்தனை கஸ்ரங்களையும் தாங்கிக்கொண்டு அதை யாரிடமும் வெளியில் காட்டிக்கொள்ளாமல் மற்றவர்களைப் போலவே சாதாரணமாய் இருப்பதென்பது எவ்வளவு பெரிய விசயம்.’ இதுவரை யாரோவாக இருந்த ஆதன் அண்ணா இப்போது ஏனோ மனதுக்கு நெருக்கமாய், வெகு இயல்பாய், அழகாய்த் தெரிந்தார். ஆழத்தில், மனதின் மிக ஆழத்தில், ஐந்தாறு வண்ணத்துப்பூச்சிகள் குறுக்கும் நெடுக்குமாய் சிறகடித்துப் பறக்கத் தொடங்கின.

30

அந்தச் சொற்கள் காதில் விழுந்ததிலிருந்து யாரிடமாவது அதைப் பற்றிக் கேட்டுத்தெரிந்துகொள்ளாவிடில் மண்டை வெடித்துச் சிதறிவிடும்போலிருந்தது. ஆனால் யாரிடம் கேட்பது...? பெரியண்ணா பள்ளிக்கூடம் விட்டபின் நடக்கும் பின்னேர வகுப்புக்கு போயிருக்கிறான். சின்னண்ணாவோ கூடப் படிக்கும் பெடியளோடு புதுக்குடியிருப்பு குழந்தையேசு கோயில்

திருவிழாவுக்குப்போயிருக்கிறான். அப்பாவிடம் இதைப் பற்றிக் கேட்கமுடியாது. ‘அம்மா... அம்மா எங்கே அம்மா... இப்போதைக்கு இருக்கிற ஒரேயொரு செய்திமூலம் அம்மாதான்.’ எப்படியாவது அம்மாவைக் கண்டுபிடித்து உண்மையைக் கறந்துவிடவேண்டும் என்ற என் அவசரத்தை வீணே அலையவிடாமல் நடு‘விறாந்தை’யில் அமர்ந்திருந்தது அம்மாவின உருவம்.

வெறுந்தரையில் சப்பாணிகொட்டியமர்ந்திருந்த அம்மாவிற்கு முன்னால் விரிந்துகிடந்தது நேற்றையான் ஈழநாதம் பத்திரிகை. மாவீரர் படிப்பகத்தில் வாங்கி வந்திருப்பா போலும். கையில் ‘பென்சில்’. சந்தேகமேயில்லை; குறுக்கெழுத்துப் போட்டிதான். எந்தப் பத்திரிகையிலென்றாலும் குறுக்கெழுத்துப்போட்டியோ ‘சுடோக்கு’ விளையாட்டோ கண்ணில் கண்டுவிட்டால் போதும். அங்கேயே அப்பிடியே அமர்ந்துவிடும் பழக்கம். ‘இதுதான் சந்தர்ப்பம். கவனம் அங்கேயே குவிந்திருக்கும் நேரத்திலேயே பதிலைக் கேட்டு வாங்கிவிடவேண்டும்.’ சத்தஞ்சந்தடி போடாமல் மொத்தவேலையையும் முடித்துவிடும் மரநாய்போல் மெதுவாக நடந்து அம்மாவின் முதுகுப் பின்பக்கமாக வந்துநின்றேன்.

“அம்மா, அப்பா எங்கயாவது போகப்போறாரா...?”

ம்கூம், பதில் இல்லை. ஆனாலும் என் தலை வெடித்துச் சிதறிவிடக்கூடாதில்லையா.

“அம்மா, அப்பா எங்கயாச்சும் போகப்போறாரா...?”

“...”

“அம்மா உங்களைத்தான் அம்மா, அப்பா எங்கயாவது தூரப் போகப்போறாரா...?”

“எப்பனுக்குக் கொஞ்சம் நிம்மதியா இருக்கவிடாதுகள். என்ன வேணும் இப்ப உனக்கு. சொல்லு என்ன வேணும்...?”

நெருப்பில் விழுந்த உப்புக்கல் போலத் தெறித்துவிழுந்தன சொற்கள். மதியச்சூடு அடங்கி மாலையான குளிர்மையைக்கூடக் கொழுத்திவிடக்கூடிய வெப்பம்.

“இல்ல, அப்பா எங்கயாவது போப்போறாரோ எண்டு...”

“அதைக் கொப்பரையெல்லோ கேக்கோணும், என்ன வந்து கேட்டால்... இதிலை நிண்டு எனக்குக் கரைச்சல் குடுக்காமல் கொப்பாவயே போய்க்கேள், போ.”

ஆட்டுப்புழுக்கைப் ‘பென்சிலை’ மறுபடி எடுத்து பத்திரிகையை நோக்கிக் குனிந்துகொண்டே பதில் வந்தது... ‘கேள்வி, அதுவும் அப்பாட்ட. முதலையின்ர வாய்க்குள்ள போய் மல்லாக்கா கிடந்துகொண்டு, அதுக்கு எத்தினை பல்லு எண்டு எண்ணுற கதைதான். வேற வினையே வேண்டாம். மலிஞ்சால் சந்தைக்கு வரும்தானே.’ ஆறுதல் சொல்லித் தேற்றினாலும் கெடுகுடி மனது ஒத்துழைக்க மறுத்தது.

நேற்றிரவு, உள்ளறையிலிருந்து படித்துக்கொண்டிருந்த என் அழியைக் கவ்விக்கொண்டு வெளியே ஓடிய திருட்டுப்பூனை மணியைத் துரத்திக்கொண்டு பாயும்போது, வெளியே இருட்டுக்குள் இருந்து பேசிக்கொண்டிருந்த அப்பாவின் குரல் இப்போதும் காதுகளில் ஒலித்துக்கொண்டேயிருந்தது.

“ஒரு ரெண்டுகிழமைக்குத் தனிய பிள்ளையள் மூண்டையும் சமாளிப்பியா...?”

“தேவையான சாமான் சக்கட்டுகளெல்லாம் இருக்கா...?”

“கடன்காரர் ஆராவது வந்தால் ரெண்டு கிழமையாலை வரச் சொல்லு.”

“பிள்ளையளை கவனமா பாத்துக்கொள்ளு. அதுக்காக சும்மா சும்மா திட்டாதை...”

நேற்று மட்டுமென்றில்லை. கடந்த நான்கைந்து நாட்களாக அப்பா செய்யும் அமளிதுமளிகள் அத்தனையும் புதிது. ‘ஒவ்வொரு விடயமாகப் பார்த்துப் பார்த்து செய்துகொண்டிருக்கும் தயார்ப்படுத்தலும் நிதானமும் குரலில் இருக்கும் தீவிரமும் எதற்காக...?’ மூளை குடைந்துகொண்டேயிருந்தது.

பகல் கரைந்து இரவாகி, எட்டரை மணிச் செய்தியும் வந்துவிட்டிருந்தது. செய்தியில் சொல்லப்படுகின்ற விடயங்கள் மூளைக்கு ஏறவில்லை. மூளை, எங்கே இருக்கிறது மூளை...? அங்கேதான் அப்பாவின் நினைப்பு கொட்டில்போட்டு அமர்ந்திருக்கிறதே. எப்படியாவது யாரையாவது கேட்டு, விசயத்தைக் கறந்துவிடவேண்டும். ஆனால், பொறுமை முக்கியம். ‘முதலில் வடிவா றெக்கி பாக்கவேணும். பிறகு யார் ராக்கெட் என்று தீர்மானிக்கோணும். அதுக்குப் பிறகுதான் தாக்குதல். அடிச்சால் அடி பிசகக்கூடாது. ஒருக்கா ‘அலேட்’ ஆகிற்றால் பிறகு திரும்ப அடிக்கிறது சரியான கஸ்ரம்.’ தருணம் பார்த்துக்கொண்டிருந்தேன்.

புலிகளின்குரல் செய்தி முடிய 'ரேடியோவை'த் தூக்கிக்கொண்டு படலையடிக்கும் கிணற்றடிக்குமாக அலைந்துகொண்டிருந்தார் அப்பா. பி.பி.சி கேட்பதற்கு அந்த இரண்டு இடங்களில்தான் அலைவரிசை கொஞ்சம் நன்றாக வரும்.

"என்னடா கதிர்... இண்டைக்குக் கரகரக்குது ரேடியோ. ஸ்ரேசன் சரியா பிடிபடாதாமடா."

"வடிவா நம்பரைப் பாத்துப்பிடியுங்கோப்பா. இருட்டுக்குள்ளை மாறிக்கீறிபிடிச்சிருப்பியள்..."

"இல்லையடா சரியாத்தான் பிடிச்சிருக்கிறன். ஆனாலும் ஒண்டும் கேக்குதில்லையடா... இந்தக்குருவி வேற வந்து நிண்டுகொண்டு... சரிசரி காணும் போ. போய் உன்ரை கூட்டுக்க படு. உன்னக்காணேல்லயெண்டு புள்ளகுட்டியளெல்லாம் பயப்பிடப்போகுதுகள்... அடேய் கதிர் நீ ஒருக்கால் இந்த றேடியோவ என்னெண்டு பாரடா..."

சம்மந்தமில்லாமல் என்னென்னவோ புசத்திக்கொண்டிருந்த அப்பாவை நோக்கி மெல்ல எட்டிப்பார்த்தேன். படலை வாசலில் நின்று அங்கும் இங்குமாக 'றேடியோவைத்' திருப்பிக்கொண்டிருந்தவரின் மணிக்கட்டில் ஒரு குட்டிக்குருவி உட்கார்ந்து அப்பாவின் முகத்தையே பார்த்துக்கொண்டிருந்தது.

"அட, போ எண்டுறன்.போ நேரமாச்சு. போய்ப்படு. புள்ள குட்டி தேடுமெல்லே... அட, கதிர் நீ என்னடா. இந்த ஸ்ரேசன் பிடிபடுதில்லையெண்டுறன்..."

அங்கே ஒரு குரல் இங்கே ஒரு குரலில் பேசிக்கொண்டிருந்த அப்பாவின் வார்த்தை முடியும் முன்னரே சடசடவெனச் சிறகடித்தபடி மறைந்துபோனது குருவி. வெளிச்சமேயில்லாத அந்த இருட்டில் அதன் கீச்சுக்கீச்சு பேச்சொலி பலாமரப் பக்கமாக நீண்டு மறைந்தது.

"முழு ஏரியல் கம்பியயும் இழுத்துவிட்டுட்டு ரேடியோவை எங்காவது உயரத்திலை தூக்கிப்பிடியுங்கோப்பா. வேலை செய்யும்."

வாங்கிலிலிருந்து எழும்பிப்போக பஞ்சிப்பட்டுக்கொண்டு இங்கிருந்தபடியே கொஞ்சம் உரத்த குரலில் 'கொமான்ட்' பண்ணினான் பெரியண்ணா. குருவியோடு பறந்துகொண்டிருந்த என்னைத் திரும்பவும் அப்பாவிடம் கூட்டிவந்தது அந்தக்குரல்.

எதிர்த்துக் கதைத்தாலே வெடித்துப் பறக்கிற அப்பா அமைதியாக இருக்கிற ஒரேயொரு விடயம் இந்த பி.பி.சி பிடிக்கிறதுதான்.

"எப்பிடிப் பிடிச்சாலும் பிடிக்குதில்லையடா. ஒருக்கால் வந்து என்னெண்டு பார் பாப்பம்."

அப்பா மொத்தமாய் 'சரண்டர்' ஆகிவிட்டார். ஏதோ பெரிதாய்ச் சாதித்துவிட்டதுபோல சின்னண்ணாவைப் பார்த்துத் தோளைக் குலுக்கியபடி எகத்தாளமாய் எழும்பிப்போனான். வாங்கிலின் ஒரு நுனியிலிருந்த அவன் எழும்பிய வேகத்தில் மற்றைய நுனியில் இருந்த நாங்கள் இருவரும் தரையில் விழப்போனோம். சுதாகரித்துக்கொண்ட சின்னண்ணா படாரென்று கால்களை இரண்டு பக்கமாகவும் நிலத்தில் ஊன்றி நிறுத்தினான். உதட்டோரம் சுழித்துக்கொண்டு வழிந்தது பெரியண்ணாவின் குறும்பு படர்ந்த சிரிப்பு.

"காணும் காணும், சும்மா படம் காட்டாம போடா. ஒரு ஸ்ரேசன் பிடிக்கத் தெரியும் எண்டோண ஏதோ பெரிய பால்ராஜ் அண்ணை எண்டுற நினைப்பு."

சின்னண்ணாவின் பக்கமிருந்து இதுவொரு வெறும் சமாளிப்புத் தான். முறையான பதில்தாக்குதல் கண்டிப்பாக உண்டு.

பெரியண்ணா எங்கோ இருந்து ஒரு ஐந்தடி நீள 'வயர்'த்துண்டை வெட்டியெடுத்திருந்தான். அதன் வெளிப்பக்கத்து 'ரப்பரை' வாயால் கடித்து உரித்தான். உள்ளே நீலமும், சிவப்புமாய் இரண்டு சின்னக்கம்பிகள் தெரிந்தன. அவற்றின் நுனியிலிருந்து வெள்ளிநூல் போல கம்பிகள் தலையைக்காட்டின. 'ஏரியலை' இழுத்து அதன் நுனியில் கம்பிகளைச் சொருகி மறுமுனையைப் படலையடியில் நட்டிருந்த கப்புக்கு மேலால் எடுத்து நிழல்மரவள்ளியின் ஏதோவொரு கிளைக்கு உயரத்தில் கட்டினான். இப்போது பி.பி.சி முன்னையை விடத் தெளிவாக இருந்தது. கரகரப்பும் குறைந்திருந்தது.

சும்மா இல்லை. அப்பா அவனைக் கூப்பிட்டதில் ஒரு அர்த்தம் இருந்தது. 'ஸ்ரேசன' பிடிக்கிறதில் பெரியண்ணா வலுகெட்டிக்காரன்தான். 'இவன் பெரிய விஞ்ஞானியா வரப்போறான். எங்கடை வீட்டிலை ஒரு விஞ்ஞானி ரெடி'. நினைக்க புளுகம் புளுகமாக வந்தது. பெருமை மயக்கம் கண்ணில் நிழலாடியது.

அப்பா படலையடியில், எங்களின் உள்வீட்டு விஞ்ஞானியும் அப்பாவோடு. அம்மா ‘குசினி’க்குள். இதுதான் நல்ல சந்தர்ப்பம். அப்பிடி என்னதான் நடக்குது வீட்டிலென்று கேட்டுத்தெரிந்து கொள்ளக்கூடிய ஆள் எனக்குப் பக்கத்தில், அதுவும் தனியாக. என்னுடைய உலகப்படம் - அதுதான் சின்னண்ணா. மெல்லமாய் அவனைச் சுரண்டினேன். வானத்தை நோக்கி விடுப்புப் பார்த்துக்கொண்டிருந்த கண்களை என்ன என்பதுபோல என் பக்கமாகத் திருப்பினான். ஒரு சொல்லுக்கூட இல்லை; அக்கறையும் இல்லை. மொத்தமும் உதாசீனம்; எகத்தாளம்.

“வானத்திலை அப்பிடி என்னடா அண்ணா பாக்கிறாய்...?”

“நட்சத்திரம்...”

“நட்சத்திரமோ... என்னடா உளறுறாய். வானம் முழுக்க எவ்வளவு நட்சத்திரம் பொலிஞ்சு போய்க் கிடக்கு. அதிலை எதையெண்டு பாப்பாய்...?”

என்னையா சட்டை செய்யாமல் இருந்தனி. எப்பிடி உன்னை மட்டம் தட்டிற்றன் பார் என்று உள்ளே துள்ளிக்குதித்தது மனது. பழிக்குப் பழி. கணக்குச் சரி.

“இருக்கிற நட்சத்திரம் இல்லையடி, இது ஓடுற நட்சத்திரம்.”

மறுபடியும் கண்களை வானத்திலிருந்து எடுக்காமலேயே அசிரத்தையாய் வந்தது பதில்.

“உனக்கென்ன லூசா. நட்சத்திரம் எப்பிடி ஓடும்.?”

சொல்லிக்கொண்டே நிமிர்ந்து பார்த்தேன். மரம் நிறைந்த நித்திய கல்யாணி மாதிரி வானம் நிறைந்த வெள்ளிப்பூ. திடீரென்று பார்த்தால்., அந்த நெருப்புப் புள்ளிகளில் ஏதோவொன்று அசைவது மாதிரி... மினுக்மினுக்கென்று மின்னுவது மாதிரி... சின்னதாக, வடிவாக, தங்க நிறத்தில் ஒரு வெள்ளி. ஓம், அது வெள்ளிதான். வெள்ளியேதான்.

“அங்கற்றா அங்கற்றா... ஓமடா, நீ சொன்னமாதிரி ஓடுதடா, ஓடுதடா, ஒரு வெள்ளி ஓடுதடா...”

அதிசயம், ஆனால் உண்மை. தலைகால் புரியாத சந்தோசத்தில் எம்பிக்குதித்துக் கத்தியதில் வாங்கிலிருந்து தொபுக்கடீர் என்று கவிழ்ந்தடித்து நிலத்தில் விழுந்தேன். எனக்கு வலப் பக்கமாக வேலிகட்டிக்கொண்டு வாங்கிலும் சத்தாருக்கு விழுந்து கிடந்தது.

ஒற்றைக்கால் நிலத்தில், மற்றக்கால் வாங்கிலிற்கு மேலால் செங்குத்தாக வானம் நோக்கி நட்டுக்கொண்டிருந்தது.

"கண்டுட்டன் சின்னண்ணா, நீ சொன்ன மாதிரி ஓமடா, ஒரு வெள்ளி ஓடுது தான்ரா..."

ஆச்சரியத்தை அடக்கமுடியவில்லை. கை கால் உரோமம் எல்லாம் சிலிர்த்தது. 'வாங்கிலிலிருந்து' விழுந்த நோவே தெரியவில்லை. அப்பாவின் நினைவை மூளை எங்கோ சற்றுநேரத்துக்கு ஒளித்துவைத்துவிட்டது. நட்டுக்கொண்டிருந்த காலை வாரியிழுத்து மற்றகாலோடு சோடிசேர்த்து சப்பாணி கொட்டியிருந்துகொண்டு வானத்தையே பார்த்துக்கொண்டிருந்தேன்.

"ஆனால், இவ்வளவு வெள்ளியும் இருந்த இடத்திலயேதானே இருக்குது. இது மட்டும் ஏன் ஒரு இடத்திலை இருக்காமல் குடுகுடெண்டு ஓடித் திரியுது...?"

பலத்த சிந்தனையின் பின், மனதிலிருக்க மாட்டாமல் தன்பாட்டில் தாவியிறங்கி உலகப்படத்திடம் போனது என் முதல் கேள்வி.

"வெள்ளியில்லை தங்கா. இது செய்மதி."

"நீதானை இப்ப கொஞ்சத்துக்கு முன்னம் வெள்ளியெண்டு சொன்னாய். இப்ப ஏமாத்தப்பாக்கிறாய் என்ன..."

"இல்ல, இது வெள்ளி இல்லை. அமெரிக்கா மாதிரி பெரிய நாட்டுக்காரங்கள் செய்து வானத்துக்கு அனுப்புற றொக்கெட். அது வானத்திலை சுத்திச் சுத்தி வரும். அவங்களுக்குத் தேவையான தகவலுகளை அதைக்கொண்டு எடுப்பாங்கள்."

"அதேன் எங்களுக்கு மேலை வருது... எங்களிட்டயிருந்து என்ன தகவல் அவங்களுக்குத் தேவையாம்..."

வானம், அமெரிக்கா, றொக்கெட், தகவல், விஞ்ஞானி... அவன் சொல்லும் மொத்தமும் சிதம்பரச் சக்கரம். திருதிருவென முழித்துக்கொண்டிருந்தேன்.

"சரி. நான் பிறகு உனக்கு வடிவா விளங்கப்படுத்திவிடுறன். இப்ப அப்பா செய்தி முடிஞ்சு சாப்பிட வரப்போறார். எழும்பி உள்ள வா."

அப்பாவென்றதும் மூளை விழித்துக்கொண்டது. 'அட, மறந்துட்டன். நான் என்ன கேட்க வந்து..., கடைசியா என்ன கதைச்சுக்கொண்டு இருக்கிறன். பேக்கிலாய்க் குஞ்சு. போச்சு, எல்லாம் போச்சு'.

அவசரமாகப் படலையடியை எட்டிப் பார்த்தேன். இன்னமும், அப்பாவும் பெரியண்ணாவும் மும்முரமாக செய்தி கேட்பதில் கவனமாக இருந்தார்கள். விறாந்தைக்குள் போக எழும்பிய சின்னண்ணாவின் கையைப்பிடித்து இழுத்து 'வாங்கிலில்' இருத்தியபடி மெல்லமாய் அவன் பக்கம் என் சந்தேகத்தை எடுத்துவிட்டேன்.

"அண்ணா, உனக்கொரு விசயம் தெரியுமே. அப்பா ஏதோ பெரிசா திட்டம் போடுறார்ரா. என்னெண்டுதான் தெரியேல்லை. உனக்கேதும் தெரியுமே"

அது உலகப் படம், அதுக்கெல்லாம் தெரிந்திருக்கும். என் கேள்விகளிற்கெல்லாம் பதில் சொல்லக்கூடிய ஒரேயொரு நல்ல 'மெசின்' அதுதான். அதுவும் இப்போது மக்குப் பண்ணியது.

"இப்ப என்னத்துக்கு அது உனக்கு. அப்பிடியேதுமிருந்தா அப்பா சொல்லுவார்தானை. என்ன அவசரம்...?"

"உனக்குத் தெரியுமெண்டால் சொல்லுறெண்டால் சொல்லு. இல்லாட்டில் விடு."

நான் கேட்டதே கேள்விதான். அங்கிருந்தும் இன்னொரு கேள்வி. 'சைக்...' எரிச்சல் வந்தது.

"ம்ம்ம்... வடிவாத் தெரியல்லை. ஆனால், நாளண்டைக்குக் கொஞ்சப்பேர் எல்லைக்கு போயினமாம். அப்பிடியேதுமோ தெரியா."

நிச்சயமாகாத செய்தியாய் இழுபட்டது சின்னண்ணாவின் குரல். 'என்னதிது...? திடீரெண்டு இப்ப என்னத்துக்கு...? கொஞ்சநாள் கழிச்சுப் போனால் என்ன...?' குடைந்து குடைந்து உருண்டுகொண்டிருந்தது பதற்ற வண்டு. திரும்பி சின்னண்ணாவைப் பார்த்தேன். அவன் வழமைபோலவே வெகுசாதாரணமாய்த்தான் இருந்தான் அல்லது அதுபோலக் காட்டிக்கொண்டான். எனக்குத்தான் தாங்கமுடியாத வலியைப் பீய்ச்சியடித்தது அந்த ஒற்றைச் சொல்.

31

எல்லைப் படை. முன்னெப்போதும் கேட்காத சொல்லென்று சொன்னால் அது பச்சைப்பொய். கிராமியப் படை, எல்லைப் படை, சிறப்பு எல்லைப் படையென நாளும் பொழுதும் காதில் விழுகிற பேச்சுத்தான். வீட்டில் அப்பா எல்லைப் படையென்றால், அம்மா கிராமியப் படை. அம்மாவின் பயிற்சித் துவக்கை நானும் சிலசமயங்களில் தூக்கிப் பார்த்திருக்கிறேன். ஆனால் அது பொய்த்துவக்கு. பள்ளிக்கூட மைதானத்தில் சரியாக 4.30 மணிக்குப் பயிற்சி தொடங்கும். ஒவ்வொருவருடைய கையிலும் ஒரு கொட்டான் இருக்கும். அதைக் கொட்டான் என்று சொன்னால் சரியான கோபம் வரும். அதுதான் அவர்களின் துவக்கு. கிட்டத்தட்ட மூன்றடி நீளத்துக்குப் பெரிய கையளவு மொத்தத்தில் இருக்கும். ஒருத்தர்கூடத் துவக்கில்லாமல் பயிற்சிக்கு வரமாட்டார்கள் (எங்களைத் தவிர). ஒவ்வொருத்தரும் அதற்கு மேலே விதவிதமான நிறங்களில் வேறுவேறு வடிவங்களில் தங்களின் பெயர் எழுதி அவ்வளவு பத்திரமாக வைத்திருப்பார்கள். எங்களைக் கூட தொடவிடமாட்டார்கள்.

“தமிழரின் தாயகமாம் தமிழீழத்தை, மண் பறிப்பாளரிடம் இருந்து மீட்டெடுத்து, இழந்துவிட்ட எம் இறமைகளையும் இனத்தின் மதிப்பையும் நிலைநாட்ட, தமிழீழ தேசியத் தலைவர் மேதகு வே. பிரபாகரன் அவர்களின் தலைமையின் கீழ் அணிதிரண்டு, இறுதிவரை தேசத்தின் விடுதலைக்காகவும் அனைத்து ஒடுக்குமுறைகளிற்கெதிராகவும் உண்மையுடன் உழைப்போம் என்று உறுதியெடுத்துக்கொள்கிறோம். தமிழரின் தாகம் தமிழீழத் தாயகம், தமிழரின் தாகம் தமிழீழத் தாயகம், தமிழரின் தாகம் தமிழீழத் தாயகம்.”

அம்மாக்கள் உறுதியுரையைத் தொடங்கும்போதே நாங்கள் படபடவென்று சொல்லி முடித்திருப்போம். அவ்வளவும் எங்களுக்கு அத்துப்படி. யார் முதலில் முடிக்கிறோமோ அவர்தான் அன்றைக்குப் பெரியாள். அனேகமாக நிருபன்தான் வெல்வான். நான் நெடுக இரண்டாவதுதான். எப்பவாவது ஒருநாள் நான் முதலில் சொல்லிமுடித்து, அன்றைய நாளின் தலைவராகவேண்டுமென்பது என் மிகப்பெரிய கனவு. ஆனால், அம்மா பயிற்சியை முடிக்கின்ற கடைசி நாள்வரை அது நடக்கவேயில்லை.

உறுதியெடுத்து முடிய பயிற்சி தொடங்கும். விதவிதமான பயிற்சிகள். அவர்களிற்குப் பின்னால் வால்பிடித்துக்கொண்டு எங்களின் 'குறூப்' இழுபட்டுக்கொண்டிருக்கும்.

"டேய், இங்க நிண்டு என்னடா செய்யிறியள். ஓடு எல்லாம். ஓடிப்போய் பூங்காவில விளையாடு. பயிற்சி முடிஞ்சு கடைசி விசில் அடிக்குமட்டும் இதுவழிய ஒருத்தரயும் கண்ணில காணக்கூடாது நான்."

அங்கிருந்து ஓடிப்போய் சிறுவர் பூங்காவில் நின்றுகொண்டே எங்களின் பயிற்சி தொடரும்.

ஒருநாள், கொழும்பம்மாக் கிழவிக்கும் இயக்க அக்காக்களுக்கும் பெரிய சண்டை. பூங்காவிலிருந்து ஓரே ஓட்டமாய்ப் பறந்தடித்துவந்து என்னடாவென்று பார்த்தால், 'ரெயினிங்' காணாதென்று பாட்டி சண்டை பிடிக்குது.

"என்னடி பிள்ளயள், எத்தினை நாளைக்கு எங்களுக்கு இந்த கொட்டன் துவக்க வைச்சு பயிற்சி தந்து பேக்காட்டப்போறியள் ஆ..."

"அணேய், அது துவக்கெணை. கொட்டன் எண்டு சொன்னதுக்கு உங்களுக்குப் பணிஸ்மன்ற் தரப்போறன் பாருங்கோ..."

கிழவிக்குத் தெரியும். வயித்துக்காயமென்பதால் பயிற்சி நேரங்களிலேயே ஓய்வெடுக்கச் சொல்லி கட்டாயப்படுத்துபவர்கள், 'பணிஸ்மன்ற்' எல்லாம் தரமாட்டார்கள் என்பது.

"உண்ணாணைச் சொல்லு பிள்ளை. எத்தின்னாளைக்கு இந்தக் கொட்டானைத் தந்து ஏமாத்தப்போறியள். உண்மையான துவக்கை கண்ணிலைகூட காட்டமாட்டிங்களாமே. பிள்ளை இவளுக்குச் சொல்லனொருக்கா."

பக்கத்தில் நின்ற மற்ற இயக்க அக்காவைத் துணைக்கிழுத்த கொழும்பம்மாவை நோக்கி ஒரு புன்சிரிப்பை உதிர்த்தார் அவர்.

"என்ன சிரிப்பு, நீயும் அதைத்தானே சொல்லப்போறாய். என்ன பணிஸ்மன்ற் தந்தாலும் பரவாயில்லை. ஆனால், பயிற்சி முடியிறதுக்கிடையிலை உண்மையான துவக்கை ஒருக்கால் கொண்டு வந்து என்ரை கையிலை தந்திரோணும் சொல்லிப்போட்டன். இல்லையெண்டால் நான் தலைவருக்குக் கடிதம் எழுதிப்போட்டுடுவன், ஓ..."

“கடிதம் தானேயம்மா, எழுதுங்கோ எழுதுங்கோ. ஆர் வேண்டாமெண்ட...”

இரண்டு கைகளையும் இடுப்பில் வைத்தபடி கொழும்பம்மாவைப் பார்த்து மெலிதாகச் சிரித்துக்கொண்டே பதில் சொன்னார் பொய்க்கால் அக்கா.

“பகிடிவிடாதையுங்கோ பிள்ளையள். வீட்டிலை போய் ரெயினிங்காலை வாறனெண்டால், மனிசன் ஒரே நக்கல் அடிக்குது. அவரேதோ எல்லைப்படை ரெயினிங் எடுத்துற்று வந்திற்றாரெண்டோடணை நாங்கள் பொய்த்துவக்குதானே வெச்சிருக்கிறமாம். பயிற்சி முடியிறதுக்கிடையிலை ஒருக்கா எண்டாலும் துவக்கை கொண்டுவந்து தாங்கோ. சும்மா ஒருக்கா தொட்டுப்பாக்க, அவ்வளவுதான்.”

அந்த கெஞ்சலின் பயனோ என்னவோ ஒருநாள் அம்மாக்கள் எங்கோ தூரப்போய் வந்தார்கள். எங்களைக் கூட்டிக்கொண்டு போகவில்லை.

அதற்குப் பிறகு எத்தினையோ பேருக்கு மைதானத்தில் பயிற்சி நடந்தது. பொய்த்துவக்கு, உண்மையான துவக்கு, எல்லைப்படை, சண்டை, வீரச்சாவு, மாவீரர், வித்துடல் என்று எத்தனை எத்தனையோ சொற்களைத் தினமும் கேட்டுக்கேட்டுப் பழக்கப்பட்டுவிட்டது காது. ஆனால் இப்போது, அப்பா எல்லைக்குப் போகப்போகிறாரென்று அண்ணா சொன்னதைக் கேட்டதும் உலகமே சுக்குநூறாகி உச்சந்தலையில் விழுவதுபோல அப்படியொரு கலக்கம்.

‘இதுக்கு முன்னர் எல்லோரும் பயிற்சியெடுத்துத்தான் இருக்கிறார்கள். அது வெறும் பயிற்சிதான். ஆனால், இப்போது உண்மையாக எல்லைக்குப்போகப் போகிறார். இயக்க மாமாக்கள் இருக்கிற முன்னரங்கிற்குப் போகப்போகிறார். எப்போது வேண்டுமென்றாலும் எதுவும் நடக்கலாம். சண்டை வரலாம். ‘ஆமி’ இயக்கத்தின் இடத்தைப் பிடிக்கலாம். இயக்கம் முன்னேறி ‘ஆமிக்காம்பை’த் தாக்கலாம். வெற்றி வரலாம். தோல்வி வரலாம். வீரச்சாவுகள், காயங்கள் வரலாம். எதுவும் நிச்சயம் இல்லை. எதுக்கும் யாரும் பொறுப்புமில்லை, அப்பா உட்பட.’

போர் தன் கோரப்பற்களைக் காட்டி பயமுறுத்தியது. அப்பா எப்போது வாய்திறப்பார்ரென்று முழிபிதுங்க காத்திருந்தேன்.

பி.பி.சி செய்தி முடிந்துவிட்டது. கம்பி 'ஏரியலை' இழுத்து மடித்து விட்டபடி அப்பா திரும்பிவந்து 'விறாந்தை' வளையில் 'ரேடியோவைக்' கொழுவினார். கழுத்தைச் சுற்றிப் போட்டிருந்த 'துவாயை' எடுத்துத் தரையை ஒருமுறை தட்டிவிட்டு 'பிள்ளையள், வாங்கோவெல்லாரும் சாப்பிட' என்றபடி சப்பாணிகொட்டி அமர்ந்தார்.

அம்மா 'குசினிக்குள்' இருந்து சாப்பாடுகளை எடுத்துவந்து 'விறாந்தையில்' வைத்தா. சோற்றுப் பானையைச் சுற்றி இரண்டு கறிச் சட்டிகள் காத்துக்கிடந்தன. ஒன்றுக்குள் பயிற்றங்காயும் பிலாக்கொட்டையும் போட்ட கறி. மற்றதுக்குள்ளே சுண்டங்கத்திரி. சோற்றை எடுத்து கறிச்சட்டிக்குள் போட்டுப் பிரட்டத் தொடங்கினார் அப்பா.

சோறு குழைக்கிறதுக்கு அப்பாதான். கறிச்சட்டிக்குள் சோற்றைப்போட்டு அப்படியே உருட்டியெடுத்து ஆளாளுக்கு ஒரு உருண்டையாகத் தருவார். ஒரு பெரிய உலகப் பந்து மாதிரி குண்டுக்கட்டாக, கெட்டியாக... அப்படியிருக்கும் அந்த உருசி. இறாலோ நண்டோ இறைச்சியோ கணவாயோ என்னவிதமான கறி சாப்பிட்டாலும் இல்லாத உருசி, ஒரு கத்திரிக்காயையும் சோற்றையும் பிரட்டித் தந்தால்கூட அப்பாவின் அந்தக் கையில் நிரந்தரமாக இருக்கும். இன்று இன்னும் கொஞ்சம் தூக்கலாக இருந்தது. 'பொச்சடிச்சு பொச்சடிச்சு' சாப்பிட்டுக்கொண்டிருந்தான் பெரியண்ணா.

"சாப்பிட்டு முடிய எல்லாரும் போய்க்கையைக் கழுவிற்று இதிலை வந்து வட்டமா இருங்கோ, நான் வாறன்."

நடுநடுங்கத் தொடங்கியது. பதற்றமும் முழுச்சாட்டமாயும் அண்ணாக்கள் பக்கம் திரும்பினேன், அங்கும் கிட்டத்தட்ட அதே கதைதான். வளைக்கு முண்டுகொடுத்துக்கொண்டு அமர்ந்திருந்தா அம்மா. ஏதூவது தகிடு தத்தங்கள், விசாரணை விளப்பங்கள் நடக்கிற நாட்களில் இதுதான் ஒழுங்கு. அப்பா நடுநாயகமாக இருப்பார். அம்மா அங்கே எங்கேயாவது ஓரத்தில் இருந்து என்ன நடக்குதென்று பார்த்துக்கொண்டிருப்பா. எப்போது தண்டனை எல்லை மீறிப் போகுதோ, எப்பொழுது அம்மாவின் அதிகாரத்தை நிலைநாட்டவேண்டிய தேவை வருகுதோ அப்போது திடீரென்று இடையில் புகுந்து சமாதானச் சமரசங்கள் செய்யப்படும். இன்றும் அதே ஆயத்தம். அதே ஆரம்பம்.

பள்ளிக்கூடத்திலைப் பாடங்கள் ஒழுங்கா நடக்குதா...?

ரீச்சராக்கள் ஒழுங்கா வகுப்புகளுக்கு வருகினமா...?

போனமுறை சோதினையிலை என்ன பாடத்துக்குக் குறைய மாக்ஸ்...?

இன்னும் என்னென்னவோ எல்லாம் சொல்லிக்கொண்டு வந்த அப்பா இடையில் நிறுத்தி நிதானித்தார். தோளிலிருந்த துண்டை எடுத்து முகத்தைத் துடைத்து மறுபடி தோளில் போட்டுவிட்டு மூச்சை உள்ளிழுத்து ஆசுவாசப்படுத்திக்கொண்டார். தியானம் செய்கிற முனிவர்கள் மாதிரி கொஞ்சநேரம் அமைதியாக இருந்தார். பின் ஒரு செருமலோடு நிசப்தத்தைக் கலைத்தார். குண்டூசி விழுந்தாலே இடியாய்க் கேட்கும் பேரமைதி.

"நான் சொல்லுறதை எல்லாரும் வடிவாக் கேளுங்கோ. நாளைக்கு அப்பா எல்லைப்படைக்குப் போப்போறன். திரும்பிவர பத்துப்பன்ரெண்டு நாளாகும். அதுவரைக்கும் ஒருத்தரும் ஒருத்தரோடும் சண்டை பிடிக்காமல், அம்மாவை கஸ்ரப்படுத்தாமல், நல்ல பிள்ளையா இருக்கோணும் என்ன... என்ன நிலா, நான் சொன்னது விளங்கிச்சுத்தானே..."

அப்பா என் தலையைத் தடவிக்கொண்டு சொன்னதைக் கேட்டதும் எனக்கு என்ன செய்வதென்று தெரியவில்லை. சின்னண்ணா பெரியண்ணாவின் பக்கமாகத் திரும்பிப் பார்த்தான். பெரியண்ணா அப்பாவையே பார்த்துக்கொண்டிருந்தான். அம்மா நிலத்தைப் பார்த்தபடியிருந்தா.

கொஞ்சம் எதிர்பார்த்ததுதான். ஆனால், இப்போதே இதிலேயே சொல்வாரென்று எதிர்பார்க்கவில்லை. அப்பாவின் வாயிலிருந்து அச்சொற்களைக் கேட்டதும் மனது அடம்பிடித்து அழத்தொடங்கியது. வெளியே இறுக்கமான கருங்கல்போல, எதுவும் நடக்காததுபோல, அண்ணாக்களைப்போலவே சாதாரணமாய் அமர்ந்திருந்தேன். உள்ளே பயம் பெரிய கடல் மாதிரி விரிந்துகொண்டிருந்தது.

32

முற்றம் இன்னும் இருட்டைக் கைகழுவிவிடவில்லை. மங்கலான வெளிச்சத்தில் 'விறாந்தையில்' வைத்து, அப்பா கொண்டுபோகவேண்டிய பொருட்களை அம்மா அடுக்கிக்கொண்டிருக்கிறா. நித்திரைவிட்டெழும்பி கண்ணைக் கசக்கிக்கொண்டு நான் வருவதைப் பார்த்துவிட்டு, கசிந்திருந்த கண்களைத் தோள்மூட்டில் தேய்த்துத் துடைத்துக்கொண்டா. இருட்டாக இருந்தாலும் அம்மா அழுதிருக்கிறா என்பது தெரிந்தது. 'விடிய வெள்ளணவே அப்பா போகப்போறாரா என்ன...?'

"அம்மா, வழமையா பின்னேரம் தானேயம்மா எல்லைக்குப் போறாக்கள் போறவை. அப்பா என்ன விடியவே போகப்போறாரா...?"

நடுங்கிச்சிந்தும் மனதை அம்மாவுக்குக் காட்டாமல் அசிரத்தையாகக் கேட்டேன்.

"இல்லை, பின்னேரம் தானம்மா போறார்."

அம்மாவின் பதிலைக் கேட்டதும் கொஞ்சம் ஆசுவாசம் பிறந்தது. 'பள்ளிக்கூடம் விட்டு வரும்வரையும் அப்பா போகமாட்டார். பின்னேரம்தான் போவார்'. அதுவரைக்கும் நிம்மதி.

இம்முறை எல்லைப்படைக்கு அப்பாவோடு சேர்ந்து பக்கத்துக் கடை தயாண்ணை, இறைச்சிக் கடை சுதண்ணை, சந்தைக்கடைக்காரர் என முப்பது முப்பத்தைந்துபேர் போகிறார்கள். 'இதுக்கு முதல் போனாக்கள் இப்ப போகத்தேவையில்லைண்டால், அப்பா இப்ப போயிற்று வந்தால் பிறகு அடுத்தமுறை போறதுக்கு எப்பிடியும் ஏழெட்டு மாசத்துக்கு மேலயாகும். தை, மாசி, பங்குனி...' கை மணிக்கட்டை முறுக்கி, விரல்களைப் பொத்திப்பிடித்து, மொழிகளின் முகட்டிலும் பள்ளத்திலும் தொட்டுத்தொட்டு மாதக் கணக்கு பார்க்கத் தொடங்கினேன்.

'பன்ரெண்டு மாசம் போனால் ஒருவருசம். முப்பதுநாள் போனால் ஒருமாசம். இருபத்தினாலு மணித்தியாலயம் போனால் ஒருநாள். ஆனால், இதெல்லாம் எந்த அடிப்படையில். பதினொண்டு ஐம்பத்தொன்பதுக்கு இருந்த இருட்டுக்கும், பன்ரெண்டு மணிக்கு இருக்கிற இருட்டுக்கும் அப்பிடி என்ன வித்தியாசம். இண்டைக்கு

மட்டும் நேரம் ஓடாமல் நிண்டுட்டால் எவ்வளவு நல்லாயிருக்கும். ஆனால், யாரோட ஓட்டப்பந்தயம் வைச்சுக்கொண்டு இப்பிடி நிக்காமல் ஓடிக்கொண்டேயிருக்குதோ...' எரிச்சல் வந்தது.

"என்ன நிலா, பள்ளிக்கூடம் போற பிளான் இல்லைப்போல ஆ... நேரம்போகுது. நீ இன்னும் குளிக்காமல் நிண்ட இடத்திலேயே நிக்கிறாய்..."

கைவிரல்களை உதறிவிட்டு சுதாகரித்துக்கொண்டு நிமிர்ந்தேன். எதிரில் அப்பா நின்றிருந்தார். நேரம் ஏழே கால் என்பதாகக்காட்டியது சுவரிலிருந்த மணிக்கூடு. "கடவுளே, இனி எப்படிக் குளிச்சு வெளிக்கிட்டு பள்ளிக்கூடம் போறது. விஞ்ஞான வாத்தி வாசலிலேயே நிக்க வைச்சு வெளுக்கப்போதே, ஆண்டவா.' துடித்துப் பதைத்துக்கொண்டு கிணற்றடிக்கு ஓடினேன். எல்லைப்படையும், மாதக்கணக்கும் எங்கேயோ மலையேறியிருந்தது. அடி வாங்கத் தயாராகப் பள்ளிக்கூட வாசலில் நின்று அழுகிற என்னைப் பார்த்துச் சிரித்துக்கொண்டு ஆதனண்ணா கடந்துபோகும் காட்சி வெட்டவெட்ட ஒட்டுகிற வெங்கிணாந்திப் பாம்பு மாதிரி வளர்ந்துகொண்டேயிருந்தது. அடுத்து என்ன செய்வது என்று தெரியாமல் அங்குமிங்குமாக ஓடியோடி அந்தரத்தில் ஆடிக்கொண்டிருந்தேன்.

"இங்கை வா, முதிலிலை ஒரு இடத்திலை நிதானமா நில்லு. பதகளிப்படாதை. துவாயை எடுத்துக்கொண்டு கிணத்தடிக்கு வா. தண்ணியள்ளி நிரப்பிவிடுறன். அள்ளிக்குளிச்சிற்று ஓடிப்போ."

இரும்பு உரல் போல இருக்கும் அப்பாவின் குரல், மெழுகுதிரி சொட்டுச்சொட்டாய் உருகிவழிவதுபோலக் கரைந்தது. 'ஒரு சின்னப்பிழை செய்தாலே வெளுத்துக்கட்டுற அப்பாவா இது...?' நம்பமுடியவில்லை. சந்தேகத்தோடு நிமிர்ந்தேன். என்ன என்பதுபோலத் தலையசைத்துச் சிரித்தார். கண்ணின் இரண்டு ஓரங்களும் இலேசாகச் சுருங்கி, இமைக்குக் கீழாகச் சின்னதாக ஒரு குழி விழுந்தது. வடிவாக இருந்தார். முகத்தில் அப்படியொரு அமைதி. வழமையாக நெருப்பெரிகிற இரண்டு கண்ணிலும் இப்போது சின்ன தணலைக்கூடக் காணவில்லை. எல்லாம் மாறிப்போயிருந்தது. சந்தோசமாக குளிக்கத்தொடங்கினேன்.

தண்ணீர் அள்ளும் போது கிறீச் கிறீச் என்ற உழண்டிச் சத்தம் காது கூசியது. தான் அள்ளிய கிணற்றுவாளியிலிருந்து ஒரு சொட்டுத் தண்ணீரைக் கையில் எடுத்துக் கப்பியை நோக்கி வீசினார்.

தண்ணீர் பட்டதும் சொல்லிவைத்தது மாதிரி மூச்சுக்காட்டாமல் அடங்கியது கப்பி. வாளி நிறைய நீரள்ளி இறைத்து, கறுப்பு 'றிபனை' எடுத்துத் தலைமுடியைத் தூக்கி உயரக் கட்டிவிட்டு, நான் கழட்டிப்போட்ட உடுப்பைத் தோய்த்துக் கிணற்றடிக்கொடியில் காயப்போட்டு... அடுத்தடுத்து ஆச்சரிய அலைகள். இதுவரை நிகழ்ந்திராத அற்புதங்கள்.

பிரமிப்பு மாறாமலேயே, மளமளவென்று ஒரு வெள்ளிப் பாத்திரத்தால் அள்ளிக்குளித்துவிட்டு ஈரம் சொட்டச்சொட்ட இறங்கியோட எத்தனித்தேன். என் கையை எட்டிப்பிடித்து இழுத்து வைத்து, புறங்காலில் சிதம்பும் ஊத்தையைக் கையால் தேய்த்துக் கழுவிவிட்டார். அவர் தேய்த்த விதத்தில் கால் வலித்தது. ஆனாலும் எதுவும் பேசாமல் நின்றிருந்தேன். கடைசியாக, ஒரு வாளி ஊற்றிவிட்டு "சரி ஓடு" என்று முதுகில் தட்டிச் செல்லமாகத் துரத்திவிட்டார். எல்லாமே கனவில் நடப்பதுபோலவே இருந்தது.

ஈரக்காலோடு ஓடிவந்து கதவில் போட்டிருந்த 'துவாயை' எடுத்து ஒப்புக்காக சும்மா துடைத்துவிட்டு உடுப்புமாற்ற உள்ளறைக்கு ஓடினேன். கொடியின் ஓர் ஓரத்தில் நேற்றுப்போட்ட வெள்ளைச்சட்டை தொங்கிக்கொண்டு கிடந்தது. பாய்ந்தடித்து எடுத்தேன். படு ஊத்தை. 'இதைப் போட்டுக்கொண்டு போனால் இதுக்காகவே ரெண்டொரு அடி கூட விழும். ம்கூம் இது வேண்டாம். முந்தநாள் போட்டது....? அதுவும் கொஞ்சம் ஊத்தைதான். ஆனால் நேற்றையானை விடப்பரவாயில்லை.' ஒவ்வொரு உடுப்பாகப் பார்த்துப்பார்த்து நகர்த்திவிட்டுத் தேடிக்கொண்டே வந்தேன். காணவேயில்லை. 'நேரம் போற நாளுகளிலதான் எல்லாம் பிரச்சினை செய்யும். அம்மாவும் அவசரஅவசரமாக வெளிக்கிட்டுக்கொண்டிருந்தா. அண்ணாக்கள் ஏற்கெனவே போய்விட்டிருந்தார்கள். நல்லகாலம், அப்பா இன்னும் கிணற்றடியால் வரவில்லை.

"அம்மா, என்ர வெள்ளைச் சட்டையைக் காணயில்லை. வந்தொருக்கா எடுத்துத்தாங்கோ. நேரம் போகுது."

"நேற்று கழட்டிப்போடேக்க எங்க போட்டனி. உதிலதான் கிடக்கும். பாத்து எடு. எனக்கும் நேரம் போகுது..."

"நேற்றுப்போட்டது இல்லையம்மா. மற்றச்சட்டை. கீழ் மடிப்ப அவிட்டு நீங்கள் தைச்சுத் தந்த சட்டை, அது."

நல்ல சட்டையென்று இருக்கிறது ஒரேயொரு வெள்ளைச்சட்டை தான். மற்றது ஏற்கெனவே கட்டையாப்போன சட்டை. அம்மாதான் அந்தச் சட்டையின் கீழ் மடிப்பை அவிழ்த்து, கொஞ்சமாக நீட்டி கையால் தைத்துத் தந்திருந்தா. அவசரத்துக்கு அதுதான் கடவுள். ஆனால், இப்போ திரும்பத் திரும்பத் தேடினாலும் அதைக் கண்டுபிடிக்க முடியவில்லை. அம்மாவும் வந்து எடுத்துத் தருவதாயில்லை. கையும் மனமும் சோர்ந்துபோனது.

'எங்க போயிருக்கும். இன்னொரு தடவை தேடலாம். இதுதான் கடைசி.' மறுபடி ஒருபக்கத் தொங்கலில் இருந்து ஒவ்வொரு உடுப்பாக நகர்த்திக்கொண்டே வந்தேன். 'அண்ணாக்களின்ர சேட், அம்மாவின்ர சோட்டி, அப்பாவின்ர கோடுகோடு சறம், அம்மாவின்ர மஞ்சள் சாறி, அதுக்குள்ள என்ன ஏதோ வெள்ளையா...? ஆ, என்ரை சட்டைதான். இவ்வளவு நேரமா சாறிக்குள்ள மறைஞ்சுகிடந்திருக்கு சனியன்.'

திட்டிக்கொண்டே சட்டையின் நுனியைப் பிடித்து ஒரே இழுவையாக இழுத்தேன். இழுத்த இழுப்பில் தடாலென அறுந்து கீழே விழுந்தது கொடி. அதையிப்போது சரிசெய்ய நேரமில்லை. விழுந்துகிடந்த கொடிக்குள் இருந்த சட்டையைக் குனிந்து உருவியெடுத்தேன். ஒரே கசங்கல். 'இந்தக் கசங்கலுக்காகவே இரண்டொரு அடி கூட விழத்தான் போகிறது, இருந்தாலும் பரவாயில்லை.' ஒரு உதறு உதறி போட்டுக்கொண்டு வெளியே ஓடிவந்தேன். அம்மா 'குசினிக்குள்' நின்றா. தலையிழுத்துக் கட்டிவிடச்சொல்லி இப்போது கேட்டால் கண்டிப்பாக நடக்காது. திடீர்ச் சாமியார், அமைதியின் சொரூபம், அப்பா ஞாபகம் வந்தார். சீப்பையும் கண்ணாடியையும் எடுத்துக்கொண்டு கிணற்றடிக்கு ஓடினேன்.

அப்போதுதான் குளித்துவிட்டுத் துவாயை இடையில் சுற்றிக்கட்டிக்கொண்டு பாதிமுற்றத்திற்கு வந்திருந்தார் அப்பா. தலையிலிருந்து சீயக்காய் வாசம் மூக்கைத் துளைத்தது. நெஞ்சிலிருந்து வயிறுவழியாகத் தண்ணீர் கோடாக ஓடிவழிந்திருந்தது மழைநேர ஒழுக்குக்குச் சிந்தும் வரிச்சுத்தடிபோல. அதையெல்லாம் பார்த்து விபரணம் எழுத இது தமிழ்ப்பாட நேரமில்லை. 'சீப்பும்' கையுமாய் நான் போய் நின்ற வேகத்தைப் பார்த்துச் சிரித்தபடியே எதுவும் பேசாமல் வாங்கிக்கொண்டார். 'என்ன சொல்லியும் கேளாதது. தலையால தெறிச்சது' என்று நினைத்திருப்பாரோ என்னவோ. நடு உச்சி பிரித்து இரண்டு பக்கமும் இரட்டைக் குடுமிகளை

இழுத்துக்கட்டிவிட்டார். எப்போதாவது இருந்துவிட்டுத்தான் அப்பா தலையிழுத்துக்கட்டிவிடுவார். ஆனால், அவர் கட்டிவிடுகிற நாட்களில் பள்ளிக்கூடம் விட்டுவரும் வரைக்கும் அசையாது கீரைப்பிடி. அப்படியே இருக்கும். அம்மா கட்டினால் நான்காம்பாடமே 'றிபன்' கழன்று கையோடே வந்துவிடும். அவசரத்திலும் இன்று கொஞ்சம் அதிஸ்டம் இருந்தது.

'வெள்ளைச்சட்டை - சரி, கீரைப்பிடி - சரி, புத்தகம் கொப்பிகள் - அங்கங்கு கிடக்கிறத அள்ளியெடுத்துக்கொண்டு போனால் சரி. கடவுள் புண்ணியத்தில் இன்னும் பள்ளிக்கூட மணி அடிக்கவில்லை. அதுவரைக்கும் போதும்.' எல்லாவற்றையும் எடுத்துக்கொண்டு 'விறாந்தைக்கு' வந்து செருப்பைப் போட்டு வெளிக்கிட்ட பிறகுதான் சற்று சிரிக்க முடிந்தது. அதுவரைக்கும் ஒரே 'எக்ஸ்பிரஸ்' ஓட்டம்தான். படலையைக் கடந்து வீதிக்கு ஏறும்போதுதான் ஞாபகம் வந்தது, 'ஐயனாரே...ரை கட்டேலை.'

'போச்சு, எல்லாம் போச்சு. எப்பிடியும் பெல் அடிக்கத்தான் போகுது.' வீட்டுப் பக்கமாகத் திரும்பி ஓடினேன். படலையடியில் வைத்தே தேவாரம் பாடிக்கொண்டு உள்நுழைந்தேன்.

"அம்மா என்ர ரையைக் கண்டனிங்களா... நேரம் போச்சு..."

"நிலா, எந்த விசயத்திலயும் இப்பிடி பதற்றப்படக்கூடாது தங்கா. ஆறுதலா நிதானமா நீ செய்யிற வேலை ஒரு தடவையிலயே முடிஞ்சிரும். இப்பிடி தேவையில்லாமல் அவசரப்பட்டு கொட்டிச்சிந்தினால் கண்ணுக்கு முன்னுக்கிருக்கிறதும் காணாதமாரித்தான் இருக்கும். ஆறுதலா பார். உன்ர ரை கொடியிலதான் இருக்கும்."

'கொடியில ரை இருக்கிறது இருக்கட்டும். முதலில கொடி எங்கயிருக்கு. அதுதான் நான் நாடாவெட்டி கொண்டாடிவைச்சிருக்கிறனே. இனி அந்தப் புதையலுக்க இருந்து பொற்காச எடுத்த மாதிரித்தான். ரையை மறக்கவேண்டியதுதான்.' திரும்பி நடக்க ஆரம்பித்தேன்.

"எங்க போறாய் ரையில்லாமல். என்ரை மானத்தையும் வாங்கிற எண்டுதான் இருக்கிறியள். குசினிப் பக்கத்து வெளிக்கொடியில கடைசி மூலையில இருந்தது, பார்."

அம்மா சொன்னதைக் கேட்டதும், கூட என்னோடு வந்துநின்று தேடித் தந்தார் அப்பா. நான் தேடியபோது இல்லாதது, அவர் தேடியபோது வந்தது. நான் காணாததோ, இப்போது

கிடைத்ததோகூட பெரியவிடயமில்லை. அப்பா வந்து தேடித்தந்ததுதான் பிரமிப்பாக இருந்தது. இரத்தத்திற்குப் பதில் உடம்பெல்லாம் ஆச்சரியம் அசுரவேகத்தில் ஓடியது.

பாடசாலை முதல்மணி அடித்துவிட்டது. அடுத்தமணி அடிப்பதற்கிடையில் 'கேற்றை'க் கடந்துவிட்டால் நிம்மதி. குதிரையைவிட வேகமாக ஓடினேன். கெட்டித்தனமாக உள்ளே நுழைந்து அதிபரின் அலுவலகத்தைக் கடக்கவும் இரண்டாவது மணி அடிக்கவும் நேரம் சரியாகிவிருந்தது. தலை தப்பினது தம்பிரான் புண்ணியம்.

33

எப்போதும்போலப் பள்ளிக்கூடம் பரபரத்துக் கொண்டிருந்தாலும் எங்கள் வகுப்பு மட்டும் கொஞ்சம் அதிகமாய் இரைந்துகொண்டிருந்தது. அப்பா எல்லைக்குப் போவதைப் பற்றி எல்லோரிடமும் ஆச்சரியம்.

"எப்ப போறார்..."

"எப்ப திரும்பி வருவார்..."

"எந்தப் பக்கம் போறார்...?"

"எல்லாமா எத்தினை பேர் போகினம்...?"

வகுப்பு முழுதும் கேள்விகளாய் மிதந்தது. எங்கள் வகுப்பிலிருந்த நாற்பது பேரும் என்னைச் சுற்றிச் சுற்றியே கதை பின்னிக்கொண்டிருந்தார்கள். 'ரீச்சர்' கவனிக்கின்றபோது காதோடு காதாகவும், கவனிக்காத நேரங்களில் கலபெலவென்று பெரிதாகவும், காலையிலிருந்து ஒரே விடயம்தான் ஓடிக்கொண்டிருந்தது. கடைசிப் பாடவேளையாகியும் இன்னும் அந்தக் கதை ஒரு முடிவுக்கு வரவில்லை.

"ரீச்சர், உங்களுக்கொண்டு தெரியுமே. நிலான்ரை அப்பா இண்டைக்கு எல்லைக்குப் போறாராம்"

பெடியளின் பக்கமிருந்துதான் வந்தது அநதக் குரல். வேறு யார், நிருபன்தான். 'நாசமாப்போனவன். ஏற்கெனவே கடைசிப்

பாடநேரம் கவனிக்கவே ஏலாதளவுக்குக் கடுப்பா இருக்கு. ‘ரீச்சர்’ மட்டும் ஏதாவது கேள்விகேட்டு எனக்கு அடி விழட்டும். அதுக்குப் பிறகுதான் இருக்கு.’ நிருபனைப் பார்த்து முறாய்த்தேன். பக்கத்தில் காலடிச் சத்தம் கேட்டது. ‘ரீச்சர்’ என் மேசையடியில் நின்றுகொண்டிருந்தா.

இது அடிக்கடி நடக்கிறதுதான். வழமையாக, பாடம் நடக்கும்போது யாராவது ஒரு ‘ரீச்சர்’ தனியத்தனிய ஒவ்வொருத்தராக எழுப்பிவிட்டுக் கேள்வி கேட்டு இழவெடுக்கத் தொடங்கினால் அந்தக் களேபரத்திலிருந்து தப்பிப்பதற்காக யாராவது ஒன்று சம்மந்தமில்லாத ஏதோவொரு பக்கம் ‘ரீச்சரை’த் திருப்பிவிடும். பிறகு, அதை விசாரிக்கப்போய் பழைய விடயத்தை மறந்துவிடுவா. சிலவேளை இந்தமாதிரி விளையாட்டுக்கள் முன்பைவிட அபசகுனமாக மாறியதும் இருக்கு.

‘ரீச்சரின்’ பார்வை என்மேல் விழுந்தது. கண்ணாடிக் கண்களுக்குள்ளிருந்து துளைக்கும் கூர்மையைச் சந்திக்கப் பயத்தில் என் இமைகள் படபடவென வெட்டிவெட்டி திறந்தன. ‘இப்போது என்ன செய்யவேண்டும்…? எழுந்து நிற்பதா வேண்டாமா…?’ விக்கித்து நின்றது மூச்சு. வாங்கிலுக்குக்கீழே தொங்கிக் கொண்டிருந்த கால்கள் வாசிக்கும் மத்தளச் சத்தம் இடைவெளி விடாமல் கொட்டிக்கொண்டிருந்தது. கடந்த புதன்கிழமை நடந்த சம்பவம் ஏனோ கேட்டுக் கேள்வியில்லாமல் நினைவில் வந்துநின்று மிரட்டியது.

அன்று கணிதப் பாடத்தில் கணிப்பீட்டுச்சோதனை. வாராவாரம் ஏதோவொரு பாடத்துக்குக் கணிப்பீட்டுப் பரீட்சை இருந்துகொண்டேயிருந்ததால் அது பற்றிய பயம் கொஞ்சம் கொஞ்சமாய்க் கரைய ஆரம்பித்து நாட்கள் பலவாகியிருந்தன. ‘என்ன ஒரு பத்துக் கேள்விதானே. எப்பிடியோ தாக்காட்டிற்றால் சரிதானே’ என்கிற அலட்சியம். தவிர, அது வகுப்பேற்றப் பரீட்சையும் இல்லை. பிறகென்ன கவலை.

ஒவ்வொரு கணக்காக எழுதப்பட்டுக்கொண்டிருந்தது. ‘கணித ரீச்சர்’ கொஞ்சம் ‘மெல்லிசு’. கரும்பலகைப் பக்கமாக திரும்பிநின்று அவர் எழுதும் வேகத்தில் பின்னல் அங்குமிங்குமாக ஆடியது. வகுப்பறையின் பாதிச் சுவருக்கு வெளியே அசையும் வாழையிலைக்கும் ‘ரீச்சருக்கும்’ ஒரே தோற்றம். எங்கள் வகுப்பிலேயே உயரமானவன் - நெடுவல் என்றுதான் கூப்பிடுவோம். நிருபனும் அவனும்தான் கூட்டு. அவன் எழும்பி நின்று ‘ரீச்சர்’

எழுதுவது மாதிரி காற்றில் கையை நீட்டி நீட்டி எழுதிக் காட்டினான். இடுப்பையும் அங்குமிங்குமாக ஆட்டியாட்டி அவன் வளைந்த கோலத்தைப் பார்த்ததும் எல்லோருக்கும் சிரிப்பை அடக்கமுடியவில்லை. ஒரு ‘செக்கனில்’ வகுப்பறை மொத்தமும் சிரித்துவிட்டது. ‘ரீச்சர்’ எழுதுவதை விட்டுவிட்டுத் திரும்பி என்ன என்று கேட்டார். ‘என்ன பதில் சொல்வது…?’ எல்லோரும் ஆளையாளைப் பார்த்துப் பம்மினோம்.

“சத்தம் போட்டு குழப்படி பண்ணாமல் கரும்பலகையில இருக்கிறதைப் பாத்து எழுது எல்லாம்.”

சொல்லிவிட்டு ‘ரீச்சர்’ மறுபடியும் திரும்பி கரும்பலகையில் எழுதத் தொடங்கவும், இம்முறை நிருபன் எழுந்துநின்று நடித்துக்காட்டினான். இன்னொருமுறை வகுப்பு மொத்தமும் கொல்லென்று சிரித்தது. அதற்கிடையில் நிருபன் அமசடக்காக இருந்துவிட்டான். என்ன நடந்தது, ஏன் வகுப்பு சிரிக்குதென்று ‘ரீச்சருக்கு’த் தெரியவில்லை. சிரித்த வாயை அடக்க எங்களுக்குத் தெரியவில்லை. ‘ஏன் சிரிக்கிறியள்’ என்று கேட்டுக்கேட்டுப் பாரத்துவிட்டு, என்னவென்று கண்டுபிடிக்காமல், கடைசியாக மொத்த வகுப்புக்கும் ஒரே வெளுவையாக வெளுத்துவிட்டார். இந்த மாதிரி சில அதிமேதாவித்தனமான அரைவேக்காட்டு வேலைகளால் பாழாய்ப்போன விடயங்கள் அதிகம்.

ஆனால், இப்போது ‘ரீச்சரின்’ காதில் விழுந்த விடயம் வேறு. கேள்வி கேட்பதை நிறுத்திவிட்டு என் பக்கமாக வந்துநின்றவர் கண்ணாடி விளிம்பைப் பிடித்து ஒருமுறை சரிசெய்துகொண்டு என்னை நோக்கிப் பார்வையை உயர்த்தினார். கண்களில் சந்தேகம், எதிர்பார்ப்பு, நம்பிக்கையின்மை, பிரகாசம் எல்லாம் கலந்திருந்தன.

‘அடுத்து என்ன கேட்கப்போகிறா…?’ பயத்தில் நாக்கு எங்கோபோய் ஒளிந்தது. வெளியே யாருக்கும் தெரியாதபடி உள்ளங்கைகளிற்கும் கசங்கிக்கொண்டிருந்தது வெள்ளைச்சட்டை. ‘யாரோ ஒரு லூசு இப்ப அப்பான்ரை கதையைச்சொல்லி என்ன நல்லா மாட்டிவிட்டுட்டுது. கேள்விக்குப் பயத்தில பொய்சொல்லுறனெண்டுட்டு அடுத்த கேள்வி நேரா என்னட்டைத்தான் வரப்போகுது போல, ஐயனாரே…’ உச்சந்தலையிலிருந்து உள்ளங்கால்வரை உதறல் எடுக்கத்தொடங்கியது.

“என்ன நிலா, அவங்கள் சொல்லுறது உண்மையா. அப்பா இண்டைக்கு எல்லைக்குப் போறாரே ஆ…?”

‘கடவுள் காத்தது...’ வெள்ளைச் சட்டையைப் பிசைந்துகொண்டிருந்த விரல்கள் பட்டென்று துணியை விடுவித்தன. வளைந்து நெளிந்த முள்ளந்தண்டு சட்டென்று நிமிர்ந்தது. கால்களை ஒரு உதை உதைத்தேன். நிலம் அங்கேயேதான் இருந்தது. ‘ரீச்சர், அப்பாவைப் பற்றிக் கேட்ட கேள்வியில், எங்கிருந்தோ பட்டென்று ஒரு குட்டிப்பெருமிதம் முளைத்தது.

“ஓம் ரீச்சர். இண்டைக்குப் போறார். வர பத்து பதினைஞ்சு நாளாகும் எண்டு சொன்னவர்”

எனக்குத் தெரிந்த ஒரே ஒரு பதிலைச் சொல்லிவைத்தேன். அதற்குப் பிறகு ஏதாவது கேள்வி கேட்டால் பதில் தெரியாது. ‘மிச்சமெல்லாம் தெரியாமல் விட்டால் என்ன, முக்கிய விடயம் தெரிந்திருக்கிறதே’. என் நல்லகாலம், ‘ரீச்சர்’ அடுத்த கேள்வியைக் கேட்பதற்கிடையில் பள்ளிக்கூடம் முடியும் மணி அடித்தது.

***

கடைக் கதவு பூட்டியிருந்தது. எங்கயோ இருந்து அள்ளிக்கொண்டு வந்த மணலைக் கடை விறாந்தையில கொட்டி நிறைத்திருந்தது காற்று. அப்பா போவதற்கிடையில் நான் பள்ளிக்கூடம் விட்டு வந்துவிடுவன் என்று நினைத்தேன். இப்போது கடை பூட்டியிருப்பதைப் பார்க்கும்போது நான் வரமுன்னமே அவர் போய்விட்டார் போலத்தெரிந்தது. பெருத்த ஏமாற்றம்.

வழமையாகக் கலகலவென்று, அல்லது கலவரம் நடக்கிற இடம் மாதிரி ஏதாவது ஒரு குளறுபடி, குதூகலம் நடக்காமல் கடைவாசல் எப்போதுமே இருந்ததில்லை. பள்ளிக்கூடம் விட்டு வந்து கடைக்குள் புகுவது மட்டும்தான் எங்கள் வேலை. அதற்குப் பிறகு அது அப்பாவின் கட்டுப்பாட்டுப்பிரதேசமாகிவிடும். பரிசோதனையெல்லாம் நடந்து, அன்றைய குறுக்கு விசாரணையெல்லாம் முடித்து, தண்டனைப்பிரிவு, நேரம் எல்லாம் உறுதிப்படுத்தித்தான் வீட்டுக்குள் அனுப்புவார். வீடும் கடையும் முன்னும் பின்னும் பாதிபாதியாக ஒன்றாக இருப்பதில் அப்பாவுக்கு நல்ல இலாபம்தான். ஆனால், எங்களுக்குத்தான் அதுவொரு பேய்க்காடு.

“இண்டைக்குப் பள்ளிக்கூடத்தில நிலாவுக்கும் குமரனுக்கும் நல்ல சண்டை. ரீச்சர் அடிச்சவா.”

பள்ளிக்கூடம் விட்டுப்போற ஏதாவதொரு 'பக்கிரி' கடைப் பக்கமாக எட்டிப் பார்த்து ஏதாவது சொல்லிவிட்டுப்போகும். முகத்தைக்கூடக் காட்டத்தேவையில்லை. கொஞ்சம் உரக்கக்கூடச் சொல்லத்தேவையில்லை. ஒரு முணுமுணுப்பு, மெல்லமாய் ஒரு கொக்கி. "நிலா." அந்த ஒரு சொல்லே போதும் அப்பாக்கு. அதை வைத்துக்கொண்டே மொத்தக் கதையையும் தலையிலிருந்து வால்வரைக்கும் உருவியெடுத்துவிடுவார். சிறப்புப் புலனாய்வுத் துறையைவிட மோசம். எந்தக் கடவுளுக்கு எத்தனை நேர்த்தி வைத்தாலும் பலன் பூச்சியம். தண்டனைக்குத் தப்பமுடியாது. 'பல தடவை அவையும் அப்பாவோட சேந்து கூட்டுவிளையாட்டுத்தான் விளையாடியிருக்கினம். அளாப்பியள். இனி என்ன செய்வினமெண்டு பாப்பம்...'

கதவுகள் இழுத்துச் சாத்தப்பட்டு வெளிப்பக்கமாக ஆமைப்பூட்டு போட்டு பூட்டப்பட்டிருந்தது. நித்திய சத்தியசோதனைக்கு இனி விடுமுறை. விசாரணைகள், குற்றப்பத்திரிகைகள் கிடையாது. தண்டனை கிடையாது. பத்துப் பன்னிரண்டு நாட்களுக்கு நிம்மதி. சந்தோசத்தில் துள்ளிக் குதிக்கவேண்டும்போலக் கிறுகிறுத்தது கால். அடுத்தநொடியே அப்படி ஆரவாரப்படமுடியாதபடி ஏதோவொன்று அடிமனதிலிருந்து மெல்லத் தலைகாட்டியது. இமைகள் கசிந்து ஈரமாகின. 'இவ்வளவு நாளும் வைத்த நேர்த்தியையெல்லாம் மொத்தமாக என் தலையில் கொட்டுதோ கடவுள். அளவுக்கு மிஞ்சினால் அமுதமும் நஞ்சுதானே. வரம் கேட்ட என்னையது பழிவாங்குதா என்ன.' புரியவேயில்லை. கனத்த இதயத்துடன் தொடர்ந்து நடந்தேன். தயாண்ணையின் கடையும் பூட்டியிருந்தது. கடந்து நடந்து வீட்டை நெருங்கினேன். ஒரு பேச்சுக்குரல் இல்லை. சனமெல்லாம் இடம்பெயர்ந்துபோன ஒரு ஊரில் இருக்கின்ற பேயமைதி. அதைக் குலைக்கிற மாதிரி, கிணற்றடிக்கதிகாலில் ஏதோ ஒரு குருவி மட்டும் தனியாக அடிக்குரலில் கீச்சிட்டுக்கொண்டிருந்தது. நித்திய கல்யாணியோ நிழல்மரவள்ளியோ பலாவோ எதுவும் அசைவதாக இல்லை. காற்று வீசும் அறிகுறியையும் காணோம். படலை திறந்தே இருந்தது. வழமையாக வாசலில் என் காலடிச் சத்தம் கேட்டதும் துள்ளிக்குதித்தபடி ஓடிவரும் மணியைக்கூடக் காணவில்லை. முற்றம் தனியாக வெறுமையாகக் கிடந்தது. 'விறாந்தைக்கு' வெளியில் செருப்பு ஏதும் இல்லை. மொத்தத்தில், வீட்டில் யாரும் இல்லை.

வந்த வரத்தில் நடந்துகொண்டே செருப்பைக் கழட்டி எறிந்தேன். ஒன்று பூமரப் பக்கமாகவும் மற்றையது 'சிறாம்பி'க் கால்களிற்கருகிலும் போய் விழுந்தது. கையிலிருந்த புத்தகங்'கொப்பிகளை' 'வாங்கிலில்' போட்டேன். தொப்பென்ற சத்தத்துடன் மர'வாங்கிலில்' விழுந்து, அதிலிருந்து தெறித்து நிலத்தில் சிதறி விழுந்தன. கழுத்திலிருந்த 'ரை' ஒரே இழுவையில் கைக்கு வந்து எங்கோ பறந்து மாயமானது. பாய்ந்து வீட்டிற்குள் நுழைந்தேன். அப்பாவைக் காணவில்லை. 'உள் அறைக்குள் - இல்லை. விறாந்தையிலும் இல்லை. வெளியில் செருப்பும் இல்லை. ஆக, அப்பா போய்விட்டார். என்னை ஏமாற்றிவிட்டுக் காலையிலேயே அப்பா எல்லைக்குப் போய்விட்டார்'. பொல்லாத ஆத்திரம் ஆத்திரமாக வந்தது. கையில் எது கிடைத்தாலும் சுக்குநூறாக்கி மாவாட்டிவிடும் கோபம். ஏமாற்றத்தின் பின் வந்த நியாயக்கோபம்.

எதையும் நான் தாங்கிவிடுவேன்(?) ஏமாற்றத்தை தவிர. பெரிதாகக் கத்தி அழவேண்டும் போலிருந்தது. 'இப்ப நீங்கள் பள்ளிக்கூடம் போட்டு வாங்கோ. பின்னேரம் போலத்தான் எங்களைக் கூட்டிக்கொண்டுபோக வாகனம் வருமெண்டு சொல்லித்தானே அனுப்பினவர். ஒருநாள் பள்ளிக்கூடம் போகாட்டில் அப்பிடி என்ன குறைஞ்சுபோடும் எண்டு இப்பிடி பொய் சொல்லிற்றுப் போயிருக்கிறார். ஒருவேளை, நாங்கள் நிண்டா அழுவம், பாவம் எண்டுதான் பொய் சொன்னாரோ...' நினைக்க நினைக்க கோபமும் எரிச்சலும் ஆற்றாமையும் ஒன்றாகச் சேர்ந்து கண்களின் வழி களமிறங்கிக்கொண்டிருந்தது.

'இந்தா, ஒரு செக்கன் இல்லை. அதுக்குள்ள இப்ப நான் அழுகிறன்தானே. இதுக்காகத்தான் அப்பா சொல்லாம போயிருக்கிறார். எல்லாரும் சுத்திவர நிண்டு அழுது வடிஞ்சுகொண்டு நிண்டா, அப்பா எப்பிடி எங்களப் பற்றி கவலைப்படாம எல்லைக்கு போறது....? எண்டாலும் ஏன் விடிய பொய் சொன்னவர். ஒருக்கா எங்களைப் பாத்திற்றுப் போயிருக்கலாம்தானே.'

சின்ன கரைசலாகத் தொடங்கி, பெரிய அழுகையாக மாறி, விம்மி விம்மி அழுதுகொண்டிருந்தேன். அம்மியோ... ஆட்டுக்கல்லோ... உரல்உலக்கையோ... வாங்கில்மேசையோ... பார்க்கிற எல்லாவற்றையும் எடுத்தெறிந்து உடைத்துப்போடுகிற அளவுக்குக் கோபம் கொந்தளித்துக்கொண்டிருந்தது.

படலைத்திறந்து அண்ணாக்கள் வருகிற சத்தம் கேட்டது. மளமளவென்று கண்ணீரைத் துடைத்துக்கொண்டு முகத்தைச்

சரிசெய்ய முயன்றேன். கண்ணீரும் சரி அழுகையும் சரி அப்போதென்று பார்த்து பிரகண்டம் பிடித்துக்கொண்டுநின்றது. அடங்கிறமாதிரியில்லை. வேறு வழியில்லை, தலையைக் கவிழ்ந்துகொண்டு என்னை அதற்குள் மறைக்க முயற்சித்தேன். பூனை கண்ணை மூடினால் உலகம் இருண்டுவிடும் என்பது போல...

அண்ணாக்கள் செருப்பை வெளியில் கழட்டுவது 'விறாந்தையில்' குந்திக்கொண்டு தலையைக் கவிழ்ந்துகொண்டிருக்கும் என் கடைக்கண்களில் விழுந்தது. செம்பாட்டுப்புழுதியில் குளித்திருந்த கால்கள் சாணிமெழுக்குக்கு வந்துவிட்டிருந்தன. முதலில் பெரியண்ணா, அவன் பின்னால் சின்னண்ணா. 'வைரவா, அவங்கள் அப்படியே உள் அறைக்குள்ள போயிரோணும், என்னட்டை எதுவுமே கதைக்கக் கூடாது' மனதுக்குள் மடை வைத்துக்கொண்டிருந்தேன். நான் சொன்னதை வைரவர் கேட்பதுபோலிருந்தது. இரண்டு சோடி ஊத்தைக் கால்கள் என்னைக் கடந்து உள்ளறைப் பக்கமாக மெல்லமெல்ல மறைந்துகொண்டிருந்தன. பெரியண்ணா நேரே உள்ளறைக்குள் போய்விட்டான். அவனுக்குப் பின்னால் சின்னண்ணாவும். 'அப்பாடா, தப்பித்துவிட்டேன்.' ஒரு பெருமூச்சை இழுத்துவிட்டபடி நிம்மதியாகத் தலையை நிமிர்த்தினேன். உள்ளே போன சின்னண்ணா என்ன நினைத்தானோ திடீரென்று கதவடியில் நின்று என்னைத் திரும்பிப் பார்த்தான். நானும் தலையை நிமிர, அவனும் தலையைத் திருப்ப...' போச்சு, எல்லாம் போச்சு.'

"இஞ்சற்றா அண்ணா, தங்காப்பிள்ளை அழுகிறா போலயடா..."

என்னை நோக்கி இரண்டடி எடுத்துவைத்தான் சின்னண்ணா.

"என்ன நிலா, ஏன் அழுகிறாய்...?"

"நான் ஒண்டும் அழேலை சரியே."

"அழேலையோ. பிறகேன் கண்ணெல்லாம் ஈரமா இருக்கு?"

"ஆ, அது வெக்கையிலை புழுங்கி வழியுது."

"இஞ்சற்றா இவளுக்குப் புழுங்கி வழியுதாமடா. கண்ணெல்லாம் வேர்வையாம்... ஏன் நிலா பொய் சொல்லுறாய், அழுகிறாய் தானே" -

சின்னண்ணா அரியண்டம் தந்துகொண்டேயிருந்தான். நீலக்காற்சட்டைக்குள் விட்டிருந்த வெள்ளைச்'சேட்டை' வெளியே எடுத்துவிட்டுக்கொண்டிருந்தன கைகள்.

“நான் அழயில்லையெண்டு சொல்லிப்போட்டன். திரும்பத் திரும்ப அழுகிற எண்டு சொல்லவேண்டாம்.”

“பொய் சொல்லாதை. வந்ததும் வராததுமா வெள்ளைச்சட்டைகூட மாத்தாமல் சக்கப்பணிய இருந்து அழுதுகொண்டிருக்கிறாய். ஆரோ நல்லா வெளுத்துப்போட்டுதுகள் போல ஆ...”

நக்கலும் நையாண்டியும் பூராயம் பிடுங்கும் ஆர்வத்தோடும் துளாவினான். சும்மாயிருந்த வாய்க்கு அவல். மென்றுதின்னாமல் விடமாட்டான் பாவி.

“நான் அழயில்லையெண்டுறன். பிறகு மாறிமாறி ரெண்டுபேரும் நான் அழுகிற எண்டு சொல்லுறியள் என்ன. அம்மா வரட்டும். ரெண்டுபேருக்கும் சொல்லித்தாறன் பாருங்கோ...”

அப்பா மேலிருந்த ஆத்திரம் இப்போது சின்னண்ணா மீது திரும்பியது. கையைக்காலை உதைத்துக்கொண்டு காச்சுமூச்சென்று கத்தத்தொடங்கினேன். சட்டை அங்குமிங்குமாக ஏறியிறங்கியது. தலைமுடி கலைந்து விளக்குமாறாகியது. உள்ளே கோபம் பொங்கப் பொங்க இன்னுமின்னும் மூர்க்கமானேன். எப்படி அப்படியானேன் என்று எனக்குத் தெரியவில்லை. ஏன் இப்படி கத்துகிறேன் என்று அண்ணாக்களுக்கும் புரியவில்லை. ஒரு வெறிநாயைவிட மோசமாக விசராடிக்கொண்டிருந்தேன்.

“இப்ப என்னடா பிரச்சினை ரெண்டு பேருக்கும். நெடுக உங்கள் ரெண்டு பேரையும் பிரிச்சுவிடுறதே எனக்கு வேலையாப் போச்சு. நீ இங்காலைவாடா. நிலா இதிலயிருந்து முட்டைக்கண்ணீர் வடிச்சது காணும். எழும்பு, எழும்பி வெள்ளச் சட்டையை மாத்து முதலிலை.”

வெள்ளைச் 'சேட்டை'க் கழட்டி உள்கொடியில் போட்டுவிட்டு வெறும்மேலாக வெளியேவந்த பெரியண்ணா எங்களிற்கிடையில் மத்தியஸ்தம் செய்ய முயற்சித்தான். பெரியண்ணாவைப் பார்த்து முறைத்தேன்.

“நிலா சொன்னாக்கேள். எழும்பு, சட்டையை மாத்து முதல். வெறும் நிலத்திலை சக்கப்பணிய இருந்து பிறகு அம்மா வர அடி வாங்காதை சொல்லிப்போட்டன்.”

"....."

பிடிவாதம் மட்டுமே அங்கிருந்தது. நானில்லை.

"எழும்பு நிலா."

இம்முறை, பெரியண்ணாவின் குரலிலும் கொஞ்சம் அதிகாரம் ஒட்டிக்கொண்டிருந்தது. இன்னும் அடம்பிடித்தால் அடித்துவிடுவானோவென்று பயமாகவும் இருந்தது.

"மாட்டன். நீ என்ன சொன்னாலும் எழும்ப மாட்டன். இதிலைதான் இருப்பன். நீயும் சின்னண்ணாவும் எனக்கு அடிச்சனிங்கள் எண்டு அம்மாவர சொல்லி அடிவாங்கித் தருவன்."

"நாங்களெங்க உனக்கு அடிச்சனாங்கள். ஏன் பொய் சொல்லுறாய். படுகள்ளி."

"நான் கள்ளி இல்லை. நீங்கள் ரெண்டுபேரும்தான் கள்ளர். பச்சைக் கள்ளர்."

"நாங்கள் என்ன களவெடுத்தனாங்கள். ஏன் இப்பிடி வாய்கூசாமல் பொய் சொல்லுறாய்...?"

மாறிமாறி சண்டை வளர்ந்து பெரிதானது. நான் தனியாக. விலக்குபிடிக்கும் பெரியண்ணாவும் இப்போது சின்னண்ணாவின் பக்கம். 'ரெண்டு பேரையும் சமாளிக்க வேணுமெண்டால் கொஞ்சம் பெரிய குரலில் அதட்டினால் எல்லாம் சரியாய்ப் போகும்.' என் எட்டுக்கட்டை சுருதியைப் பதினாறு கட்டைக்கு மாற்றினேன். வீடு ஒருமுறை அதிர்ந்தது. அடுத்தநொடி 'யாரது...? இவ்வளவு சத்தம் போடுறது...?' என்றது கிணற்றடிப் பக்கமிருந்து ஒரு கறார்க்குரல். 'ஒருத்தருமில்லாத நேரம் பாத்து வீட்டுக்குக் கள்ளன் கிள்ளன் வந்திற்றானோ... கிணத்தடியில் என்ன வேலை செய்யிறான்...? ஒருவேளை தண்ணி விடாய்ச்சிருக்குமோ...?' பயம் என்னை விழுங்கியிருந்தது. ஒற்றைக்கையில் கொப்பியும் மற்றைக் கையில் நீலநிற பேனையுமாய்க் கிணற்றடியிலிருந்து வந்துகொண்டிருந்தார் அப்பா.

சந்தோசத்தில் கை கால் தெரியவில்லை. 'அப்பா இன்னும் போகவில்லை. இவ்வளவு நேரமும் கிணற்றடியில் இருந்திருக்கிறார். ஆனால், கையில் என்ன பேனையும் கொப்பியும்...? ஒருவேளை, எல்லைக்குப் போறதுக்குப் பயத்திலைதான் அங்கனைக்க எங்கயும்

ஒளிஞ்சிருக்கிறாரோ... ஒளிஞ்சிருந்து கடிதம் கிடிதம் ஏதும் எழுதிக்குடுக்கப்போறாரோ நான் வரயில்லையெண்டு'.

"அண்ணா, அப்பா இன்னும் எல்லைக்குப் போறதுக்கு போகேல்லையோடா..." - சற்றுத் தள்ளி நின்ற சின்னண்ணாவுக்கு கேட்டுவிடாமல் பெரியண்ணாவிடம் குசுகுசுத்தேன்.

"ஏன், பின்னேரம் போலத்தான் போவம் எண்டுதானே அப்பா சொன்னவர். இப்ப போய் அங்கை என்ன செய்யிறது...?"

"ம்ம்ம்"

"ஓ... நீ இவ்வளவு நேரமும் அப்பாவைக் காணேல்லையெண்டுதான் அழுதுவடிச்சனியோ...?"

"இல்லை. அப்பா பின்னேரம்தான் போறாரெண்டு எனக்குத் தெரியும். நான் ஏன் அழுதனான் எண்டா... எண்டா... ஆ, கையிலை மட்டத்தேள் கடிச்சுப்போட்டு. இல்ல, பள்ளிக்கூடத்தாலை வரேக்க குளவி குத்திப்போட்டுது, இல்லையில்லை சின்னண்ணா அடிச்சவன்" ஏதோ உளறிக்கொட்டினேன். நல்லவேளையாகச் சின்னண்ணாவுக்குக் கேட்கவில்லை.

என்னை விசித்திரமாய்ப் பார்த்தபடியே கால் முகம் கழுவ கிணற்றடிக்குப்போனான் பெரியண்ணா. 'அப்பாடா... அப்பா இன்னும் போகவில்லை. வீட்டில்தான் நிக்கிறார். ஒரு பத்து நிமிசத்துக்குள்ளை என்ரை குரங்குப்புத்திதான் குறுக்கமறுக்க தாறுமாறா ஓடி எல்லாக் கொப்பையும் உலுக்கிப்போட்டு உருட்டிவிளையாடியிருக்கு.'

தலை கால் புரியாத புளுகம். நானோ நீயோவென்று அடம்பிடித்து ஆடிக்கொண்டுநின்ற அழுகையும் ஆத்திரமும் போனவிடம் தெரியவில்லை. 'இன்னும் ஒரு செக்கனுக்கு விறாந்தையில் இப்பிடியே இருந்தால், இவ்வளவு நேரமும் நான் ஆடின கூத்தைப் பற்றி சின்னண்ணா கட்டாயம் அப்பாட்டைக் கோள்மூட்டிவிடுவான்.' அசுர வேகத்தில் கையும் காலும் திசைக்கொன்றாய்ப் பறந்தன. 'விறாந்தை' முழுதும் இறைந்துகிடந்த புத்தகங்'கொப்பிகள்'... அம்மிக்கல்லுக்கு அடியில்போய்க் கிடந்த 'பென்சில் பேனைகள்'... 'வாங்கில்' கால்களுக்கு இடையில் வாலை நீட்டிக்கொண்டிருந்த கறுப்பு 'றிபன்'... குப்பைவாரிக்குப் பதில் வெறும் விரல்களால் எல்லாவற்றையும் கூட்டியள்ளிக்கொண்டு துள்ளியெழும்பினேன். பின்னாலிருந்து முதுகில் தட்டுப்பட்டு

ஏதோ பொலுபொலுவென கொண்டுண்டது. திடுக்கிட்டுத் திரும்பினேன், கறுப்புநிற 'றவலிங் பாக்' வாய்பிளந்துபோய் குப்புறக் கவிழ்ந்திருந்தது.

'போச்சுடா, ஒரு பிரகண்டம் முடிஞ்சுதெண்டா இப்ப அடுத்தது. இண்டைக்கு சாத்து விழத்தான் போகுது.' நடுங்கத்தொடங்கியது. எல்லைக்குப் போகும்போது கொண்டுபோவதெற்கென்று அம்மாவும் அப்பாவுமாக இரவிரவாக இருந்து அடுக்கி வைத்திருந்த பொருட்கள் 'விறாந்தை' முழுதும் பரவிக்கிடந்தன.

"என்ன நிலா, பாத்து எழும்ப மாட்டியே. எல்லாச் சாமானுகளும் கொண்டுண்டு போச்சு. இப்ப தனிய நீதான் இவ்வளவு சாமானுகளையும் திரும்ப அடுக்குவாய்."

சாப்பாடு வைக்க நேரமானால் முறாய்த்துக்கொண்டு நிற்கிற நாய்க்குட்டி மாதிரி சின்னண்ணா முறாய்த்துக்கொண்டு நின்றான். எது கீழே இருந்தது, எது மேலே இருந்தது, எது ஏற்கெனவே 'விறாந்தை'யில் இருந்தது, ஒன்றும் தெரியாது. கைக்குக் கிடைத்ததையெல்லாம் எழுந்தமானமாக அடுக்கிக்கொண்டிருந்தேன். 'அப்பா வருவதற்கிடையில் பொருட்கள் பரவியிருக்காவிட்டால் இப்போதைக்குப் போதும். மிச்சம், அம்மா வந்ததுக்குப் பிறகு பாத்துக்கொள்ளலாம்.' தடபுடத்துக்கொண்டிருந்தேன். விரல்கள் பத்திலும் பரதநாட்டியம்.

"என்ன நிலா, அடுக்கி வைச்ச எல்லாத்தையும் விழுத்திப்போட்டியே. அம்மா வந்தாவெண்டால் கொல்லப்போறா. சரி விடு பரவாயில்லை, அப்பா அடுக்கிறன்"

நம்பத்தான் முயற்சித்தேன், முடியவில்லை. 'வழமையா இப்பிடியான குழப்படி நேரங்களிலைச் சுடலைமாடனோ இடிஇமீனோதானே அப்பாவிலை வருவினம். இப்ப, ரெண்டும் இல்லாம புதுசா இன்னொண்டு... இது எந்த அப்பா...? அல்லது எல்லாமே என் பிரமையா...?' தலையைச் சிலுப்பி என்னைச் சரிசெய்துகொண்டு மறுபடியும் எடுத்து அடுக்கத்தொடங்கினேன்.

"அப்பா அடுக்கிறன் எண்டு சொன்னான்தானே நிலா. விடு, நான் பிறகு அடுக்கிறன். நீ உள்ள போய் வெள்ளைச்சட்டையை மாத்து முதலிலை. கொம்மா வந்தால் பிறகு பேசுவா."

'அப்பாதான், உண்மையாகத்தான் சொல்கிறார்.' கையிலிருந்த பொருட்களை 'வாங்கில்' மேலேயே வைத்துவிட்டு மெதுவாக

உள்ளறைப் பக்கமாக நகர்ந்தேன். அதிஸ்டம் அஞ்சலில் வருமுன் இதோ தரித்திரம் தந்தியடிக்கப்பட்டிருந்தது. கதவடியில் சின்னண்ணா, கல்லுளி மங்கனாட்டம் நட்டுக்கொண்டு நின்றான்.

"தள்ளு அங்காலை, நான் உள்ள போகோணும்."

"சொல்லட்டா அப்பாட்ட, சொல்லச்சொல்ல கேக்காமல் இவ்வளவு நேரமும் சக்கப்பணிய இதிலை இருந்து நீ தரையைத் தேச்சதை..."

"சொல்லுற எண்டாலை சொல்லு. எனக்கென்ன பயமே..."

வாயிலிருந்து விழுந்த வார்த்தை வம்புக்கு நின்றது. 'தரித்திரத்தைத் தூக்கித் தலையில் வைக்கிறேனோ... சொல்லுவானா...? இல்லை, சொல்லமாட்டான்...' கேள்வி கேட்ட மூளையும் பதில் சொன்ன மனதும் ஏதோவொரு நப்பாசையில் தொங்கிக்கொண்டிருந்தது.

"அப்பா, தங்கா அப்பா இவ்வளவு நேரமும்..."

கதை முடிந்தது. சொல்லியே விட்டான். அப்படியே பற்றிக்கொண்டு வந்தது. 'நானும் கொஞ்சம் பிழைதான். அவன் கேட்டபோதே சொல்லவேண்டாம் எண்டு சொல்லியிருக்கலாம். அதுவுமில்லாம, அப்பாக்கு என்ன பயமோ எண்டு வேற கேட்டனே, லூசு. படுலூசு...' என்னை நானே நொந்துகொண்ட சமயத்தில், வெறும் மேலில் அங்கொன்றும் இங்கொன்றுமாக நீர்த்துளிகள் மினுங்க 'என்னடா!! தம்பி, வேர்வை வழிஞ்சு ஊத்துது. இதிலை நிண்டு சும்மா கதைச்சுக்கொண்டிருக்கிறாய். போய் முகத்தைக் கழுவிற்று வாவன்ரா...' என்றபடி முற்றத்தில் வந்துநின்றான் பெரியண்ணா.

"கீதன், முதலிலை ஓடிப்போய் கைகால் முகம் கழுவிற்று வா. நான் போறதுக்கிடையிலை உங்களுக்கு நிறம்ப விசயம் சொல்லிற்றுப் போகோணும்..."

கையிலிருந்த பேனைக்கு மூடியை மூடி அதைக் 'கொப்பியின்' மேல் மட்டையில் செருகியபடி சின்னண்ணாவைக் கிணற்றடிநோக்கி விரட்டினார் அப்பா. 'நன்றி முருகா நன்றி'. அடைத்துக்கொண்டு நின்ற தொண்டைக்குத் தண்ணீர் வந்தது. அந்த நிம்மதி அரை நொடிகூட இல்லை. படலையடியில் செருப்புச்சத்தம். 'சாறித் தலைப்பை'த் தலையில் போட்டபடி அம்மா வந்துகொண்டிருந்தார். பின்னால் வால்பிடித்தபடி மணி. எங்கோ போய் ஊர் உலாத்திவிட்டு இப்போது சமத்துக்குட்டியாக வந்துகொண்டிருந்தது. 'அம்மா விறாந்தையைத் தொடுவதற்கு

முன்னர், வெள்ளைச் சட்டையை மாற்றிவிட்டு நல்லபிள்ளையாய் விறாந்தைக்கு வந்துவிடவேண்டும்.'

தெறித்துப்போய் உள்ளறைக்குள் விழுந்தேன். மின்னலடிக்கிற வேகத்தில் வெள்ளைச்சட்டை கொடிக்குப் போனது. அம்மா இப்போதுதான் 'விறாந்தை' வாசலில் செருப்பைக் கழட்டிவிட்டுக்கொண்டிருந்தார். நல்லபிள்ளையாய் வெளியே வந்தேன்.

"ஸ்... என்ன வெயிலப்பா. சும்மா நெருப்புக் கொட்டுது..."

கழுத்தில் வழிந்த வியர்வையைச் சாறித் தலைப்பால் துடைத்துக்கொண்டே பக்கத்திலிருந்த 'வாங்கிலில்' இருந்தா அம்மா.

"உனக்குச் சொல்லுறனான் தானேயப்பா, ஒரு தொப்பிய கொண்டுபோகச் சொல்லி. தெரியுந்தானே, பள்ளிக்கூடம் விடுறநேரம் நடுமத்தியான வெயிலுக்குள்ளாலதான் வரோணுமெண்டு. எத்தினைதரம் சொன்னாலும் கேக்கமாட்டியள்."

அப்பா அக்கறையாய் அலுத்தார்.

"ஓமப்பா. நானும் நினைக்கிறனான்தான். பிறகெங்க, விடிய அவசரத்திலை போகேக்கை மறந்திடுறது. இந்தா நிலா, இதக் கொண்டுபோய் அந்த ஆணியிலை கொழுவிவிடு."

பரம சாதுவாக அம்மாவை நெருங்கினேன். குறுக்கறுத்து நிறுத்தியது அம்மாவின் கேள்வி.

"என்னடி இது கோலம்..."

அம்மாவின் கண்களில் ஆயிரம் குழப்பம். ஏன் கேட்கிறாவென்று தெரியாமல் முழுசியபடி அப்பாவிடம் திரும்பினால் அவரும் என்னைப் பார்த்துப் புருவத்தைச் சுருக்கினார். 'ஏதோ சரியில்லை. அதுவும் என்னில்தான். நான் செய்த சுத்துமாத்துகளையெல்லாம் கண்டுபிடிச்சிற்றாவோ...' பதற்றம் தொற்றிக்கொண்டது. 'ஒருவேளை அவசரத்தில சட்டை போட மறந்திற்றனோ. இல்லையே போட்டிருக்கிறனே. முழங்கால் முட்டியைத் தொட்டுக்கொண்டு நிக்குது சட்டை. அப்ப வேறயென்னவா இருக்கும். கடவுளே, சின்னண்ணா வாறதுக்கிடையில என்னெண்டு சொல்லிரோணும். இல்லாட்டில் அவங்கள இதை வைச்சே இன்னும் ரெண்டு நாளைக்கு என்னை நக்கல் அடிப்பாங்கள்.'

என் எதிர்பார்ப்பை இம்முறை கிடப்பில் போட்டுவிட்டார் கடவுள். சின்னண்ணா கிணற்றடியால் வந்திருந்தான். அண்ணாக்கள் இருவரும் நடுமுற்றத்திலேயே நின்று என்னைப் பார்த்து விழுந்துவிழுந்து சிரிக்கத் தொடங்கினார்கள். அப்பாவும் அவர்களின் பக்கம். கடைசியாக அம்மாவும். வீடு முழுதும் சிரிப்புச் சத்தம். கொளுத்தியெரிக்கிற மத்தியான வெயிலில் எல்லோருமாகப் பல்லைக்காட்டிக்கொண்டிருந்தார்கள், அதுவும் என்னைக் குறிவைத்து.

"ஏனிப்ப எல்லாரும் சிரிக்கிறீங்கள். என்னைப் பாத்துதானே சிரிக்கிறியள். சிரிக்க வேண்டாம், சொல்லிற்றன்."

உரத்த குரலில் கத்தினேன். யாரும் சட்டைசெய்யவில்லை. அம்மாவிடம் தஞ்சம் புகுந்தேன்.

"சரி, என்னெண்டு சொல்லிற்றாவது சிரியுங்கோவன். அம்மா என்னெண்டு சொல்லுங்கோ."

"ஒருத்தரும் அவளப் பாத்து சிரிக்காதேங்கோ. அவளேதோ தெரியாமத்தானே..."

அண்ணாக்களைச் சிரிக்கவேண்டாமென சொல்லிய வசனத்தை முடிக்கமுன்னமே 'சாறித்'தொங்கலை எடுத்து வாயைப் பொத்தியபடி வெடித்துச் சிரிக்க ஆரம்பித்தார் அம்மா. உச்சந்தலையில் ஏறிநின்று குதிக்க ஆரம்பித்தது கோபம்.

"என்னெண்டு சொல்லுங்கோ முதல். இல்லையெண்டால் அம்மா மேலை சத்தியமா ஒருத்தரோடும் நான் கதைக்கமாட்டன்."

வெறுந்தரையில் பொத்தென்று இருந்தேன். சப்பாணி கொட்டிய கால்களுக்குச் சமாந்தரமாக நெஞ்சுக்குக் குறுக்காகக் கைகள் கட்டப்பட்டன. தரையையே பார்த்துக்கொண்டிருந்தேன். யாரையும் நிமிர்ந்துபார்க்கவில்லை. 'என்னை அலட்சியம் செய்பவர்களிடத்தில் திரும்பத் திரும்ப ஏன் நான் கெஞ்சிக் கொண்டிருக்கவேண்டும்...?'

"என்ன நிலா, உண்மையா உனக்கின்னும் என்னெண்டு தெரியேல்லையே...?"

சொல்லிக்கொண்டே 'விறாந்தை' நடுவில் வந்துநின்று என்னைப் பார்த்துக்கொண்டிருந்த சின்னண்ணாவின் கண்களில் கேலி நிறைந்திருந்தது. அவனைத் தாண்டி என் முதுகுக்குப் பின்னால்

வந்துநின்றான் பெரியண்ணா. முழங்கால்சிரட்டை எனது முதுகில் உந்தித் தள்ளியது.

“எடியேய், நீ என்ன அப்பான்ரை இந்தாப் பெரிய தோப்பளாஸ் சேட்டைப்போட்டிருக்கிறாய். ஏன் உனக்கு வேறை உடுப்பில்லையே.”

‘என்னது, அப்பான்ரை சேட்டா...?’ அதிர்ச்சியில் துள்ளியெழும்பி குனிந்து பார்த்தால்... ஓம், அப்பாவின் நீலச்‘சேட்டு’. தோள்மூட்டிலிருந்து முழங்கால் வரை தொங்கிக்கொண்டிருந்தது. மேலே மட்டும் தெறி பூட்டியிருந்தது. கீழே பூட்டவில்லை. ‘அடக்கடவுளே. என்னதிது. இப்பிடியொரு குறளிவித்தை காட்டி வைச்சிருக்கிறன். இனி இவ்விடத்தில் நின்றால் மானம் கப்பலேறிவிடும்.’ ஓரேயோட்டமாய் உள்ளே ஓடியொழிந்தேன். பின்னால் கலைத்துக்கொண்டு வந்தது அண்ணாக்களின் சிரிப்பு.

உள்ளறையில் வெளிச்சம் பெரிதாக இருக்காது. அதுவும், கொடியிருக்கிற பக்கம் இன்னும் மோசம். உடுப்புகளைத் தேடியெடுப்பது கொஞ்சம் கஸ்ரம்தான். ஆறுதலாக, நிதானமாக ஒவ்வொன்றாக உற்றுப் பார்த்துத்தான் எடுக்கவேண்டும். அம்மா வந்துவிட்டாவேயென்கிற அவசரத்தில் பறந்தடித்ததில் எல்லாம் கெட்டான்.

‘ஆனாலும் என்ர நீலச் சட்டையைத்தானே எடுத்தனான். அது கொடியிலை இருந்த மற்ற உடுப்புகளோடை செருகுப்பட்டுவருகுதெண்டு நினைச்சது எவ்வளவு பெரிய பிழை. அப்பான்ரை அந்தாப் பெரிய சேட்டு எண்டவடியால் பெரிசா வித்தியாசம் தெரியேல்லைப் போல. சட்டையெண்டே நினைச்சிருக்கிறன். லூசு, லூசு, சரியான லூசு.’ எனக்கே என்னை நினைக்க வெட்கம் வந்தது.

‘இந்தா இதைப் போடு’ என்றபடி வெள்ளையில் சிவப்புச் சிவப்பாக சின்னச் சின்ன பூப்போட்ட பாவாடை சட்டை உள்ளே வந்தார் அம்மா. கற்சிலைமடுவில் இருந்தநேரம் நான்காம் ஆண்டில் படித்துக்கொண்டிருந்தபோது தைத்தது. கையிலிருந்த பாவாடையை ஒரு உதறு உதறித் தலையால் போட்டு இடுப்படியில் இழுத்துவிட்டுக்கொண்டு வெளியே வந்தேன். பின்னேரம் பள்ளிக்கூடத்தில் ஏதோ கூட்டம் நடக்கவிருப்பதாக அரசியற்றுறைக்காரர் வாகனத்தில் அறிவித்துக்கொண்டு போனார்கள்.

34

'வாங்கிலின்' ஒரு முனையில் இருந்த அப்பா கையிலிருந்த 'கொப்பியில்' ஏதோ எழுதிக்கொண்டிருந்தார். அவரின் தோளோடு ஒட்டியபடி அம்மா. அவருக்குப் பின்னால் நின்று 'கொப்பியை' எட்டிப் பார்த்துக்கொண்டு பெரியண்ணா.

அருகில் நின்ற சின்னண்ணாவிற்கும் எனக்கும் இரகசிய சண்டையொன்று ஓடிக்கொண்டிருந்தது. தொடக்கிவைத்தது நான்தான். 'அப்பாவுக்கு என்னில்தான் கூடப்பாசம்' என்று நான் சொல்லப்போய், மாறிமாறி விவாதமாகி, பெரிய சண்டையாக வந்து நின்றது. எங்கள் இருவரைத் தவிர வேறு யாருக்கும் கேட்டுவிடாதபடி நடந்துகொண்டிருந்தது சொல் யுத்தம். கடைசியில், அவன் சொன்ன ஒரு சொல்லால் என் தன்மானம் உசுப்பப்பட்டுவிட்டது.

"அம்மாக்குத்தான் நீ வேணும். அதாலைதான் வேலைமினக்கெட்டு தவிடுகுடுத்து உன்னைப்போய் வாங்கி வந்தவா..."

அடுத்து என்ன சொல்வதென்று தெரியாமல் உதடு நடுங்கியது. என் பலவீனத்தைச் சரியாகக் கண்டுபிடித்து, அதைக் கொண்டே தாக்கினான். 'இரு அம்மாட்டைச் சொல்லி உனக்கு அடிவாங்கித்தாறேன்' மனதினுள் கறுவியபடி அம்மாவின் காலடியில் போய்ப்பார்ந்தேன். பாதம்வரை நீண்டிருந்த 'பற்றிக் சோட்டியின்' ஒருமுனையைப் பிடித்திழுத்துக் கைவிரலில் வைத்துக் சுழற்றி முடிவதும் பிறகு அந்த முடிச்சை அவிழ்ப்பதுமாய்ப் பாதாரவிந்தங்களில் நான்நடத்தும் பூசையின் காரணம் பாவம், ஏழைத்தாயின் மூளைக்கு ஏறவேயில்லை. அடுத்த முயற்சி, அம்மாவின் கழுத்தைச் சுற்றி கைகளைப்போட்டேன். விசும்பல் வெம்பலாகிக் கண்ணீர் வரத்தொடங்கியது. ஆயுதம் தயார், போர்க்களம் தயார்.

"ஆ... இனி இவா துவங்கிற்றா அழுகிறதுக்கு. தொட்டோண முட்டக்கண்ணி வந்திடும். அப்பிடி எங்கேருந்துதான் இந்தக் கண்ணீரெல்லாம் வருதோ தெரியா. நிப்பாட்டு முதலிலை."

உச்சந்தலையில் ஒரு தட்டுத்தட்டியது அம்மாவின் உள்ளங்கை. மௌனத்திலே தவம்கிடந்த சொற்களும் பார்வையுமா என்று சந்தேகிக்கும்படி என்மேல் வந்துவிழுந்தது அம்மாவின் அசுரத்தனம். 'இப்ப சின்னண்ணாக்குத்தான் முறையா பூசை

விழவேணும். ஆனால் பொல்லுக்குடுத்து அடிவாங்கின மாதிரி என்னட்டையெல்லோ அம்மா சீறிப்பாயுறா.' சின்னதொரு விம்மலோடு மறுபடி அம்மாவைத் திருத்த முயற்சித்தேன்.

"இல்லையம்மா, சின்னண்ணாப் பிள்ளைதான் என்னைத் தவிடு குடுத்து வாங்கினதெண்டு..."

"நிலா, சொன்னது விழங்கேலையே. நிப்பாட்டு முதல். உனக்கு எத்தினதரம் சொல்லியிருக்கிறன், வீட்டிலை ஆரும் தூரப் பயணம் போற நாளுகளிலை இப்பிடி ஒப்பாரி வைக்கக்கூடாதெண்டு..."

எதிர்பார்த்தது ஒன்று, நடந்ததோ வேறொன்று. எதிரும் புதிருமாக நானும் அம்மாவும். 'இது என்ரை அம்மாவா இல்ல அப்பான்ரை அம்மாவா...?' என்னைச் சுற்றி குழப்பம் மட்டுமே சூழ்ந்திருந்தது. 'ஆனாலும், அவா சொல்லுற மாதிரி அப்பா எல்லைக்குப் போற நேரம்பாத்து நான் அழுகிறனே. ஒருவேளை அப்பாக்கு அங்க எதுவும் ஆகிற்றால்...?' பயத்தில் படாரென்று கண்ணைத் துடைத்துக்கொண்டு அப்பாவை நிமிர்ந்து பார்த்தேன். புருவத்தின் கீழே கோடுகோடாய்ச் சின்ன மடிப்புக்கள் தெரிய அப்பா என்னைப் பார்த்து ஆதரவாய்ச் சிரித்தார். வாழையிலையின் நடுவிலிருந்து இரண்டு பக்கமும் பிரிந்து ஓடும் பசும் இழைகள் போலவே கண்களிலும் உதட்டிலும் வரிவரியாய்க் கருணை.

"இப்ப ஏனப்பா அவளுக்குப் பேசுறாய்...? சரி விடு நிலா. அம்மா எப்பவும் அப்பிடித்தான. நீ எழும்பி வா, நான் உனக்கொரு விசயம் காட்டுறன்."

'வாங்கிலிருந்து' குனிந்து, கீழே தரையில் இருந்த என் கைகளைப் பிடித்து இழுத்து எழுப்பிய அப்பாவின் கைத்துணையோடு அவருக்கு மற்றபக்கமாகப் போய் நின்றேன். வலக்கை என் கண்ணீரைத் துடைக்க, இடக்கை என் பின்னால் நீண்டு ஒரு வளைவுபோல அணைத்தது.

"தொட்டதுக்கெல்லாம் அழக்கூடாது நிலா. பிறகு பிள்ளையைப் பாத்து அழுகுணிப் பிள்ளை எண்டெல்லே எல்லாரும் சொல்லுவினம். அப்பாவை மாதிரி தைரியமா இருக்கோணும்."

நெஞ்சையும் தோள்களையும் விரித்தபடி சொல்லும் விதம் ஆச்சரியமாகவிருந்தது. முகத்தில் தெளிவு, வாயில் சிரிப்பு, தோள்களில் ஒரு நிமிர்வு, கண்ணில் பிரகாசம், அப்பா மொத்தமாவே வேறாக இருந்தார்.

முந்தி கற்சிலைமடுவீட்டில், வெள்ளி முளைக்கிற முற்றத்தில், நிலாவெளிச்சத்தில் அப்பா நிறையகதைகள் சொல்வார். அரசன் கதை, வேட்டைக்காரன் கதை, புலிக் கதை, மழைக் கதை என ஒருதொகைக் கதைகள். அண்ணாக்கள் அவருக்கு முன்னுக்கிருக்க, நான் அவருக்குப் பக்கத்தில் நெருக்கமாக நின்று அப்பாவின் முகத்தையே பார்த்துக்கொண்டு நிற்பேன். அந்தக்கோலம் இப்போது மறுபடி தோன்றியிருந்தது.

“எல்லாரும் கேளுங்கோ, இந்தா இந்தக்கொப்பியிலை ஆராருக்கு எவ்வளவு குடுக்கோணும். ஆரார் கடனுக்கு உடுப்பு வாங்கின காசு தரக்கிடக்கு. எல்லாம் விலாவாரியா எழுதியிருக்கிறன். ஆராவது வந்து கடன்காசு கேட்டால் அப்பா எல்லைக்குப் போயிருக்கிறாரெண்டு சொல்லுங்கோ. இல்லை இப்ப வேணும் எண்டு அரியண்டம் பிடிச்சுக்கொண்டு நிண்டால் முதலில கொப்பிய பாத்து செக் பண்ணிற்று குடுங்கோ...”

அப்பா ‘கொப்பியை’ப் பெரியண்ணாவிடம் கொடுத்தார். அவன் அதை வேண்டிக்கொண்டு போய் உள்ளே வைத்துவிட்டுத்திரும்பி வந்தான்.

“பக்குவமா வைச்சியேடா. எல்லாருக்கும் தெரிஞ்ச இடமா எங்கயாவது ஒரே இடமா வைச்சு எடுங்கோ.”

“ஓமப்பா, கடை சாமித்தட்டுக்குக் கீழைதான் வைச்சுவிடுறன்.”

அப்பாவுக்குப் பதில் சொல்லிக்கொண்டே ‘றவலிங்பாக்கை’ எடுத்து விரித்த பெரியண்ணா ஒவ்வொரு பொருளாய்க் கேட்கக்கேட்க அவற்றை எடுத்தெடுத்துச் சரிபார்த்து உள்ளே வைத்துக்கொண்டிருந்தான் சின்னண்ணா. ‘ரெண்டுபேரும் பெரிய நல்லபிள்ளையள். அப்பாக்கு உதவிசெய்யினமாம்...’

‘இந்தா, இதையும் வையுங்கோப்பா’ என்றபடி கைகள் இரண்டிலும் இருண்டு பைகளோடு வெளியே வந்தா அம்மா. அவற்றில் குட்டிக்குட்டி வட்டமாய் என்னவோ. அப்பா அம்மாவை விழித்துப் பார்த்தார்.

“என்னப்பா இது பிறகு...?”

“கொஞ்சம் முட்டைமாவும், அரியதரமும் இருக்கு. பெடியங்களுக்கும் குடுத்து நீங்களும் சாப்பிடுங்கோ.”

“எனக்குத் தெரியாமல் எப்பப்பா செய்தனி...? ஏன்ப்பா இவ்வளவு வேலையோட பிறகு இதுக்கும் கஸ்ரப்பட்டனி...”

‘அதெல்லாம் ஒண்டுமில்லை, கொண்டுபோய்ச் சாப்பிடுங்கோ. கதிர், இந்தா இதையும் வை”

கட்டளையோடு வந்த அம்மா பட்டென்று நின்று அண்ணாக்களை நோக்கிக் கோபமாகப் பார்த்தார்.

“அதிலையேன்ரா பிறகு கைவைக்கிறியள்...? நான் ஏற்கெனவே அடுக்கிவைச்சிற்றுத்தானேடா போனான்...”

அம்மாவின் குரல் வெருட்டியது பெரியண்ணாவைத்தான். ஆனால், வியர்த்து வழியத் தொடங்கியது எனக்கு. கிலிபிடித்துப்போய் பட்டென்று அப்பாவைத் திரும்பிப் பார்த்தேன். தெளிந்த ஆறாய் முகம். எந்தக் கலங்கலுமில்லை.

“தங்கா அதயெல்லாத்தையும் கொட்டியடிச்சுப்போட்டாள்”

கையிலிருந்த ‘துவாயை’ உள்ளே வைத்தபடி பதில் சொன்னான் சின்னண்ணா. ஒரு வரியில் என் கதையை முடித்துவிட்டான். கொலைகாரன். ‘எப்ப அம்மா கேப்பாவெண்டு காத்துக்கிடந்திருக்கிறான் போல.’ வெளியில் எரிக்கும் வெயிலுக்குப் பத்து மடங்காய் வியர்த்துவழிய ஆரம்பித்தது. ‘அம்மா என்னைப்போட்டு வறுக்கப்போறாவே’ என்ற பதற்றத்தைத் தணித்து அடக்கியது அப்பாவின் சொற்கள்.

“சரியப்பா, இதென்ன பெரிய வேலையே. ஒருக்கா திருப்பி அடுக்கினால் சரிதானே. அதோட, நானென்ன ஒபீஸ் மீற்றிங்குக்கே போறன். எல்லைக்குத்தானே போறன். மாறிக்கீறி அடுக்கினால் என்ன தலைபோற பிரச்சினையே.”

“அதுக்கில்லையப்பா, இவளுக்கு வரவர குழப்படி கூடிற்றுது...”

“சரிசரி திட்டாதை. அவளென்ன வேணுமெண்டே செய்தவள். தெரியாமல் கொட்டுப்பட்டுப்போச்சு. அதுக்குப்போய் கத்துறாய்...”

“நல்ல தெரியாமத்தான். காலுக்குக் கீழ ரெண்டு குடுத்தால் எல்லாம் சரிவரும்...”

என்னை ஒரு பார்வை பார்த்துக்கொண்டே அடுப்படிக்குள் நுழைந்தா அம்மா. ‘கடவுளே, இப்ப காப்பாத்த அப்பா இருந்தார். இனி வரப்போற நாளுகளிலை...?’ திணறியது மனம். மளமளவென்று

வளர்ந்து தொண்டைவரை வந்துநின்று தத்தளித்தது பீதி. ‘குசினிக்குள்’ நடபுடவென்று பானைகள் தட்டுப்படும் சத்தம் கேட்டது. ‘என்னை அடிக்கேலாத கோபத்தைப் பாத்திரங்களில காட்டுறாவோ...?’ கண்ணைக் கட்டிக்கொண்டு வந்தது. நடுக்கத்தை மறைக்க பக்கத்திலிருந்த வளையைப் பிடித்துக்கொண்டேன். என்ன நினைத்தாவோ அம்மா, திரும்பிப் போனவர் ‘உங்களுக்கும் கொஞ்சம் எடுத்து வைச்சிருக்கிறன். வேணுமெண்டா அடுப்படி மேல் தட்டிலை இருக்கிற பச்சைப்பேணிக்க இருக்கு. போய் எடு’ என்றபடி உள்ளே மறைந்தார்.

அம்மாவின் குரல்தான். அதில் சூடில்லை. வழமைபோலத்தான் இருந்தது. ‘ஒருவேளை நான்தான் ஒரே குழப்பமாக இருக்கிறேனா, அல்லது என்னைச் சுற்றி எல்லாமே குழப்பமாக இருக்கிறதா...?’

35

‘டிக் டிக்’ என்று மணிக்கூட்டுக்கம்பி நகர்கிற ஒவ்வொரு நொடியிலும் ஒருநூறு ‘கிலோ’ கூடுகிற மாதிரி கனமேறிக்கொண்டே போகும் இதயத்தோடு குட்டிபோட்ட பூனைபோல அப்பாவையே சுற்றிக்கொண்டு நான். கவலையை வெளியில் காட்டிக்கொள்ளாது மறைத்துவிடவேண்டுமென எவ்வளவு பகீரதப் பிரயத்தனம் செய்தாலும் கண்களைக் கரித்துக்கொண்டு வந்தது. நெஞ்சுக்குள் இருந்து கிளம்பிவந்து, ஆனால் வெளியே விழுந்துதொலைக்க வழியில்லாமல் தொண்டைக்குழியில் நின்று அந்தரித்துக்கொண்டிருந்தது விம்மல். ‘ஆறுதலுக்கு யாராவது இருந்தால் பரவாயில்லை...’

“அம்மா... அம்மா... எங்க நிக்கிறியள்...”

‘குசினியை’ எட்டிப் பார்த்தேன், இல்லை. கிணற்றடிப்பக்கமாக நடந்தேன், அங்கும் இல்லை. ‘ஒருவேளை அண்ணாக்களுக்கு ஏதாவது பாடம் சொல்லிக்கொடுத்துக்கொண்டிருக்கிறாவா...? உள்ளறையை நோட்டம் விட்டேன். ம்கூம், அங்கும் இல்லை. அடிவயிற்றைக் கலக்கியது பயம். ‘எங்கே போய்த்தொலைந்தா இந்த அம்மா’.

“அண்ணா, அம்மாவைக் கண்டனியா...?”

படிப்பதுபோலப் பாசாங்கு செய்துகொண்டிருந்த பெரியண்ணா எரிச்சலோடு நிமிர்ந்தான். கண்களின் ஓரங்கள் சிவந்திருந்தன. மூக்குநுனி துளித்துளியாக வியர்த்திருந்தது. 'அப்படி என்ன செய்துவிட்டேன்...?' புரியவில்லை.

"எப்ப பாத்தாலும் அம்மா அம்மா எண்டிக்கொண்டு. உங்கனக்கை எங்கயாவதுதான் நிப்பா. தேடிப்பார்."

"இல்லை, ஒரு இடமும் இல்லை."

சொல்லும்போதே அழுகை முட்டிக்கொண்டு வந்தது. அதற்கிடையில் சின்னண்ணா குறுக்கிட்டான்.

"ஆ... நிலா. அம்மா செருப்ப போட்டுக்கொண்டு வெளியிலை எங்கயோ போனவா. பத்து நிமிசத்திலை வந்திடுவன் எண்டு என்னட்ட சொல்லிற்றுத்தான் போனவா. சொல்ல மறந்திற்றன்."

"நான் இவ்வளவு நேரமா தேடிக்கொண்டிருக்கிறன். வேளைக்கே சொல்லியிருக்கலாம்தானே. வாய்க்கை என்ன புட்டுக்கட்டியே வைச்சிருக்கிறாய்...?"

ஆற்றாமையும் சோகமும் என்னை ஆட்டுவித்தது. அதட்டும் தொனியில் அவனைத் திட்டிக்கொண்டு வெளிப்பக்கமாக நடந்தேன். இதற்குமுன் இப்படி நான் பேசியதில்லை. இப்போது இவ்வளவு மூர்க்கத்தனம் எங்கிருந்து வந்தது என்றும் தெரியவில்லை. நடந்துகொண்டே திரும்பி அவனைப் பார்த்தேன். என்னை எரித்துவிடுவதுபோலப் பார்த்துவிட்டுப் புத்தகத்தை நோக்கிக் குனிந்தான். 'படிக்கிறாராம். இப்பத்தான் படிச்சுக் கிழிக்கப்போறார்'. ஆத்திரம் ஆத்திரமாக வந்தது. 'சே, கல்லுளி மங்கன்'.

'இந்த அம்மா வேறு. திடீரென எங்கே போய்விட்டா...? பின்னேரம் குளித்திருந்தா. நெற்றி நிறைய ஒரு பெரிய அம்புலிமாமா குங்குமப்பொட்டு வைத்து, வழமையாகப் போடுகிற சோட்டியை விட்டுவிட்டு, நல்ல ஒரு சோட்டியை எடுத்துப்போட்டிருந்தா. அதிலிருந்து பூச்சிமுட்டை வாசம்கூட வீசியது. சோட்டி போட்ட அம்மன் மாதிரி அவ்வளவு வடிவாக இருந்தா. ஆனால், இப்போது எங்கே போய்த்தொலைந்தா...?' எங்கு தேடினாலும் பலனேயில்லை, எல்லாம் சுத்த சூனியம்.

"நிலா, என்ன பேயறைஞ்சாக்கள் மாதிரி யோசிச்சுக்கொண்டு நிக்கிறாய்...? இங்க வா இதிலை இரு."

திடுக்கிட்டு திரும்பினேன். ‘விறாந்தையில்’ இருந்த அப்பாவிடமிருந்து வந்திருந்தது அந்த ஈரக்குரல். சொற்களில் பனித்துளி ஒட்டிக்கொண்டிருந்தது. கண்களும் முகமும் பிரகாசமாய் ஒளிர்ந்தன. கவலையையும் அன்பையும் கலந்துகட்டி ஒரு பந்தாக்கி இரண்டு கண்களிலும் ஒட்டிக்கொண்டிருந்தார். உள்ளே உடைந்து வெளியே இறுகியிருக்கும் ஒரு எரிமலைக் குழம்புதான் ஞாபகத்திற்கு வந்தது. பதுங்கிப் பதுங்கிப்போய் அருகில் அமர்ந்தேன். என் தலைமுடியைக் கோதிவிட்டபடி கண்ணைப்பார்த்துப் புன்னகைத்தார்.

“ஏன் ஒரு மாதிரி இருக்கிறாய். அப்பாவ பாத்து சிரியன் ஒருக்கால். அப்பா சொல்லுறதை வடிவாக்கேள். ஒழுங்காப் படிக்கோணும், பள்ளிக்கூடத்திலை யாரோடயும் சண்டை பிடிக்கக்கூடாது, இனி நீ வளந்திற்றாய், அம்மாக்கு உதவியா இருக்கோணும். எங்க அப்பா எண்டு அம்மாவைக் கேட்டு அழக்கூடாது’

நிறையநிறைய அறிவுரைகள். எதைக்கேட்டும் எனக்குப் பிரச்சினையில்லை. இப்போதிருக்கின்ற என் பிரச்சினையெல்லாம் ஒன்றேயொன்றுதான். ‘நேரம் கெதியாப்போகுது. ஆனால் அம்மாவைக் காணவில்லை. அப்பாவும் இன்னும் கொஞ்ச நேரத்திலை வெளிக்கிடப்போறார்.’ அம்மாவைத்தேடும் கண்களும், அப்பாவை நினைக்கும் இதயமுமாய் நான். வாசலில் செருப்புச் சத்தம். மெல்லமாய் எட்டிப் பார்த்தேன்.

“என்ன, வேலியிலை போற ஓணான் தலையை தலையை நீட்டிற மாதிரி எட்டிப் பாக்கிறாய்...?”

“எங்கையம்மா போனீங்கள் இவ்வளவு நேரமும். நான் உங்கள கனநேரமா தேடிக்கொண்டிருக்கிறன்.”

கூவிக்கொண்டே படலையடியை நோக்கி ஓடிப்போய் அம்மாவின் கைகளைப் பிடித்துக்கொண்டு தொங்கினேன். மெதுவாக என் பக்கம் திரும்பி சிரித்தவாறு, பூவரசம் இலைகளில் மடித்த திருநீற்றுச்சரையிலிருந்து திருநீறை எடுத்து என் நெற்றியில் பூசிக்கொண்டே வேம்படி வைரவரிட்ட போயிட்டு வாறன். கொண்ணாட்டை சொல்லிற்றுத்தானே போனனான் என்று வந்தது பதில்.

வேம்படி வைரவர்தான் அம்மாவின் ஆஸ்தான கடவுள். சிலவேளைகளில் எதிரியும் கூட. நேர்த்திகள், கெஞ்சல்கள், சண்டைகள் எல்லாம் வரைமுறையின்றி மாறிமாறி நடக்குமிடம்.

போன மார்கழியில் சின்னண்ணாவுக்கு நல்ல காய்ச்சல். பிழைக்கிறது பெரியபாடு என்கிற அளவில் சாகக் கிடந்தபோது வைரவரிடம் போயிருந்தா அம்மா. நானும் கூடப்போயிருந்தேன். போனதும் போகாததுமா கொண்டுபோன கற்பூரத்தை வேப்பமர வேர்களுக்கிடையில் கொளுத்தி வைத்துவிட்டு என்னவோ வாய்க்குள்ளே முணுமுணுத்துக்கொண்டிருக்கிறார். கண்ணால் கண்ணீர் கசியத் தொடங்குது. கை நடுங்குது. பிறகு திடீரென்று ஆக்ரோசம் வந்தமாதிரி 'நான் உனக்கு என்ன குறை வைச்சனான். ஏனிப்பிடி செய்யிறாய்...? நான் உன்னட்டை வாறது இதுதான் கடைசி. சின்னவனுக்குக் காய்ச்சல் சுகம்வந்து எழும்பியிருந்தாதான் நானினி உன்னட்டை வருவன். அத செய் முதலிலை' என்று தொடங்கி என்னென்னவோ திட்டித் தீர்த்துவிட்டு, திரும்பிக்கூடப் பார்க்காமால் எழும்பி விறுவிறென்று என்னையும் இழுத்துக்கொண்டு வந்துவிட்டார். அதுக்குப் பிறகு, ஒரு கிழமையால் அண்ணாக்குக் காய்ச்சல் மாறியதும் வைரவரிட்ட போய், கோபப்பட்டதுக்கு மன்னிப்பு கேட்டு, சமாதானம் செய்து, மறுபடி நட்புகொண்டாடத்தொடங்கினா. 'இப்போதும் ஏதோ வேண்டிவிட்டுத்தான் வருகிறா' எதன்பின்னோ ஓடிய சிந்தனையை அப்பா கலைத்தார்.

"இஞ்சரப்பா, ஒரு தேத்தண்ணி குடிப்பமே."

"அதுக்கென்ன, இந்தா ஒரு நிமிசம். நிலா, அந்தத் தேத்தண்ணிப் பானையை எடுத்து தா பாப்பம்."

"என்னத்தையம்மா...?"

"சட்டிபானைச்சிறாம்பியில தேத்தண்ணிப் பானை கழுவி வைச்சிருக்கிறன். எடுத்துக்கொண்டோடிவா பாப்பம்..."

அம்மா தன் வேலையில் என்னைச் சேர்த்தது மனதுக்குக் கொஞ்சம் ஆறுதலாக இருந்தது. முற்றத்துக்குப் பாய்ந்தேன். நான்கு தடிகளை நட்டு அதன்மேல் பனைமட்டைகளை அடுக்கி இணக்கியிருந்த சட்டிபானைச் 'சிறாம்பியின்' நடுவில் தலைகீழாய்க் குந்திக்கொண்டிருந்தது பானை. என் துரதிஸ்டம், கைக்கு எட்டும் தூரத்தில் அது இல்லை. துள்ளியெடுக்கப் பார்த்தேன். இரண்டொரு அகப்பைகள் கீழே விழுந்து உருண்டனவே தவிர, பானை கொட்டக்கொட்ட முழித்துக்கொண்டு அப்படியே இருந்தது.

"இவ்வளவு நேரமா அங்க என்னேயுறாய் நிலா... அப்பா போறதுக்கு நேரமாகுதெல்லே. கெதியா வா பாப்பம்."

“இந்தா வந்திற்றேன்...”

வெறும் சொல்லைத் துப்பினேனே தவிர, அங்கேயேதான் நட்டுக்கொண்டிருந்தேன். அம்மாவின் குரலில் ஒரு கடுப்பு தெரிந்தது. அப்பா போவதற்கிடையில் அவர் கேட்ட தேநீரைக் கொடுத்துவிடவேண்டும் என்று அந்தரப்படுகிறா என்பது புரிந்தது.

“நிலா, என்ன அப்பா போனபிறகுதான் எடுத்துக்கொண்டு வருவாய் போல ஆ... கதிர் அவள விட்டுட்டு நீ ஒருக்கால் போய் அந்தத் தேத்தண்ணிப் பானையை எடுத்துக்கொண்டு வந்து தாப்பன். நல்ல பிள்ளை.”

அம்மா நம்பிக்கையிழந்து அண்ணாவைப் பிரதியிட்டுவிட்டது எனக்கு நேர்ந்த பெருத்த அவமானம். ‘இதிலிருந்து எப்படியாவது தப்பித்தேயாக வேண்டும்’. திடீரென மூளை வேலை செய்தது. ‘சிறாம்பியின்’ ஓரத்தில் இருந்த அகப்பை ஒன்றை எடுத்து, அதன் பின்பக்கப் பிடியால் பானையைத் தட்டிக்கிட்ட நகர்த்தினேன். பானை அசைந்து ஓரமாக வந்தது. எடுத்துக்கொண்டு இருட்டைச் சபித்தபடி கண்ணை இறுக்கி மூடிக்கொண்டே திரும்பிப் பார்க்காமல் எடுத்தேன் ஓட்டம் குசினிக்கு.

உள்ளே போய் பானையை அம்மாவிடம் நீட்டினேன். ‘ஏன்ரீ இவ்வளவு நேரம்’ என்று ஏசிக்கொண்டே தண்ணீர் எடுப்பதற்காகக் குடத்தைச் சரித்தா அம்மா. வெள்ளிக்குடம் முழுதாக தொபுக்கடீர் என்று கவிழ்ந்து தரையை நனைத்திருந்தது. ‘குடத்தைச் சரியாகப் பிடிக்காமல் நழுவவிட்டுவிட்டா. இதுவே நானாக இருந்திருந்தால் இப்போது கதை வேறாகவிருந்திருக்கும்.’ எதுவும் சொல்லிக்கொள்ளாமலே குடத்தை நிமிர்த்தி வைத்தேன். மிச்சமிருந்த தண்ணீரை எடுத்து அடுப்பில் வைக்கும்போதுதான் அம்மா என் காலைக் கவனித்திருக்கவேண்டும்.

“என்ன நிலா, பெருவிரலிலை ரெத்தம் வருது. நான் ஒரு லூசு. என்னவோ நினைப்பிலை குடத்தைக் கவனமாப்பிடிக்காமல்...”

தன்மேலே கோபப்பட்டு திட்டியபடி தலையிலடித்தா. கண்களில் கண்ணீர் முட்டிக்கொண்டிருந்தது. பார்க்க பாவமாக இருந்தது. ஏற்கெனவே நொந்துபோய் இருப்பவரைத் திரும்பவும் நோகடிப்பது சரியில்லை.

“இல்லையம்மா, குடம் இல்லை. சிறாம்பியாலை வரேக்கை அம்மி இடிச்சுப்போட்டுது...”

திக்கித்திணறி மென்று விழுங்கினேன். துயரம் நிறைந்த முகத்தோடு பரபரத்துக்கொண்டிருந்த அம்மா இப்போது நிமிர்ந்து பார்த்த விதம் சரியில்லை. கண்களில் ஏதோவொரு குழப்பமும், அவநம்பிக்கையும் கூடு கட்டிக்குடியிருந்தன. அது என் மீதான கோபமாகவோ அல்லது கண்டிப்பாகவோ இல்லை. அதையும் தாண்டிய ஒரு புதுக்குறிப்பு.

"என்ன நிலா, பாத்து வரமாட்டியே... எப்ப பார் ஏதாவதொரு வில்லங்கத்தை இழுத்துவைச்சுக்கொண்டு... அப்பா வெளிக்கிடப்போற நேரம் பாத்து நீ காலை உடைச்சுக்கொண்டு வாறாய். நான் என்னடாவெண்டால் குடத்தைக் கவிட்டுத் தண்ணியைக் கொட்டுறன். சகுனமே சரியில்லை. என்னவோ வைரவரப்பா நீதான் எல்லாம்."

'கோப்பியையும்' சீனியையும் கலந்து பெருவிரல் காயத்தில் கட்டியபடி பெருமூச்சை இழுத்துவிட்டுக்கொண்ட அம்மாவின் குரலில் கரகரப்பு நிரம்பியிருந்தது. மனது முழுக்கக் காயமாக இருந்தால் குரல் அப்படித்தான் இருக்குமோ என்னவோ. கல் பட்டு நொருங்கிவிட்ட கண்ணாடி சுக்குநூறாய்ச் சிதறியிருக்குமே அப்படியிருந்தது அம்மாவின் முகம். அதன் ஒவ்வொரு துண்டிலும் ஒவ்வொரு விம்பங்கள். கன்னமேடுகளும், உதட்டு ஓரமும் இலேசாக நடுங்கிக்கொண்டிருந்தது. புருவம் அடிக்கடி சுருங்கிவிரிந்தது. அடுப்பில் ஆவி பறந்துகொண்டிருந்தது கொதிநீர்.

படலையடியில் நின்று யாரோ அப்பாவின் பெயரைச் சொல்லிக் கூப்பிட்டார்கள். தொடர்ந்து, 'வாங்கோண்ணை' என்றபடி அப்பா எழும்பிப்போகிறார். 'ஆரெண்டு பார் நிலா' என்றபடி தன் ஈரக்கைகளைச் சட்டையில் துடைத்துக்கொண்டு அடுப்படியிலிருந்து வெளியேவந்த அம்மா இரண்டடி எடுத்து வைத்திருக்கமாட்டா, படலை வாசலில் நின்றிருந்த வர்த்தக் சங்கத் தலைவரைக் கண்டதும் பட்டென்று அப்பாவின் பக்கமாகத் திரும்பினா.

அம்மாவின் அந்த முகம் வழமைக்கு முரணானது. ஏக்கத்தால் நிரம்பியிருந்தது. கண்களில் ஒருவித அதிருப்தி. வெறுப்போ சோகமோ எதுவென்று அடையாளம் காணப்படமுடியாத ஏதோவொன்று கண்மடல்களிற்குக் கீழே வரிவரியாய்ப் பரவிக்கிடந்தது. மின்னல் மின்னியதும் இடியிடிக்கப்போகிற சத்தத்திற்கு நாங்களெல்லாம் பயந்து விழிப்பது போலவிருந்தது

அம்மாவின் அந்தத் தோற்றம். வந்திருந்தவர் அப்பாவைப் பார்த்து புன்னகைத்தார்.

"வணக்கம் அண்ணை, என்ன மாதிரி, வெளிக்கிடலாமோ...?"

"ஓம். ஓம். நான் ஆயத்தம். மற்றாக்கள் என்ன மாதிரி, எல்லாரும் வந்திற்றினமோ...?"

"இல்லையண்ணை, பெடியளின்ர வாகனம் வந்திற்று. ஆனால் இன்னும் இறைச்சிக்கடை சுதனும், நாதன் ஸ்ரூடியோவும் தான் வரேல்லை. அவங்களும் வந்திற்றாங்கள் எண்டால் வெளிக்கிடலாம். எல்லாரும் வந்தோண நான் உங்களுக்குச் சொல்லுறன்..."

"பிறகென்ன, நானும் வாறனே. ஏன் நேரத்தை வீணாக்கிக்கொண்டு."

"சரியண்ணை, அப்ப நான் திரும்பி வரேல்லை உங்கள கூப்பிட. நீங்கள் அவடத்தடிக்கு வாங்கோவன் என்ன."

"நீங்கள் முன்னாலை போங்கோ. நான் இந்தா இப்ப பின்னாலை வாறன்."

பதில் சொன்ன அப்பாவின் குரல் இப்போது நடுங்குவதுபோல இருந்தது. 'என்னதிது...? எங்களைத் தைரியமாக இருக்கச்சொன்ன அப்பா நடுங்குகிறாரா...? அம்மாவிற்குப் பின்னால் நின்று அப்பாவை எட்டியெட்டிப் பார்த்தேன். எதுவுமே தெரிவதாயில்லை. நான் ஒரு 'சுக்குட்டி'. சரியான 'தவ்வல்'. அப்பா நெடுநெடுவென்று நல்ல உயரம். இடையில் நின்று மறைத்துக்கொண்டிருந்த அம்மாவின் கைகளிற்குக் கீழால் சட்டெனப் புகுந்து எதிர்ப்பக்கமாகப் போனேன். இப்போது, அப்பாவின் முகம் இரண்டடி தூரத்தில் இருந்தது. கூர்மையாக ஆராய்ந்தேன். அப்பாவின் கண்களின் இடுக்கில் இலேசாகத் தெரிந்த ஏதோவொன்று. பசைபோல, தண்ணீராய் அரைத்து பூசிவிட்ட பளிங்கு போல, ஒரு பளபளப்பு. ஒரு ஈரம். 'உறுதியும் அழுத்தமும் தெறிக்கும் அப்பாவின் கண்களில் ஈரமா, அதுவும் கண்ணீரா...?' தூக்கி வாரிப்போட்டது. என் கண்ணிலும் நீர் கசிந்தது. யாருக்கும் தெரியாமல் பின்பக்கமாகத் திரும்பி புறங்கையால் துடைத்துக்கொண்டு, உள்ளறையில் படித்துக்கொண்டிருந்த அண்ணாக்களிடம் ஓடினேன். அம்மா இன்னும் அதே இடத்தில் நின்றுகொண்டிருந்தா.

36

“வாகனம் வந்திற்றாமடா. ஆக்களும் எல்லாரும் வந்திற்றினமாம். வர்த்தக சங்கத் தலைவர் வந்து சொல்லிற்றுப் போறார். அப்பாக்கள் போகப்போகினம்.”

தொண்டையில் படபடப்பு குவிந்திருந்தது. கைகளில் நடுக்கம். கால்கள் நிலத்தில் நிற்காமல் அந்தரத்தில் ஆடிக்கொண்டிருந்தது. தெரிந்த எல்லாவற்றையும் அண்ணாக்களிடம் உளறிக் கொட்டினேன்.”

“என்ன நிலா, உண்மையாவே சொல்லுறாய். அதுக்குள்ள நேரமாச்சே.”

‘கொப்பியை’ மூடிவைத்த சின்னண்ணா, இருந்த இடத்திலிருந்தே சற்றுப் பின்னால் வளைந்து, கையைநீட்டி, கொடியிலிருந்த ‘சேட்’டொன்றை உருவினான். நான்கைந்து உடுப்புகள் ஒன்றன் பின் ஒன்றாகக் கொட்டுப்பட்டன.

“ஓமடா, எட்டு மணிபோலதான் போறெண்டு சொன்னது. இப்ப ஏழுரை எட்டு வரும் தானேயடா.”

சின்னண்ணாவிற்குப் பதில் சொல்லிக்கொண்டே பெரியண்ணாவும் தான் எழுதிக்கொண்டிருந்ததை நிறுத்திவிட்டு எழும்பினான். கைவிளக்கு உள்ளறையிலிருந்து ‘விறாந்தைக்கு’ இடம்மாறி, ‘வாங்கிலில்’ வந்தமர்ந்தது. முகம் கழுவப்போன அப்பா இப்போது திரும்பி வந்துகொண்டிருந்தார்.

‘இஞ்சரப்பா பிள்ளையள் கவனம். ஒழுங்கா சாப்பாடுகள் குடுங்கோ’ என்று அம்மாவில் தொடங்கி, ‘செல்லுகள் கிபிருகள் வந்தால் எல்லோரும் உடனே பங்கருக்க போயிடோணும் சரியோ. சும்மா குழப்படி செய்யக்கூடாது. பள்ளிக்கூடம் விட்டு வந்தாபிறகு ரெண்டுபேருமா சேந்து கடையைத்துறவுங்கோ என்ன’ என்று அண்ணாக்களிடம் சொல்லிவிட்டு என் பக்கமாகத் திரும்பினார். கண்ணிரண்டிலும் முட்டிக்கொண்டு நின்றது கண்ணீர். அதுவரை அமைதியாகவிருந்த அம்மா விறுவிறென்று உள்ளே போய், போன வேகத்திலேயே திரும்பி வந்தா. கைகளில் நான்காய் மடித்த திருநீற்றுச்சரை.

“கொஞ்சம் குனியுங்கோப்பா...’

அப்பா என்ன என்பதுபோல நோக்கினார். அதற்கிடையில் தன் நுனிக்காலில் எட்டி, “வைரவர் இருக்கிறார். காப்பாத்துவார். ஒண்டுக்கும் பயப்படாதேங்கோப்பா” என்று சொல்லிக்கொண்டே அப்பாவின் நெற்றியில் திருநீற்றைப் பூசிவிட்டு பழையபடி சரையைப் பக்குவமாக மடித்து அப்பாவின் பயணப் பையில் வைத்தா. விரல்களில் சிறு நடுக்கம் தெரிந்தது. ‘அவசரப்பட்டு முகத்தைப் பின்பக்கமாகத் திருப்பிக்கொண்டதில் ஏதோ இருக்க வேண்டும், கண்டிப்பாக இருக்கவேண்டும். நடுங்கும் மனதையும் அழும் கண்களையும் மறைக்கத்தான் புதுச்சோட்டியும், பெரிய பொட்டும், வலிந்து ஒட்டிய முகச் சிரிப்புமாய் இருக்கிறாவா. நாங்கள் பயந்துவிடக்கூடாது என்பதால்தான் இது எதையும் வெளியில் காட்டிக்கொள்ளாமல் இருக்கிறாவா. இதில் எது உண்மை...? எது பொய்...? இரண்டும் உண்மையா அல்லது இரண்டுமே பொய்யா...’ உலகமே உறைந்துபோய்விட்டதுபோல உருமாறிக் கிடந்தது.

“நிலா, அப்பா போயிட்டு வரட்டேயம்மா. அப்பா திரும்பி வாறவரைக்கும் அம்மாவுக்குக் குழப்படி ஒண்டும் செய்யாமல் நல்லபிள்ளையா இருக்கவேணும் என்ன. பிள்ளை கெட்டிக்காரி எண்டு அப்பாக்குத் தெரியும்தானே. நான் போட்டு வாறன் என்ன.”

நிலைகுலைந்திருந்த என் முதுகில் தட்டி எனக்குக் கதை சொல்லத் தொடங்கி, கடைசியாக எல்லோருக்கும் சேர்த்து ‘போட்டுவாறன்’ சொல்லிவிட்டு வெளிக்கிட்டார் அப்பா. ஏதோ தானே எல்லைக்குப் போகிற மாதிரி ‘வாங்கிலிலிருந்த’ அப்பாவின் பயணப்பையைத் தூக்கித் தன்னுடைய தோளில் கொழுவினான் பெரியண்ணா. செருப்பை எடுத்து அப்பாவின் காலடியில் போட்டான் சின்னண்ணா. ‘சறத்தை’ மெல்லத் தூக்கி செருப்பை கொழுவிக்கொண்டு நான்கடி முன்னே சென்ற அப்பா திடீரென நின்றார். பிறகு என்னவோ நினைத்தவராக மளமளவென்று திரும்பி நடந்தார். அம்மாவின் அந்தரிப்பு நிலையில்லாமல் தவித்தது.

“என்னப்பா இது... உங்களுக்கென்ன விசரே. ஒரு இடத்துக்குப் போக வெளிக்கிட்டுட்டுப் பிறகு திரும்பிப்போறதே ஆரும்...?”

“எப்பன் பதட்டப்படாதையப்பா. உன்ரை வைரவர் இருக்கிறார் தானே பாத்துக்கொள்ள. சும்மா எடுத்ததுக்கெல்லாம் பயந்து சாகாதை. அங்க பார் அது எவ்வளவு பாவமா பாத்துக்கொண்டிருக்கெண்டு...”

நட்டநடு விறாந்தையில், வளைக்குக் கீழே, தனியாக அமர்ந்திருந்த மணியைக் காட்டிச் சொல்லிக்கொண்டே கிட்டப்போய் முற்றத்தில் நின்றபடியே வலக்காலை மட்டும் உள்ளே வைத்து மெல்ல அதைத் தூக்கினார். தாவிப் பாய்ந்து கைளில் ஏறிக் காதுகளை ஆட்டியபடி, மியாவ் மியாவ் என்று தன்பாசையில் ஏதோ சொல்லியது. மணியை இறக்கிவிட மனமில்லாமல் கைகளில் ஏந்தியபடி திரும்பிவந்தார்.

“சரியப்பா, வெளியில செரியான இருட்டாக் கிடக்கு. மழையும் வரப்போகுது போல. நீங்கள் உள்ள போங்கோ, நான் போட்டு வாறன் என்ன. திரும்பி வரும்வரைக்கும் பிள்ளையள் கவனம். உன்ர பொறுப்பிலதானப்பா விட்டுட்டுப்போறன் பத்திரமா பாத்துக்கொள்ளு.”

கையிலிருந்த பூனையை அம்மாவின் விரல்களிற்கு இடம் மாற்றிக் கொடுத்துவிட்டு, திரும்பத் திரும்ப ‘கவனம்’ சொல்லியபடி புறப்பட ஆயத்தமானார். அப்பா ஏற்கெனவே நல்ல கருங்காலிக்கறுப்பு. ஒற்றை வெளிச்சமில்லாத தெருவீதியில் தன்னந்தனியனாய் அவர். படலையிலிருந்து இரண்டடி முன்னே வைத்தபோதே பாதி ஆள் காணாமல்போயிருந்தார்.

ஊர் மொத்தமாய் மௌனத்தில் ஊறிக்கிடக்கத் தன்னந்ததனியனாய் அப்பா நடந்துகொண்டிருந்தார். அவருக்குப் பின்னே என் இதயமும். ‘ஒருமுறையாவது திரும்பிப் பார்க்கிறாரா’ என்ற ஏக்கம் நீள பார்த்துக்கொண்டே நின்றேன்.

ஏதோவொரு அசாதாரண முன்னுணர்ச்சி ஏற்கெனவே இதயத்தை அறுக்கத்தொடங்கியிருந்தது. எலிகள் தாள்களைக் கடித்துப்போடுவதுபோல உள்ளே துண்டுதுண்டாய்ச் சிதறிக்கிடந்தது மனம். இதுவரையிருந்ததைவிட மலைமலையாய் வளர்ந்து அச்சுறுத்தத்தொடங்கியது பயம். ‘அப்பா எல்லைக்குப் போகப்போகிறார் என்பதைக் கேட்கும் போதுகூட ஓரளவு அதை ஏற்றுக்கொள்ள முடிந்தது. ஆனால், எங்களிலிருந்து நீங்கி ஒவ்வொரு நொடியாகத் தள்ளித் தள்ளிப்போவதை எப்படிப் பார்த்துக்கொண்டு நிற்பது...?’

மெதுவாகத் தலையை உயர்த்தி அம்மாவைப்பார்த்தேன். அம்புலி மாமா குங்குமப்பொட்டும், திருநீற்றுப்பூச்சும் பளிச்சென்றிருந்தன. வாரிப் பின்னியிருந்த தலைமுடி இடுப்பை தொட்டுக்கொண்டிருந்தது. வெளியில் போனால் தவிர,

வீட்டிலிருக்கும் நேரங்களில் அம்மா இப்படிப் பின்னுவதே அபூர்வம்.

"அம்மா... அம்மா..."

செல்லம் கொஞ்சும் குரலில் குழைந்தேன். வீதியில் நிலைகுத்தியிருந்த பார்வையை மாற்றி, என் உச்சந்தலையில் முத்தமிட்டுவிட்டுக் உள்ளே போகத் திரும்பினா. இடுப்புக்குப் பின்னால் கைகளைக் கோத்து இறுகக் கட்டிப்பிடித்தேன். செல்லம் கொஞ்சும் நேரங்கள் தவிர இதுவரை இப்படி நான் செய்ததில்லை. ஆனால், இன்று அந்த இறுக்கம் ஏதோவொரு பாதுகாப்புணர்வைத் தந்தது. கைகளில் ஒருவிதக் கதகதப்பு. மயக்கம் தெளிவிக்கும் தண்ணீர் மாதிரி அந்த அணைப்பு என்னை மீட்டெடுத்தது.

'இப்ப அண்ணாக்கள் என்ன செய்வாங்கள்...?' திரும்பி அண்ணாக்களைப் பார்த்தேன். ஆட்களிற்கு பதில் படலைக்கப்பு தான் நின்றுகொண்டிருந்தது. கைகளை நீட்டித் துளாவினேன். ம்கூம், ஆட்கள் இங்கில்லை. என் கண்ணில் மண்ணைத் தூவிவிட்டு எப்போதோ அப்பாக்குப் பின்னால் போய்விட்டிருந்தார்கள்.

அம்மாவின் பிடியிலிருந்து பறித்துக்கொண்டு, அப்பாவை வால்பிடித்துக்கொண்டு ஓடினேன். இரக்கமில்லாத கற்கள். செருப்பில்லாத காலென்றும் பார்க்காமல் வதம்செய்தன. 'இருந்தாலும் பரவாயில்லை. நான் போயே தீருறதுதான்'. என் ஓர்மத்தைக் கலைத்துப்போட்டது அம்மாவின் காட்டுக்குரல்.

"உந்த இருட்டுக்கு என்ன தடவுறாய் நிலா. ஏதும் பூச்சி பூரான் இருந்தாலும். இங்கா லை வா பாப்பம்..."

"இல்லை நானும் அப்பாவோட..." வார்த்தையை முடிக்கவில்லை.

"அப்பாவோடை எங்க, எல்லைக்கோ. ஆ, சரி பின்ன போட்டுவா. ஆளையும் முழியையும்... வா கெதியா இங்காலை. சொல்லிப்போட்டன்."

"அப்ப அண்ணாக்கள்..."

"உனக்கு ஒருக்கா சொன்னால் விளங்காதை நிலா. நீ சின்னப்பிள்ளை. அவங்கள் அரசியல்துறை வரைக்கும் போய் அப்பாவ ஏத்திவிட்டுட்டு வரட்டும். இருட்டிலை நீ வெளியிலை நிக்கவேண்டாம். உள்ள வா."

அம்மாவின் குரல் கல்லாய் இறுகியிருந்தது. அவ்வளவு தீர்மானம். ஒருவேளை இங்கே கல்லு மாதிரி நின்றுவிட்டு, அங்கே அரசியல்துறையடியில் போய் அழுது ஆர்ப்பாட்டம் பண்ணுவேன் என்று நினைத்தாவோ என்னவோ. கோபம் பாதி, பயம் பாதி, அழுகை பாதி, அடம் பாதியாகப் படலையடியில் நின்று பார்த்துக்கொண்டே நிற்கிறேன். நேரம்தான் போகுதே தவிர, போன அண்ணாக்கள் திரும்பிவருதாய்க் காணோம்.

"நிலா, மழை வரப்போகுது போல. அதிலை நிண்டு விடுப்புப் பாத்தது காணும். கெதியா உள்ள வா."

அம்மா திடீரென அதிகாரத் தோரணையில் கூப்பிட்டது கொஞ்சம் கூடப்பிடிக்கவில்லை. பேசாமல் தலையைத் தொங்கப்போட்டுக்கொண்டு உள்ளே போனேன். முற்றத்தைக் கடந்து 'விறாந்தையில்' கால்வைக்கவும், முற்றத்தில் வந்து விழுந்தது மழைத்துளி.

மெல்லமாய்த் தூறத்தொடங்கிய மழை ஒப்பாரிவைத்து அழுகிறமாதிரி ஓவென்று கொட்டத்தொடங்கியது. 'நானழுதா மட்டும் அம்மா பேசுவா. இப்ப இந்தமழை இப்பிடி அழுகுதே அதுக்கு என்ன செய்யப்போறா'. என்ன நினைக்கிறேன் என்பதைக் கண்டுபிடித்திருப்பாவோ என்னவோ படீரென்று வெடித்தா.

"என்னநிலா, கூரை ஒழுகுதெல்லே. அந்தா, அந்தக் கிண்ணத்தை எடுத்துக்கொண்டுவந்து வை பாப்பம்."

"என்னம்மா..."

"சொல்லுறது விளங்கேல்லையே. ஒழுகிற இடத்தில அந்தச் சருவத்தையும் சின்னக்கிண்ணத்தையும் எடுத்து வைக்கச்சொன்னான்."

கோபம் பூசிய சொற்களில் இப்போது நெருப்புதெறித்தது. என்னைக் கணக்கிலேயே எடுக்காமல், 'விறாந்தை'க்கொடியிலிருந்த உடுப்புகளை எடுத்துக்கொண்டு உள்ளே போய்க்கொண்டிருந்தா. மழை வந்தால் வெளிக்கொடியிலுள்ள உடுப்புகளை உள்ளே மாற்றவேண்டும். இல்லையென்றால் தூவானம்பட்டு அவ்வளவும் ஈரமாகிவிடும்.

கூரைத் தாவாரத்தில் விழும் நீர் தெறித்து 'விறாந்தையின்' முன்பக்கம் நனைந்துவிட்டிருந்தது. போதாக்குறைக்கு அங்கங்கு ஒழுக்குகளும். சாணிபோட்டு மெழுகிய தரை. முற்றத்துக்கும் 'விறாந்தைக்கும்'

அரையடி உயரம் கூட இல்லை. தாழ்வாரத்தில் தேங்குகிற மழைநீர் உள்ளேவர விருப்பப்பட்டு எட்டியெட்டிப்பார்க்குது. இன்னும் அரைமணித்தியாலயம் மழை பெய்தால் கண்டிப்பாகத் தண்ணீர் உள்ளே வந்துவிடும். ஆனால் அதுக்கு முன்னமே தரை கசிந்து நொதுநொதென்று ஆகியது. செவ்விளனியில் இருக்குமே வழுக்கல் அதுமாதிரி.

“அம்மா நிலமெல்லாம் ஒரே ஊத்தல். காலை கீழ வைக்கேலாதாம். நான் உள்ளறைக்குப் போறன்.”

மெல்லிய குரலில் முறைப்பாடு சொல்லிக்கொண்டே உள்ளே போனேன். மறுப்பு வரவில்லை.

வழமையாக மாரிக்குத்தான் நிலம் இந்தமாதிரி ‘ஊத்தல்’ எடுக்கும். காலைக் கீழே வைக்கமுடியாது. படிக்கிறதென்றாலும் சாப்பிடுவதென்றாலும் ‘வாங்கிலில்’ இருந்துதான். ஒருமுறை நான்கைந்து நாளாக ஒரே மழை. நிலம் ஊறி, ‘விறாந்தை’ ஊறி, மண்சுவரும் ஊறி இந்தா விழப்போறன் என்று பொருமிப்போய் நிக்குது. ஒரு தடியை எடுத்துப் பின் பக்கமாக முண்டுகொடுத்து நிப்பாட்டி வைத்திருக்கிறார் அப்பா. பகலில் விழுந்தால் கூட ஏதாவது பார்த்துக்கொள்ளலாம். இரவிலென்றால், குடும்பமாகக் கைலாயம் போகவேண்டியதுதான்.

இரண்டு நாட்கள் ‘தாக்காட்டி’யாகிவிட்டது. மூன்றாம்நாள் நள்ளிரவில் ‘டொங்கு டொங்கென்று’ ஏதோ சத்தம். பாதி நித்திரையில் எழும்பிப் பார்த்தால் அப்பா மண்வெட்டியோடு நிற்கிறார். அம்மா அப்பாக்குப் பக்கத்தில் ஒரு பெரிய தடியோடு நிற்கிறா. ஆனால் இவ்வளவு காலமும் அதில் இருந்த சுவரைக் காணவில்லை.

‘எழும்பிற்றியே நிலா... கிட்ட வராத. அதில நில்லு. சுவர் விழுகிற மாதிரி இருந்தது. அதுதான் அது விழமுதலே அப்பா அதைத் தள்ளி வெளிப் பக்கமா விழுத்திற்றன். நானும் அம்மாவும் இதைப் பரவிற்று வாறம். அண்ணாக்களையும் எழுப்பிக்கொண்டுபோய் கடைக்க படுங்கோ’ என்றுவிட்டு அப்பா விழுந்த சுவரைத் தட்டிப்பரவி வெள்ளம் உள்ளே வராமல் அணை செய்துகொண்டிருந்தார். அதுக்குப் பிறகு மழை விட்டு, நிலம் காய்ந்து, நான்கைந்து நாளைக்குப் பிறகு சுவர் வைத்தோம்.

இப்போது பெய்கின்ற மழையும் பெரிதாகத்தான் கொட்டிக்கொண்டிருந்தது. வெறும் இருபது இருபத்தைந்து

நிமிடத்திலேயே 'விறாந்தை' ஊறிக் கசிந்துவிட்டது. முன்னைப்போல இப்போதும் ஏதும் அசம்பாவிதம் நடந்துவிட்டால்... நினைக்கவே பயங்கரமாக இருந்தது.

"அம்மா, இந்த மழை நிக்காமல் முந்திமாதிரி சுவர் விழுந்தா என்னெம்மா செய்யுறது அப்பா இல்லாமல்...?"

"ஏனிப்ப அப்பா இல்லாமல் எண்டு அபசகுனமாய்ச் சொல்லறாய்... எத்தினதரம் சொன்னாலும் விளங்காது உங்களுக்கு."

"இல்லையம்மா, அப்பா எல்லையிலை எல்லோ நிப்பார் அதுதான்..."

திக்கித்திணறி இழுத்தேன். எது சொல்லவும் பயமாக இருந்தது. இதுவரையிருந்த அமைதியும் அன்பும் எங்கே போய் ஒளிந்ததென்று தெரியவில்லை. அப்பா என்ற சொல்லையெடுத்தாலே சூறாவளியாய்ச் சூழட்டியடித்தா அம்மா. 'என்ன ஆச்சு இந்த அம்மாவுக்கு. சிரிப்பும், பக்தியுமாய் நடமாடிய அம்மா மாறி, சிடுசிடுவென்றிருக்கும் இந்தம்மா எப்போது வந்தா.' ஒன்றும் புரியவில்லை.

"காயப்பட்டா தூக்கிக்கொண்டு வாறாக்கள், சாப்பாடு கொண்டு போறாக்கள், றெக்கிக்கிக்குப் போறாக்கள் எல்லாரும் மழை, வெயிலெண்டு பாக்காமதான் வேலை செய்யிறாங்கள். எவ்வளவு பாவம் தெரியுமே. நுளம்பு கடிக்கும். பாம்பு பூச்சி வரும். ஆமிக்காரன் வேற அடிக்கடி செல்லடிப்பான். எல்லாத்தையும் தாண்டித்தான் அந்தப் பிள்ளையள் அங்க நிக்குதுகள். நீங்கள்தான் இங்க சொகுசாயிருந்துகொண்டு தொட்டதுக்கெல்லாம் அடம்பிடிக்கிறியள்."

எதைச் சொன்னாலும் அங்கு சுற்றி இங்கு சுற்றி கடைசியில் என்னில்தான் கொண்டுவந்து முடித்தா. ஆனாலும், அந்த வார்த்தைகளில் நியாயம் இருக்கத்தான் செய்தது. 'இவ்வளவு கஸ்ரத்தையும் தாங்கிக்கொண்டுதான் இயக்க மாமாக்களும் அக்காக்களும் சண்டையில நிக்கினம். அவை அங்க நிக்கிறவடியாத்தான் ஆமிக்காரன் இங்க வராமல் நிக்கிறான்...'

இமைகளை மூடி, மனதை ஒருநிலைப்படுத்தி, என்னுடைய ஞானக்கண்ணில் எல்லையில் நடப்பதையெல்லாம் கொண்டுவரப் பார்த்தேன். ஒரு முன்னரங்கப் பகுதி. அதில் ஐ வடிவ 'பங்கர்'. நான்கைந்து நாளாக விடாமல் கொட்டுகிற பேய்மழை. மழைக்கு

வழிந்த நீரெல்லாம் அந்த 'பங்கருக்குள்ளே' தேங்கி நிற்கிறது. இடுப்பளவு தண்ணீருக்குள்ளே காவல்கடமையில் நிற்கிற இரண்டு அக்காக்களில் ஒராள் நிருபனின் அக்கா. வெள்ளத்தில் நனையாமல் துவக்கை 'பங்கர்' வித்தனில் வைத்தபடி நின்றுகொண்டே நித்திரை கொள்கிற ஆறு அக்காக்கள். அவைக்குப் பின்னால்... பின்னால்...

தத்தக்க புத்தக்க என்று சேற்றுக்குள்ளால் யாரோ குதித்து விழுந்து ஓடிவருகிற சத்தம். 'ஐயோ ஆரது...? ஆமி வந்திற்றானா, இல்லை இயக்கம்தானா... எதுக்கும் எடு துவக்கை...' என் காட்சி உயிர்கொண்டு கத்த ஆரம்பித்தது. பார்த்தால், அது 'ஆமி'யுமில்லை, இயக்கமுமில்லை. எங்கள் வீட்டு குழப்பன்காசிகள் இரண்டும் தான். தவளை பாய்ந்த கணக்காகத் தாவித் தாவி வருகுதுகள்.

"ஏனடா, கொஞ்சநேரம் நிண்டுட்டு மழைவிட வந்திருக்கலாம் தானே. உந்த மழைக்குள்ளாலை வண்டில்விட்டுக்கொண்டு வாறியள், நல்ல அடியில்லாத குறை. இந்தா இந்தத் துவாயாலை தலையை நல்லா உணத்திப்போட்டு உள்ளவாங்கோ ரெண்டு பேரும். பிறகு தடிமன் புடிச்சிடும்"

உள்ளறை நிலையடியில் நின்று பெரியண்ணாவிடம் 'துவாயை' எட்டி நீட்டினா அம்மா. ஆளுக்கொரு பாதியைப் பிடித்துக்கொண்டு உணத்த ஆரம்பித்தார்கள். 'அண்ணாக்கள் மழையில் நனைஞ்சால் மட்டும் தடிமன் பிடிச்சுடும். எல்லையிலை நிக்குறாக்கள் நனைஞ்சால் மட்டும் தடிமன் பிடிக்காதா...? அம்மாட்டை இப்ப இதைக் கேட்டால் அதையும் கடைசியா என்னிலைதான் கொண்டுவந்து முடிப்பா. இப்ப வேண்டாம். பிறகு ஆறுதலா கேட்டுத் தெரிந்துகொள்ளலாம். எனக்குத்தான் இரண்டு வழிகள் உண்டே. உலகப் படம் ஒன்று. விஞ்ஞானி ஒன்று.

37

வந்திருந்தவரின் குரல் கொந்தளித்துக்கொண்டிருந்தது. ஒவ்வொரு நொடியும் கூடக்கூட அவரின் சொற்களும் தடித்துக்கொண்டே வந்தன. வெளியில் சுள்ளென்றெரிக்கும் வெயில். கடைக்குள் வெக்கை வெளுத்து வாங்கிக்கொண்டிருந்தது. வந்திருந்தவரின் வாயிலிருந்து வெளிப்பட்ட சொற்களின் வெப்பத்தில் அம்மா கருகிக்கொண்டிருந்தா.

"போனகிழமை வந்திருந்தனான், நேற்று வரச்சொன்னவர். நேற்று வெள்ளிக்கிழமை, எண்டுட்டுத்தான் இண்டைக்கு வந்தனான். பாவம்பாத்து நாங்கள் நடந்தா அவர் செய்திற்றுப்போயிருக்கிற வேலையைப் பாருங்கோ... சே நெடுகவும் இப்பிடித்தான். என்ன மனிசனோ..."

"இல்லையண்ணை, அவர் மூண்டு நாளைக்கு முன்னம்வரை இங்கதானே நிண்டவர். அப்ப வந்திருந்தீங்களெண்டால் ஒரு சிக்கலும் இல்ல..."

"என்னை என்ன விசரன் எண்டு நினைக்கிறாரோ... பழக்கமில்லாத ஆக்களைச் சீட்டிலைச் சேத்ததுக்கு எனக்கு இதுவும் வேணும். இன்னும் வேணும். இந்தா, கடைசியா காசை கொண்டு ஓடிற்றார் எல்லே..."

"அவர் ஒரு இடமும் ஓடேல்லையண்ணை. எல்லைக்குத்தான் போட்டார். காசு எவ்வளவு எண்டு சொல்லுங்கோ. நாளைக்கு எப்பிடியும் நான் தந்துடுறன்..."

கெஞ்சும் தொனியில் அம்மா வேண்டிக்கொண்டிருந்தா. இப்பிடியொரு சிக்கல் வரும் என்று எதிர்பார்த்திருக்கவில்லை. நடுங்கிக்கொண்டிருந்த கைவிரல்கள் மாறிமாறி நெட்டிமுறித்துக் கொண்டிருந்தன. காதோரமாக வியர்வை வழிந்து கழுத்தில் விழுந்து மறைந்தது. அதைத் துடைக்கக்கூட கைவிரல்களைப் பிரிக்கவில்லை. அந்த மனிதருக்கு அம்மாவின் பதிலைக் கேட்பதில் விருப்பமில்லை. உள்ளே வந்து தான்மட்டும் ஏசுவதும், பிறகு வெளியில் போய் காற்று வாங்குவதும், திரும்பிவந்து மறுபடி ஏசுவதுமாக ஒரே வேலையையே திரும்பத் திரும்பச் செய்துகொண்டிருந்தார்.

எனக்குப் பொறுமையில்லை. எத்தனை நேரம்தான் இப்படியே கதவிடுக்கில் நின்று காத்துக்கொண்டிருப்பது. கால்கடுக்க ஆரம்பித்தது. 'இன்னும் நிருபன் எனக்காகக் காத்திருக்கிறானோ அல்லது போய்விட்டானோ... ஏதாவது ஒரு ஊட்டுக்குள் கேட்டுவிட்டுப் பறந்துவிடலாமென்றால், ஒரு சிறு இடைவெளி கூடவிடாமல் பேசிக்கொண்டேயிருக்கிறான். விசரன், சரியான விசரன்.' எனக்குள்ளே பொருமினேன்.

"என்ன எல்லாருமா விளையாடுறியளே. அவரும் தரேல்லை. நேரிலைபோய் வாங்கிவருவமெண்டு வந்தால் கடையிலை ஆள் இல்லை. எனக்குக் காசும் இல்லை..."

“இல்லையண்ணை, குடுக்குமதி, தருமதி எல்லாம் விளக்கமா எழுதித் தந்திற்றுத்தான் போனவர். ஆனா, கொப்பியிலை நீங்கள் சொல்லுற பேரும் இல்லை, தொகையும் இல்லையே...”

சாமித்தட்டிலிருந்த ‘கொப்பியை’ எடுத்து இன்னொருமுறை வரிவரியாகச் சத்தமாகப் படித்தான் பெரியண்ணா. *‘விஸ்வலிங்கம் அண்ணை 200, நவம் 170, சிவமண்ணை சீட்டுக்காசு 330...’* அடுத்தடுத்து வந்த பலபத்துப் பெயர்களிலும் வந்திருந்தவர் சொல்வதுபோல அப்படி எதுவும் இல்லவேயில்லை. அண்ணாவிற்கு என்ன செய்வதென்று தெரியாமல் அம்மாவைச் சந்தேகத்தோடு திரும்பிப் பார்த்தான். அம்மா அவனைப் பார்க்கவேயில்லை. கழுத்துவெட்டிக் கோழியொன்று தலைகுனிந்து தொங்குவதுபோல குனிந்ததலை நிமிராமலே நின்றிருந்தா. நடு உச்சியில் குங்குமம் ஈரம் பிசுபிசுத்துச் சிவப்பாய் வழிந்தது.

“என்ன தம்பி, எனக்கும் நேரம் போகுது. மற்றவனைப் பேயன் ஆக்கிறதிலை அப்பா பிள்ளையள் எல்லாரும் ஒரே மாதிரியே இருக்கிறியள் என்ன...?”

குரலில் தீவிரத்தைக் கூட்டினார் அந்தநபர். சரியாக அந்த நேரம் பார்த்து, ஒரு அம்மாவும் கூடவே ஒரு அக்காவும் கடை ‘விறாந்தையில்’ வந்து ஏறினார்கள். பிறகு என்ன நினைத்தார்களோ, அப்படியே உள்ளே வராமல் கடையைக் கடந்து அப்பால் சென்றார்கள்.

“அண்ண, என்னண்ணை கடைக்கு வாற ஒண்டுரெண்டு சனத்தையும் உதிலை நிண்டு கத்தி, கடைக்கு வராமப்பண்ணுறியள்...”

‘விறாந்தை’ விளிம்பில் போய் நின்று வெளியே எட்டிப் பார்த்தான் பெரியண்ணா. எங்கள் கடைக்கென்று வந்தவர்கள், சற்றுத் தள்ளியிருந்த மற்றொரு புடவைக் கடைக்குள் நுழைந்திருக்க வேண்டும். ‘விளங்கினமாரித்தான்’ என்று புறுபுறுத்தபடி திரும்பி வந்தான். அந்த ஆள் மட்டும் அங்கிருந்து போவதாகவில்லை. பேச்சு வளர்ந்து சண்டையாக மாறிக்கொண்டிருந்தது.

“நானென்ன சொல்லுறன், நீங்கள் என்னடாப்பா சொல்லிக் கொண்டிருக்கிறியள். காசுக்கு வரச்சொல்லிப்போட்டு தராமல் விளையாட்டும் காட்டிக்கொண்டு பிறகு அதுக்குள்ள உங்களுக்கு ரோசம் வேற என்ன...”

“அண்ணை, உங்களுக்குத் தருமதியிருந்தா இதிலைக் கட்டாயம் எழுதியிருப்பார். அப்பிடி ஒண்டும் இதிலை இல்லை...”

“நல்லா சொல்லுறியள் எல்லாரும்... இனி பத்துநாளோ இருபதுநாளோ... அவர் திரும்பி வரும் வரைக்கும் நான் காத்திருக்கேலுமே... ஒருவேளை போன இடத்திலை வீரச்சாவு கீரச்சாவெண்டால், அதுக்குப் பிறகு என்ன செய்யிறது. என்ரை காசு அம்பேல்தானே. ஆ...”

“நிப்பாட்டுங்கோ. என்ன வார்த்தை சொல்லுறியள். மனிசரை எல்லைக்கு அனுப்பிப்போட்டு வயித்தில நெருப்ப கட்டிக்கொண்டு நிக்கிறம் நாங்கள். நீங்கென்னடாடெண்டா...”

அமைதியை உடைத்துக்கொண்டு பறந்து வந்த அம்மாவின் சொற்களுக்குச் சுருதி கூட்டிக்கொண்டு வீதியால் ஒரு ‘அம்புலன்ஸ்’ வண்டி கடந்துபோனது. கறமுற கறமுறவென அதுவரை சண்டையிழுத்துக் கொண்டிருந்தவரிடமிருந்து ஒரு பேச்சுமூச்சில்லை.

“உங்களுக்குமா சேத்துத்தான் அங்க அந்த மனிசன் எல்லையிலை நிக்குது. ஆனா, நீங்கள் சே... வெறும் காசுக்காக என்ன கதைக்கிறியள். இன்னொரு இடத்திலை போய் அப்பிடிக் கதைக்காதேங்கோ சரியே. உங்களுக்கென்ன, காசு வேணும். அவ்வளவுதானே. எவ்வளவு காசு தரோணும். சொல்லுங்கோ... தலையைக் குடுத்தாவது நான் ஏற்பாடு செய்துதாறன். சொல்லுங்கோ, எவ்வளவு தரோணும்... எவ்வளவு...”

ஒரு பெரும் புறாக்கூட்டம் படபடவென செட்டையடித்துச் சடசடப்பது போலப் பறந்தன சொற்கள். உச்சிவெயிலில் ஆகாசத்தில் சுற்றிக்கொண்டிருந்த சூரியன் இப்போது அம்மாவின் தொண்டைக்குள் இறங்கியிருந்தது. ‘மண்ணுக்குள்ள ஒரு நெருப்புக் குழம்பு ஒளிஞ்சு விளையாடிக்கொண்டிருக்குது. அது எப்ப மண்ணைப் பிளந்துகொண்டு வெளியில வந்து நெருப்ப கொட்டுதோ அப்பத்தான் அது எரிமலையாகுது’ என்று விஞ்ஞான ‘ரீச்சர்’ சொன்னது கண்ணுக்கு முன்னால் நடந்துகொண்டிருந்தது. அம்மாவும் ஒரு நிலம்தான். இதுவரை சாந்தமாய் இருந்த நிலம். இப்போது தீப்பிழம்பாய் உடைத்துப் புறப்பட்டுவிட்ட எரிமலை. அதை எதிர்பார்த்தேயிராதவர் போலப் பேந்தப்பேந்த முழித்துக்கொண்டிருந்தார் வந்திருந்தவர்.

“எத்தினை ரூபா தரோணுமெண்டு கேட்டேன்...”

கண்களை நேராகப் பார்த்து கர்ச்சித்தது அம்மாவின் குரல்.

“இ...இ...இருநூறு ... இருநூறு ரூபா...”

அடுத்தநொடி, சுழட்டியடிக்கும் சூறைக் காற்றாய்க் கடையை விட்டு வெளியேறினா அம்மா. இன்னும் வேகமும் கோபமும் குறைந்திருக்கவில்லை. ‘எங்கே போகிறா...? ஏற்கெனவே, கடைக்குள் வரவேண்டாமென்ற கட்டளை வந்திருப்பதால் இப்போது போகவும் முடியாது’. பின்கதவிடுக்கில் கண்களைச் சொருகிக்கொண்டே அடுத்த காட்சிக்காய் காத்திருந்தேன்... ‘என்னதான் செய்யப்போகிறா இந்த அம்மா.?’ மண்டை விறைக்கத்தொடங்கியது. அப்படியே அவ்விடத்தில் அமர்ந்துகொண்டேன். நிருபன் போயிருப்பானோ என்று மனதினுள்ளே குட்டிபோட்டு வளர்ந்துகொண்டிருந்த பயத்தை கலைத்ததுக் சின்னண்ணாவின் குரல்.

“நிலா, கொஞ்சம் தள்ளு. கடைக்குப் போகோணும்...”

வளைந்து பல்லிபோல சுவரோடு ஒட்டிக்கொண்டு வழிவிட முயற்சித்தேன். நான் விலகுவதற்குள்ளேயே என்னை இடித்துக்கொண்டு கடைக்குள் நுழைந்தான் சின்னண்ணா. “என்னடா தனகுகிறாய்...” எனக்கு இரண்டடி முன்னே நின்றவனின் நீலக்காற்சட்டையின் இடுப்புப்பட்டியைப் பிடித்துப் பின்னே இழுத்தேன். வழமாக மாட்டிக்கொண்டார் ஆள். அந்தப் பக்கம் இந்தப் பக்கம் திரும்பவும் முடியாது. அது ஒரு குட்டி ஓடை. உடலை வளைத்துப் பின்பக்கம் திரும்பவும் கடினம். வேட்டைக்குப் போகிறவர்களிடம் அகப்பட்ட முயல்க்குட்டி கணக்காகத் தொங்கிக்கொண்டிருந்தான். குரலில் மட்டும் திமிர்.

“நிலா, இவ்வளவு நேரமும் கடையிலை நிண்டுட்டு இப்பத்தான் பின்னுக்குப்போய் சாப்பிட்டுட்டு வாறன்... நீ இப்ப என்னோடை தேவையில்லாமல் தனகி வாங்கிக்கட்டப் போறாய், ஆ...”

“ஏலுமெண்டால் ஒருக்கா சும்மா திரும்பிக்காட்டு பாப்பம்...” - எகத்தாளம் காட்டினேன்.

ஒரு நொடி. ஒரே நொடி. அப்படியே நின்றபடியே பின்பக்கமாகக் கையை நீட்டி என் தலையைத்தொட்டான். கீரைப் பிடிக் குடுமி அவன் கைக்குள் போயிருந்தது. கையால் அவன் முதுகில் மொத்துமொத்தென்று குத்திக்கொண்டே கத்த ஆரம்பித்தேன்.

கழுத்து வலித்தது. பிடரிப் பக்கத்துப் பூனைமுடி நான்கைந்து தனியாக இழுபட்டதால் உயிர் ஊசலாடிக்கொண்டிருந்தது.

“விடுடா... விடுடா... அம்மாணை தலை நோகுது. சின்னண்ணா விடடா... டேய் விடடா...”

“இனிமேல் எப்பவும் தனகமாட்டேன் எண்டு சத்தியம் பண்ணு விடுறன்.”

“அம்மாணை நோகுதெண்டுறன்...’

“அப்ப சத்தியம் பண்ணு, விடுறன்.”

“ஆ... பண்ணமாட்டன்.”

“அப்ப விடமாட்டன்.”

“அண்ணா இவனென்ன கொல்லப் பாக்கிறான். விடச் சொல்லண்ணா...” - பெரியண்ணாவிடம் சரணடைந்தேன்.

“கடையிலை என்ன நடக்குதெண்டு தெரியாமல், பின்னாலை நிண்டுகொண்டு என்ன குறளிவித்தை காட்டுறியள் ரெண்டு பேரும். நிலா உள்ளை போ... தம்பி முன்னுக்கு வாடா...”

கட்டளையாகக் காற்றில் வந்த பெரியண்ணாவின் குரலில் அப்பாவின் அதிகாரவாசம். எப்போதும் சாந்தமாகவே பேசும் அண்ணாவின் குரலின் கோபத்தைத் தரிசிப்பது எனக்கு மட்டுமல்ல, சின்னண்ணாவிற்கும் புதிதுதான். பட்டென என்னை விடுதலை செய்துவிட்டுக் கடைக்குள் புகுந்தான். அதிகாரக் கட்டளைக்கு அடங்குவதென்பதெல்லாம் அவன் அகராதியிலேயே இல்லை. ஆனால், இப்போது பெட்டிப் பாம்பாக, அதுவும் அப்பா கூட இல்லை, பெரியண்ணாவின் சொல்லை காதில்போட்டுக்கொண்டு கிளம்புகிறான் என்றால்... நம்பவே முடியிவில்லை. வியப்பாகவிருந்தது.

“லாச்சிக்குள்ள எத்தினை ரூபா இருக்கெண்டு பார் கதிர். ஒரு எண்பது ரூபா இருக்குமோ...”

சின்னண்ணா உள்நுழையும் அதேநேரத்தில் விறுவிறுவென கடைக்குள் நுழைந்தா அம்மா. கையில் சில தாள்காசுகள் என்ன நடக்கிறது என்று தெரியாமல் முழுசிக் கொண்டிருந்தன.

“எண்பது ரூபா வருமோ தெரியேல்லையம்மா, பாக்கிறன்...”

“காணாட்டில் சில்லறைக்குத்தியளையும் சேத்து எண்ணிப்பார்.”

பெரியண்ணா ‘லாச்சியில்’ கையை விட்டுத் துளாவி நான்கைந்து தாள்காசுகளை எடுத்து மேசைமேல் போட்டான். முன்பின் எதுவும் தெரியாத சின்னண்ணா அம்மாவையும் பெரியண்ணாவையும் மாறிமாறிப் பார்த்தான்.

“இப்ப, என்னத்துக்கம்மா காசு...?”

அம்மா ‘லாச்சியையே’ பார்த்துக்கொண்டிருந்தா. பதில் சொல்லவில்லை. ‘பின்னிருக்கிற எனக்குத் தெரிந்த கதைகூட கடையில் நிக்கிற அவருக்குத் தெரியாது. பிறகு அதுக்குள்ள கடையில எல்லாமே அவருக்குத்தான் தெரியும் எண்டுற கணக்கா வீண்பந்தா.’ சிரிப்பு வந்தது.

“அண்ணா, என்னடா நடக்குதிங்கை... என்னத்துக்குக் காசு...? ஏனிப்ப அம்மாவும் நீயும் இருக்கிற சில்லறையெல்லாம் பொறுக்கிறியள்...?”

சில்லறைகளை எண்ணிக்கொண்டிருந்த பெரியண்ணாவை உலுக்கினான் சின்னண்ணா.

“ஆருக்கோ சீட்டுக்காசு குடுக்கோணுமாமடா... வந்துநிண்டு கத்திக்கொண்டே நிக்கிறார். நாளைக்கு வரச்சொன்னாலும் மாட்டாராம்...”

“ஆர், பாலமுருகன் கடைக்காரரோ... அவருக்குத் தெரியுந்தானே அப்பா எல்லைக்குப் போட்டாரெண்டு...”

“இல்லையடா, இது வேறையாரோ...”

“டேய், அப்பா அவரிட்டை மட்டுந்தானே சீட்டு பிடிக்கிறவர். ஒரேயொரு சீட்டுதானே போட்டிருக்கிறார். இப்ப யார் புதுசா...?”

“அந்தா விறாந்தையில நிக்கிறார். அவர்தான். அண்ணை, இங்கை வாங்கோ. இந்தாங்கோ உங்கடை காசு...”

‘லாச்சியிலிருந்து’ சில்லறைகளைப் பொறுக்கியெடுத்து, அம்மாவிடமிருந்த தாள்காசுகளையும் அதோடு சேர்த்து ஒன்றாக எண்ணியபடியே வந்திருந்தவரைக் கூப்பிட்டான் பெரியண்ணா. காசு கிடைத்த நிம்மதியில் திரும்பிவந்து மேசைக்கு முன் நின்றார் அவர். சுருட்டை முடி. கொஞ்சம் பழுப்பேறிய கண்கள். அளவாக வைத்த மீசை. நெற்றியில் சநதனப் பொட்டு.

“அண்ணா, கொஞ்சம் பொறு. இவரை நான் எங்கயோ பாத்திருக்கிறன்... டேய், இவன்... இவன்தான்ரா, அப்பா காசு தரோணுமெண்டு சொல்லி ரெண்டு மூண்டு மாசத்துக்கு முன்னம் என்னை ஒராள் ஏமாத்திற்று சறம் வாங்கிக்கொண்டு போனதெண்டு சொன்னன். இவர் தான்ரா ஆள்... இவர்தான்...”

கையிலிருந்த காசைப் பறித்து ‘லாச்சிக்குள்’ திணித்து சடாரென்று மூடிவிட்டு பெரியண்ணாவைப் பார்த்துக் கத்தினான் சின்னண்ணா. வந்திருந்தவருக்கு என்ன நடக்கிறதென்று தெரியவில்லை. ‘சறத்தை’ மடித்து ‘சண்டிக்கட்டு’ கட்டிக்கொண்டு தெறித்து விழுந்து வெளியே ஓடினார். அவரைத் துரத்திக்கொண்டு பின்னால் பறந்தான் சின்னண்ணா. மின்னலைவிட வேகமாக மறைந்து போயிருந்தார் அந்த ஆள்.

“அவன் உருவிக்கொண்டு பறந்திற்றான்ரா... உங்காலை சுதந்திரபுரப் பக்கமாதான் போனவன். சே. மிஸ் ஆச்சு...”

சின்னண்ணா மூச்சிரைக்க உள்ளேவந்து ‘லாச்சியை’த் திறந்தான்.

“இந்தக் காசை ஆரிட்டை வாங்கினியள், திருப்பிக் குடுத்திட்டு வாறதுக்கு...”

“நாளைக்குத் தாறெண்டு சொல்லி பக்கத்திலை கொழும்பம்மாட்டை வாங்கினான்...”

அம்மாவின் வார்த்தைகள் சுரத்தில்லாமல் வந்துவிழுந்தன. சின்னண்ணா அந்த வார்த்தைகளையும் பணத்தையும் எடுத்துக்கொண்டு வெளியே நடந்தான். அம்மாவுக்கு அதிர்ச்சியா ஆனந்தமா என்று தெரியவில்லை. முகத்தில் ஈயாடவில்லை.

‘என்ன கறுமமோ, எனக்கு வழி கிடைத்துவிட்டது. எப்பவோ கிடைத்திருக்க வேண்டியது, அந்தக் கள்ளன் ஆடிய களவாணிக் கூத்தால் கொஞ்சம் தள்ளிப்போய்விட்டது. இருந்தாலும் பரவாயில்லை, இன்னும் ஒன்றும் கெட்டுப்போய்விடவில்லை’. கதவிடுக்கில் இருந்து இரண்டடி முன்னேவந்து சகவாசமாய் நின்றுகொண்டேன். இங்கிருந்து பார்க்கும்போது அம்மாவின் முகம் தெளிவாகத் தெரிந்தது. “கடவுளே, எப்பிடியாவது அம்மாவை ஓம் சொல்ல வைச்சிடு. நல்ல கடவுளெல்லே...”

“அம்மா, குளத்துத் தண்ணி துறந்தாச்சாம் அம்மா. நிருபனாக்கள் பின்னேரம் பாலத்தடி வாய்க்கால் பாக்கப்போறாங்கள். நானும் போயிட்டு வரட்டேயம்மா...”

அம்மாவிடமிருந்து எந்தப் பதிலுமில்லை. ஒருவேளை நான் கேட்டது அம்மாவுக்குக் கேட்கவில்லையோ. இன்னும் ஒரடி முன்னே வந்தேன். குரலிலும் சற்று ஒலியைக் கூட்டினேன்.

“அம்மா, குளத்துத் தண்ணி துறந்தாச்சாம் அம்மா. நிருபனாக்கள் பின்னேரம் பாலத்தடி வாய்க்கால் பாக்கப்போறாங்கள். நானும் போயிட்டுவரட்டேயம்மா...”

ம்கூம், எந்த அசுமாத்தமும் இல்லை. முகம் உறைந்துபோயிருக்க கை மளமளவென்று மேசையில் கலைத்துப்போட்டிருந்த உடுப்புகளைத் திரும்பவும் மடித்து வைத்துக்கொண்டிருந்தது. வழமையாக அந்த வேலையில் அப்பாவை யாரும் அடித்துக்கொள்ளமுடியாது. அவ்வளவு நேர்த்தி. அவ்வளவு அழகு. வீட்டு உடுப்புகளைக் கூடப் பெட்டியில் மடித்து வைப்பதற்கென்றால் அப்பாவிடம்தான் கொடுப்பா அம்மா. இப்போது கடையில் அப்பா இல்லாததால் அந்த வேலை அம்மாவிடம் கைமாறியிருந்தது.

வேலையில் கண்ணாக இருந்ததால் என் கேள்வியைக் காதில் வாங்கவில்லை போல. எப்படியும் அனுமதி கிடைத்துவிடுமென்பது எனக்குத் தெரியும். அதனால் ‘என்னை விட்டுட்டுப் போகவேண்டாம். நான் எப்பிடியும் வருவன். விட்டுட்டு போனியள் எண்டால் பிறகு கதைக்கவே மாட்டன்’ என்று ஏற்கெனவே நிருபனாக்களிடம் கண்டிப்பாகச் சொல்லிவைத்திருந்தேன். இப்படியான தருணங்களில் அப்பாவிடம் அனுமதி கேட்பதுதான் கல்லில் நாருரிக்கிற வேலை. அம்மாவை இலகுவாய் சம்மதிக்கச்செய்துவிடலாம்.

“நேரம் போகுதம்மா. கெதியா சொல்லுங்கோ. பிறகு அவங்கள் என்னை விட்டுட்டுப் போயிடுவாங்கள்.”

“கடையிலை உதவிக்கு ஆள் வேணும்.”

குனிந்த தலைநிமிராமலே வெளிவந்தது குரல். செல்லம் கொஞ்சிக் குழைந்த என் விண்ணப்பம் இப்படி பாதிவழியிலேயே நிராகரிக்கப்படும் என்பதை எதிர்பார்க்கவேயில்லை. ஏமாற்றம் கோபத்தைக் கிளறியது. கோபம் வார்த்தைகளைக் கொட்டியது. வார்த்தைகள் வரம்புமீறி வாதாடியது.

“நான் நிண்டு என்ன செய்யிறது. அதுக்குத்தான் அண்ணாக்கள் நிக்கிறாங்களே. போறதும் வாறதுமா ஒருக்கால் அந்தத் தண்ணியிலை காலை நனைச்சிட்டு ஓடிவந்திருவன்...”

"சொன்னாக்கேள், நில்லு வேலையிருக்கு..."

அது வெறும் மறுப்பு இல்லை. அதட்டல். முடிந்தால் செய்துபார் என்கின்ற மிரட்டல். நிலைமையின் விபரீதத்தை உணர்ந்தோ என்னவோ காசுமேசையிலிருந்து விலகி, அம்மாவோடு போய்நின்று உடுப்புகளை மடிக்க ஆரம்பித்தான் பெரியண்ணா. அம்மா தொடர்ந்தும் 'உம்'மென்ற முகத்தோடேயே இருந்தா. இறங்கி வரவேயில்லை.

"சத்தியமா அம்மா, போறதும் வாறதுமாய் வந்துடுவனணை..."

செல்லம் கொஞ்சும் விதமாய்த் தழுதழுத்தன வார்த்தைகள். அவநம்பிக்கை தலையை நீட்டியது.

"ஒருதடவை சொன்னாலுனக்கு விளங்காதோ நிலா... போறேல்லையெண்டால் போறேல்லைதான். திரும்பத்திரும்ப கேக்காதை..."

இவ்வளவு நேரமும் அடக்கி வைத்திருந்த வேகம் முழுவதையும் கொட்டி வீசியெறியப்பட்ட சொற்கள். அம்புகள்போலத் தெறித்து விழுந்தன. கையில் மடித்துக்கொண்டிருந்த வேட்டியைத் தூக்கியெறிந்த வேகத்தில் பக்கத்தில் இருந்த கத்தரிக்கோல் கடை 'விறாந்தையில்' போய் விழுந்தது. அண்ணாவை இழுத்து அப்பால் நகர்த்திவிட்டு என்னை நெருங்கினா அம்மா.

"இப்ப என்ன உனக்கு. நீ வேணுமெண்டுற எல்லா இடத்துக்கும் உன்னை விடவேணும் அவ்வளவுதானே. போ, போற இடமெல்லாம் போயிற்று வா. அப்பிடியே போற இடத்திலை இடையிலை ஏதாவதொண்டு நடந்திற்றால் பிறகு உங்கடை கொப்பருக்கு நான் என்ன பதிலைச் சொல்லுறது... போகேக்கை ஒழுங்கா சொல்லிற்றத்தானே போனவர் சொல்வழிகேட்டு நடக்கோணுமெண்டு. தலையைத் தலையை ஆட்டிற்று இப்பவந்து அரியண்டம் தாறாய் என்ன. அண்ணாக்களைப் பார். அவங்களுந்தான் விடியவிலையிருந்து கடையிலையே நிக்கிறாங்கள். ஏதாவது கேட்டவங்களே..."

"வேறொரு இடமும் போகக்கேக்க மாட்டன். இதுக்கு மட்டும் போயிற்று வாறனேயம்மா..."

கண்களிலிருந்து மளமளவென்று கண்ணீர் கொட்டியது. திக்கித் திக்கி விக்கிய என் சொற்களிற்கு எந்தப் பலனும் இல்லை.

கை விரல் சுரண்டிச் சுரண்டி சுவற்றில் ஒரு சின்ன ஓட்டை விழுந்திருந்தது.

“பிறகும் பார். நான் என்ன சொல்லுறனெண்டு விளங்குதோ இவளுக்கெண்டு. இதிலை நிண்டு கதைச்சுக்கொண்டிருக்க வேண்டாம். நீ ஒரு இடமும் போறேல்லை. அவ்வளவுதான். உள்ள போ.”

பஞ்சாயத்து முடிந்துவிட்டது. தீர்ப்பு எழுதியாயிற்று. இனி மாற்றுவதற்கு எதுவுமில்லை. ‘இந்த அம்மாவுக்குத் திடீரென என்ன ஆயிற்று...? எடுத்ததெற்கெல்லாம் ‘இல்லை’ சொல்வது எதற்காக...?’ அசுரத்தனமான எதிர்ப்பைக் காட்டுவது அம்மாவின் வழக்கமில்லை. அதுவும் குறிப்பாக என்னிடத்தில். இப்போது எல்லாம் தலைகீழ். இன்று மட்டும், இத்தோடு சேர்த்து ஏழாவதுமுறை மறுப்பு வந்துவிட்டது.

அப்பா இங்கிருக்கும் போதுகூட இவ்வளவு கெடுபிடி இல்லை. இறுக்கம் கொஞ்சம் இருக்கும். சட்ட திட்டங்கள் உண்டு. எனினும், நிபந்தனைகளோடு கூடிய அனுமதியுண்டு. ஆனால், அவரிங்கு இல்லாத நேரத்தில் அவரின் பெயரைப்பயன்படுத்தி என்னைப் பழிவாங்குகிறார்களோ என்று தோன்றியது. ‘நேற்றைய, நேற்றைக்கு முந்தைய, போன மாத, போன வருட பழைய கணக்குகளெல்லாம் இன்றுதான் எண்ணப்படுகிறதோ. அத்தனையையும் சேர்த்துவைத்து வேண்டுமென்றே கோபம் தீர்க்கிறார்களோ. சே... அப்பா எல்லைக்குப் போகாமலே இருந்திருக்கலாம்’.

சந்தேகம் சந்தேகமாக முளைத்து சோகத்தில் நிறைந்தது இதயம். சூரியன் மறைந்து நேரத்தையும் முழுங்கிவிட்டிருந்தது என்பது அண்ணாக்கள் கடையைப் பூட்டிவிட்டு வரும்வரையும் தெரியவில்லை. நினைவுகளில் அப்பா வந்துநின்று சிரித்துக்கொண்டிருந்தார். ‘இப்போது அப்பா என்ன செய்துகொண்டிருப்பார். நான் அவரை நினைப்பது போல அவர் என்னை நினைத்துக்கொண்டிருப்பாரா...?’ மனது இலேசாகத் தடுமாறத் தொடங்கியது.

***

‘நுளம்புச் சாறிக்குள்’ கிடக்கமுடியாதபடிக்கு மூச்சு முட்டியது. உள்ளுக்குள்ளே காற்றில்லாத புழுக்கமும் வியர்வையும். வெளியில் தலையை வைத்தால், வாசலில் ஈட்டியோடு காத்திருக்கும் காவல்க்காரன்போல நுளம்பு ஊசிபோட்டு

உறிஞ்சிவிடும். சுண்ணாம்புச் சூளைக்குள் அடுக்கப்பட்ட கல்லுகளாய் அவிந்துகொண்டிருந்தேன். கூடவே வெப்பியாரத்தில் நிறைந்திருந்தது இருதயம்.

இன்று நான் நேரத்தோடேயே 'நுளம்புச்சாறிக்குள்' ஒளிந்துகொள்வதற்கு இன்னொரு காரணமும் உண்டு. வாய்க்கால் பார்க்கப்போக அனுமதிக்காத அம்மாவைப் பழிவாங்குவது. எதுவும் சாப்பிடக்கூடாது. என்ன கேட்டாலும் கதைக்கக் கூடாது. எதிர்ப்பைப் பதிவுசெய்தாகவேண்டும் அதுவும் என் சுயமரியாதைக்கு இழுக்கு வராதபடிக்கு.

'நுளம்புச்சாறிக்குள்' புகுந்துகொண்டேன். யாரையும் பார்க்கவேண்டிய அவசியமில்லை. ஆனால், நேரம் செல்லச்செல்ல புளுங்கிக்கொட்டியது. வீணாக இதற்குள்வந்து மாட்டிக் கொண்டோமென்று எரிச்சலாகவிருந்தது. இந்த அரும்பெரும் பொக்கிசத்தைக் கண்டுபிடித்த பெரியண்ணாமேல் கோபம் கோபமாக வந்தது. பின் வரப்போகும் விளைவைத் தெரியாமல் அன்று என்னமாதிரியெல்லாம் அவனைப் பாராட்டிப் புகழ்ந்து கொண்டாடித்திரிந்தேன். அன்று, அப்படியொரு அடைமழை பெய்யாதிருந்திருந்தால்... நுளம்புக்கூட்டம் படையெடுத்து சன்னதமாடாமல் இருந்திருந்தால்... எங்கள் வீட்டு விஞ்ஞானிக்கு இந்த விபரீத எண்ணம் முளைத்திருக்காது. ஆனால் அவனுக்கென்றே அமைந்தது அந்த நாள்.

வெளியில் கொட்டும் மழையின் 'சோ' என்ற இரைச்சலை முறியடிக்கக் கூடிய நுளம்புச்சத்தத்தில் உள்ளறை திக்குமுக்காடிக் கொண்டிருந்தது. நிலம் 'ஊத்தலெடுப்பதற்கு' அறிகுறியாய் அங்கங்கு சிறிதாகப் பொருமி ஈரத்தைக் காட்டியது. நான்கைந்து 'உரப்பைகளை' எடுத்துவந்து விரித்துவிட்டு அதன்மேல் பாயைப் போட்டு நாங்கள் அமர்ந்திருந்தோம். எனக்குப் படிப்பதற்கென்று பெரிதாக எதுவுமில்லை. சித்திரக்கொப்பியை எடுத்து ஒரு படம் கீறலாமென்று நினைத்தேன். கடைசியில் ஆத்திரத்தில் கொப்பியை மூடிவைத்துவிட்டுக் கையை நீட்டிப் பின்னாலிருந்த கொடியிலிருந்து ஒரு துணியை இழுத்தேன். கொத்தாக நான்கைந்து வந்தது. ஒன்றின் மேல் இன்னொன்றாக வைத்து நான்கு பட்டில் ஒரு போர்வை தயார் செய்தேன். பெரியண்ணாவின் 'சேட்டு', அப்பாவின் 'சறம்', என்னுடைய வெள்ளை 'அண்டர்ஸ்கேட்'. கடைசியாக கிடைத்தது அம்மாவின் 'சாறிபிளவுஸ்'. அதை என்ன செய்வது... போனால் போகிறது, தலைக்குத் தொப்பி

போலச் செருகினேன். உடனடிப் பாதுகாப்புக் கவசம். பெரிதாகப் பலனில்லையென்றாலும் முன்பிருந்ததைவிடப் பரவாயில்லை.

ஆனாலும் அண்ணாக்கள் நொடிக்கொரு தடவை பட்பட்டென்றும் சடீர்சடீரென்றும் வெளுத்துவாங்கிக்கொண்டிருந்தார்கள். ஒவ்வொருமுறையும் தன்னைத்தானே அடித்துவிட்டுப் பிறகு 'ஆ...ஊ...' என்று அவர்களே வலியில் கத்தினார்கள். படிப்பில்லை, நித்திரையில்லை. ஒரே இரணகளம். ஆளாளுக்கு ஒவ்வொருத்தர் மேல் எரிந்து விழுந்துகொண்டிருந்தோம். 'எத்தனை நுளம்புகளை என்று அடித்துக்கொல்வது...? ஒரு பத்து, இருபது, முப்பது...?'

திடீரெனத் திரும்பி அம்மாவிடம் பேச்சுக்கொடுத்தான் பெரியண்ணா.

"அம்மா, உங்களிட்டை இருக்கிற பழைய சாறி நாலு தரேலுமா...?"

"நாலு சாறிக்கு நான் எங்கையடா போறது...? இருக்கிறதே எப்பன் தான். அதிலும் நாலு வேணுமெண்டால்... என்னத்துக்கு...?"

அறைவாசலில், ஒருபக்க நிலையில் முதுகைச் சாய்த்துக்கொண்டு மறுபக்க நிலையில் காலைநீட்டி முண்டுகொடுத்துக்கொண்டு அமர்ந்திருந்த அம்மாவுக்கு அவன் என்ன கேட்கிறான் என்று தெளிவாக விளங்கவில்லை.

"இல்லையம்மா, அந்தச்சாறியளை ஒண்டோட ஒண்டு சேத்துத்தைச்சு நுளம்புவலை மாதிரி ஆக்கிறமெண்டால், பிறகு என்னதான் சுத்திச்சுழண்டு தேவாரம் பாடினாலும் நுளம்புப்பிள்ளை ஒண்டும் செய்யேலாது."

'விறாந்தையில்' காலைத் தூக்கி மேலே வைத்தபடி 'வாங்கிலில்' அமர்ந்திருந்த அப்பாவிற்கு அவனின் யோசனை பிடித்துவிட்டது. அவரவரே தங்கள் வேலைகள் எல்லாவற்றையும் ஒதுக்கி வைத்துவிட்டு உடனடியாக இதை அமுல்படுத்த அப்பா உத்தரவிட்டுவிட்டார். சின்னண்ணா 'சாறிகளை' அளவாக மடித்து, பொருத்திக்கொடுக்க, பெரியண்ணா காட்டிக்கொடுத்ததன்படி, கைவிளக்கு வெளிச்சத்தில் அத்தனைச் 'சாறிகளையும்' ஒற்றையாளாய்க் கையால் தைப்பது என்பது மிகப்பெரிய சாதனைதான். அன்றைய இரவைத் தின்று அந்தச் சாதனை பிறந்தது. அன்றிலிருந்து இன்னொரு பிரச்சினை இலவச இணைப்பாக ஒட்டிக்கொண்டது. அதுதான் இப்போது என்னை இம்சித்துக்கொண்டிருப்பது.

படித்துமுடித்துவிட்டு வந்து ‘நுழம்புச்சாறிக்குள்’ புகுந்தான் சின்னண்ணா. ஊரே மலேரியாவில் சிக்குப்பட்டுக் கிடந்தபோது எங்களைக் காப்பாற்றிய தெய்வம் அதுதான். அதனாலேயோ என்னவோ அப்பாவிற்கு அதில் சரியான அக்கறை. நுளம்புச்சத்தம் கேட்டாலே சின்னண்ணாவை அனுப்பி ‘நுளம்புச்சாறியை’ எடுத்துச் சரிப்படுத்தச் சொல்லிவிடுவார். ஆனால், பாவம், இப்போது அவருக்கு நுளம்பு குத்துமே...

“அண்ணா, எல்லையிலை நிக்கிறாக்களுக்கு நுளம்புச்சாறி இருக்குமோடா...”

சுவர்ப்பக்கமாகப் படுத்திருந்த நான் மற்றபக்கமாகத் திரும்பி சின்னண்ணாவின் முதுகைச் சுரண்டினேன். யாருடனும் பேசக்கூடாது என்ற என் தவம் தானாகக் கலைந்ததைக் கண்டுகொள்ளவில்லை.

“வெட்டவெளியில் நிக்கிறவைக்கு நுளம்புச்சாறி எங்கயிருந்து வரும். அப்பிடியே இருந்தாலும் எத்தினை பேருக்கெண்டு குடுக்கிற...?”

“அதுதானே என்ரா... அப்பிடியெண்டால், வேப்பம்புகையாவது போடுவினமோடா...”

“வேப்பம்புகையைப் போட்டு என்ன ஆமிக்காரனுக்கு காட்டுறதுக்கோ. பார் நாங்கள் இங்கைதான் இருக்கிறம், வடிவா இலக்கு பாத்து அடியெண்டு.”

“அப்பிடியெண்டால், இப்ப நுளம்பு கடிச்சால் அப்பா என்னசெய்வார்...?’

“ஒண்டும் செய்யேலாது, கடிய வாங்கிக்கொண்டு நிக்கவேண்டியது தான்...”

சொல்லிக்கொண்டு எனக்கு எதிர்ப்புறமாகத் திரும்பிப்படுத்தான். என்னோடு பேசாமல் தவிர்ப்பதற்கான முயற்சி. ‘சரி, போனால் போ. எனக்கென்ன வந்தது. நான் அம்மாவுடன் தான் கோபம். அதுவும் வாய்க்காலுக்கு அனுப்பாததால்தான். அதற்கு இவரேன் என்னோடு கோபிக்கவேண்டும்...?’

‘நுளம்புச்சாறியின்’ புளுக்கத்தைவிட மனதுதான் அதிகமாகப் புளுங்கிக்கொண்டிருந்தது. ஒன்று, அம்மா இன்னும் என்னைக் கண்டுகொள்ளவில்லை. இரண்டாவது, அண்ணாக்கள் என்னோடு கோபம் சாதிப்பது.

பசி வயிற்றைக் கிள்ளியது. 'இப்போது என்ன செய்வது...? போவதா வேண்டாமா...?' இரண்டும் கெட்டான் நிலையில் அந்தரித்துக்கொண்டிருந்தது இறுமாப்பு. சரி போய்ச் சாப்பிடலாம் என்று எழும்ப எத்தனித்த நேரம், 'கதிர், நிலா நித்திரையோ எண்டொருக்கால் பாத்துச்சொல்லு...' என்று கேட்ட அம்மாவுக்குப் பதில் சொல்லும் சாட்டில் என் கௌரவத்தில் கல்லை எறிந்தான் சின்னண்ணா.

"இல்லையம்மா, இப்ப கொஞ்சம் முன்னம்தான் கதைச்சுக் கொண்டிருந்தவள்..."

"நீ ஒருக்கால் பாத்துச்சொல்லெண்டுதான் சொன்னான். வேறொண்டும் சொல்லயில்லை..."

"கண்ணை மூடிப்படுத்திருக்கிறாள். நித்திரைபோல நடிக்கிறாள், ஆனால் நித்திரையில்லை..."

"சரி காணும். உடனை நீ கோள்மூட்ட வெளிக்கிடாதை. அவள் பசியிலை நித்திரையாகிற்றாள் போல, அவளை ஒருத்தரும் சத்தம் போட்டு எழுப்பாதேங்கோ... பாவம், படுக்கட்டும்..."

அம்மா ஒரேயடியாகக் கைவிட்டுவிட்டா. என் வறட்டுப்பிடிவாதம் இப்படி வசமாக மாட்டிவிடும் என்று நினைக்கவில்லை. அழுகை அழுகையாக வந்தது. உள்ளே வரும் அம்மாவிற்குத் தெரியாமலிருக்க போர்வையால் இழுத்து மறைத்துக்கொண்டேன். உதடு சத்தமில்லாமல் வெம்பி நடுங்கிக்கொண்டிருந்தது. யாரும் கண்டிருக்க நியாயமில்லை.

என் இடுப்பைச் சுற்றி அணைத்தது ஒரு கை. மெல்லிய குளிர்ந்த தோல். அழுதழுது சூடாகிப்போன என் தோலில் அந்தக் குளிர்ந்த கை இதமாகவிருந்தது. மிகச்சீராக, மெதுவாகத் தாளம் போடும் கை. சின்னனில் அதுதான் எனக்குத் தாலாட்டுப்பாடித் தூங்கவைக்கும் முறை. அந்த அரவணைப்பில்லாமல் நித்திரையே கொள்ளமாட்டேன். அதில் ஒரு சின்ன பிசிறு வந்தாலும் அன்றிரவு முழுதும் ஊரையே இரண்டாக்கிவிடுவேன் என்று அப்பா சொல்லியிருக்கிறார். நான்காம் ஆண்டு படிக்கும்வரைகூட எனக்கு அந்த அரவணைப்பு தேவைப்பட்டுக்கொண்டேயிருந்தது.

இப்போது மறுபடியும் அதே தாலாட்டுத்தாளம். மனதைப் பிசையத்தொடங்கியது. என் போலிப்போர்வை தானாகத் கரையத்தொடங்கியது. 'அப்பா இல்லாமல் தனிய கடையையும்

பாத்து, எங்கடை குழப்படியளையும் தாங்கி, நேராநேரத்துக்கு வீட்டுவேலையளும் செய்து, சமைச்சு... சே, அம்மா எவ்வளவு பாவம். நானும் கோபப்பட்டால்...?' பட்டென்று திரும்பி அம்மாவைக் கட்டிப்பிடித்துக்கொண்டு படுத்தேன். அம்மாவின் கண்களில் ஈரம் கசிந்துகொண்டிருந்தது.

"அம்மா அழுகிறியளா...'

"பின்ன, நீ சாப்பிடாமல் படுத்திற்றாய்... எப்பவும் சோறு சோறெண்டு பசிதாங்கமாட்டாய்... பாவம் பெடிக்குப் பசிக்குமெல்லோ எண்டு யோசிச்சுக்கொண்டிருந்தன்... என்ன எழும்பிச் சாப்பிடுறியே..."

"ஓ, வாங்கோ சாப்பிடுவம். எனக்கும் பசிக்குது..."

நின்று அம்மாவைக் கூட்டிக்கொண்டு போகும் அளவிற்கெல்லாம் நேரமில்லை. பட்டென 'நுளம்புச்சாறிக்குள்ளால்' வெளியே வந்து, இருட்டுக்குள்ளாலேயே தட்டுத்தடவி 'குசினிப் பக்கமாக' நடையைக்கட்டினேன். பச்சை ஒளிக்கண்கள் மின்ன மியாவ் என்றபடி குசினி வாசலிலிருந்து எழும்பியோடியது மணி.

"அம்மா, பாத்தீங்களோம்மா. நான் சொன்னாந்தானே அவள் நித்திரையில்லை நடிக்கிறாள் எண்டு. இவள் சரியான கள்ளி அம்மா..."

"அவளை ஒருத்தரும் சண்டைக்கு இழுக்காதேங்கோடா. நீங்கள் மூச்சுக்காட்டாமல் படுங்கோ..."

அம்மாவின் அதிகாரம் என்னிடமிருந்து அண்ணாக்களுக்குத் தாவிய வேகத்தில் வீடு அமைதிக்கு ஆட்பட்டது. மொத்த ஊருமே இரவுக்குள் புதைந்துபோயிருக்க, அம்மாவும் நானும் மட்டும் 'குசினி'க்குள். 'விறாந்தை'யிலிருந்த அப்பாவின் 'சைக்கிள்' வீட்டில் நடப்பவற்றையெல்லாம் மௌனமாகப் பார்த்துக்கொண்டிருந்தது.

38

குளம் சின்ன கடலாய் விரிந்திருந்தது. தங்கத்தைக் கரைத்து ஊற்றிவிட்டது மாதிரி குட்டிக் குட்டியாய் அலைகள் வந்து மோதிச்சிதறும் அணையில், ஒரு ஊஞ்சல். ஒவ்வொரு முறையும் தண்ணீரைத் தொட்டும் தொடாததுமாய் உரசிக்கொண்டு

என் கால்கள் காற்றில் பறக்கின்றன. அப்பா என்னை வைத்து ஆட்டிவிட்டுக்கொண்டிருக்கிறார். தலைக்குமேலே பெரிய குருவிக்கூட்டம். முன்னுக்கு இரண்டு, அதுக்குப் பின்னால் நான்கு, அடுத்து ஆறு, எட்டு, பதினாறு, இருபத்தைந்து... ஐ... சின்னச் சின்னக் குருவியெல்லாம் வட்டம்போட்டு வட்டம்போட்டு பறந்துகொண்டேயிருக்கின்றன. அதிலொன்று ஆகக்குட்டி. மற்றவைகளின் வேகத்துக்கு ஈடுகொடுக்கமாட்டாமல், கட்டாக் கடைசியாகப் பின்னால் இழுபட்டுக்கொண்டிருந்தது...

"அப்பா இந்தக் குருவியளெல்லாம் இப்படி ஆறுதலாப் பறந்து கதிர்காமத்துக்குப் போய்ச்சேர எவ்வளவு நாளாகும்...?

"இதென்ன கேள்வி...? அது ஏன் கதிர்காமத்துக்குப் போகோணும்...?"

"இல்லை, வண்ணத்துப்பூச்சியெல்லாம் கூட்டமா பறந்து கதிர்காமத்துக்குப்போய் அந்த மலையிலை அடிபட்டுத்தானாம் செத்துப்போகுமெண்டு நிருபன்ரை தம்பி சொன்னவன். அப்பிடியெண்டால், இந்தக் குருவியளும் அங்கைதான் போகுமோ..."

கதைத்துக்கொண்டே குளத்தால் திரும்பி வருகிறோம். பாதையெங்கும் கொட்டிச் சிந்திக்கிடக்கிற நாவல் மரங்களும், இலந்தைப் பழங்களும். எல்லாவற்றையும் விட முக்கியமாக, என் கையைப் பிடித்தபடி நடந்துவருகின்ற அப்பா. நிருபனாக்கள் என்னை வம்பிழுத்ததுக்குப் பதிலடி. 'அவையள் போனது வெறும் வாய்க்கால். நான் போனதோ குளத்துக்கு. இதுக்குப் பிறகு யாராவது என்னை நக்கலடிச்சுப் பாக்கட்டும் பாப்பம்'. சந்தோசத்தில் நுரைத்தது எனக்கு.

"நிலா, அவங்கள் பூட்டுடைக்கப் போறாங்களடி. எங்க ஏமலாந்திக்கொண்டிருக்கிறாய், நிலா... நிலா..."

காதைக்கிழித்தது ஒரு காட்டுப்பன்றியின் குரல். சுதாகரித்துக்கொண்டு நிமிர்வதற்கிடையில் என் பெட்டிக்குள் நின்றிருந்த மூன்று பேரையும் காணோம். விளையாட வந்த நினைவே இல்லாமல், எதிரில் நிற்பவர்களை மறிக்கிற வேலையை விட்டுவிட்டுக் கனவில் மிதந்திருக்கிறேன். அவர்கள் இலகுவாக என்னைக் கடந்து அடுத்த பெட்டிக்கு மாறி, பழமும் போய்விட்டிருந்தார்கள். அப்பாவும் இல்லை, குளமும் இல்லை, அலையும் இல்லை. நறநறவென்று பல்லைக் கடித்தபடி முறாய்த்துக்கொண்டிருந்தான் நிருபன். சண்டை மூண்டுவிட்டது.

“இனி நீ முதலாம் பெட்டியிலை நிக்கவேண்டாம். மூண்டாம் பெட்டியிலை அல்லாட்டில் நாலாம் பெட்டியிலை போய் நில்லு...”

“ஏன், நீ ஒருநாளும் பூட்டு உடைய விடேல்லையோ. விட்டனி தானே. பிறகென்ன என்னை மட்டும் சாட்டுறாய்...?”

“இப்ப யாராலை பழம்போனது...? உன்னாலைதானே. எவ்வளவு கஸ்ரப்பட்டு பூட்டு பிடிச்சு வைச்சிருக்கிறன். அவா உடைய விட்டுட்டு இருக்கிறா...”

“நான் என்ன வேணுமெண்டே விட்டனான். இல்லைத்தானே. சரி, இப்ப நீ திரும்ப கிளி விடு. நான் பூட்டு பிடிச்சுக்காட்டுறனோ இல்லையோ எண்டு பார்...”

“வேண்டாம். மாலா, நீ முதல் பெட்டிக்கு வா. வேந்தன் நீ ஐஞ்சாம் பெட்டிக்குப் போ. நிலா நீ வேந்தன் நிண்ட இடத்துக்குப் போ...”

“ஏன், வழமையா நான்தானே முதலாம் பெட்டியிலை நிக்கிறனான். நான் இதிலயே நிக்கிறன். நீ போய்க் கிளி விடு.”

“நான் கிளி சொல்லுறன், நீ மூண்டாம் பெட்டியிலை போய் விளையாடுறெண்டால் விளையாடு, இல்லாட்டில் நாங்கள் எங்கடை பக்கத்துக்கு வேறை ஆக்களை எடுப்பம்...”

தீர்மானமாய்ச் சொல்லிவிட்டான். நான் அடுத்து என்ன சொல்லப்போகிறேன் என்று கூடக்கேட்கவில்லை. வேலிக்கரையோடு நின்று விடுப்புப் பார்த்துக்கொண்டிருந்த அவனது தம்பிகளில் கடைசியைக் கூப்பிட்டுக் கூட்டுச் சேர்த்துக்கொண்டான். அண்ணனும் தம்பியுமாய் ஆட்டத்தைத் தொடங்கிவிட்டார்கள். ‘என்ன ஒரு திமிர்த்தனம்...? தான் சொல்வதுதான் சட்டம் என்கிற அகங்காரமா...? அல்லது தன்னுடைய வீடு என்கிற அதிகாரமா...?’ வார்த்தைகள் வழியாக இறங்கிய அவமானம் நரம்புகள் எல்லாவற்றிலும் ஊர்வது போல இருந்தது. காலை உதறி நிலத்தை உதைத்தபடி அங்கிருந்து வெளியேறி விறுவிறுவென்று நடந்துகொண்டிருந்தேன். முதுகுக்குப் பின் யார்யாரதோ குரல்கள் கேட்டன. ‘என்னைச் சேர்க்காததற்காக நிருபனிற்கு அவனின் அம்மா நல்ல ஏச்சு விழுகிறது. விழட்டும். நல்லா விழட்டும். இனி எப்படியும் ஆட்டம் கலைந்துவிடும். எல்லோரும் அவரவர் வீட்டிற்குப் போய்விடுவார்கள். ஆனால், எக்காரணத்தைக்கொண்டும் நிருபன் வீட்டுப்பக்கம் இனி வரவேகூடாது. அவர் வந்து நின்று எவ்வளவு தான் கெஞ்சிக்

கூத்தாடினாலும் சரி, இறங்கிவிடவேகூடாது'. என் கோபம் கொடிபிடித்தபடி நடந்து எங்கள் படலையைத் தொட்டது.

வீடு அமைதியாகவிருந்தது. முற்றத்தில் யாரையும் காணவில்லை. பூனைக்குட்டி மட்டும் ஓடுவதும் பிறகு திடீரென்று நிற்பதுமாக விறாந்தையில் நின்று விளையாடிக்கொண்டிருந்தது. நேரே கிணற்றடியை நோக்கி நடந்தேன். பெரிய வாளியில் யாரோ நீர் நிரப்பி வைத்திருந்தார்கள். அம்மாவாகத்தான் இருக்கும். அல்லது அம்மாவின் கட்டளையின் பேரில் பெரியண்ணா செய்துவைத்திருப்பான்.

தண்ணீர் முகத்தைத் தொட்டதும் உள்ளேயிருந்த கோபமும் வெறியும் கொஞ்சமாய்க் குளிர்ந்து தணிந்தது. கிணற்றடிப்பலாவிலிருந்து சிலுசிலுத்து வந்த குளிர்காற்று அந்தப்பொழுதை இன்னும் அமைதிப்படுத்தியது. அதேநேரம் பலாமரத்தின் உச்சாணிக்கொப்பிலிருந்து ஒரு குருவி விட்டுவிட்டு கீச்சிட்டுக்கொண்டிருந்தது. 'நேற்றும் இதேபோலக் குருவிகளின் சத்தம் தொடர்ந்து கேட்டுக்கொண்டேதானிருந்தது. என்னவாயிருக்கும்...? பாம்பு ஏதாவது குருவிக்கூட்டைச் சுற்றிக்கொண்டுவிட்டதா...?'

அம்மாக்குத் தெரியாமல் ஒளித்து ஒளித்து பலாமரத்தடிக்குப் போனேன். ஏற்கெனவே நேரம் போய்விட்டது. இப்போது மேலும் நேரம் கடத்துவதைக் கண்டால் அம்மா கொன்றேவிடுவா. ஆனாலும், விடாமல் கேட்டுக்கொண்டிருக்கும் அந்தக் குருவிச்சத்தம் ஏனோதானோவென்று இருக்கவிடவில்லை. 'எங்கிருந்து கேட்கிறது...? நிச்சயமாகப் பலாமரத்திலிருந்துதான். ஆனால், எந்தக் கிளையிலிருந்து...? எந்தக் கூட்டிலிருந்து...? எந்தக்குருவி...?'

இருட்டுப்பொந்து போலச் சுருண்டு போய்க்கிடக்கும் பலாமரத்தின் கிளைகளை ஊடறுத்து, இலைகளை நகர்த்தி, ஒவ்வொரு அங்குலம் அங்குலமாய் முன்னேறியது என் பார்வை. எப்படியாவது அந்தக் குருவியைக் கண்டுபிடித்துவிடவேண்டும். 'எங்கேயிருக்கிறாய் குருவி...? கத்தேன், மறுபடி கத்தித்தொலையேன். அம்மா கூப்பிடுறதுக்குள்ளை ஒருக்கால் கத்தித்துலைஞ்சாத்தான் என்ன...? இப்ப மட்டும் பேசாமல் உம்மெண்டு இருக்கிறியே குட்டிச்சாத்தானே...?' திட்டிக்கொண்டே நான் திரும்பவும், சடசடவெனச் சிறகடித்தபடி அது ஒரு கிளையிலிருந்து மறுகிளைக்குத் தாவி விழுந்தது.

கறுப்பும் செம்மஞ்சளும் கலந்த நிறத்தில், உருண்டையாய், குறுகுறு என்று பார்த்தபடி என் தலைக்கு மேலேயிருக்கின்ற கிளையில் குந்தியிருக்கிறது அந்தக் குருவி. 'அட, நாளாந்த வாடிக்கையாளர்'. சந்தோசத்தில் சிரிப்பு வந்தது. நெல் இடிக்கிறபோது, முற்றத்தில் சிந்தியிருக்கின்றதைக் கொத்தித்தின்றுவிட்டுப் போகிற குருவிகளின் ஒன்று. இரவு கடையைப் பூட்டிவிட்டு அப்பா வரும்வரை காத்திருந்து தலைக்கு மேலால் சுற்றியும் வெளிச்சம் மங்கிய முற்றத்து மணலில் தத்தித் தாவியும் அப்பாக்கு விளையாட்டுக்காட்டும் சின்னக்கூட்டாளி. கூட்டத்திலிருக்கின்ற மற்றையவைபோல அதற்கு வால் அதிகமில்லை. நாயோ, பூனையோ கடித்திருக்கவேண்டும். ஒரு பக்கச் செட்டையும் சாதுவாகக் கிழிந்திருந்தது. அந்தக்குருவி, அதேதான். மஞ்சள் கண்ணை உருட்டியபடி தறுக்கு முறுக்கு என்று முழுசிக்கொண்டிருந்தது.

"என்ன பசிக்குதா... இண்டைக்குச் சாப்பிட ஏதும் கிடைக்கேல்லையா..."

குருவி பாசை தெரியாததால் மனித பாசையிலேயே குருவியிடம் பேசினேன். பாசையா முக்கியம். பாசம்தானே முக்கியம்.

"கீக்கீகீகீ... கீக்கீகீகீ... கீக்கி... கீ... கீ"

"சாப்பிட்டியோ... சரி, என்ன சாப்பிட்டாய்...?"

"கீ... கிகி கீ... கீகீகீ... கீ கீ"

"சாப்பிடேல்லயோ. என்ன சொல்லுறாய், விளங்கேல்லை, வடிவாச்சொல்லு...?"

"வந்தனெண்டால் இப்ப வடிவா விளக்கிச் சொல்லுவன் உனக்கு. விளையாடப்போனால் ஒரேயடியாப்போயிடுறது. வீட்டை வந்தபிறகும் அங்கையிங்கை நிண்டு மிலாந்திக்கொண்டு நிக்கிறது. பொழுதுபட்டது கண்ணுக்குத்தெரியேல்லையே நிலா. வேளைக்கு வரத்தெரியாதே..."

"இந்தா வந்திற்றே...ன்"

குருவியோடான உரையாடலை துண்டித்துக்கொண்டு வீட்டுக்குள் ஓடினேன். விளையாட்டிலிருந்து இடைநடுவில் வெளியேற்றப்பட்ட வெப்பியாரம் இன்னும் புகைந்துகொண்டிருந்தது. அதற்கிடையில் படிபடியென்ற அம்மாவின் 'ஆய்க்கினை' இம்சைப்படுத்தியது. வேண்டாவெறுப்பாக, கையில் அகப்பட்ட ஏதோவொரு

புத்தகத்தைத் தூக்கிக்கொண்டுவந்து அண்ணாக்களின் முன் அமர்ந்தேன். பக்கங்கள் அடுத்தடுத்து திறந்தனவே தவிர, அதிலிருக்கின்ற எதுவும் மூளைக்குள் ஏறவில்லை. அப்பா இருக்கிற போதெல்லாம், இப்பிடி அடுத்தடுத்து பக்கங்களைத் தட்டிக்கொண்டிருக்க முடியாது. 'புத்தகத்துக்கு எத்தினை பக்கமெண்டு எண்ணினது காணும், ஒழுங்கா படி' என்று மண்டையில் ஒரு குட்டு வைத்துவிடுவார். அதற்காகவே, படிக்காவிட்டாலும் கூட ஒரு பக்கத்தைப் பாதிராத்திரிவரைக்கும் வைத்து ஓட்டியிருக்கிறேன். அப்பா ஒரு காவல்காரர். அப்பா ஒரு பலசாலி. அப்பா ஒரு சர்வாதிகாரி.

ஒரே நொடியில், திடீரென எல்லாவற்றிலும் இருந்து அந்நியப்பட்டு அப்பாவிடம் வந்து ஒட்டிக்கொண்டது எப்படியென்று தெரியவில்லை. ஏனென்றும் புரியவில்லை. ஆனால், அப்பா இல்லாத இடைவெளி பெரிதாக வளர்ந்து அச்சுறுத்தத்தொடங்கியது. ஒவ்வொரு விடயமாக நினைக்கநினைக்க தொண்டைக்குழிக்குள் மீன்முள் சிக்கிக்கொண்டது போல வலியெடுக்கத்தொடங்கியது.

சுவாரஸ்யமே இல்லாமல் நமநமத்து நீள்கின்ற வெறும் நாட்கள். பள்ளிக்கூடம் விட்டு வரும்போது ஒருநாள் தவறாமல் நடக்கும் குறுக்குவிசாரணை இப்போது இல்லை. 'ரேடியோவில்' செய்தி முடிந்ததும் வரிசையாக எல்லோரையும் இருத்திவைத்துக் கேள்வி கேட்கும் படலம் இல்லை. 'இத்தனை நாட்களாக அப்படியொரு வரத்துக்காகத்தான் உள்ளநாட்டுக் கடவுள்களிடம் எல்லாம் பேரம்பேசிக்கொண்டிருந்தேன். ஆனால், இப்போது அதுவே சாபமாக மாறி நிற்கிறதே. அவசரப்பட்டுவிட்டேனோ...' அழுகை அழுகையாக வந்தது. வாழ்க்கை அந்நியப்பட்டு நிற்பதுபோல அச்சமூட்டியது.

'வீட்டில் யாரும் அப்பாவைப் பற்றி பெரிதாகக் கவலைப்படாமல் எப்படி இருக்கிறார்கள்...? அடிக்கடி அவர்பற்றிய பேச்சு வரவில்லை. அழுதுவடிந்து மூஞ்சியைத் தூக்கிவைத்துக்கொண்டு யாரும் அலப்பறை செய்யவில்லை. எல்லாம் வழமை போலவே நடக்கிறது. காலை பள்ளிக்கூடம் போகிறோம். பின்னேரம் வந்ததும் அண்ணாக்களும் அம்மாவும் சேர்ந்து கடையைத் திறக்கிறார்கள். அவ்வப்போது கடன்காரர்கள் வருகிறார்கள். வெறுமையும் அச்சமும் கலந்த இந்தப் புதிய நடைமுறைக்குப் பழக்கப்பட்டுப்போய்விட்டோமா.?' சந்தேகமாகவிருந்தது.

'யாரும் வெளியில் எதையும் காட்டிக்கொள்ளவில்லை என்றாலும், எல்லோருள்ளும் ஒரு வெறுமை இருக்கத்தான் செய்யும். இந்தா, இப்போதுகூட நான் அப்பாவைப் பற்றி நினைத்துக்கொண்டிருப்பது யாருக்கும் தெரியாததுபோல, எனக்குத் தெரியாமல் யாரும் நினைத்துக்கொண்டிருக்கக்கூடும். அத்தனைபேர் சூழ்ந்திருக்கும் போது, கவனத்தைக் குவித்து விளையாடிக்கொண்டிருக்கும் போது இன்று எனக்குத் திடீரென அப்பாவின் நினைவு வந்ததே. குளற்றங்கரைக்குப் போனதும், பறவைக்கூட்டம் பறந்ததும், அதிலொரு குட்டிக்குருவி, கடைசியாக, தன்னந்தனியாகப் பறந்துகொண்டிருந்ததும்... ஓ... அது இந்தக்குருவிதானா. பலா மரத்திலிருந்து கத்திக்கொண்டிருக்கும் இதே குருவிதானா...? செம்மஞ்சள் நிறத்தில், வாலறுந்த குட்டிக்குருவி... கடவுளே, இது எப்படிச் சாத்தியம்...?' கிலி பிடித்துக்கொண்டது. நினைவுகள் நிலையற்று அலையத் தொடங்கின. அப்பா, குருவி, குளம், ஊஞ்சல்... தலைசுற்றத்தொடங்கியது.

"நிலா, உன்னையெல்லே படிக்கச்சொல்லி அரைமணித் தியாலயமாச்சு. என்ன செய்துகொண்டிருக்கிறாய் நீ...?"

'குசினியில்' இருந்து உரொட்டி மாவைக் கையில் பிசைந்தபடி வெளியே வந்தா அம்மா. 'நானே திக்கித்திணறிப்போய் இருக்கிறேன். அப்பாவைப்பற்றி நினைக்கும் போதுதான் இப்படி இடையில் வந்து நிக்கவேணுமா...?'

"என்னம்மா நீங்கள்..., எதுக்கெடுத்தாலும் என்னையே கடிஞ்சுகொண்டு... படிச்சுக்கொண்டுதானே இருக்கிறன்...?"

"ஆ, படிக்கிறியே... சரிசரி அங்கனைக்கைப் பாத்து மிலாந்தாமல், ஒழுங்கா புத்தகத்தைப் பாத்து வடிவாப்படி. நீ வடிவாப் படிக்கேல்லையெண்டுதான் பாக்க வந்தனான்..."

சொல்லில் எந்த அக்கறையும் இருப்பதாய்த் தெரியவில்லை. ஒரு அம்மா, அதுவும் ஒரு 'ரீச்சர்', படிக்காத பிள்ளையை எப்படி விரட்டவேண்டும். அந்த வீரியமோ வேவு பார்க்கிற தீவிரமோ குரலில் இல்லை. ஏதோ நினைப்பில், கால்போனபோக்கில் வந்துவிட்டு சும்மா சாட்டுச்சொல்வது போலிருந்தது. கைகள் உரொட்டியைத் தட்டிக்கொண்டிருந்தன. கால்களிற்கிடையில் உரசிக்கொண்டு நின்ற பூனையை விலத்திவிட்டபடி, என்னை நிமிர்ந்துகூடப் பார்க்காமல், வந்த வேகத்திலேயே திரும்பி

‘குசினிக்கே’ போன அம்மாவின் குரல் இப்போது மறுபடி அண்ணாக்களிடம் வந்தது.

“டேய், நீங்கள் என்னடா... படிச்சது காணும். எழும்பி வா சாப்பிடவெண்டு அப்பவே சொல்லிற்றுப் போனான், ஏன் வரேல்லை...? பாரன், ஏதோ நான் புதுசா சொல்லுறமாதிரி ஆக்களை ஆள் பாத்து முழுசுறதை. படிச்சது காணும். மூடி வைச்சிற்று எழும்பி வாங்கோ சாப்பிட...”

படித்துக்கொண்டிருந்த புத்தகத்தைப் பட்டென்று மூடிவிட்டுத் திரும்பிய பெரியண்ணாவின் பார்வை சின்னண்ணாவின் மேல் விழுந்தது. குறிப்பறிந்துவிட்டவன்போல அம்மாவின் பக்கமாகத் திரும்பியது எல்லாமறிந்த எங்கள் வீட்டு உலகப்படம்.

“அம்மா, நீங்கள் முதல், தங்கச்சி படிக்கிறாளா எண்டு பாக்க வந்ததெண்டுதானே சொன்னனீங்கள்...”

“சரி, இப்ப அதுக்கென்ன...? கொப்பா இருந்தாலே உங்கள் மூண்டுபேரையும் கட்டி மேய்க்கிறது பெரிய கஸ்ரம். இப்ப, அப்பாவும் இல்லையெண்டோணை எனக்கு விளையாட்டுக் காட்டப்பாக்கிறியள் என்ன. பேசாமல் எல்லாரும் வாங்கோ குசினிக்கு...”

அம்மா போய்விட்டா. அறை முழுதும் ஒரு குழப்பம் கரைந்து நிறையத் தொடங்கியது. ஒன்றுசேர்ந்தாற்போல் ஆறு குட்டிக்கண்களும் இமைக்காது விழித்தன. அம்மா போகும்வரை காத்திருந்துவிட்டுச் சின்னண்ணாவின் கையைச் சுரண்டினான் பெரியண்ணா.

“டேய், அம்மா என்னட்டை ஒண்டும் சொல்லிற்றுப்போகேல்லையடா. உன்னட்டையேதும் சாப்பிட வரச் சொல்லிற்றுப் போனவா...?”

“இல்லையேடா...”

“பிறகென்னடா இப்பிடி மாறிமாறிச்சொல்லுறா...? போதாக்குறைக்குப் பின்னேரம் கடையிலை இருபதுரூபா மிச்சக் காசுக்கு பதிலா நூறு ரூபாவா குடுத்துற்றாடா. நல்லகாலம், நான் நிண்டபடியால் பிறகு சரியா பாத்துக்குடுத்தன்...”

“என்னடா சொல்லுறாய்... அம்மா கணக்கிலைப் பிழைவிட மாட்டாவேடா...”

“அதுதான்ரா எனக்கும் விளங்கேல்லை...”

உரையாடல் வளர்ந்து அறையெல்லாம் நிறையத்தொடங்கியது. அண்ணாக்களின் அந்த உரையாடலில் நானும் இருந்தேனென்றாலும் ஒருசொல் பேசவில்லை. ஏதாவது சொல்லி என் பிரசன்னத்தை உறுதிசெய்துவிட்டால் பிறகு அந்தப் பேச்சு அதோடேயே இடைநிறுத்தப்பட்டுவிடும். கள்ளப்பூனைபோல மௌனமாக இருந்துவிட்டால், கதை கேட்பதற்கு எந்தப் பிரச்சினையும் வராது.

புத்தகத்தின் பக்கங்கள் விரிந்து கிடக்க, அண்ணாக்கள் சொல்லும் சொற்களைக் காது பத்திரமாக வாங்கி சேமிப்பில் வைக்க, பார்வையோ சுவரோரமிருக்கும் கைவிளக்குத்திரியில் குவிந்திருந்தது. நிலையில்லாமல் ஆடும் சுடர். அதன் திரிநாக்கு ஏன் எதற்கு என்றில்லாமலே எல்லாத் திசையிலும் அலைந்துகொண்டிருந்தது. எந்தப் பிடிமானமும் இல்லை. நம்பிக்கையும் இல்லை. திடீரென ஒரு சுழல்காற்று அடித்தால் நூந்துவிடக்கூடும். ஆனாலும், இருக்கும்வரை தீர்மானமாக எரிந்துகொண்டிருக்கிறது. எந்தத் திசையில் வீசினாலும் அங்கு ஒளி தெரிந்தது. ஒரு மரக்கிளை காற்றுக்கு ஆடுவது போல, பின்னாலிருந்த சுவரில் விழுந்து விழுந்து மறைந்துகொண்டிருந்தது அதன்நிழல். இடையிடையே நிழல் அழிவதும் மீண்டும் பிறப்பதுமாய் மாயம் காட்டிக்கொண்டிருந்தது.

'ஒரு நிழல் தெரியவும் ஒரு நிழல் மறையும் வாய்ப்பில்லையே. எப்படிப் பார்த்தாலும், குட்டையாகவோ நெட்டையாகவோ பருமனாகவோ ஒல்லியாகவோ அந்தத் திரியின் நிழல் விழுந்துதானேயாக வேண்டும். ஆனால், இடையிடையே விட்டுவிட்டு மட்டும் நிழல் விழுகிறதே...' விளக்கு இருந்த திசைக்கு எதிரில் திரும்பிப் பார்த்தேன். 'துவாய்' ஒன்று தொங்கிக்கொண்டிருந்தது. அப்பாவின் 'துவாய்'. பச்சைநிறத்தில் வெள்ளை வெள்ளையாய் கோடு கோடுபோட்ட 'துவாய்'. திரும்பி நிழலைப் பார்த்தேன். திரியின் வெளிச்சத்தில் அப்பா சுவரில் ஆடிக்கொண்டிருந்தார்..." முதலாம் படி காலை வைத்தேன் பெற்றவளே தாயே-எனக்கு முதுகு வலிக்குதம்மா பெற்றவளே தாயே. இரண்டாம்படி காலை வைத்தேன் பெற்றவளே தாயே- எனக்கு..."

39

கிணறு நிறைந்த தண்ணீர். அதன் ஓரங்களில் நெழிந்து வளையும் அறுணாக்கொடிபாம்பு தளுக்குமினுக்கென்று அசைந்துகொண்டிருக்கிறது. படிகளில் பாய்வதும் பிறகு தண்ணீருக்குள் குதிப்பதுமாக நான்கைந்து தவளைகள். எப்புறம் திரும்பினாலும் கருநீலப் பேய். நட்டநடுவில் நான். நடுங்கி உதறும் என் கைகால்களில் எட்டிப் பாய்கிறது கிணற்றுப்பூதம். அதன் பிடியிலிருந்து தப்ப தலையை உள்ளே எடுக்கிறேன் நான். ஆழமாக, இன்னும் ஆழமாகத் தண்ணீரில் மூழ்க மூழ்க என் கண்களையே என்னால் நம்பமுடியாத அரும்பெரும் காட்சி. கண்ணைக் கூசும் வெளிச்சத்தோடு தண்ணீருக்குக் கீழே ஒரு பெரிய வீடு. அதன் கதவுகளில் தங்கப்பிடி போட்ட பூட்டு தொங்கிக்கொண்டிருக்கிறது. வீடு முழுதும், வீட்டைச் சுற்றியும் தங்கம் கண்களைப் பறிக்கிறது. போனமாரிக்கு வாய்க்காலிலிருந்து சின்னண்ணா கொண்டு கிணற்றுக்குள் விட்ட குட்டிக்குட்டி மீன்கள்கூடத் தங்கமாக மாறிவிட்டன. என் தலைமுடியும், இமையும் கூடப் பொன்னிறமாக ஆரம்பிக்கிறது. இன்னும் கொஞ்ச நேரத்தில் நானும் தங்கமாகிவிடுவேனா...? பெரிய சிரிப்பாக வந்தது. தங்க நிலாவைக் கண்டால், சின்னண்ணா என்ன செய்வான். தானும் என்னோடு இங்கு வரவேண்டுமென்று அழுது அடம்பிடிப்பான். போய் அவனையும், கூட்டி வரலாமா...? வேண்டாம், ஒருமுறை அவனுக்கு முன்னால் போய் நின்று ஆசை காட்டிவிட்டுப் பிறகு கிணற்றுக்குள் வந்து மறுபடி ஒளித்துகொள்ளலாம்.

கையை நீட்டிக் காலை உதைத்தபடி மேலே வந்தேன். தலைமுடியில் இருந்து பொன்துகள்கள் கொஞ்சம் கொஞ்சமாக கரையத்தொடங்கியது. வேகமாக, இன்னும் வேகமாக உதைத்தேன். தலையில் ஏதோ இடித்தது, பூதம். கிணற்றுப்பூதம். ‘என்னைத் தேடிக்கொண்டு பின்னால் வந்திருக்கிறது சனியன். தங்க வீட்டைக் கண்டதும் பூதத்தை மறந்தது எவ்வளவு பிழை.’ அவசர அவசரமாகத் திசையை மாற்றி, கீழே இருந்த வீட்டை நோக்கி நீந்துகிறேன். மீன்கள் நீந்துவது போலக் கையும் காலும் அசைகிறதே தவிர உடம்பு நகர்வதாய்த் தெரியவில்லை. கால்கள் சோர்கின்றன, கண்கள் செருகுகின்றன. நம்பிக்கை நமத்துப்போகும் கடைசி நொடியில், வீட்டின் கதவு கண்ணில் தட்டுப்படுகிறது.

‘அப்பாடா, உள்ளே நுழைந்து கதவைச் சாத்திவிட்டால் போதும். தப்பிவிடலாம். ஆனால், திறப்பு எங்கே திறப்பு...?’

கதவில் இல்லை. அக்கம் பக்கத்து தூண்களில் இல்லை. காலுக்கு அடியில்... தலைமயிர் சிக்கில்... கதவு இடுக்கில்... ம் கூம். இல்லை, இல்லவேயில்லை.

கைகளை நீட்டி, தண்ணீரைத் துளாவி, மேலே கீழே வடக்கே கிழக்கே விரல்கள் போன திசையெல்லாம் விறுவிறென்று தேடுகிறேன். எங்கும் இல்லை. எதுவும் இல்லை. தண்ணீர், தண்ணீர், தண்ணீர், தண்ணீர் மட்டுமே.

ஆத்திரத்தில் உடல் நடுங்குகிறது. கண்களை இருட்டிக்கொண்டு வருகிறது. ஓவென்று கத்தி அழவேண்டும்போல இருந்தது. ‘பூதமே... உன்னிடம் நான் தோற்றுப்போகப்போகிறேன். தோல்வி என்ற ஒன்றையே கிஞ்சித்தும் விரும்பாத கெட்டிக்கார நிலா உன்னிடம் தோற்றுப் போகப்போகிறேன். ஓம், தோற்றுப்போகப்போகிறேன்...’

‘அம்மா எங்கே அம்மா...? எத்தனை முறை சொல்லியிருப்பா, கிணத்துக்குள் பூதம் இருக்குது இருக்குது எண்டு. கேட்காதது எவ்வளவு முட்டாள் தனம்...?’ அழுகை அழுகையாக வருகிறது. விம்மலோடு சேர்ந்து பொலுபொலுவெனக் கொட்டுகிறது கண்ணீர்.

துடித்துப்பதைத்து நான் எழுந்து உட்கார்ந்தபோது நெற்றியைத் தடவிவிட்டுக்கொண்டே அருகில் உட்கார்ந்திருந்தா அம்மா. பேச்சு வரவில்லை. தொண்டை அடைத்தது. நெற்றியில் துளிர்த்திருந்த வேர்வையைத் துடைத்து, சுவாமித் தட்டிலிருந்து திருநீற்றை எடுத்துவந்து பூசிவிட்டபடியே ‘கனவுகண்டு எழும்பிற்றாய்ப் போல. ஒண்டுக்கும் பயப்பிடாதை, அம்மா பக்கத்திலேயேதான் இருக்கிறன். படு” என்று சொன்னபடி இருட்டை வெறித்துக்கொண்டு குந்தியிருந்தா. தூக்கம் வரமாட்டேனென முரண்டுபிடித்தது. பூதத்தின் குரல் தொடர்ந்து காதுகளில் கேட்டுக்கொண்டேயிருந்தது. சிறிது நேரத்தின் பின், நிசப்த இரவைத் துளைத்தபடி கேட்கத்தொடங்கின தூரத்தில் எங்கோ விழுந்து வெடிக்கும் எறிகணைச் சத்தங்கள்.

“ஒருவேளை சண்டையாயிருக்குமோம்மா...”

ஆளைத் தெரியாத கும்மிருட்டில் பெரியண்ணாவின் குரல்மட்டும் ஊர்ந்துவந்தது.

“என்னெண்டு வடிவாத் தெரியேல்லையடா... பாப்பம் பொறு...”

"இல்லையம்மா, நான் படுத்திருந்து கேட்டுக்கொண்டேதான் இருக்கிறன். கனநேரமா தொடர்ந்து அடிச்சுக்கொண்டேயிருக்கிறான். நிப்பாட்டமாட்டானாம்..."

"ஓமடா... கொஞ்சம் பயமாத்தான் இருக்கு. நீ எதுக்கும் கொஞ்சம் மெதுவாக் கதை. சத்தம் போடாத. பிறகு திருப்பியும் நிலா பயந்துபோய் எழும்பியிருவாள்."

"ஆனால், இந்த ஆமிக்காரன் ஏன் இப்பெண்டுபாத்து இப்பிடி அடிக்கிறானோ, துலைவான்..."

"அடேய், பரந்தன் பக்கமாத்தான்ரா கேக்குது... அப்பா எந்தப் பக்கமடா போனவர். போகேக்கை ஏதும் சொல்லிற்றுப் போனவரோ..."

"இல்லையம்மா. அதொண்டும் சொல்லேல்லை... போறவைக்கே தெரியாதெண்டு நினைக்கிறன்..."

அம்மாவும் அண்ணாவும் கதைத்துக்கொண்டிருந்ததிலிருந்து அப்பா நிற்கிற இடத்தில் சண்டை தொடங்கிவிட்டதோ என்ற பயம் விஸ்வரூபம் எடுக்கத்தொடங்கியது. 'அப்படியொன்று மட்டும் நடக்கவே வேண்டாம் வைரவா... நான் உனக்கு என்னவேணுமெண்டால் செய்து தாறேன். வெள்ளிக்கிழமையளிலை வேப்பமிலையிலை மாலை கட்டிப்போடுறன். சனி ஞாயிறிலை வந்து முத்தமெல்லாம் கூட்டி, குப்பைகஞ்சலெல்லாம் அள்ளிக்கொட்டி சுத்தப்படுத்தி வைப்பன். விளக்குக்கூண்டை துடைச்சு பளிச்செண்டு ஆக்கிவிடுறன். அப்பா நிக்கிற பக்கமாக எதுவும் பிரச்சினை வராமல் காப்பாத்துப்பா. அதுக்குப்பிறகு எதுவும் கேட்கவே மாட்டேன். இதுதான். இது மட்டுந்தான் என்ரை நேத்தி. இதை மட்டும் நிறைவேத்திக் குடுத்தா போதும்.'

வைரவர் என் நேர்த்தியை ஏற்றுக்கொண்டிருந்தார். காலை விடிந்தபோது சத்தங்கள் ஓய்ந்திருந்தன. எல்லைப்பகுதியில் இது அடிக்கடி நடப்பதுதான். முன்பு அதைப் பற்றி அதிகமாக அலட்டிக்கொள்ளாத மனது இப்போது ஒவ்வொன்றையும் கூர்ந்து கவனித்தது. சற்று சஞ்சலப்பட்ட மனதோடு காலை பள்ளிக்கூடம் புறப்பட்டதற்கு நேரெதிராக மாலை வீடு முழுதும் ஒரு புதுஅலை அடிக்கத்தொடங்கியிருந்தது.

பள்ளிக்கூடம் விட்டு வரும்போதே காலில் சக்கரம் பூட்டிக்கொண்டு வந்துவிட்டான் சின்னண்ணா. வாசற்படலையில் நுழையவில்லை, அங்கிருந்தே வாழ்த்துப்பா பாடத் தொடங்கினான். "இன்னும்

ரெண்டு நாள், இன்னும் ரெண்டே ரெண்டு நாள்தான் அம்மா. அதுக்குப் பிறகு லா...லா...லலல...லா...லா..." அவன் நல்லாய்த்தான் பாடுவான் என்றாலும் சொல்லவந்த விடயத்தைச் சொல்லாமல் இப்படி ஒளித்து மறைத்து பாடுவதைக் கேட்க பொல்லாத கடுப்பாகவிருந்தது. மதிய வெக்கை வேறு படுத்தியெடுத்துக் கொண்டிருந்தது. போதாக்குறைக்கு பள்ளிக்கூடத்தால் வந்த களைப்பும் இன்னும் மாறவில்லை. அதற்குள் அவனின் நாட்டிய நாடகங்கள் வேறு. ஆத்திரம் உச்சிக்கு ஏறியது.

"என்னடா மூளைகீளை ஏதும் கழண்டுட்டுதே... பள்ளிக் கூடத்திலயிருந்து வரேக்கை என்னோடை ஒழுங்காத்தானை வந்தனி."

வீதிப்புழுதி அப்பியிருந்த செருப்புக்களை 'விறாந்தை' வாசலில் கழட்டிவிட்டுக்கொண்டே சின்னண்ணாவைச் சீண்டினான் பெரியண்ணா.

"அடேய், விசரா. இன்னும் ரெண்டு நாள். ரெண்டே ரெண்டு நாள். பிறகு அப்பா வந்திடுவார்..."

சொல்லிக்கொண்டே கைகளிலிருந்த புத்தகங்களை 'வாங்கிலில்' வைத்துவிட்டு, கையை நீட்டிப் பாடியபடி கிணற்றடிநோக்கி நடந்தான்.

ஒரேயொரு சொல்தான். வீடே மாறிவிட்டது. ஒரு நொடிக்கு முன்னிருந்த எரிச்சல், கோபம், உக்கிரம், வக்கிரம் எல்லாம் ஒற்றுமையாக ஆகிவிட்டது. அண்ணாக்களும் அம்மாவும் பரபரக்கத் தொடங்கியிருந்தார்கள். எனக்கும் அந்தச் சந்தோசம் ஒட்டிக்கொண்டுவிட்டது. எல்லைக்குப் போவதற்கு முன் அப்பா செய்த ஆயத்தங்களை எல்லாம் தூக்கிச் சாப்பிட்டுவிடுமளவிற்கு அம்மா ஆரவாரப்படத் தொடங்கியிருந்தா.

வீட்டிலும், முற்றத்திலும் 'விறாந்தையிலும்' மாறிமாறிப் பாதங்கள் பதியத்தொடங்கின. கிணற்றடியிலிருந்து தன் இருப்பிடத்தை மாற்றி, சின்னண்ணாவை வால்பிடித்துக்கொண்டுவந்து படலையடி தகரத்தின் மேல் குந்தியிருக்கிறது பலாமரக்குருவி. அடிக்கொருதரம் கழுத்தை எட்டியெட்டி 'விறாந்தையை' விளப்பம் வேறு பார்த்துக்கொண்டிருக்கிறது. அதைவிட மோசமாய் முருகன் கோயில் திருவிழாவில் சுழட்டிவிடும் பம்பரமாய் ஒற்றைக்காலில் நின்று கிறுகிறுத்துக்கொண்டிருக்கிறா அம்மா. ஏனோ தானோவென்று வெறும் பேருக்கு நடந்த கால்களில் புதுத் துள்ளல். கண்களில் ஒரு ஒளிக்கீற்று. தொய்ந்து

விழுந்திருந்த தொண்டையில் நம்பமுடியாதவொரு சிலிர்ப்பு. ‘அப்பா வரப்போறார்’.

“நிலா, செல்லத்தின்ரை குட்டிக்காலாலை நிருபனாக்களின்ரை அம்மாட்டை ஓடிப்போய் நல்லொரு சேவலா பாத்து வைக்கச்சொல்லு. நாளைக்கு வந்து அம்மா வேண்டுவாவாம் எண்டு சொல்லிற்று வா.”

“கீதன், நீ முருகனாக்களின்ரை மில்லுக்குப் போய் ஒரு போத்தில் நல்லெண்ணெய் எடுக்கலாமோ எண்டு கேட்டுட்டு வா. அப்பிடியே வரேக்கை பூமணியன்ரி வீட்டிலை போய் .நல்ல பனம்பழமா நாலைஞ்சு எடுத்து வைக்கச்சொல்லு.”

“கதிர், வாசுகி ரீச்சரின்ரை குவாட்டஸிலை நல்ல ராசவள்ளிக் கிழங்கா நாலைஞ்சு பாத்து வாங்கி வா பாப்பம்.”

அம்மாக்கு இருப்புக்கொள்ளவில்லை. கடைக்கும் வீட்டுக்கும் மாறிமாறி கயிறிழுத்துக்கொண்டிருந்தா. ஒரு நாளில் இருபத்தினான்கு மணித்தியாலயமும் எப்படி அவாவால் அப்படி இருக்க முடிகிறதோ. கடையிலும் சும்மாயில்லை. கவலையில் வருபவர்களிடம் கூட உற்சாகம் தொற்றிக்கொள்ளும் விதமாக மாறியிருந்தது பேச்சு. போவோர் வருவோர் எல்லாரிடமும் வாயெல்லாம் பல்லாகச் சிரித்து சிரித்துக் கதைத்துக்கொண்டிருந்தா. உப்பிய பனம்பழம்போலக் கும்மென்றிருக்கும் கன்னமேட்டில் குழிகள் விழுந்து மறைந்துகொண்டேயிருந்தன.

அம்மாவின் தடல்புடலில் ஊரே கலகலத்துக்கொண்டிருந்தது. வீட்டில் அம்மாவின் குறும்பு தாங்கமுடியவில்லை. நிலத்தை உழுது புரட்டிப்போட்டுக்கொண்டிருக்கிற வெயிலைப் பற்றியோ, புழுதியை அள்ளி வாரியிறைத்துக்கொண்டு ஓடும் வாகனங்களைப் பற்றியோ கவலையில்லாமல் கடையின் வெளி‘விறாந்தையில்’ நின்று காற்றுவாங்க முடிகிறது அவாவால். ‘கரியல்’ இல்லாத சைக்கிளை உருட்டியபடியே வீதிக்கரையோரமாக நடந்து போகின்ற பெனடிக் தாத்தாவைப் பார்த்து ‘என்ன தாத்தா பல்லுப்போனாலும் இன்னும் கள்ளுப்போகேல போல ஆ...’ என்று செல்லமாகத் தனகமுடிகிறது. இரவு படிக்கச்சொல்லிக்கூட அம்மா கட்டாயப்படுத்தவில்லை. ‘நித்திரை வந்தால் சாப்பிட்டுட்டு வேளைக்குப் படுங்கோ’ என்று தானாகவே அனுமதி தந்திருந்தா. திடீரென சிறகுமுளைத்து, நிலத்திலிருந்த கிளம்பி, மேலேறி, முகிலை விலத்திவிட்டபடி வானத்தில் பறந்துகொண்டிருந்தது எங்களின் வீடு.

40

வைரவர் கோயிலால் வீடு திரும்பும்போது கமகமவென்ற சமையல் வாசம் கையைப் பிடித்துக் கூட்டி வந்தது. ஒவ்வொரு அடியெடுத்து வைக்கும் போதும் வாசம் கூடிக்கொண்டேபோனது. 'இங்கு எங்கோதான் யார் வீட்டிலோ தடல்புடலாகச் சமையல் நடக்கிறது. நல்ல இறைச்சிக்கறி சமைக்கும் நெடி.' பசி வயிற்றைக் கிள்ளியது. படலையைத் தாண்டி விறுவிறுவென குசினிக்குள் நுழைந்தேன். எங்கள் வீட்டில்தான், அடுப்பில் கோழிக்குழம்பு கொதித்துக்கொண்டிருக்கிறது. வாலைத் தூக்கிப்பிடித்தபடி அடுப்பையே சுற்றிச்சுற்றி வந்துகொண்டிருக்கிறது பூனைக்குட்டி. குசினிக்கு வெளியில் இருந்த அம்மியில் கோழி இரசத்திற்கு மிளகாய் அரைத்துக்கொண்டிருந்தா அம்மா. ஒரு மணித்தியாலயத்திற்கு முன்புவரை நிருபன் வீட்டில் நின்ற சேவல் இப்போது கறிச்சட்டிக்குள் கிடந்தது.

"வந்திற்றியே நிலா, ஏன் இவ்வளவு நேரம். ஒழுங்கா விளக்குக்கொழுத்தி கும்பிட்டியே...? இங்கை எவ்வளவு வேலையிருக்கு. நல்ல ஆறுதலா ஆடி அசைஞ்சு வாறாய் என்ன. சரி, குசினிக்குள்ளைபோய் விறகை ஒருக்கால் உள்ள தள்ளி அடுப்பைப் பாத்து ஊதிவிடு பாப்பம். அப்பிடியே கூரையிலை ஒரு சரையிலை நெத்தலிக்கருவாடு சொருகிவைச்சிருக்கிறன். எடுத்து தலையை உடைச்சு வை."

ஒரு எட்டு எழும்பி வந்தாலும் பூனைக்குட்டி அம்மியில் வாய் வைத்துவிடுமோ என்கிற பயத்தில் இருந்த இடத்தை விட்டு நகரவேயில்லை அம்மா. அத்தனை வேலையும் என்தலையில் வந்து விழுந்தது. எதுவும் பேசாமல் அடுப்படிக்குள் நுழைந்தேன். உள்ளே அடுப்பு முளாசி எரிந்துகொண்டிருந்தது. அம்மா சொன்னதற்காக ஒருமுறை ஊதுகுழலை எடுத்து அடுப்பை ஊதினேன். இல்லாவிடில், அம்மாவின் கேள்வியிலிருந்து தப்பமுடியாது.

"என்ன நிலா, அப்பா வாறநேரம் பாத்து வீட்டை மொத்தமா எரிக்கிறதுக்குத் திட்டம்போடுறாய் போல, ஆ... அடுப்பு ஒழுங்காத்தானயடி எரியுது. பிறகுமேன் அதைப்போட்டு ஊதிக்கொண்டிருக்கிறாய்...?"

'குசினிக்குள்' நுழைந்து என் கையிலிருந்த ஊதுகுழலைப் பிடுங்கித் 'தட்டியில்' சொருகினான். கண்களில் கவனம் மிகுந்திருந்தது.

"அம்மாதான் ஊதச்சொன்னவா..."

"ஒழுங்கா எரியிற அடுப்பை ஊதச்சொல்லேலை. விறகு வெளியிலை எரிஞ்சுகொண்டிருந்தால் உள்ள தள்ளி ஊதச் சொல்லியிருப்பா..."

எப்படி இப்பிடி அச்சொட்டாய் சொல்லுகிறான் என்று தெரியவில்லை. அம்மா சொல்லும்போது எங்காவது ஒளிந்திருந்து கேட்டுக்கொண்டிருந்திருப்பானோ.

"இல்லை, அடுப்ப ஊதிற்று கருவாடை எடுத்து தலைநோண்டச் சொன்னவா..."

"அடுப்பு ஒழுங்காத்தான் எரியுது. நீ கருவாடை மட்டும் எடுத்துக்கொண்டு போ..."

இன்றைக்கென்று பார்த்து அவன் பேச்சிலும் செயலிலும் கொழுப்பு கொஞ்சம் கூடியிருந்தது. ஏதாவது ஒன்றை சப்பித்துப்ப ஆயத்தமான என்னை அம்மாவின் அதட்டல் இடைநிறுத்தியது. நல்லகாலம், அந்தப் பூசை எனக்கில்லை.

"கதிர்... நீ கடையை விட்டுட்டு உங்க நிண்டு என்ன செய்யுறாய்...?"

"இல்லையம்மா, பின்னேரமாச்சு. அதுதான்... அப்பா எப்பம்மா வருவார்...?"

"அப்பாக்கள் வர எப்பிடியும் இரவாகுமெண்டு நினைக்கிறன். நீ இப்ப கடையிலை போய் நில்லு."

"கடையிலை தம்பி நிக்கிறான்தானேயம்மா. நான் ஒருக்கால் அரசியில்துறையிலை போய் அப்பா வந்திற்றாரோ எண்டு பாத்திற்றுவரட்டே. வேளைக்கு வந்திருந்தாலும் சிலவேளை அங்கனைக்கை நிண்டு கதைச்சுக்கொண்டு நிண்டுடுவார்..."

"இல்லையடா, அவையள் எப்பிடியும் நடுச்சாமம் அப்பிடித்தான் வருவினம். இப்ப, நீ போய் கடையிலை தம்பியோட நில்லு. பாவமெல்லே அவன் தனிய நிக்கிறான்..."

தலையைத் தொங்கப்போட்டபடியே திரும்பி கடைப் பக்கமாக நடந்தான் பெரியண்ணா. பாவமாகவிருந்தது. பசிகூடிய நேரங்களில் பாயந்தடித்து ஓடிவந்து, பால்விட்டு வைக்காத சிரட்டையைப்

பார்த்துவிட்டு ஏமாற்றத்தோடு நகரும் குட்டிப்பூனையின் நடையை ஒத்திருந்தது அவனின் தளர்ந்த நடை.

"அம்மா, நான் தனிய நிப்பனம்மா. அண்ணா போய் பாத்துக்கொண்டுவரட்டுமே. சிலநேரம் அப்பா வந்தாலும் வந்திருப்பார்."

வீட்டையும் கடையையும் இணைக்கும் கதவு நிலையடியில் வந்துநின்றுகொண்டு பின்பக்கமாகத் திரும்பி வலுத்த சத்தமாக கத்தினான் சின்னண்ணா. உச்சஸ்தாயியில் வந்த குரலில் அந்தரிப்பும் ஆரவாரமும் கசிந்துகொண்டிருந்தது. விட்டால் அவனே போய் பார்த்து வந்துவிடுவான்போல அவசரம் காட்டின சொற்கள்.

சின்னண்ணாவின் சிபாரிசின் பேரில் பெரியண்ணாக்கு அனுமதி கிடைத்துவிட்டது. அதுவரை நேரமும் தடுப்பு போட்டு மறித்து வைத்திருந்து திறந்துவிட்ட வாய்க்கால் தண்ணீர்போல விறாந்தையிலிருந்து துள்ளிக்குதித்துக்கொண்டு வீதிக்குப் பாய்ந்தன கால்கள். 'குருவிபோட்' கூட தோற்றுப்போய்விடுகிற வேகம்.

'செருப்பைப் போட்டுக்கொண்டு போடா' என்கிற அம்மாவின் குரல் அவன் காதுகளை அடையும் முன்பே வெறுங்காலோடு பறந்துவிட்டான். 'செருப்புக்காக நின்று நேரம் கடத்தினால் அம்மா முடிவை மாற்றிவிடுவா' என்ற சந்தேகமாகக்கூட இருக்கலாம். என்ன நடக்கிறது என்று தெரியாமலே வாசல்வரை போய் எட்டிப்பார்த்துவிட்டு வந்து நேரே அடுப்படிக்குள் புகுந்தது மணி. சும்மாவே 'குசினி' முழுதையும் கிண்டிக் கிளறி சோதனை போட்டுவைக்கிற அது இப்போது கறிக்குழம்பு வாசத்தைப் பிடித்ததும் வெறியேறிய கிழவன்போல அடுப்படியையே சுற்றிச்சுற்றி வந்துகொண்டிருந்தது.

அரசியல்துறைக்குப் போன அண்ணா அப்பாவோடு வருவதற்குள் கறிக்குழம்பை ஒருமுறை சுவை பார்த்துவிட்டால் நல்லது. அப்பா வரும்போது எல்லாம் சரியாக இருக்க வேண்டும். அவர் சாப்பிட அமரும்போது எப்படியும் முதல்வாய் எனக்குத்தான் தருவார். எங்காவது தொலைதூரப் பயணங்களின் பின்போ அல்லது நாள்கணக்காக எங்காவது பிரிந்திருக்க நேர்ந்தாலோ அதற்குப்பின்னான முதல்நாள், முதல் சாப்பாட்டில் இது கண்டிப்பாக நடக்கும். ஐந்துபேர் இருக்கின்ற வீட்டில், அதுவும் அப்பா போன்ற ஒருவரிடமிருந்து முதல் உரிமை கிடைப்பதெல்லாம்

எவ்வளவு பெரிய விடயம். அந்த ஒன்றே போதும். அடுத்த கிழமை முழுதும் அண்ணாக்களைக் கோபப்படுத்திவிடலாம்.

கறிச்சட்டியை மூடியிருந்த தட்டைத் தூக்கித் திண்ணையில் வைத்தேன். சட்டியிலிருந்து குபுகுபுவென்று மேலெழுந்து நாசியை நிறைத்த கறிக்குழப்பு வாசம் கன்னாபின்னாவென்று பசியைக் கிளறியது. 'கொஞ்சம் கையில் வைத்து நக்கிப் பார்த்தால் என்ன...? யாரிற்குத் தெரியப்போகிறது...? அம்மா வெளியில் இருக்கிறா. அண்ணாக்களும் இங்கே இல்லை. இதுதான் சமயம்'. அகப்பை கறியில் தோய, அந்தக் கறி உள்ளங்கைக்கு இடம்மாற, அடுத்த நிமிடம் 'ஐயோ அம்மா' என்ற அலறலோடு அகப்பையும் கறியும் பூனையின் தலையில் விழ, அது 'ஐயோ படுபாவி என்ன கொல்லவாறாள், காப்பாத்து காப்பாத்து' என்கிற தோரணையில் 'மியாவ் மியாவ்' என்று கத்திக்கொண்டே தப்பியோட... மொத்தத் திட்டமும் தவிடுபொடி. இதற்கிடையில், கறிச்சூடு கையையும் அள்ளிவிட்டிருந்தது.

"என்ன உங்கை சத்தம்...?"

அம்மியிலிருந்து அம்மா எழும்புவது தெரிந்தது. இனியும் இங்கிருந்தால் எல்லாம் தலைகீழாகிவிடும். ஏதாவது சொல்லிச் சமாளித்து, அம்மா வருவதற்கிடையில் நடையைக் கட்டிவிடவேண்டும்.

"ஒண்டுமில்லையம்மா, இந்தக் கள்ளப்பூனைதான் கருவாட்டிலை வாய்வைச்சிற்றுது. அதுதான் சும்மா ரெண்டு அடி குடுத்தனான்..."

'பூனை வந்து வாயைத் திறந்து சாட்சியா சொல்லப்போகுது...? பிரகண்டத்திலிருந்து தப்பித்தால் போதும்'. தன்னைக் காப்பாற்றிக் கொள்வதுதான் வாழ்க்கையின் முதல் பாடம். தக்கன பிழைக்கும் என்று பள்ளிக்கூடத்தில் 'ரீச்சர்' படிப்பித்த பாடம் தானாகவே துணைக்கு வந்துநின்றது.

கருவாட்டில் பூனை வாய்வைத்ததாய்ச் சொல்லி கதையை மாற்றியாயிற்றென்றாலும், அந்தக் கருவாடு எங்கிருக்கிறது என்று இன்னும் தெரியவேயில்லை. பரணில் இருக்கிற மாட்டுத்தாள் பைகளில், பேணிகளில், பனையோலைப்பெட்டிகளில், ஒன்றுவிடாமல் தடவியாயிற்று. மற்றநேரங்களில் கருவாட்டு வாசம் மணக்கவாவது செய்யும். இப்போது அதுகூட இல்லை. கண்ணும் மூளையும் களைத்து மங்க, கைகள் சோரத் தொடங்கின. 'இண்டைக்கு நல்ல பூசை விழத்தான் போகிறது. பேசாமல், அப்பவே உண்மையைச் சொல்லியிருக்கலாம். விழுகிற அடியில்

ஒன்றிரண்டு குறையவாவது செய்திருக்கும். இனி, குண்டித்தோல் பிய்யத்தான் போகுது’. மனதெல்லாம் பயப்பீதி. கைகள் நடுங்க ஆரம்பித்தன. கண்களில் நீர் முட்டி வழிந்து பார்வை மறைய, அதிகாரம் பூசிய ஒரு குரல் என் காதுகளை அடைத்தது.

“அடுப்படியிலை நிண்டு என்ன களவாணித்தனம் செய்யிறாய்...? அங்காலை தள்ளு, கொஞ்சம் சீனி எடுக்கோணும்.”

‘ஐயோ அம்மாவா...? அதற்குள் அரைத்துவிட்டு வந்துவிட்டாவா...?’. அவசரஅவசரமாகக் கண்களைத் துடைத்துக்கொண்டு நிமிர்ந்தேன். வாசல்கதவைப் பிடித்தபடி வாசுகி ‘ரீச்சர்’ நின்றுகொண்டிருந்தா. பார்வை என் கண்களை ஊடுருவிக்கொண்டிருந்தது. ‘ரீச்சரின்’ தலைமுடியிலும் நீளப் பாவாடையிலும் ஒட்டியிருந்தது பனங்களி.

“உன்னைத்தான் நிலா, கொஞ்சம் விலத்து. அந்தச் சீனிப்பேணியை எடுக்கோணும்...”

“இந்தா, நான் எடுத்துத்தாறன் ரீச்சர்...”

“நீ எடுத்து விழுத்தி ஆர்ப்பாட்டம் பண்ணாமல், நானே எடுக்கிறன். நீ கொஞ்சம் தள்ளினியெண்டாப் போதும்...”

‘ரீச்சரும்’ விட்டுத்தருகிறமாதிரியில்லை. கருவாட்டுச்சரையில்லாமல் நான் வெளியிலும் போகேலாது. கலங்கிய என் மனதைச் சுக்கு நூறாய் உடைத்துப்போட்டது அம்மாவின் அதட்டல்.

“வாசுகி, உவள் உங்கை நிண்டு என்ன வாசுகி செய்யிறாள். ஆளை வெளியிலை அனுப்புங்கோ முதலிலை. நிலா, இன்னும் நீ நெத்தலி உடைக்கத்தொடங்கயில்லையே.? கருவாட்டை எடுத்துக்கொண்டு விறாந்தைக்கு வா முதலிலை.”

அவ்வளவுதான். அண்டசராசரமும் நடுங்கத்தொடங்கியது.

‘சொல்லியாச்சு. ஆனால், போறது எப்பிடி. வெறுங்கையை வீசிக்கொண்டு ஊர்கோலம் போகேலாது. கடைசியா ஒருக்கால் தேடிப்பாப்பம். கடவுளே, முருகா, ஐயனாரப்பா, அம்மாளாச்சித்தாயே... ஆராவது காப்பாத்துங்கப்பா’. ‘குசினி’ வளையில் கையை வைத்தபடி ‘ரீச்சரை’ப் பார்த்து அசடுவழிந்துகொண்டிருந்த என் கையில் திடீரென ஏதோ தட்டுப்பட்டது. நிமிர்ந்து பார்த்தால் கிடுகுகளிற்கிடையில் ஒரு சரை முழுசிக்கொண்டிருந்தது. பட்டெனட இழுத்தேன்.

"அது வெத்திலை நிலா. பின்னேரந்தான் நல்லதா பாத்து நாலு இலை பிடுங்கிவந்தனான். அதை கொட்டிச்சிந்திப்போடாமல் ஒழுங்கா மேலை பாத்து சொருகு..."

"என்ன திருகுதத்தம் வாசுகி உவள் உங்கைநிண்டு செய்யிறாள்...? ஆளைக்கொஞ்சம் வெளியிலை அனுப்புங்கோ பாப்பம். நிலா, கருவாட்டை எடுத்துக்கொண்டு ஆள் உடனை வெளியிலை வா பாப்பம்."

அதட்டும் தொனியிலிருந்த அம்மாவின் குரலைக் கேட்டதும் கண்கள் தானாகவே மேலே உயர்ந்தன. கருவாடாயிருக்கவேண்டுமென்ற நப்பாசை நிராசையாக வெற்றிலைச்சரையைப் பத்திரமாகச் சொருகிவிட்டுத் திரும்பும் கடைசி நொடியில், பார்வையில் எத்துப்பட்ட ஒரு 'பேப்பர்' சரையின் வெளிமுனையில் ஒரு ஊசிக்கருவாடு எட்டிப் பார்த்துக்கொண்டிருந்தது. "கண்டுட்டேன், கண்டுட்டேன், கருவாட்டைக் கண்டுட்டேன்" கூவிக்கொண்டே நெத்தலிச்சரையை உருவிக்கொண்டு வெளியே பாய்ந்தேன். நடக்கிறதென்ன என்று தெரியாமல் விசித்திரமாகப் பார்த்தபடி சீனிப்பேணியை நோக்கி போனா ரீச்சர்.

'ரீச்சரிடமிருந்தும்' அம்மாவிடமிருந்தும் விடுதலை கிடைக்கப்போகிற நிம்மதியில் 'விறாந்தையில்' போய் குதித்தேன். 'கண்மணியன்ரி' சிரித்தபடி படலையடியில் வந்துகொண்டிருந்தா. பின்னால் மறைந்து மறைந்து முழுசிக்கொண்டு நிருபன். 'என்ன ஆனாலும் அவரோடு கதைக்கக்கூடாது. வரட்டும், வந்து கதை கேக்கட்டும். அதுக்குப்பிறகு அவருக்கு இருக்கு'. எங்களுக்குள் நிலவும் நிழல் யுத்தத்தை கணக்கெடுக்காமல் அம்மாவை நோக்கி வந்தா 'கண்மணியன்ரி'.

"என்ன ரீச்சர், ஒரே தடல்புடல் விருந்துதான் போல. கோழியடிச்சுக் குழம்பு வைச்சு உரம்பலமான கவனிப்புத்தான் ஆ...?"

"வாங்கோ... வாங்கோ... என்ன அங்கயே நிண்டுட்டியள்...?' என்றபடி அம்மியில் அரைத்ததை வழித்துக் கிண்ணத்தில் சேர்த்துக்கொண்டு எழும்பினா அம்மா. முகமெல்லாம் வியர்வை துளிர்த்து வெள்ளி முத்தாக மினுங்கிக்கொண்டிருந்தது.

"இல்லை, நேரா பலாவடிக்கு போவமெண்டு பாத்தன். அங்கதானை பலகாரச்சூடு நடக்குது..."

"அதுக்கென்ன, ஒரு தண்ணி வெந்நி குடிச்சிற்றுப்போங்கோ. வாங்கோ. நிருபன் வாடா, நிலா இங்கை விறாந்தையிலைதான் இருக்கிறாள், வா. ஏன் அம்மாக்குப் பின்னாலேயே ஒளிஞ்சுகொண்டிருக்கிறாய்."

அவனைக் கூப்பிடும் அம்மாவுக்கு தெரியாது அவர் எனக்கு செய்த திருகுதாளம். பார்வை அவனில் குத்தியிருக்க, கைகள் நெத்தலிக் கருவாட்டின் தலையை முறித்துக்கொண்டிருந்தன.

"ரீச்சர், அது இருக்கட்டும். நான் கேட்டதுக்கு இன்னும் பதிலே சொல்லேல்லையே... கோழியடிப்பு என்ன, பலகாரச்சூடு என்ன... இனி, அண்ணைக்கு ஒரே விருந்துதான் போல ஆ..."

"இல்லையக்கா, பாவம் அங்கை நிண்டுட்டு வாற மனிசன். இவ்வளவு நாளும் ஆறுதலா நிம்மதியா சாப்பிட வழி இருந்திருக்காது. அதுதான். உடம்புக்குச் சத்தா ஏதாவது செய்து குடுக்கவேண்டாமே..."

"குடுங்கோ, குடுங்கோ ஆர் வேண்டாமெண்ட...? அண்ணை வரப்போறார் எண்டதும் முகத்திலையொரு கூடுதல் களை வேற தெரியுதுபோல...?"

"அட, சும்மா இருங்கோக்கா... இந்தா தேத்தண்ணியைக் குடிச்சிற்று பிலாமரத்தடிக்கே போங்கோ. ஆளை விடுங்கோ..." மெலிதாகச் சிரித்தபடியே 'குசினிக்குள்' நுழைந்தா அம்மா. முகத்தில் சந்தோசம் பொங்கி வழிந்தது.

"சரி, சரி. இப்ப ஏன் கலைக்கிறீங்கள் என்ன... நான் அவடத்தடிக்குப் போறன். டேய், நிருபன், நிலாவோடை இருந்து அந்த நெத்தலியை கொஞ்சம் உடைச்சுக்குடு என்ன..."

கோபத்தின் உச்சியில் குமுறிக்கொண்டிருந்த எனக்கு அப்படியே அவனைப் பிடித்துக் கடித்து வைத்துவிட்டால் என்ன என்கிற அளவுக்கு வெறி ஏறத்தொடங்கியது. முறைக்கு, இப்போது அவரை நான் விரட்டியடித்திருக்கவேண்டும். ஆனால், அப்படியொரு சம்பவம் மட்டும் நடந்திருந்தால் அதுக்குப் பிறகு எங்கள் வீட்டு வேலிக்கம்புகள் எல்லாம் முற்றம் முழுதும் சிதிலம் சிதிலமாக சின்னாபின்னமாகிக் கிடந்திருக்க, நான் அவற்றைச் சுற்றி ஓடிக்கொண்டிருந்திருப்பேன். அம்மா, என்னை விட்டுத் துரத்திக் கொண்டிருந்திருப்பா.

'புட்டுக்கட்டியை விழுங்கினவன் கணக்கா' உம்மென்று உட்கார்ந்திருந்தான் நிருபன். எதுவும் பேசவில்லை. வாயைத் திறந்தாலே சண்டையாகிவிடும் என்று தெரிந்தது. அவன்

மேலிருந்த கோபத்தைக் கருவாட்டுத் தலையின் மேல் காட்டிக் கொண்டிருந்தேன். சட் சட் என்ற சத்தத்துடன் தலையறுந்த கருவாடுகள் சுளகில் விழுந்துகொண்டிருக்க, திருகிப்போட்ட தலைகளை மென்றுகொண்டிருந்தது மணி. எவ்வளவு நேரமாகியும் நிருபனின் தலை நிமிரவேயில்லை.

"நிலா, இன்னும் முடியேல்லையே. ரெண்டுபேருமா சேந்து என்ன செய்யிறியள் இவ்வளவு நேரமா...?"

கடுகடுத்தபடியே குசினியிலிருந்து வெளியே வந்த அம்மாவைப் புரிந்துகொள்ளவே முடியவில்லை. நொடிக்கொரு தரம் முகபாவம் மாறிக்கொண்டேயிருந்தது. சிரிப்பும் துள்ளலுமாக இருந்தாலும் ஒரு படபடப்பும் அவசரத்தனமும் கூடவே ஒட்டிக்கொண்டிருந்தது.

"நானில்லை ரீச்சர். நிலாதான் இன்னும் உடைச்சு முடியேல்லை. என்ரை பங்கை நான் முடிச்சிற்றன்..."

"ஐயே ஆளைப்பாரன். நீ வரமுதலிருந்தே நான் உடைச்சுக் கொண்டிருக்கிறன் சரியே. நீதான் குறைய உடைச்ச. அம்மா இவன் பொய் சொல்லுறான்..."

"இல்லை ரீச்சர். நான் உடைச்சிற்றன். இவள்தான்..."

"சரி சரி சண்டை பிடிச்சது காணும். மிச்சத்தை நான் உடைக்கிறன். நீங்கள் ரெண்டுபேரும் கையைக் கழுவிற்று போய் விளையாடுங்கோ."

கருவாட்டுச் சுளகை எடுத்துக்கொண்டு உள்ளே போன அம்மாவின் நடவடிக்கைகளைக் கணிப்பிடவே முடியவில்லை. 'அடி வெளுக்கப்போகிறா என்று பயந்து சாகிற நேரங்களில் சிரித்துக்கொண்டுபோகிறா. இது அவ்வளவு முக்கியமான விடயமில்லை என்று நினைக்கிற நேரங்களில் கடுமையாகக் கடிஞ்சுகொள்ளுறா. இந்த அம்மா புதுசா இருக்கிறா...' நிருபனை முறாய்த்துக்கொண்டு எழும்பி கிணற்றடிக்கு ஓடினேன். கைகழுவும் வரையும் நிருபன் அங்கே வரவேயில்லை. 'அவருக்கு அவ்வளவு பயமிருக்கா என்னைப் பாத்து...?' சிரிப்பாக இருந்தது. பாவமாகவும் இருந்தது. திரும்பிப் பார்த்தேன். 'விறாந்தையிலும்' ஆள் இல்லை.

இடைவழியில் வந்துநின்று நித்திய கல்யாணி மரத்திற்கு அருகில் தெத்திக்கொண்டிருந்த பலா மரக் குருவிக்கு விளையாட்டுக்காட்டிக் கொண்டிருந்தான். அது ஏதோ கத்த, அவன் பதிலுக்குக் கத்த... அது அவனிடமிருந்து தப்பி ஓட, அதைத் துரத்தியபடி நிருபன் ஓடினான். அவனிற்குப் போக்குக்காட்டிவிட்டு எழும்பிப்

பறந்துபோய் வீட்டுக்கூரையில் அமர்ந்துகொண்டு மறுபடி கத்த ஆரம்பித்தது. 'நிருபன் விடாதையடா, நீயும் திரும்பி கத்து' பெரிய இரும்பு வாளியைச் சரித்து கையைக் கழுவிவிட்டு அவனைத் தூண்டிவிட்டுக்கொண்டே ஓடினேன். என் அலறல் சத்தங்கேட்டு பலா மரத்திலிருந்து ஒரு கிளிக்கூட்டம் சடசடவென்று செட்டையடித்தபடி தலைக்கு மேலால் பறந்துபோனது. அதற்கு இன்னும் மேலே, வானத்தில் ஒன்றிரண்டு வெள்ளிகள் முளைத்துவிட்டிருந்தன.

சூரியனைத் துரத்திக்கொண்டுவந்த இருட்டையும் கவனிக்காமல் கூரையிலேயே குந்தியிருந்தது பலா மரக்குருவி. அப்பா போல அதனுடன் பேசினேன்.

"நேரமாச்சு, உன்ரை வீட்டுக்குப் போ."

என்னைப் பார்த்து முறாய்த்துவிட்டு இன்னும் கொஞ்சம் மேலேபோய் அமர்ந்துகொண்டது. 'அதன் வழமையான இருப்பிடத்திற்குக் கீழேதான் பலகாரச்சூடு வேகம்பிடித்திருந்ததால் நெருப்பைக் கண்டு பயந்துபோச்சோ என்னவோ அல்லது அண்ணாக்களைப் போல அதுவும் அப்பா எப்போது வருவார் என்று பாத்துக்கொண்டிருக்கிறதோ.' எவ்வளவு கூப்பிட்டும் அது வரவேயில்லை.

பலகாரச்சூடு முடித்து, அடுப்பை தண்ணீரூற்றி அணைக்கும் சத்தம் புஸ் என்று கேட்டது. சுட்டுவைத்த பனங்காய்ப்பணியாரங்களை மூன்று கடகங்களில் நிரப்பிக்கொண்டு வந்து விறாந்தையில் வைத்தா வாசுகி 'ரீச்சர்'. ஊரையேகூட்ட மத்தளம் கொட்டுற வாசம். அங்கும் இங்கும் பார்த்து, யாரும் இல்லையென்பதை உறுதிசெய்துகொண்டு, சுடச்சுட எண்ணெய் மாறாத பனங்காய்க்காய்களை ஒரு கைநிறைய அள்ளி தன் நீலக்காற்சட்டை 'பொக்கற்றுக்குள்' திணித்தான் நிருபன்.

'அடப்பாவி... சொல்லட்டா... நீ எடுத்ததை அம்மாட்டைச் சொல்லட்டா...'

"வேணுமெண்டால் நீயும் எடு..."

நானும் நான்கைந்தை எடுத்தேன். ஒளித்துவைக்க இடமில்லை. சுவரோரமாக நிற்கிற அப்பாவின் 'சைக்கிள் கரியலுக்கு'ப் பின்னால், 'றேடியோ' வளைக்கு மேலே, 'வாங்கில்' கால் மறைவில்... ம்கூம் ஒரு இடமும் தோதாக இல்லை. திடீரென

நிருபனின் மற்றபக்க 'பொக்கற்றுக்குள்' நுழைந்தன எனது பங்குப் பலகாரங்கள். களவுதான். கூட்டுக்களவு. பிடிபடுவது அவ்வளவு இலகுவில் நடக்காது. அப்படியே பிடிபட்டாலும், தண்டனை பாதிக்குப்பாதி. இக்கட்டான தருணங்களில்தான் எவ்வளவு பிரமாதமான தந்திரங்கள் முளைக்கின்றன. தத்துவம் தோன்றிய நேரம் வாசுகி 'ரீச்சரும் கண்மணியன்ரியும்' கிளம்பினார்கள்.

"நல்லா பொழுதுபட்டுப்போச்சென்ன. வேலையிலை நேரம்போனதே தெரியேல்லை. சரி ரீச்சர். நாங்கள் போட்டுவாறம், நாளைக்குப் பாப்பம்."

"ஒரு வாய் தேத்தண்ணி குடிச்சிற்று போகலாம்தானே..."

"கொஞ்சம் முன்னம் குடிச்சதுதானே... நல்லா இருண்டுபோச்சு. வீட்டைப் போய்த்தான் விளக்கு கொளுத்தோணும். நாளைக்கு வாறம். இனி நீங்களும் குளிச்சுக்கிளிச்சு ரெடியாகி அண்ணை வரும்பொது பளிச்செண்டு நிக்கோணுமெல்லோ."

"காணும் காணும்... விட்டால் நீங்கள் நக்கலடிச்சுக்கொண்டே நிப்பீங்கள். ஆக்கள் வெளிக்கிடுங்கோ."

கடிந்தபடியே வாசல்வரை கொண்டுபோய் அவர்களை வழியனுப்பிவிட்டு, அவர்கள் வீதிக்கு ஏறுவதைப் பார்த்துக்கொண்டிருந்த அம்மாவின் முகத்தில் மெல்லிய சிரிப்பு படர்ந்திருந்தது.

யாருக்கும் தெரியாமல் 'பொக்கற்றிலிருந்த' பனங்காய்ப் பலகாரத்தில் ஒன்றைத் தூக்கி வாயில்போட்டபடியே வீதிக்கு ஏறினான் நிருபன். என் பங்கு பலகாரமும் வீட்டைவிட்டு விலகி வீதிக்குப் போய்விட்டது. அவனைத் துரத்திக்கொண்டு ஓடி வீதிக்கரையைத் தொடவும், தூரத்தில் எங்கோ வித்துடல் தாங்கிய ஊர்தி வரும் அறிவிப்பு காதில் விழுந்தது. இன்னும் வெறும் இரண்டேயிரண்டு அடிகள்தான். கையால் எட்டித்தொட்டால் 'சேட்டுக்கொலரை' பிடித்திழுத்துவிடும் தூரந்தான். ஆனாலும், போன வேகத்திலேயே திரும்பிய கால்கள் நித்திய கல்யாணி மரத்தடியை அடைந்துவிட்டிருந்தன.

***

மொத்த ஊரும் நித்திரைக்குத் தயாராகிற அந்த நேரத்திலும், மணிக்கூட்டின் முள் நகரும் டிக் டிக் சத்தத்திற்கு ஏற்றவாறு பலா மரக் குருவி பாட்டுப் பாடிக்கொண்டிருந்தது. எல்லோரின்

மனதும் சிந்தனையும் கவனமும் வாசல்படலையில் முண்டியடித்துக்கொண்டிருந்ததால் வீட்டுக்குள் ஒரு விசித்திரமான நிசப்தம் விளையாடிக்கொண்டிருந்தது. எட்டு, எட்டரை, ஒன்பது... நேரம் நீண்டுகொண்டே போகிறதே தவிர, அப்பாவின் காலடிச்சத்தம் கேட்கவேயில்லை. பெரியண்ணாவைத் திரும்பிப் பார்த்தேன். எந்தச் சலனமும் இல்லாமல் சாமியார் மாதிரி அமர்ந்திருந்தான்.

சப்பாணி கொட்டியிருந்த அவனது இடப்புறக் காலுக்குக் கீழே ஏதோவொரு கடதாசி படபடத்தது. சான்றிதழ், அன்னைபூபதி நினைவு நாளுக்கு வைத்த பொது அறிவுப்போட்டியில் முதலாவதாக வந்ததற்கான சான்றிதழ். 'அப்பாவுக்குக் காட்ட வைச்சிருக்கிறார் போல... அட எனக்கு ஏன் அந்தப் புத்தி வரவில்லை. எங்கடை பிரிவிலை நானுந்தானே முதலாவதா வந்திருக்கிறன். என்னட்டையும் இருக்குத்தானே'. சட்டென எழும்பி உள்ளே ஓடினேன். சும்மாவே இருட்டு தாண்டவமாடுகிற இடம். இப்போதோ, கையில் விளக்கு கூட இல்லை. அறைக்குள் இருக்கிற விளக்கை எடுத்துக்கொண்டு வந்திருக்கலாம்தான், ஆனால், விளக்கை எடுக்கக்கேட்டால் பிறகு என் விளப்பம் தெரிந்துவிடும். வெளிச்சம் முக்கியமில்லை. இரகசியம் காப்பதுதான் முக்கியம்.

தட்டுத்தடவி, விரல்களால் அளந்தளந்து ஏதோவொரு குறிப்பில் என்னுடைய புத்தக அடுக்குக்கு வந்து ஒவ்வொன்றாய் எடுத்தெடுத்துப் பார்க்கிறேன். அந்தச் சான்றிதழ் மட்டும் இருக்கிற சத்தமே இல்லை. 'ஒருவேளை பெட்டிக்குள் போட்டு மூடிவிட்டேனோ. வேறெங்காவது வைத்துவிட்டேனோ'. எவ்வளவு யோசித்தாலும் மூளைக்குள் எதுவும் மின்னிமறையவில்லை. 'சரி, பெட்டிக்குள் தேடிப் பார்த்துவிட வேண்டியதுதான்'. அடுத்தநொடி, என் புத்தகப்பெட்டி தலைகீழாய்க் கவிழ்ந்தடித்தது.

புத்தகங்களை வைத்திருந்த பழையபெட்டி கிழிந்துபோயிருந்ததால், போனகிழமைதான் பாலவிநாயகர் கடையில் போய் கெஞ்சிக்கூத்தாடி வாங்கி வந்திருந்த புதுப்பெட்டி. இருட்டில் 'கவிட்டுக்கொட்டினால்' இந்தப் பெட்டியும் கிழியக்கூடும் என்பது நன்கே தெரிந்துதான் இருந்தது. ஆனாலும், மூளை சொல்வதை மனது எங்கே கேட்கிறது...? சான்றிதழ்தான் முதலில், மற்றதெல்லாம் பிறகு. அடம்பிடித்தது பிடிவாதம். பலன், பொலபொலவெனப் புத்தகங்கள் விழுந்தன. 'எப்படியாவது

சான்றிதழைக் கண்டுபிடித்து, அப்பா வந்ததும் அண்ணாவுக்கு முதல் காட்டிப்போடவேணும்'. தீரக்கமாயிருந்தது இதயம். புத்தகக் குவியலுக்குள், இருட்டுக் குகைக்குள் சான்றிதழ் கையில் அகப்படுவதாகவே இல்லை. கண்ணும் மூளையும் பதகளிப்பட்டு படபடத்துக்கொண்டிருந்தது. 'எங்கை இருக்கிறாய் சனியனே, அப்பா வாறதுக்கிடையிலை கையிலை தட்டுப்பட்டுத்துலையேன்...'

கிடைத்துவிட்டது. 'சத்தம் போடாமல் யாருக்கும் தெரியாமல் கொண்டுபோய் வைத்துக்கொண்டு உட்கார்ந்துவிடவேண்டும்'. தயங்கித் தயங்கி நான் அறைக்குள் வரவும், பெரியண்ணா விழுந்தடித்துப் படலையடிக்குப் பாயவும் நேரம் சரியாகவிருந்தது.

"அம்மா, வந்திற்றார்... அப்பா வந்திற்றார்..."

பெரியண்ணாவிற்குப் பின்னாலேயே, பறந்தான் சின்னண்ணா. கால்களில் எட்டுக்குதிரை பூட்டியிருப்பான் போல. வழமையைப் போலவே கடைசியாக நான் தவ்விக்கொண்டு 'விறாந்தைக்கு' வர, தொங்கப்போட்ட முகத்தோடு திரும்பி வந்தான் பெரியண்ணா. அப்பா இன்னும் வந்திருக்கவில்லை. அதுவரையில் நிம்மதி. கையிலிருந்த சான்றிதழைப் பின்னால் ஒளித்துக்கொண்டே அவர்களுக்குப் பின்னால் நடந்துபோய்த் திரும்பவும் உள்ளறையில் அமர்ந்தேன். 'அப்பா, வந்தால் நேர வீட்டைத்தானை வருவார். அதுக்குள்ள எதுக்கு அதகளிப்படுறியள், ஆ...' என்று அதட்டியபடியே வெளிமுற்றத்தில் குந்தியிருந்தா அம்மா. கண்டிக்கும் தோரணையில் வந்த சொல்லுத்தான் என்றாலும் கவலையும் எதிர்பார்ப்பும்தான் அதில் தூக்கலாய் இருந்தது.

'அப்பா, வரும்போது வருவது சரி. ஆனால், நித்திரை கொள்ளுறதுக்கு முதல் வரவேணுமே. இல்லையெண்டால், நாளைக்குத்தானே பாக்கலாம். அதுக்கிடையில ஆர் வேணுமெண்டாலும், என்ன வேணுமெண்டாலும் சொல்லியிருக்கலாம், பாராட்டு வாங்கியிருக்கலாம். பிறகு, எதிலும் முதல் முதல் எண்டு காத்திருக்கிற எனக்குக் கடைசி இடந்தானே கிடைக்கும்... ' ஆத்திரத்தோடு பெரியண்ணாவை நிமிர்ந்து பார்த்தேன். அடுப்படிக்கும் 'விறாந்தைக்கும்' உள்ளறைக்குமாக அடிக்கடி மாறிமாறி சூடு மிதித்துக்கொண்டிருந்தான். கண்கள் சுவரிலிருந்த மணிக்கூட்டிற்குத் தாவித்தாவி வந்துகொண்டிருந்தன.

இடையில் இரண்டொருமுறை சின்னண்ணாவைக் கூட்டிக்கொண்டுபோய்க் கிணற்றடியில் முகம் கழுவிவிட்டுவந்தேன்.

முற்றத்தில் அமர்ந்திருந்த அம்மாவைச் சுற்றிச்சுற்றி வட்டமடித்தேன். வேலிக்கரையை ஒட்டிக்கொண்டு அடிமேல் அடிவைத்து முற்றம் முழுதையும் பத்துமுறை சுற்றிவந்தேன். பலா மரத்தில் ஏதாவது பழங்கள் தெரிகிறதாவென மரத்தின் அடியில் போய்நின்று வாசம் பிடித்தேன். நட்சத்திரம் எண்ணினேன். நாய்களின் ஊளையில் சுருதி கண்டுபிடித்தேன். காற்றுக்கு அசையும் மஞ்சவுண்ணாவோடு சேர்ந்து நடனம் பயின்றேன். ஆனாலும், கொழுக்கட்டை இப்போது ஆத்துக்கட்டை ஆகியிருந்தது. நித்திரையில் நீண்டுகொண்டிருந்த கனவுகளில் சான்றிதழைக் காணவில்லை. ஏதேதோ காடுகள், மரங்கள், ஊஞ்சல்கள், பறவைகள்...

41

டொங் என்ற சத்தத்தோடு நடுமண்டையில் பட்டுக் கீழே தெறித்து விழுந்தது ஒரு வேப்பம்பழம். 'ஏதோ ஒரு பொல்லாத குருவி வடிவா குறிபாத்து எறிஞ்சிருக்கோணும். அல்லது யாராவது ஒளிச்சிருந்து கெற்றப்போலாலக் குறிபாத்து அடிக்கிறாங்களோ தெரியேல்லை.' தலையைத் தடவியபடியே நிமிர்ந்து பார்த்தேன். பழத்துக்கோ பூவுக்கோ குறையே இல்லாமல் மனம்போலச் சடைத்து வளந்திருந்தது அது. அவ்வப்போது வைரவரிடம் வந்துவிட்டுத் திரும்பிப்போகும்போது கொஞ்ச வேப்பம் பழமோ, பூவோ அல்லது இலையோ பொறுக்கிக்கொண்டுதான் போவா அம்மா. ஒருநாள் கூட வெறுங்கையாகப் போனதே கிடையாது. ஆனால், இந்த இரண்டொரு நாட்களாகத் தினமும் வெறும் கையும் பேயறைந்த முகமுமாகத்தான் திரும்பிப்போகிறா. இன்று இன்னும் மோசம். பள்ளிக்கூடம் விட்டு வந்ததும் அவசரஅவசரமா கோயிலுக்கு வந்தவாதான். இருட்டத்தொடங்கியும் இன்னும் இருந்த இடத்தை விட்டு எழும்பவில்லை. அம்மாவின் மௌனத்தைக் குலைக்கவும் துணிவில்லை. 'எவ்வளவு நேரந்தான் நானும் வேப்பம் பிசினையே சுரண்டிக்கொண்டிருப்பது...?'

வெள்ளி, சனி, ஞாயிறு... நாள்கள் கழிந்துகொண்டேயிருந்தன. போனவர்கள் யாரும் இன்னும் திரும்பி வரவில்லை. பத்து நாள்கள் என்பது பதினொன்றாகி, பன்னிரண்டாகி, பதின்மூன்றாகியும் விட்டது. நேற்றுகூட பெட்டிக்கடை மணியாச்சி வந்து அம்மாவை ஏதோ விசாரித்துவிட்டுப்போனதும், பள்ளிக்கூடம் விட்டு

வந்ததும் முதல் வேலையாய் இங்கேவந்து அம்மா குந்தியிருந்து அழுவதற்குப் பின்னாலும் கண்டிப்பாக ஏதோவொன்று இருக்கவேண்டும். அண்ணாக்கள்கூட எனக்குக்கேட்காத அடிக்குரலில் குசுகுசுவென்று பேசிக்கொண்டிருந்தார்கள்.

இருட்டு கண்ணை மறைக்கும் அளவுக்கு இறங்கிவிட்டது, அம்மா இன்னும் எழுந்திருப்பதாகத் தெரியவில்லை. தரையைப் பார்த்தபடியே, ஒரு சின்ன சுள்ளித்தடியால் மணலில் கோடு கிழித்துக்கொண்டிருந்தா. வடக்கும் கிழக்கும் தெற்கும் மேற்குமாய்... கோணல் மாணலாய்... கீறுவதும் அழிப்பதும் மறுபடி கீறுவதுமாய்...' என்ன ஆனாலும் சரி, இதற்கு மேலும் காத்திருக்க முடியாது'.

"அம்மா, சரியா இருட்டிற்றுது அம்மா... வாங்கோ வீட்டைப் போவம்."

ஏதோவொரு தைரியத்தில் சொல்லிவிட்டேன். ஆனாலும் பயம் உள்ளே படுத்தியெடுத்துக்கொண்டிருந்தது. 'இருக்கிற கோபத்தில், எட்டி வேப்பம் கம்பை முறித்து வெளுக்கத்தொடங்கினால் என்னவாகும்'. மிரண்டுபோய் நாலடி தள்ளிநின்று அம்மாவைத் திரும்பிப்பார்த்தேன். மணலைக் கோடு கிழித்துக்கொண்டிருந்த சுள்ளியை இன்னும் பிடித்திருந்தன கைகள். குனிந்த தலை நிமிரவேயில்லை. திடீரென என்ன நினைத்தாவோ, கையிலிருந்த சுள்ளித் தடியைத் தூக்கித் தூரவீசிவிட்டு, 'சோட்டியின்' பின்பக்கத்தில் ஒட்டியிருந்த மணலைத் தட்டிவிட்டுக்கொண்டே எழுந்து நடக்கத் தொடங்கினா. சும்மாவே வேகமாகத்தான் நடப்பா. இப்போது பந்தயக்குதிரை பாய்வது மாதிரி பலமடங்கு வேகமேறியிருந்தன கால்கள். நான் ஒருத்தி பின்னால் வருகிறேனா இல்லையா என்ற பிரக்ஞைகூட இல்லை. ஓடுவதும் நடப்பதுமாய் அந்த ஒற்றையடிப் பாதையைத் தேய்த்துக்கொண்டிருந்தேன் நான்.

வீட்டிற்குத் திரும்பவேண்டிய அம்மாவின் கால்கள் வேறு திசை நோக்கி நடந்துகொண்டிருந்தன. எரிச்சல் எரிச்சலாக வந்தது. 'என்னதான் நினைத்துக்கொண்டிருக்கிறா இந்த அம்மா...? இப்போது என்னதான் செய்யப்போகிறா...?' இதுவரை பொருமிப் பொருமி நெஞ்சுக்கூட்டில் தங்கியிருந்த கோபம் ஒரேதாய் கொப்பளித்து வெளியே வழிந்தது.

"அம்மா, எங்கம்மா அந்தப் பக்கம் போறியள். வீடு இங்கையிருக்கு..."

குரலில் கடிவாளத்தைக் கட்டி இழுக்கும் தொனியில் வார்த்தைகளை வீசினேன். பாதை தவறிய மந்தைக்கு வழிகாட்டும்

மேய்ப்பன் போல என்னை நானே நினைத்துக்கொண்டேன். திடீரெனப் பெரியாள் ஆகிவிட்டது போலொரு உணர்வு. அடுத்த நொடி எல்லாம் மாறிவிட்டது.

திரும்பிய வேகத்தில் என் கையைப் பிடித்திழுத்து, முகத்துக்கு நேரே குனிந்து நெருப்பெடுத்து வீச ஆரம்பித்தா அம்மா. தடுக்க யாருமில்லை.

"எங்கடை வீடு எங்கையிருக்கெண்டு எனக்குத் தெரியாதா... நீ வாயை மூடிக்கொண்டு பேசாமல் என்னோடை வா..."

பிடித்த கையை விடவேயில்லை. தறதறவென இழுத்தபடி நடந்துகொண்டிருந்தா. காலில் ஏற்கெனவே முள்ளுக்கீறிய வலி. இப்போது கையும் வின்வின்னென்று வலிக்க ஆரம்பித்தது. சொல்லவும் பயமாக இருந்தது. உலகத்தில் உள்ள அத்தனை பேரின் ஆத்திரமும் அம்மாவின் கையில்தான் ஒட்டிக்கொண்டிருப்பது போலிருந்தது. 'ஏன் இப்பிடி முரட்டுத்தனமாக நடந்துகொள்ளுறா...?'. அம்மாவிடம் எதனையும் இலகுவில் கண்டுபிடித்துவிடமுடியாது. திருகையில் விழுந்த அரிசிபோல அம்மாவைப் பற்றிக்கொண்டு நான் சுழன்றுகொண்டிருந்தேன். கண்ணைப் பற்றிக்கொண்டு கண்ணீர் தயாராகவிருந்தது.

பள்ளிக்கூடம் கடந்து, மாவீரர் படிப்பகத்தைத் தாண்டி, பாலத்தடிக்கு வந்ததும் என்ன நினைத்தாவோ, சட்டென்று இழுத்துப் பிடித்துக்கொண்டு நடந்த கையை விட்டுவிட்டு, நடையை நிறுத்தித் திரும்பிப் பார்த்தா. என் கன்ன மேட்டில் வழிந்த கண்ணீர் இன்னும் காயாமல்தான் இருந்தது. அம்மாவின் பிடியிலிருந்த என் கை மணிக்கூட்டடியில் கன்றிச் சிவந்திருந்தது அந்த இருட்டிலும் தெளிவாய்த் தெரிந்தது. நான்கு விரலடையாளங்கள் தெளிவாய்ப் பதிந்திருந்தன.

"நிலா... அம்மா ஏதோ ரென்சனிலை கோபிச்சுப்போட்டன். நீ கவலைப்படாதை என்ன. அம்மாவும் பாவம்தானை, கொஞ்சநேரம் கேள்வியேதும் கேட்காமல் நல்லபிள்ளையா வா என்ன..."

'எங்கே போகிறோம்' என்று கேட்பதற்காக எடுத்த வாயை உடனேயே மூடிக்கொண்டேன். கெஞ்சுவதுபோலப் பேசிய அம்மாவின் குரல் ஏதோ செய்தது. கையின் வலியைப் பற்றிச் சொல்லவும் நாக்கு எழவில்லை. அம்மாவின் பிடியிலிருந்து விலகிய கை தானாகவே முதுகுக்குப் பின்னால் மறைந்துகொண்டது. நட்டநடு வீதியென்றும் பாராமல் கட்டிப்பிடித்து கன்னத்தில்

கொஞ்சிவிட்டு மறுபடி நடக்க ஆரம்பித்தா. பின்னால் தவழத் தொடங்கினேன்.

***

மரங்களால் நிறைந்திருந்த அந்த வளாகம் அமைதியில் மூழ்கியிருந்தது. வாசலில் போடப்பட்டிருந்த மரமேசையைச் சுற்றி இரண்டு கதிரைகள். ஒன்று வெறுமையாயிருந்தது. மற்றொன்றில் அலையரசி அக்கா அமர்ந்திருந்து ஏதோ எழுதிக்கொண்டிருந்தார். பக்கத்திலிருந்த ஆலமரத்தின் மேலிருந்து குக்குறுப்பான் ஒன்று விடாமல் கத்திக்கொண்டேயிருந்தது.

"என்ன ரீச்சர், இந்தக் கருக்கல் நேரத்திலை நிலாவையும் கூட்டிக்கொண்டு விழுந்தடிச்சு ஓடிவாறியள். ஏதாவது அவசரமோ...? உதவிக்கு யாரையாவது அனுப்பவேணுமோ...?"

அம்மாவின் அவசர கோலத்தைப் பார்த்ததும் எழுதிக்கொண்டிருந்த 'கொப்பியை' மூடிவைத்துவிட்டுச் சட்டென்று எழுந்தா அலையரசி அக்கா. பதிலுக்கு எதுவும் பேசாது நிற்கும் அம்மாவைப் பார்த்ததும் பயம் இன்னும் அதிகமாகியிருக்கவேண்டும். என்னைப் பிடித்து உலுக்கி 'என்ன நிலா, என்ன நடந்தது...' என்ற கேள்வியை நீட்டினா.

மலங்க மலங்க விழித்துக்கொண்டு நின்றேன்.

"என்ன நடந்தது. வீட்டிலை யாருக்கும் ஏதாவது பிரச்சினையா. ஆசுப்பத்திரிக்கேதாவது போகவேணுமா...?"

"எனக்குத் தெரியாதக்கா. அம்மாவைத்தான் கேக்கவேணும்."

பதில்... அதுக்கு நானெங்கே போவது...? அலையரசி அக்காவின் கண்ணில் ஒருவிதக் கவலை குடிகொண்டது. உள்பக்கமாக எட்டிப்பார்த்து உரத்த குரலில் பேசினா அம்மா.

"செங்கதிர் இல்லையோ. அவனிட்டைத்தான் அலுவல். ஆளைக்கொஞ்சம் கூப்பிடுங்கோ பாப்பம்..."

'கடைசியாகத் திருவாய் மலர்ந்திட்டா. அதுவே போதும். தவிர, எந்த அவசரமும் இல்லை, விபரீதமும் இல்லை. செங்கதிர் அண்ணாவிடம் ஏதோ அலுவலாக வந்திருக்கிறா அவ்வளவுதான்'. நெஞ்சுக்கூட்டுக்குள் கொஞ்சம் தண்ணீர் வந்தது. 'ஆனாலும், இந்தக் கருக்கலுக்க அவசரமா வாறளவுக்கு அப்பிடியென்ன அலுவலாயிருக்கும்...?'

“செங்கதிரண்ணா பின்னேரம் ஒரு மீற்றிங்குக்காகப் புதுக்குடியிருப்புப் பக்கம் போனவர். இன்னும் வரேல்லை ரீச்சர்...”

“ஆ..., அன்பரசன் அல்லாட்டில் பூவிழி ஒருத்தரும் இல்லையோ...”

“அன்பரசனண்ணா வழங்கல் எடுக்கப்போட்டார். பூவிழியக்கா எங்கையோ வெளியிலை போட்டா...”

“வேறையார் நிக்கிறது பின்னுக்கு...”

“மின்னலும் கலைப்பரிதியும் நிக்கவேணும். வோக்கிக்கொட்டில் பக்கம் நிப்பாங்கள் எண்டு நினைக்கிறன். பொறுங்கோ கூப்பிட்டு விடுறன்...”

அலையரசியக்கா பின்பக்கமாக உள்ள கொட்டில் பக்கமாக நகர்ந்தா. அதற்கிடையில் இங்கிருந்து வந்த சத்தம் கேட்டோ என்னவோ ‘வோக்கிக்கொட்டிலிலிருந்து’ வெளியே வந்தன இரண்டு உருவங்கள்.

“என்ன ரீச்சர், இந்த நேரத்திலை வந்திருக்கிறியள்...? ஏதாவது பிரச்சினையோ...?”

“அதை நாந்தான் உங்களிட்டை கேக்கவேணும். எல்லைப்படைக்குப் போனாக்கள் இன்னும் திரும்பி வரேல்லை. இந்தா பத்து நாளிலைத் திருப்பி கொண்டுவந்துவிடுறனெண்டு சொல்லித்தானே கூட்டிக்கொண்டு போனியள். இப்ப என்னடாவெண்டால் ஒரு மூச்சுப்பேச்சில்லாமல் இருக்கிறியள்...”

“அட, அதுக்கே இவ்வளவு ஆர்ப்பாட்டம் பண்ணுறியள். நானும் என்னவோ ஏதோவெண்டு பயந்துபோட்டன். போனாக்கள் வருவினம்தானே ரீச்சர். வெற்றியண்ணை மட்டுமே, இன்னும் ஒருத்தரும்தானே வரேல்லை. எல்லாம் வருவினம் வருவினம் நீங்கள் வீட்டைப் போங்கோ...”

வலு ஆயாசமாய்ச் சொல்லிக்கொண்டே திரும்பி உள்ளே போனார் மின்னல் அண்ணா. பதிலுக்கு அம்மா என்ன சொல்லப்போகிறா என்பது ஒரு விடயமேயில்லை என்பதுபோல இருந்தது அவரது செய்கை. பார்த்துக்கொண்டு நின்ற எனக்கே அவர்மேல் உக்கிரகோபம் வந்தது. ‘எல்லைக்குப் போயிருப்பது அப்பா. அனுப்பியிருப்பது அவர்கள். சொன்ன நேரத்துக்கு இன்னும் திரும்பி வந்து சேரவில்லை. அவர்களைக் கேட்காமல் பிறகு யாரைக் கேட்பதாம். நின்று ஒரு பதில் சொன்னால்

குறைந்தா போய்விடுவார். அப்பா மட்டும் வரட்டும். இனி, எல்லைப் படைக்கெல்லாம் போகவேண்டாமென்று ஒரேயடியாய் மறித்துவிடவேண்டும்'. அம்மாவை நிமிர்ந்து பார்த்தேன். மின்னலண்ணா போன திசையையே வெறித்தபடியிருந்தா. கிட்ட நின்றால் கொட்டி எரித்துவிடும் அளவுக்குக் கண்ணில் ஆவேசம் தகித்துக்கொண்டிருந்தது.

"அம்மா, வாங்கோம்மா வீட்டைப் போவம்... எதுக்கும் நாளைக்கு வந்து கேப்பம்..."

சேலையின் தொங்கலைப் பிடித்து இழுத்தபடி வெளியே நடக்க விரும்பினேன். எவ்வளவு வேகமாக முடியுமோ அவ்வளவு வேகமாக அங்கிருந்து வெளியேறிவிட்டால் நல்லது. ஆனால், அம்மாவின் ஐம்பத்தைந்து கிலோ மலையை என் பிஞ்சுவிரல்களால் புரட்ட முடியுமா என்ன? மறுபடி மறுபடி பிடித்து இழுத்தபடியே இருந்தேன். மழை வரமுன்னமே கோழியைக் கூண்டிலடைத்துவிடுவதுதான் புத்திசாலித்தனம். அம்மா பொங்கி வெடித்து அங்கேயொரு எரிமலை வாய் திறப்பதற்கு முன்னர் அணைத்துவிட முயன்றேன். 'இந்த நேரம் பார்த்துத்தான் என் தலைமுடி 'றிபனும்' கழண்டுகொண்டுவரவேண்டுமா...? நேரகாலம் தெரியாத சாமான்.' அவசரமாக இழுத்து வேலிக்கரையோரமாகத் தூக்கியெறிய நீண்ட கை, இடைவழியில் தானாகவே நின்றுகொண்டது. 'ம்கூம் இந்தப் பிழையை மட்டும் செய்துவிடவே கூடாது. பிறகு, நாளைக்குப் பள்ளிக்கூடத்துக்கு வெளிக்கிடும்போது அம்மாவிடமிருந்து இன்னொரு கலவரம் வெடிக்கக் காரணமாய்ப் போய்விடும்'. அப்படியே அந்த 'றிபனை'க் கை மணிக்கட்டைச் சுற்றிக் கட்டிக்கொண்டேன். அம்மாவின் சேலைத்தொங்கல் இன்னமும் என் கைகளிற்குள் கசங்கிக்கொண்டிருந்தது.

அம்மாவின் பாதம் அசையவேயில்லை. நட்டுவைத்த இரும்புத்தூண்போல நிலத்தோடு ஒட்டிக்கொண்டிருந்தன கால்கள். அந்த வளாகத்தில் தெறித்த இருட்டைவிட அம்மாவின் முகத்தில்தான் அதிகம் அப்பியிருந்தது கறுப்பு. மெதுவாக வெளிப்புறமாக நடந்துவந்து அலையரசி அக்காவுக்குப் பக்கத்தில் நின்றுகொண்டேன். இரண்டு பக்கமும் தூக்கிக்கட்டிய பின்னலும், ஒளி கசியும் கண்களுமாக அமைதியாக இருந்தது அந்த முகம். நெற்றியில் பொட்டில்லை. காதில் தோடில்லை. கையில், கழுத்தில் ஒரு நகையில்லை. ஆனாலும், அத்தனை வடிவாக இருந்தது அந்தத் தோற்றம். அம்மாவை, 'கண்மணியன்ரியை',

'வாசுகி ரீச்சரை' விட அலையரசியக்கா அதிகமாய் ஈர்த்தா. 'நானும் பெரிசானதும், நிறைய தலைமுடி வளர்த்து, இந்த மாதிரி உயரப் பின்னிகட்டிக்கொள்ளவேண்டும்' என்று மனதுக்குள் குறித்துவைத்துக் கொண்டேன்.

"ஒண்டும் பிரச்சினையில்லை, அம்மா இப்ப வந்திருவா. சரியா..." என்றபடி கதிரையை விட்டெழும்பினா. கையிலிருந்து ஒருவித பாசம் கசிந்து தோளைத்தொட்டது. பேசத் தோன்றியது.

"உங்களுக்குத் தங்கச்சி இருக்காக்கா..."

"இருக்கம்மா... ரெண்டு தங்கச்சியும் ஒரு தம்பியும்... நீங்கள் ஆறோ ஏழோ எல்லோ படிக்கிறியள். ஆனால் அவையள் வலுசின்னன்."

'அட, அவாவுக்கு என்னைப் பற்றிக்கூடத் தெரிஞ்சிருக்கு. ஆறேழு மாசமா இந்த அரசியல்துறையிலதான் நிக்கிறதாலையா இருக்கும்'.

"உங்கடை தங்கச்சியாக்கள் எத்தினையாம் ஆண்டு படிக்கினேம்...?"

"அவையள் உங்களைவிடச் சின்னாக்கள். ரெண்டு தங்கச்சியிலை குட்டித் தங்கச்சி மந்துவில் கிபிரடியிலை செத்திற்றா... மற்ற தங்கச்சி ஐஞ்சாம் ஆண்டு படிக்கிறா. தம்பி இப்பத்தான் முதலாமாண்டு..."

காதுகள் கேட்டதை நம்பவே முடியவில்லை. 'என்னது, குட்டித் தங்கச்சி செத்திற்றாவா...? பாவம், இதைப் பற்றித் துருவித்துருவி ஏன் கேட்டேன் நான். பிள்ளையார் பிடிக்கப்போய் குரங்கானது மாதிரி எப்படியிருந்த சூழலை இப்படித் தலைகீழாகக் கிளறி வைத்துவிட்டேன்...' அதிமேதாவித்தன வேலைகளைச் செய்யாதே செய்யாதேயென்று அப்பா அடிக்கடி சொல்வது ஞாபகத்திற்கு வந்தது. அவாவின் கை இன்னமும் என் தோளை இறுகப் பற்றியது.

விசித்திரமானதொரு நிசப்தம் எங்களுக்குள் ஏற்படத் தொடங்கியவேளை, 'வோக்கிக்கொட்டில்' வேலியைத் தாண்டிப் புயலென வெளியே வந்தா அம்மா. அலையரசியக்காவோடு ஒட்டிக்கொண்டிருந்த என்னைப் பிய்த்தெடுத்துத் தூக்கி முன்னே போட்டுவிட்டு, அவிழ்ந்த தன் கொண்டையை வாரி முடிந்துகொண்டே விறுவிறென்று வீதிப் பக்கமாக நடக்கத்தொடங்கினா.

"எல்லாம், தங்களுக்கு வேலை நடக்கும் வரைக்கும்தான் இவங்களின்ரை மரியாதையும் பணிவும். எல்லைக்குப் போகோணும் வாங்கோ எண்டு கூப்பிடேக்கை மட்டும் எவ்வளவு மரியாதையா

வந்து கூட்டிற்றுப்போனாங்கள். இப்ப, என்னடாவெண்டால் போனாக்கள் இன்னும் வரேல்லையே எண்டு கேட்க வந்தால், அவையின்ரை திமிரென்ன, தினாவெட்டென்ன. நிண்டு பதில் சொல்லக்கூட அவைக்கு கஸ்ரமாயெல்லே கிடக்கு.”

விடாமல் வெடித்துப் பறந்தன தீப்பொறிகள். இதுதான், இந்தக் காளியாட்டத்தைத்தான் தடுத்துவிடவேண்டும் என்று நினைத்தேன். ஆனால், கடைசியில் எல்லாம் கையை மீறிப் போய்விட்டது. அம்மாவின் குரல் மொத்த வளாகத்தையும் உலுக்கியெடுத்துக்கொண்டிருந்தது. மரத்துக்கு மேலே கூவிக்கொண்டிருந்த குயில் சட்டென்று வாயைப் பொத்திக்கொண்டு மௌனமாகிவிட்டது. பல பேரின் குரல்களைக் கேட்டுப்பழக்கப்பட்டிருக்குமோ என்னவோ. ‘றோட்டு’க்கரையோரமாக நின்று எட்டிப் பார்த்துக்கொண்டிருந்த நாய் கூட அம்மாவின் சத்தம் கேட்டு ஓரேயோட்டமாய் அரைவாசித் தூரம் ஓடிப்போய் ‘இன்னமும் அவள் நிக்கிறாளா’ என்று திரும்பி நின்று பார்த்தது. மொத்த அரசியல் துறையும் வாசலில் வந்து நின்றது. யாருக்கும் பதில் பேசத் தைரியம் இல்லை.

“இன்னொருக்கால் எல்லைப்படை கில்லைப்படை எண்டிக்கொண்டு வாங்கோ பாப்பம். அப்ப தெரியும். நீ என்ன வாய் பாத்துக்கொண்டு நிக்கிறாய், வாடி...”

என் கையைப் பிடித்து இழுத்த இழுப்பில் மறுபடி ஒரு குட்டிப் பிசாசு அம்மாவுக்குள் புகுந்திருப்பதை அறிந்துகொள்ள முடிந்தது. இப்போது நான் மூச்சு விடும் சத்தம் கூட அம்மாவிற்குக் கேட்டுவிடக்கூடாது. முட்டை குடிக்க வந்த பாம்பு கோழியைக் கொன்றுவிட்டுபோவது போல மொத்தக் கோபத்தையும் என்மேல் இறக்கிக் குத்திக்கிழித்துவிடும் கோரம் நிகழ்ந்துவிடவேண்டாம். வாயை மூடிக்கொண்டு அம்மாவைப் பின்தொடர்வதுதான் புத்திசாலித்தனம். அதைவிட அம்மாவுக்கு முன்னே வீட்டுக்கு ஓடிப்போய்விடுவது இன்னும் அதிபுத்திசாலித்தனம். நான் கால்களை எடுத்து பாய நினைக்கவும் என் காலடியில் ஒரு ‘சைக்கிள்’ வந்து நிற்கவும் நேரம் சரியாய் இருந்தது.

“என்ன ரீச்சர், சரியான சூடாய் இருக்கிறியள் போல. என்ன நடந்தது...”

“வாரும், உம்மைத் தேடித்தான் வந்தனான்...”

“என்னையோ, ஏன் ரீச்சர் நானென்ன செய்தனான்...?”

“ஆ… எல்லைக்குக் கூட்டிக்கொண்டு போகேக்கை மட்டும் அடிக்கொருதரம் வீட்டுப் பக்கம் வந்து அரியண்டம் தரத்தெரியும். போன நாளிலையிருந்து ஒரு தகவலில்லை. ஆக்களும் வந்து சேரேல்லை… என்ன நினைச்சுக்கொண்டிருக்கிறியள் ஆ…”

அம்மா சொல்வதைக் கவனமாகக் கேட்டபடி, எந்தவிதப் பதற்றமும் இல்லாமல் ‘சைக்கிளை’ உருட்டிக்கொண்டு போய் பக்கத்திலிருந்த வேலியில் சாத்திக்கொண்டே அம்மாவிற்கு மறுமொழி சொன்னார் செங்கதிர் அண்ணா. அம்மாவிடமிருந்த கோபத்தைத் தணிக்கக்கூடியளவிற்குச் சில்லென்ற ஆற்றுத் தண்ணீர் போலிருந்தன சொற்கள்.

“இப்ப கொஞ்சத்துக்கு முன்னந்தானே உவன், உங்கடை மூத்தவன் வந்து விசாரிச்சிட்டுப்போனவன். அவனுக்கு எல்லாம் வடிவா சொல்லித்தானே விட்டனான். வீட்டை வந்து சொல்லியிருப்பான் எண்டு நினைச்சன். சொல்லேல்லையே…”

‘என்ன, பெரியண்ணா வந்து அப்பாவைப் பற்றி விசாரித்துவிட்டுப் போயிருக்கிறானா…?’ அவர் சொல்வது சந்தேகமாகிவிருந்தது. நிமிர்ந்து அம்மாவைப் பார்த்தேன். என்னைப் போலவே, அவர்கள் சொல்வதை அப்படியே நம்பவும் முடியாமல், ஒரேதாகத் தட்டிக்கழிக்கவும் முடியாமல், இரண்டுக்கும் இடையில் இழுபட்டுக்கொண்டிருக்கிறா என்பது கண்களின் குழப்பத்தில் தெரிந்தது.

“ஆனால், அவன் அப்பிடியொண்டும் சொல்லேல்லையே தம்பி. எப்ப வந்தவன், எனக்குக்கூட தெரியாதே…”

அம்மா அந்தரப்பட்டுக்கொண்டிருந்தா. வார்த்தைகள் இடைவழியில் வந்துநின்று திருகுதத்தம் செய்யுது போல. ஏதோ சொல்ல முயற்சித்துக்கொண்டிருந்தா. சொற்களைத்தான் காணோம்.

“சரி, எதுக்கும் நீங்கள் உள்ள வாங்கோ ரீச்சர். உங்கடை சந்தேகத்தையும் தீத்துவைச்சிடுவம்’ என்றபடி யாருக்கும் காத்திராமல் ‘வோக்கிக்கொட்டில்’ பக்கமாக நடந்தார் அவர். மின்னலண்ணாவும், கூடநின்ற மற்றொருவரும் எதுவும் பேசாமல் அவரைப் பின்தொடர்ந்தார்கள்.

“ஆரூரன் ஆரூரன் கொலின்ஸ்2, ஆரூரன் ஆரூரன் கொலின்ஸ்2”

“ஓமோம் ஆரூரன் சொல்லுங்கோ…”

வோக்கில் கொட்டில் பேசத் தொடங்கியது. 'இந்தக் கரகரப்பும் இரைச்சலும் விட்டுவிட்டுக்கதைக்கிற விதமுமாய் வோக்கியில கதைக்கிறது எவ்வளவு நல்லாயிருக்கு. அதுவும் ஏரியல இழுத்துவிட்டுக்கொண்டு நடந்து நடந்து கதைச்சா... சே, அப்பிடியொரு வடிவு.' நான் வளர்ந்ததும் கட்டவேண்டிய இரட்டைப்பின்னல் பட்டியலில் இப்போது 'வோக்கிடோக்கியும்' சேர்ந்துகொண்டது. கற்பனையில் என்னை வரைய ஆரம்பித்தேன். குழப்பிவிட்டது செங்கதிரண்ணாவின் குரல்.

"ஆக்கள் எப்பிடியும் நாளைக்கு இல்லாட்டில் நாளண்டைக்கிடையிலை வந்திருவினம் ரீச்சர். என்னண்டால், விசுவமடுவிலயிருந்து போகவேண்டிய ரீம் இன்னும் போகேல்லையாம். அதுதான் அங்கை லைனிலை ஆக்களை மாத்திவிட்டுட்டுவர கொஞ்சம் லேற்றாகுதாம். வெற்றியண்ணையாக்களைக் கேட்டு, அவை ஓம் பிரச்சினையில்லை, நிண்டுட்டு போறம் எண்டபடியாத்தானாம் நிப்பாட்டினது. ஒரு பிரச்சினையும் இல்லையாம். ஆக்கள் நல்லாயிருக்கினேமாம். எப்பிடியும் ரெண்டு மூண்டு நாளுக்கிடையிலை வந்திடுவினம். பயப்பிடாமல் போயிற்றுவாங்கோ..."

சாமிவந்தாளுக்குக் குளிர்த்தி செய்தமாதிரி அப்பிடியே வேறொரு ஆளாக மாறிப்போனா அம்மா.

"சரிசரி, என்னடா ரீச்சர் தாம்தூமெண்டு கத்திற்றாவெண்டு குறைநினைக்காதேங்கோப்பன். இப்ப சொன்ன விசயத்தை முதலே ஒழுங்கா சொல்லியிருந்திருந்தால் நானேன் இவ்வளவு கோபப்பட்டிருக்கப்போறன். என்னவோ, நடந்தது நடந்து போச்சு மனசிலை வைச்சுக்கொள்ளாதேங்கோ என்ன..."

"ஒண்டும் பிரச்சினையில்லை ரீச்சர். நீங்கள் பயப்பிடாமல் போட்டு வாங்கோ. இன்னும் ரெண்டு நாளிலை வெற்றியண்ணை வந்திடுவார்..."

செங்கதிர் அண்ணாவின் தைரியவார்த்தையோடு அம்மா புறப்பட்டு விட்டா. சற்றைக்கு முன்வரை, கடுகடுவென உடைத்து வீசிய சொற்களால் மொத்த வளாகத்தையும் அதிரவைத்துவிட்டு இப்போது ஒருமழையிரவு கொண்டுவரும் தனியமைதியைப் போல எதுவும் நடக்காதது மாதிரி இலாவகமாகக் கிளம்பினா. 'எப்படி முடிகிறது இது...? அதுவும், வசை வாங்கியவர்கள் கூட, விட்டால் அப்படியொன்று நடக்கவேயில்லையென்று சத்தியம்

செய்துவிடுவார்கள் போல இருப்பதுதான் ஆச்சரியத்திலும் ஆச்சரியம். என்ன உலகமடா இது...'

தலைமுடியைச் சரிசெய்து, முகத்தை வெறும் கைகளால் ஒருமுறை துடைத்து மறுபடி வீதிக்கு ஏறினா அம்மா. மனது இதப்பட்டிருந்தது போல, நடையில் நயம் இருந்தது. ஊரை இருட்டு மூடியிருந்தது. 'அவ்வளவு நேரமாகவா அரசியற்றுறைக்குள் நின்று ஆர்ப்பாட்டம் செய்திருக்கிறோம்...?' தலையைச் சுற்றியது.

"ரீச்சர், வெளிக்கிட்டிட்டிங்களே... றோட்டெல்லாம் ஒரே இருட்டாயிருக்குபோல."

வீதியை மொய்த்திருந்த இருட்டிலிருந்து வெளிவந்தது ஒரு தனிக்குரல். அதுவும் பெண்குரல்.

"ஆர்... பிள்ளை அலையரசியே... ஓமம்மா, நல்லா நேரம் போச்சு. வீட்டையும் பொடியள் தேடப்போறாங்கள். அவங்களுக்கும் ஒண்டும் சொல்லாமல் கொள்ளாமல் வந்திட்டன். கெதியாப் போகோணும். நீ என்ன இங்கினக்கை நிக்கிறாய்...?"

"இல்ல, நான் இரவுக்குப் பேசுக்கொருக்கால் போகோணும். அதுதான் சிறப்புப் பணி பேருந்துக்காகப் பாத்துக்கொண்டு நிக்கிறன்."

"ஆ... அது இனித்தான் வருமென்ன. சரியம்மா, என்னிலை கோபமொண்டும் இல்லைத்தானே. மனசில எதுவும் வைச்சுக்காதை என்ன."

"அதெல்லாம் ஒண்டுமில்லை ரீச்சர். சரியான கும்மிருட்டாக்கிடக்கு. ஒரு நிமிசம் நில்லுங்கோ வாறன்..."

இருட்டைக் கிழித்துக்கொண்டு பளிச்சென ஒரு ஒளிக்கற்றை பிறந்தது. கையில் 'டோச்லைற்றோடு' அலையரசியக்கா நின்றுகொண்டிருந்தா.

"இதைக்கொண்டு போங்கோ ரீச்சர். விடிய பத்திரமா நிலாட்டை குடுத்துவிடுங்கோ. துலைச்சிட்டால் எனக்கு வழங்கல் வராது. கொஞ்சக்காலம் காடுமேடெல்லாம் இருட்டிலைதான் திரியோணும்."

சிரித்தபடி நிற்கும் அலையரசியக்காவின் வெளிச்சத்தில் கால்கள் இப்போது நடக்கத் தொடங்கின.

42

வலுக்கட்டாயமாக எழும்பிச் சோம்பல் முறித்தபடி வெளியே வந்தேன். இமைகளைத் திறக்கமுடியாதளவிற்குச் சொக்கிக் கிடந்தது நித்திரை. முதல்நாள் இரவு அம்மா நடாத்திய கூத்தை நினைத்துக்கொண்டே முற்றத்துக்கு இறங்கி நடந்தேன். கிணற்றடிமேட்டில் ஏறும்போது மூளை வேலைசெய்தது. அது எப்போதும் அப்படித்தான். மெல்லக்கற்போர் வைகயறா. ஓரேயோட்டமாகத் திரும்பியோடி விறாந்தை வாசலுக்கு வந்துசேர்ந்தேன். விடியக்காலமையே விழுந்தடித்து ஓடியதில் மேல்மூச்சு கீழ்மூச்சு வாங்கியது. நுரையீரல் கொஞ்சம் அடைப்பதுபோல இருந்தது. 'அது கிடக்குது, கிடக்கட்டும்...'

வாசலில் கிடந்த செருப்புகளை ஒவ்வொன்றாகத் தட்டினேன். சின்னண்ணாவின் செருப்பு. பக்கத்தில் பெரியண்ணாவின் செருப்பு. அதுக்குக் கீழே... அப்பாவின் முள்ளுச்செருப்பு.'ஐ... அப்பா வந்திட்டார்...! அப்பா வந்திட்டார்...!!" அம்மாவிடம் பறந்தேன்.

"அம்மா, அப்பா வந்திற்றாரா... வாசலிலை செருப்பு கிடக்குது."

ஊரையெல்லாம் கத்தி எழுப்பாதது மட்டுந்தான் குறை.

"ஓ, இரவு வந்தவர். கடைக்கை படுத்திருக்கிறார்."

அம்மா சொன்னது வார்த்தையல்ல, அசரீரி. பாய்ந்து போய்க் கடைக்குள் எட்டிப்பார்த்தேன். அப்பா நல்ல நித்திரை. சத்தம்போடாமல் வெளியே வந்தேன். தைரியம் பிறந்தது. சிரித்துக்கொண்டு மறுபடி முற்றத்துக்கு இறங்கும் நேரத்தில் என் தலைமுடியைப் பிடித்திழுத்துவிட்டு நக்கல் சிரிப்போடு கடந்தான் பெரியண்ணா. 'இவனுமா என்னோடு தனகுகிறான். எல்லாம் அப்பா வந்த தைரியத்தில்தான்.'

"ஏனண்ணா விடியவெள்ளணவே தனகிறாய்...?"

"நானென்ன தனகின்னான்...?"

"சும்மா சும்மா கோள்மூட்டாதை. பிறகு அப்பாட்டைச் சொல்லிவிட்டுடுவன்."

பயம் காட்டுகிறாராம், அதுவும் எனக்கு. 'செய்கிறேன் பார் வேலை' திரும்பி அவன் காதோடு குசுகுசுத்தேன்.

"நீ இயக்கத்துக்குப் போனகதையை அப்பாட்டைச் சொல்லட்டா...?"

பட்டெனக் கறுத்தது அவன் முகம். இப்போது அவனைப் பயமுறுத்தும் விடயமாக அந்தச் சம்பவத்தைப் பயன்படுத்தினேன் என்றாலும் அன்றைய நாளில் பெரிய நடுக்கத்தைக் கொட்டியது அது. வைப்பகத்துக்குக் காசு போட்டுவிட்டு வருவதற்காகப் போயிருந்த பெரியண்ணா கருக்கல் மங்கி இரவாகியும் வரவில்லை. தேடித்தேடியும் எந்தத் தகவலும் இல்லை. கடை பூட்டுகின்ற பொழுதில் புதுக்குடியிருப்பு பக்கமிருந்து ஒரு 'மோட்டர்சைக்கிளிலில்' வந்த இயக்கண்ணா, பெரியண்ணாவைக் கூட்டிக்கொண்டுவந்து இறக்கிவிட்டுப் போனார். வேலாயுதம் அண்ணையின் மூத்தமகன்தான் வரியுடுப்போடுவந்து பெரியண்ணாவை வீட்டில் விட்டுப்போனார். ஒன்றும் நடக்காதது போல அவரின் குடும்பம் பற்றி விசாரித்தா அம்மா. வேயுதம் அண்ணை வாதம் வந்து நடக்கமாட்டாரென்றும் இப்போது 'அன்ரி'தான் தோட்டத்தைப் பார்த்து வீட்டையும் பார்க்கிறாவென்றும் சொன்னார். அவரை வற்புறுத்தி உள்ளே கூப்பிட்டுச் சாப்பாடு கொடுத்து அனுப்பிய அம்மா, அவர் அந்தப் பக்கம் போக, இந்தப் பக்கம் அம்மா தொடங்கினாவே ஒப்பாரி வைக்க. கடை வாசலென்றும் பாராமல், திரும்பி வந்திட்டான் தானேயென்றும் இல்லாமல் தலையில் அடித்துக்கொண்டு, அண்ணாவைப் பிடித்துலுக்கிக் கட்டிப்பிடித்து அழுகிறா, அழுகிறா, ஓவென்று அழுகிறா. அண்ணா ஒரேயடியாக ஆடிப்போய்விட்டான்.

"என்னடா, உனக்கு என்ன குறை வைச்சிட்டன் நான். ஏன் இப்ப நீ இயக்கத்துக்குப் போறதுக்கு முடிவெடுத்தனி...? கொப்பரும் எல்லையாலை இன்னும் வரயில்லை. நீயும் போனால், நானென்னடா செய்வன்...?"

அம்மா கேட்ட எந்தக் கேள்விக்கும் அவன் பதில் சொல்லவில்லை. பெரும்பாலும் தரையைப் பார்த்துக்கொண்டே நின்றான். அம்மா அழுகிற கண்ணீரைப் பார்த்து கலங்கிப்போனானா அல்லது குற்றவுணர்ச்சியால் தனக்குள்ளே குறுகிப்போனானா என்று தெரியாது. அம்மா கேட்பதுவும் சரிதான். 'காசு போட்டுட்டு வாடாவெண்டு வைப்பகத்துக்கு அனுப்பினால் இப்ப என்னத்துக்கு இயக்கத்துக்குப் போகோணும். வைப்பகத்துக்கும் சின்னண்ணாவைத்தான் அம்மா அனுப்ப வெளிக்கிட்டவா.

ஆனால், தானாத்தான் ஒற்றைக் காலிலை நிண்டு அடம்பிடிச்சு வெளிக்கிட்டு போனவர் பெரியண்ணா. ஏற்கெனவே எல்லாம் பிளான் பண்ணித்தான் ஆள் வெளிக்கிட்டிருக்கு. பேய்க்காய்'. மனதுக்குள் நினைத்துக்கொண்டேனே தவிர, எரிகிற நெருப்பில் எண்ணெய்யைக் கொட்டுகிற மாதிரி அம்மாவிடம் அதைச் சொல்லிக்கொடுக்கவில்லை.

"வாயத்திறந்து சொல்லன்ரா... உனக்கிப்ப என்ன குறை. ஏன் நீ இயக்கத்துக்குப் போனனி..."

அம்மா அழுதுகொண்டேயிருந்தா. பெரியண்ணாவும் மௌனத்தைக் கலைக்கவேயில்லை.

"இல்லையம்மா, நிருபன் வீட்டுக்காரர் மாதிரி, எங்கடை வீட்டிலும் யாரும் இயக்கத்திலை இருந்தால் அப்பா எல்லைக்குப் போகத்தேவையில்லையெண்டு இவன் என்னட்டைச் சொல்லிக்கொண்டிருந்தவன்..."

நேரம் பார்த்து போட்டுக்கொடுத்தான் பெரியண்ணா.

'லூசாடா உனக்கு, எதுக்கும் எதுக்கும் முடிச்சுப்போடுறியள்... உள்ளதையும் கெடுத்தான் கொள்ளிக்கண்ணன் மாதிரி என்னடா உங்கடை விளையாட்டு..."

அம்மா இன்னும் அதிகமாகப் புலம்ப ஆரம்பித்தா. 'விறாந்தை' வளைக்கு முதுகைக் கொடுத்துக்கொண்டு குந்தியிருந்து அழுதுகொண்டேயிருந்தா. கருநாகம் ஒன்று வளைந்துகிடப்பது போல அலங்கோலமாக விரிந்திருந்தது கொண்டை முடி. கண்கள் முகட்டு வளையில் குத்திட்டிருந்தன. இத்தனை களேபரங்களிற்கிடையும் சொல்லச் சொல்லக் கேட்காமல் என் வயித்துமாரியம்மன் தட்சணை கேட்டுக்கொண்டேயிருந்தா. சோற்றுப் பானையை எடுத்துக்கொண்டுவந்து அம்மாக்கு முன்பாக வைத்தேன். "போட்டுடைச்சுப்போடாத நிலா, நான் வந்து எடுத்துத்தாறன்" என்றபடி பெரியண்ணா 'குசினிக்குள்' இருந்து ஒவ்வொரு பாத்திரமாக எடுத்துக்கொண்டுவந்து வைத்தான். வீடு சமாதானமாகியது.

இப்போது அதை அப்பாவிடம் சொல்லிக் காட்டிக்கொடுத்துவிடுவேன் என்று பயங்காட்டியது வேலை செய்தது. எந்தச் சிக்கலும் தராமல் இரண்டுபேரும்

நடந்துகொண்டார்கள். இவ்விடயத்தில் பெரியண்ணாவுக்குச் சின்னண்ணா கூட்டுக்களவாணி.

***

அப்பா எல்லையால் திரும்பி வந்ததிலிருந்து பள்ளிக்கூடத்தில், அக்கம் பக்கத்து வீட்டுக்காரரிடம், முக்கியமாக நிருபனிடம் அப்பாவின் புராணந்தான் பாடிக்கொண்டிருந்தேன். ஒவ்வொரு நாள் இரவும், முற்றத்தில் சுற்றிவர இருந்து எல்லைக் கதைகளைக் கேட்பது புது வழமையாக மாறியிருந்தது. 'திடீரென்று ஒருநாள் ஆமிக்காறன் முன்னேற வெளிக்கிட்டது, முன்னரங்கிலிருந்த அப்பாக்களுக்கு வழங்கல் கொண்டுவந்தவொருவர் அப்பாக்களுக்கும் அவருக்கும் வெறும் நான்குமீற்றர் இடைவெளியில் செல்லடியில் செத்தது, வேறு வழியில்லாமல் தாங்கள் அந்த இரத்தம்தோய்ந்த உணவையே சாப்பிட்டது, முன்னரங்கை ஃபோட்டோ எடுக்க வந்த ஒளிப்படத்துறை அக்காவொருவர் ஆமியின் மிதிவெடியில் மாட்டி ஒற்றைக்காலையிழந்தது', இப்படி நிறைய நிறைய கதைகள். கேட்கும்போதே பயமும் விறுவிறுப்பும், கவலையும் பெருமையுமாக மயிர்சிலிர்க்கும். அடுத்தநாள் பள்ளிக்கூடம் போகவேண்டுமேயென்பதையே மறந்து ஆவென்று வாய்பிளந்து கேட்டுக்கொண்டிருப்போம். 'எல்லை' எங்களைக் கவரத்தொடங்கியது.

43

நாக்கைத் தொங்கப்போட்டபடி வந்துகொண்டிருந்தது நிருபனாக்களின் பெரிய நாய். நான்கைந்து ஊமல்க்கொட்டைகளையும் இரண்டு பன்னாடைகளையும் பொறுக்கிக்கொண்டு பின்வளவால் வந்துகொண்டிருக்கும் 'கண்மணியன்ரிக்கு'ப் பின்னால், நல்லபிள்ளைபோல நடித்துக்கொண்டுவரும் அதை நம்பமுடியாது. ஏற்கெனவே இரண்டுமுறை கடிவாங்கிய பயத்தில் இப்போது மூளை உசாரானது. நின்றிருந்த பெட்டியிலிருந்து தாவி, மறியல் கோட்டில் நின்ற நிருபனோடு போய் ஒட்டினேன். 'யாருக்குத்தெரியும். மறுபடி அதற்கு என்மேல் ஒரு கண் வந்துவிட்டால்...?' நெடுவலைப் பார்த்தபடி என் கையை உதறிவிட்டபடி கறுவினான் அவன்.

"ஏய்... கையைவிடு. இன்னொருக்கா என்ரை கையைப் பிடிச்சியோ நீ அவுட்டு சரியே. இங்கை பார் கிளி, இவள் திரும்பவும் என்னைத் தொட்டாளெண்டால் அவுட்தான் சரியோ."

"நீயேனிப்ப உன்ரை இடத்தை விட்டுட்டு அங்கை போறாய் நிலா...? இன்னொருக்கால் போனியோ அவுட்தான், சரியே."

வலக்கை சுட்டுவிரலை நீட்டி எச்சரிக்கும் தொனியில் கண்டிப்பாகச் சொன்னான் நெடுவல். அப்படிச் சொன்னதில் எனக்கு உடன்பாடில்லைத்தான். 'கண்மணியன்ரிக்கும்' அது பிடிக்கவில்லைபோல.

'அடேய், அவள் நாளைக்கு ஊருக்குப் போகப்போறாள். அவளைப்போய் வெருட்டிக்கொண்டு நிக்கிறியள் நீங்கள்...' என்றபடி கிளித்தட்டுக் கோட்டுக்குக் கிட்டவாக வந்தா. பின்னால் அந்த எமன். அதன் பாசக்கயிறு 'அன்ரியின்' கைப்பிடிக்குள் சிக்குப்பட்டுக்கிடந்தது.

மூன்றாம் பெட்டியில் என்னோடு நின்ற சுதாவும் தீபனும் சட்டெனத் தலையைத் திருப்பிப் பார்த்தார்கள். 'என்னாச்சு, அடிகிடி ஏதாவது வாங்கிவிட்டேனா இல்லையே... ஒன்றும் விளங்காமல் குழம்பினேன். மூன்று பேர் ஒன்றாக நிற்கிறோம். அதுவும் மூன்றாம் பெட்டியில். துவாவும் நிருபாவும் கோடுகளைத் தாண்டிக் கீழே இறங்கியிருந்தார்கள். அவர்கள் கனநேரம் பொறுத்திருக்கமாட்டார்கள், அவசரக் குடுக்கைகள். கடைசிக் கோட்டில் மறிக்கிற நிருபனின் தம்பியை உச்சிவிட்டு எப்படியும் உள்ளிறங்கிவிடுவார்கள். அதற்குள் இந்தப் பூட்டை உடைத்தே ஆகவேண்டும். இல்லையென்றால் விளையாட்டு கஸ்ரமாகிவிடும். அவர்கள் திரும்பிப் பழத்துக்கு இறங்கிவிட்டால் நாங்களும் அவர்களும் காயும் பழமுமாவதற்குச் சாத்தியக்கூறு அதிகம். அப்படி நடக்கவேண்டும் என்றுதான் இந்தப் பூட்டை இறுக்கிப் பிடித்திருந்தான் நெடுவல். மறிக்கிறது நிருபன். நிருபனைத்தாண்டி அவனிடமும் அடிவாங்காமல் குறுக்குக்கோட்டில் நிற்கும் கிளியிடமும் அகப்படாமல் யாராவது ஒருவராவது பூட்டை உடைத்தே ஆகவேண்டும். நேரம் போய்க்கொண்டேயிருந்தது. மறியல்கோட்டில் நின்றிருந்த நிருபன் பேச்சுக் கொடுத்தான்.

"நிலா, நீங்கள் எப்ப ஊருக்குப் போறியள்...?"

"நாளண்டைக்கு."

“நாளண்டைக்கோ... அப்ப நீ இனி எங்களோடை விளையாட வரமாட்டியா...? எங்களயெல்லாம் விட்டுட்டுப் போகப்போறியா.”

கேள்வி கேட்டவனின் முகத்தை நிமிர்ந்து பார்க்கவில்லை. முழங்காலுக்குச் சற்று நீளமாகத் தொங்கிக்கொண்டிருந்த பாவாடையை அரையடி தூரத்துக்குத் தூக்கிப்பிடித்துக்கொண்டு, கிளிக்கும் நிருபனுக்கும் இடையிலுள்ள சின்ன இடைவெளிக்குள்ளால் புகுந்து அடுத்த பெட்டிக்குப் பாயப்போவதுபோலப் போக்குக் காட்டிக்கொண்டிருந்தேன். நான்கைந்துமுறை ஏமாற்றிவிட்டு அடுத்தமுறை உண்மையாகவே பாய்வதாகத் திட்டம்.

“உண்மையாவே நாளண்டைக்குப்போறியளா...”- கடைசிக் கோட்டிலிருந்து யூலியின் குரல்.

“ஓமடி... ஏன் பள்ளிக்கூடத்திலை எல்லாருக்குமே தெரியுமே.”

“அப்பிடியெண்டால், இனி விளையாட...”

எனக்குத் தெரியும். இனி நான் அவர்களோடு விளையாட முடியாது. பள்ளிக்கூடத்தில் யாரையும் பார்க்கமுடியாது. ஆதன் அண்ணாவையும் காணமுடியாது. வைரவர் கோயிலுக்குப் போகமுடியாது. ஆனால், என்ன செய்வது...? ஒன்றை நீங்கினால் தானே இன்னொன்றை அடையக்கூடிய மாதிரி இருக்கிறது. இரண்டும் ஒரேதாகக் கிடைத்தால் நன்றாகத்தான் இருக்கும். ஆனால், அது முடியாதே.

“திரும்பிப்போனால் உங்களையெல்லாம் பாக்கேலாது தான்.”

வருத்தம் தோய்ந்த குரலிலும் கண்களிலும் கசிந்தது ஈரம். மனது உள்ளே அழுதுகொண்டிருந்தது. உண்மையில், இப்போதைய இந்த முடிவுக்குக் காரணம் அம்மாதானே. நானில்லையே...’ இவ்வளவு நாட்களாக ஊருக்குப் போவதை நினைத்து பறந்துகொண்டிருந்த மனம், ஒரு நொடியில் இறக்கையுடைந்து பொத்தென நிலத்தில் விழுந்தது. ஆளாளுக்கு மூஞ்சையைத் தூக்கி வைத்துக்கொண்டார்கள். விளையாட்டு கலைந்தது. பெட்டிகளில் யாரும் இல்லை. மறிப்பதற்கும் எவரும் இல்லை. இருவர் மூவராகச் சேர்ந்து சேர்ந்து நின்றுகொண்டார்கள். திடீரென நான் தனித்துவிடப்பட்டேன். அங்கிருந்த அமைதி என்மேல் ஒரு தாளாத குற்றவுணர்ச்சியை ஏற்படுத்தியது. “நீங்க விளையாடுங்கோ நான் நாளைக்கு வாறன்” என்றபடி தலையைத்

தொங்கப்போட்டுக்கொண்டே வளவிலிருந்து வெளியேறி வீட்டுக்கு வந்து படலையைத் திறந்தேன். உள்ளிருந்து யாரோ விம்மிவிம்மியழும் பலவீனமான குரல் மேலும் துக்கத்தைக் கூட்டியது. தலைவிரிகோலமாக விறாந்தையில் அமர்ந்திருந்தா அம்மா.

"அப்பவும் படிச்சுப் படிச்சு சொன்னான். இங்கயிருந்தா இவன் திரும்பவும் பாய்ஞ்சிருவான் எண்டு. இப்ப, இந்தா திரும்பவும் போட்டானெல்லே. இப்பிடிப் பாதியிலை இயக்கத்துக்குப் பாயுறதுக்கா நான் பத்துமாசம் சுமந்து பெத்து வளத்து ஆளாக்கி..."

அம்மாதான். 'விறாந்தையில்' குந்தியிருந்து பிலாக்கணம் வைத்துக்கொண்டிருக்கிறா. சொல்லிச்சொல்லி அழுகிற விதத்திலிருந்து யாரோ இயக்கத்துக்குப் போய்விட்டார்கள் என்று புரிந்தது. 'பெரியண்ணாவோ சின்னண்ணாவோ... எந்தக் குறுகுறுத்தான் இப்ப தினவெடுத்துப் பாய்ஞ்சுதோ'. வழக்கத்துக்கு மாறாக வேகமேறித் துடித்தது இதயம்.

நேற்று இரவு கூட எல்லோரும் ஒன்றாக முற்றத்தில் குந்தியிருந்து கதைத்துச் சிரித்தோமே. அப்போது அண்ணாக்கள் யாரிடமும் எந்த வித்தியாசமும் தெரியவில்லையே. இதற்குத்தான் அப்பா எல்லைப்படை கதைகளைச் சொல்ல வெளிக்கிட்டாலே 'வேண்டாம், நேரமாச்சு நேரமாச்சென்று எல்லோரையும் முற்றத்திலிருந்து எழுப்பி கலைப்பதிலேயே குறியாயிருந்தா அம்மா. இருந்தும், பயந்ததன்படி நடந்துவிட்டதை, அதுவும் இவ்வளவு வேகமாகவே நடந்துவிட்டதை ஏற்கமுடியவில்லை.

ஒருநாள் இரவு தண்ணீர் குடிக்க எழும்பியபோது அம்மா அப்பாவோடு வெளிமுற்றத்திலிருந்து கதைத்துக்கொண்டிருந்தா.

"சொன்னாக் கேளுங்கோப்பா, நெடுக உந்த வீராதி வீரக் கதையளை பிள்ளையளுக்குச் சொல்லி உசுப்பெத்தாதேங்கோப்பா. போதாதுக்கு, அவன் சேருற கூட்டுகளும் அப்பிடி. ஒண்டும் சரியில்லை. எல்லாம் தலையால தெறிச்சதுகள். இங்கை இருந்தால் எப்பிடியும் திருப்பியும் இயக்கத்துக்குப் பாயத்தான் பாப்பான். அதைவிட, நாங்கள் கற்சிலைமடுவுக்குப் போயிற்றமெண்டால் கொஞ்சம் பிரச்சினையில்லை."

"அது சரியப்பா, ஆனால், ஒருமாதிரி இப்பத்தான் எங்கடை கடைக்குச் சனங்கள் வரப் பழக்கபட்டுட்டுது. புதுக்கடையும்

கிட்டத்தட்ட கட்டி முடியுது. இப்ப திரும்பவும் இங்கயிருந்து வெளிக்கிட்டு அங்கை போறெண்டால்.... அதுதான் யோசிக்கிறன்...”

“ஆ, அப்பிடியெண்டால் நீங்கள் நல்லா யோசிச்சுக்கொண்டிருங்கோ. பொடியள் ஒண்டுக்குப் பின்னாலை ஒண்டா எல்லாம் இயக்கத்துக்குப் பாயட்டும். இங்கை பாருங்கோ, நாங்கள் கற்சிலைமடுவுக்குப் போறம். அவ்வளவுதான். எப்பவெண்டுறதைப் பற்றி மட்டும் யோசிச்சு முடிவெடுங்கோ. காலம் கடத்தாதேங்கோ...”

அம்மாவின் அந்த உரையாடலிற்குப் பிறகு சற்றுத் தெம்பு வந்திருந்தது. ஊருக்குப்போவது உறுதியாகிவிட்டது. ஒரே சந்தோசம். பேச்சுவாக்கில் இரண்டொருதரம் அம்மாவிடமும் சாதுவாகக் கதைவிட்டுப் பார்த்தேன். முதலில் மசிந்துகொடுக்காத அம்மா, பிறகு ‘ஓம்’ என்று ஒத்துக்கொண்டா. அண்ணாக்கள் தான் காரணம் என்பதை அம்மாவும் சொல்லவில்லை. நானும் தெரிந்ததுபோலக் காட்டிக்கொள்ளவில்லை. எனினும், விரைவில் ஊருக்குப் போய்விடுவோமென்கிற செய்தியை ஊரெல்லாம் தம்பட்டம் அடித்துக்கொண்டு திரிந்தேன்.

முந்தநாள் இரவு செய்தி முடிந்ததும் ‘வாற மாசம் கற்சிலைமடுவுக்குத் திரும்பப்போப்போறம்’ என்று அப்பா சொன்னதைக் கேட்ட எல்லோருக்கும் ஒரே ஆச்சரியம். எப்படி இப்படி தெளிவாக நிலா சொன்னாள் என்கிற குழப்பம் அண்ணாக்களுக்கு. ஒருமாதிரி கடைசியாக இங்கிருந்து போகப்போகிறம் என்கிற நிம்மதி அம்மாவுக்கு.

‘ஆமிக்காரன்’ வந்த ஒரு இரவில் திடீரென்று வீட்டைவிட்டு வெளிக்கிட்டுப் பாய்வது மாதிரி அவ்வளவு சுலபமில்லை ஊருக்குத் திரும்புவதென்பது. அக்கம்பக்கத்து வீடுகளுக்குத் தகவல்சொல்லி, நன்றி கொண்டாடி, பின்வீட்டு வளவில் ஓடிப்பிடித்து விளையாகிடுற பெடித்தரவழியளுக்குக் கச்சானோ கடலையோ வறுத்துக்கொடுத்து, எதிர்த்த வீடு முன்வீடுகளிலுள்ள முட்டைக்கடனோ தூள்க்கடனோ சரிசெய்து... என்று ஆயிரத்தெட்டு பிரச்சினை அடுக்கடுக்காக இருக்கும். அதில் அறுநூற்று எட்டுக்காவது நாங்கள் கட்டாயம் தேவைப்படுவோம்.

முன்குவாட்டர்ஸ்க்கு, நிருபன் வீட்டுக்கு, பக்கத்துக்கடை தயாண்ணையிடம், படிப்பக அக்காவினுடைய ‘பேப்பர் கணக்குக்கு’ என்று ஓயாமல் பறந்தேன். இடையிடையே விளையாட்டையும் மறக்கவில்லை. கூட்டாளிகளோடு நிற்கும்

நேரத்திலும் அவ்வப்போது மாமர ஊஞ்சல் நினைவில் வந்துவிட்டுப்போனது. ‘அங்கை போனதும் முதல்வேலை பழையபடி மாமரத்துக் கிளையிலை ஊஞ்சல்கட்டி ஆடுறதுதான். கழுதை வயசாகுது, இப்ப என்ன ஊஞ்சலெண்டு அம்மா கட்டாயம் பேசுவாதான். அதைப் பிறகு பாத்துக்கொள்ளலாம்’ மனது முழுக்க மாம்பூ பூத்து நிறைந்தது மாதிரி ஒரே சிலுசிலுப்பு.

இரண்டொரு நாட்களாகப் பரபரவென்று இயங்கிக்கொண்டிருந்த வீடு இப்படி ஒரேயடியாக உடைந்துபோகுமென்று நினைக்கவில்லை. திட்டமிட்டு அதை நிகழ்த்திவிட்டிருக்கிறார்கள் இருவரில் யாரோ. ‘அம்மா சொன்னது போலவே, கூட்டுச் சரியில்லைத்தானா...? இல்லையென்றால், ஏன் அண்ணாக்கள் இப்போது இயக்கத்துக்குப் போகவேண்டும்...?’

வாசலில் செருப்பைக் கழட்டிவிட்டு அம்மா அருகில் போய் நின்றேன். ‘என்ன கேட்பது அல்லது என்ன சொல்வது...’ ஒன்றும் தெரியவில்லை. கடையில் இருந்து பின்வாசல்வழியாக அப்பா வீட்டுக்கு வந்தார். அப்பாவைக் கண்டதும் மூக்குச்சளியை வழித்து வெளிமுற்றத்தை நோக்கி வீசியெறிந்தா அம்மா. அது விழுந்த இடத்தில் ஒன்றிரண்டாய் எறும்புகள் கூடத் தொடங்கின.

“எத்தினைதரம் சொல்லியிருப்பன், ஊருக்குப்போவம் ஊருக்குப்போவமெண்டு... இப்பக் கடைசியா இப்பிடி ஆச்சுதே... கடவுளே...”

“அப்பா, இப்பிடி இருந்து ஒப்பாரி வைக்காதையப்பா. முதலிலை கண்ணைத் துடை. இப்ப என்ன, அவன் இயக்கத்துக்குதானே போட்டான். வேறையொண்டுமில்லைத்தானே.”

மெல்லிய குரலில் குனிந்து அம்மாவிடம் சொன்னவரை எரிக்கும் கண்களோடு பார்த்தா அம்மா.

நான்கைந்து முறை இமைகளைச் சிமிட்டியபடி இரண்டடி பின்னகர்ந்து எதிரிலிருந்த வாங்கிலில் அமர்ந்தார் அப்பா. வெறும் கைகளால் முகத்தைத் துடைத்துவிட்டுக் கழுத்தை ஒருபக்கமாகச் சாய்த்து பின் படாரென மற்றபக்கமாகச் சாய்த்தார். ‘சடக்’ என்ற சத்தத்துடன் ஒரு நெட்டி முறிந்தது. கொஞ்ச நேரம் எதுவும் பேசாமல் இருந்தார். பின் என்ன நினைத்தாரோ வாங்கிலை விட்டு மெதுவாகக் கீழிறங்கி அம்மாவின் முன் அமர்ந்தார்.

‘சொல்லப்பா, இப்ப நான் என்ன செய்யோணும் சொல்லு.”

எந்தப் பதிலும் வரவில்லை. மறுபடியும் அதையே ஒப்புவித்தார்.

"இப்ப நான் என்னேயோணுமெண்டு சொல்லுறாய். சொல்லனப்பா..."

"கடையிலை வைச்சே சொல்லிற்று வந்திற்றன். பிறகும் வந்து திரும்பத் திரும்ப என்னேயோணுமெண்டு என்னையே கேட்டுக்கொண்டு நிக்கிறியள். என்ன மனுசனப்பா நீங்கள்..."

அம்மா திரும்பவும் கண்களை மூடிக்கொண்டா. முண்டு கொடுத்திருந்த வளைக்கப்பில் தலை சாய்ந்திருக்க நாடி மேல்நோக்கிப் பார்த்திருந்தது. வலக்கை முன் நெற்றியையும் வலக்கண்ணையும் மறைத்திருந்தது. கண்ணீர் வழிந்தது.

"நிலா குசினிக்கயிருந்து அம்மாக்குக் கொஞ்சம் தண்ணி கொண்டந்து குடு."

அப்பாவின் குரல். விறாந்தையை விட்டிறங்கி 'சிறாம்பியில்' கழுவிக் காயவைத்திருந்த வெள்ளிச்செம்பை எட்டி எடுத்தேன்.

"தண்ணியும் கிண்ணியும். எனக்கொண்டும் வேணாம். நீங்க ஏலுமெண்டா போய் கேட்டுவாங்கோ. இல்லாட்டி இதிலை எனக்கு முன்னாலை நிக்காதேங்கோ."

சொற்களாய் வெடித்துப் பறந்தா அம்மா. எடுத்த செம்பை என்ன செய்வதென்று தெரியாமல் கையிலேயே வைத்துக்கொண்டு நின்றேன். 'திரும்பவும் சிறாம்பியில் வைத்தால் அப்பா ஏசுவாரா... தண்ணி எடுத்துக்கொண்டு வந்து கொடுத்தால் அம்மா கொதிப்பாவா...' ஒன்றும் புரியவில்லை.

தலைமுடி அவிழ்ந்து நீண்டு தொங்க, நெற்றியில் வைத்திருந்த குங்குமம் கரைந்திருக்க, இரண்டொரு முடிக் கற்றை முன்பக்கமாக வந்து விழுந்து அலைக்கழிய, மஞ்சள் முகம் இருளப்பிக் கிடக்க, அடிவானம் கலைந்து கிடந்த மாதிரியே உருக்குலைந்துபோயிருந்தா அம்மா. ஆனாலும் இப்போது அப்பாவையே அதட்டும் தைரியம் அம்மாவுக்குப் பிறந்திருந்ததைத்தான் நம்பமுடியவில்லை. பார்வையிலும் சரி குரலிலும் சரி.

"அதை மட்டும் சொல்லாதையப்பா, என்னண்டப்பா நான் போய் அவங்களுக்கு முன்னாலை நிக்கிறது. கொஞ்சமெண்டாலும் யோசிச்சு சொல்லுறியே."

"நீங்கள் தானப்பா பொறுப்பில்லாமல் கதைக்கிறியள். நான் சொல்லுறதைக் கேளுங்கோ. நீங்கள் அரசியல்துறையிலை போய் கேளுங்கோ. நீங்கள் கேட்டால் கட்டாயம் விடுவாங்கள்."

'ம், நல்லா விடுவாங்கள். நடக்கிறதை கதையப்பா."

"எதுக்கும் ஒருக்கால் போய்க் கேட்டு வாங்கோவெண்டுறன். போகமாட்டன் எண்டுறியள் நீங்கள். உங்களுக்கென்ன காத்திருந்து தவமிருந்து பெத்தது நான்தானே..."

அப்பாவின் மீது குற்றம் சுமத்தப்பட்டுவிட்டது.

"நானே இப்பத்தான் எல்லைப்படைக்குப் போயிட்டு வந்திருக்கிறன். நானென்னண்டப்பா போய்க் கேக்குறது, என்ரை பிள்ளையை விடெண்டு. வேணுமெண்டால் நீ போய்க் கேட்டுப்பார். முதல் போய் அவங்களாவே கொண்டுவந்து விட்டிருக்கிறாங்கள். பிறகும், திரும்பப்போனால் அவங்களேன் கொண்டுவந்து விடப்போறாங்கள்... நான் போய்க்கேட்கமாட்டன் கொண்டுவந்து விடச்சொல்லி. போனவர் அவரா பட்டு திரும்பி வரட்டும்..."

அவிழ்ந்திருந்த தலைமுடியை அள்ளிச்சுருட்டி ஒரு கொண்டையாய் முடிந்துகொண்டு வெடுக்கென எழும்பி உள்ளறைக்குப் போனா அம்மா. பின்னால் போன அப்பா அறைக்குள் புகுமுன்னமே படாரெனக் கதவு மூடப்பட்டது. பாயை உதறி விரிக்கும் சத்தம் கேட்டது. அவ்வப்போது சின்னச்சின்ன விம்மலும் மூக்கு இழுக்கும் சத்தமும் கேட்டுக்கொண்டிருந்தது. அழுதுகொண்டிருந்தா போலும்.

விளையாடப்போனால் அங்கேயொரு பிரச்சினை. வீட்டுக்கு வந்தால் இங்கேயொரு பிரச்சினை. எதை எப்படிச் சரிசெய்வதென்று தெரியவில்லை. சரிசெய்யக் கூடியதும் இல்லை. 'இயக்கத்துக்குப் போனால் போனதுதானே. இனி எப்போதாவது இருந்துவிட்டு ஒரு நான்குநாள் ஐந்துநாள் லீவில் வரும்போதோ அல்லது உதுலை பக்கத்துலை ஒரு வேலையா வந்தனான். அதுதான் ஒரு எட்டு உங்களைப் பாத்திற்றுப்போவமெண்டு வந்தனான்' என்றோ வந்த வேகத்திலேயே திரும்பி ஓடுகிற அண்ணாவைத்தானே பார்க்கமுடியும். அதுவும் நாங்கள் பள்ளிக்கூடம் போனபிறகு வந்தால்...'

கண்கள் கசிந்தன.

44

ஊருக்குப்போவதற்கான எல்லா ஆயத்தங்களும் தயார். வாகனம் தயார். பள்ளிக்கூடத்திலும் சொல்லியாகிவிட்டது. கடை திருப்பிக் குடுத்தாகிவிட்டது. அக்கம் பக்கத்தில் எல்லாம் பயணம் சொல்லிவிட்டோம். விடிய வெளிக்கிட்டால் பின்னேரம் கற்சிலைமடு. ஊர் மீளும் படலம் தொடங்குதற்கு இன்னுமிருப்பது வெறும் பத்தோ பன்னிரண்டோ மணித்தியாலயங்கள்தான். பழைய நினைவுகள் ஒவ்வொன்றாய் வந்துவந்து மனதைத் திணறடித்தன. எவ்வளவு நேரமாகப் படுத்திருந்தும் நித்திரை வரவேயில்லை. போதாக்குறைக்கு டொக் டொக்கென்று' யாரோ சுட்டியலால் அடிக்கும் சத்தம் எரிச்சலை அளித்தது. தூரத்திலெல்லாம் இல்லை, எங்கள் வீட்டில்தான்.

'நுளம்புச்சாறியை' விலக்கிக்கொண்டு தலையை வெளியே நீட்டி, பாம்பு அசைவதுபோலப் படுத்திருந்தபடியே மெல்ல மெல்ல வயிற்றால் அரக்கி, சாத்தியிருந்த கதவின் கீழ் முனையைப் பிடித்து இழுத்தேன். 'விறாந்தை' நடுவில் கைவிளக்கை வைத்துவிட்டு அதன் வெளிச்சத்தில் 'வாங்கிலை'த் தலைகீழாகக் கவிழ்த்துப்போட்டுவிட்டு, அதன் ஒருபக்கக் காலில் ஆணி அறைந்துகொண்டிருந்தா அம்மா. பக்கத்தில் பெரியண்ணாவின் 'நட்டுப்பேணி' - பழைய பற்றறியிலிருந்து ஆணிகள், நெட்டுகள், கம்பிகள் குறடு என அவனுக்குத் தேவையான பொருட்களைச் சேர்த்துவைக்கும் பழைய பேணி - திமிராக உட்கார்ந்திருந்தது மங்கல் வெளிச்சத்திலும் தெளிவாகத் தெரிந்தது.

அம்மாவுக்கு இப்போதெல்லாம் பெரிய "காப்பென்ரர்" என்கிற நினைப்பு அடிக்கடி வந்துவிடுகிறது. அவ்வப்போது சுட்டியல், ஆணி, பலகைத்துண்டு என்று அதையிதைக் கையில் வைத்துக்கொண்டு அல்லது முகத்திலும் விரல்களிலுமாகப் பூசிக்கொண்டு கோமாளித்தனங்கள் செய்வதை அடிக்கடி காணக் கிடைத்தது. முதல்நாளும் அப்படியேதோ கூத்து நடந்து, அப்பாவின் பழைய 'சறத்தை'க் கிழித்து அந்தக் காயத்திற்குப் போட்ட கட்டு இன்னமும் சின்ன விரலில் பந்தமாக இருந்தது.

இருந்தும் அம்மாவின் சலசலப்பு அடங்கவில்லை. விறாந்தைச்சுவரிலிருந்த மணிக்கூட்டையும், தாயகம் நாள்காட்டியையும் கழட்டியெடுத்து நிலத்தில் வைப்பது

உள்ளிருந்து பார்க்கும் போது மங்கலாகத் தெரிந்தது. மணிக்கூடு ஏற்கெனவே ஒருமுறை பழுதாகியிருந்தது. எனக்குத் தெரிந்து ஐந்தாறு வருடத்திற்கும் மேலாக எங்கள் வீட்டிலிருக்கும் மணிக்கூடு அதுதான். ஆனால் இப்போது அதற்கு வயதாகியிருந்தது.

"அது பழுதாப்போன மணிக்கூடு தானேம்மா."

சுட்டியலுக்குச் சிறு ஓய்வுகொடுத்துவிட்டுத் தலையைத் திருப்பிப் பார்த்தா. சுருங்கிய புருவங்களிற்கிடையிலிருந்து ஒரு சந்தேகப் பார்வை. 'பரவாயில்லை, சின்னப் பிள்ளையெண்டாலும் அப்பப்ப எனக்கும் ஒருசில புத்திமதிகள் சொல்ல வருது'. என்னை நானே தட்டிக்கொடுத்தேன். ஆனால், மறுபடி சுட்டியல் சத்தம் தொடங்கியது. 'ஆக, என் புத்திமதிக்கு எந்தப் பெறுமதியுமே இல்லையா...? இல்லை, அப்படி ஆக விடக்கூடாது'. கங்கணம் கட்டிக்கொண்டேன்.

"அம்மா, அது பழுதாப்போன மணிக்கூடம்மா. மினக்கெட்டு இங்கயிருந்து காவிக்கொண்டரப் போறியளே..."

"எப்ப நிண்டது. இந்தா இப்ப ஓடுது. ஒருவேளை நிண்டு நிண்டு ஓடுதோ..."

"இல்லையம்மா, இப்ப சரியாத்தான் ஓடுது. ஆனால் ஒருக்கால் பழுதாப்போய் திருத்தித் தந்ததுதானை."

"அட, நானும் ஏதோ இண்டைக்குப் பழுதாப் போச்சாக்குமெண்டு நினைச்சன்."

"சீ... இல்லை, முதல் பழுதானதைத்தான் சொன்னான். அது திருப்பியும் பழுதானால் திருத்தவும் ஆளில்லை..."

அம்மாவிடமிருந்து ஒரு பெருமூச்சு வெளிப்பட்டு மறைந்தது. 'அவன் எங்களோடு இருக்கும் வரைக்கும் என்ன பழுதானாலும் ஏதோ வெட்டிகிட்டி ஒட்டி சரிப்பண்ணிருவான். இப்ப எங்கை நிண்டு என்னத்தைச் செய்யிறானோ...' மெல்லிய குரலில் தனக்குத்தானே சொல்லிக்கொண்டா. வீணாக அம்மாவைக் கவலைப்பட வைத்துவிட்டேனோ என்ற குற்றவுணர்ச்சி தாக்கியது. மணிக்கூட்டைக் கையிலெடுத்துக்கொண்டு வெளியே நடந்துபோய் மஞ்சவுண்ணாவின் கீழ் இருந்த உரப்பைகளில் ஒன்றில் திணித்தா.

பகலெல்லாம் மறந்துபோயிருந்த பெரியண்ணாவின் நினைப்பு விழித்துக்கொண்டது. கற்சிலைமடுவில் தொடங்கி இயக்கத்துக்குப் போகின்ற நாள்வரையும் அவன் செய்த சின்னச்சின்ன விடயங்கள் எல்லாம் மாறிமாறி தோன்றி மறைந்தன. ‘அவனுக்குக் கை சும்மா இருக்காது. ஏதாவது பழைய இலக்ரோணிக் சாமானுகளெண்டால் காணும். அதைக் கழட்டி பிரிச்சு உடைச்சு ரிப்பியர் வேலை பாக்குறதிலை அவ்வளவு சந்தோசம். வீட்டில அம்மான்ரை ஒரு கைமணிக்கூட்டை மிச்சம் விடமாட்டான். பழைய ரேடியோக்கள், ஏதாவது இரும்புச் சாமானுகள், கம்பியள், வயருகள் இருந்தா போதும். ஒருத்தரோடும் ஒரு பிரச்சினைக்கும் போகமாட்டான். கிழமைக்கு ஒண்டைப் பழுதாக்குவான் அல்லது புதிசா உருவாக்குவான். எங்கடை வீட்டு இஞ்சினீயர். இப்ப, என்ன செய்துகொண்டிருக்கிறானோ...’ பகலில் எதையும் காட்டிக்கொள்ளாத மனதும் கண்ணும் இப்போது உருகி வழிந்தது. அதை யாரும் காணாத வண்ணம் மறைத்துவிட்டிருந்தது இரவு. இருட்டு ஒரு நல்ல மருந்துதான்.

***

கண்களைத் துறக்க முடியாதளவிற்குப் பாரமாய்க் கனத்தன இமைகள். கஸ்ரப்பட்டு வெட்டித் திறந்தேன். வெளியில் வெளிச்சம் வந்துவிட்டதென்பதைக் கதிவிடுக்குக்குள்ளால் தெரிந்த ஒரு கோட்டு வெளிச்சம் தெளிவாகச் சொல்லியது. எழும்பி வெளியில் வந்தேன். எனக்கு முன்னரே எல்லோரும் எழும்பிவிட்டிருந்தார்கள். அரக்கப்பறக்க வேலைகள் நடந்துகொண்டிருந்தன.

வீட்டுக்கும் ‘ரக்ரருக்குமென’ மாறிமாறி நடையாக நடந்துகொண்டிருந்தார்கள் அப்பாவும் அம்மாவும். தயாண்ணையும் செங்கதிர் அண்ணாவும் ‘ரக்ரறடியில்’ நின்று அப்பாக்கள் கொண்டுபோய்க் கொடுத்த மூட்டைகளை ஏற்றிக் கொண்டிருந்தார்கள். சின்னண்ணா ‘ரக்ரர்’ பெட்டியில் ஏறி நின்றுகொண்டு, தூக்கி ஏற்றிவிட்ட மூட்டைகளை மெல்ல மெல்ல உருட்டிக்கொண்டுபோய்ச் சரியான இடத்தில் விட்டுக் கொண்டிருந்தான். எங்கள் வீட்டு வேலிக்கண்களுக்குள்ளால் இதெல்லாவற்றையும் பார்த்துக்கொண்டிருக்கும் ஐந்தாறு சோடி குட்டிக் கண்கள்.

முகத்தைக் கழுவி, போட்டிருந்த பாவாடையிலேயே துடைத்துவிட்டு நேரே வேலிப் பக்கமாகப் போனேன். துவா இன்னும் முகம் கழுவியிருக்கவில்லை. தலையெல்லாம் கலைந்து

கிடந்தது. நேரே நித்திரைப் பாயால் எழும்பி வந்திருப்பாள் போல. கையில் ஒரு செடி. பழைய 'லக்ஸ்பிறே பக்கற்றில்' மண்ணை அடைத்து அதன்மேல் பதியவைத்த செடி.

"என்னடி உண்மையா போகப்போறியளே... சாமானெல்லாம் ஏத்துப்படுது..."

யூலியின் கேள்விக்கு நான் பதில் சொல்லவில்லை. நிருபன் ஏசினான்.

"அவையள் இண்டைக்கு வெளிக்கிடுனம் எண்டது தெரியும் தானேடி. பிறகேன்ரி போற நேரத்திலை தெரியாதமாரி நாடகம் போடுறியள்."

சூழ்நிலையைச் சமாளிக்கத் தெரியாமல் பேந்தப்பேந்த விழித்தபடி யூலியையும் நிருபனையும் மாறிமாறிப் பார்த்தாள் துவா. திடீரென வேலிக்குக் கீழால் குனிந்து 'வீரச் சாவடைஞ்ச அம்புலிமாமாக்கு ஒரு அடுக்குச் செவ்வரத்தை வேணுமெண்டாய், இந்தா. எங்களுக்கெண்டு பதியம் வைச்சதுதான். பரவாயில்லை, நீ கொண்டுபோ' என்றபடி தன் கையிலிருந்த செடியை என் பக்கமாகத் தள்ளினாள்.

"இப்ப எதுக்கடி அம்புலிமாமாவெண்டு அவளைச் சீண்டுறியள்...? நீ இன்னமும் விளாட் மாம்பழத்தை விளையாட்டு மாம்பழமெண்டுதான் சொல்லிக்கொண்டு திரியிறாய். அதுக்குள்ளை அவளை நக்கலடிக்க வந்திட்டாய்."

என்னை முந்திக்கொண்டு பாய்ந்தான் நிருபன். எனக்கு ஏனோ அப்படிக் கோபம் வரவில்லை. அடுக்குச் செவ்வரத்தை விசு அண்ணாவுக்குப் பிடித்த பூ. சனசமூக நிலையத்துக்கு முன்னாலுள்ள திருவள்ளுவர் சிலைக்கு இருபுறமும் வைத்த சிவப்பு அடுக்குச்செவ்வரத்தைகள் அவர் வைத்து வளர்த்ததுதான் என்று அம்மா சொன்னது ஞாபகத்துக்கு வந்தது. துவா நீட்டிய செடியில் சின்னதாக வெறும் ஒரு மொட்டு மட்டுமே வந்திருந்தது. அதுவும் பச்சை நிறத்தில். இப்போதுதான் வெளித்திருந்தது.

"இந்தப் பூக்கண்டு என்ன நிறமடி..."

"சிவப்பு, ஏன்ரி...?"

"இல்ல, விசு அண்ணாக்கும் சிவப்புதான் பிடிக்கும்."

அவள் மெலிதாய்ச் சிரித்தாள். "பாத்தியேடி... நான் சரியாத்தான் கொணந்திருக்கிறன்' என்று கூறி முடிப்பதற்குள் வானம் பிளந்த சத்தத்துடன் தொம்மென்று நிலத்தில் விழுந்தது ஒரு மலை. கால்களில் ஒரு சன்ன அதிர்வை உணரக்கூடியதாகவிருந்தது. திரும்பிப் பார்த்தால் ஆட்டுக்கல் நடு முற்றத்தில் கிடந்தது. இரண்டு பக்கமும் அம்மாவும் அப்பாவும் நின்றுகொண்டிருந்தார்கள். தோளில் போட்டிருந்த 'துவாய்' நிலத்தில் விழுந்துகிடந்தது. நல்லகாலம், ஆட்டுக்கல் யாருடைய காலின்மேலும் விழவில்லை.

'நிலா... இங்கை வா, உன்ரை பெடியளையும் கூட்டிக்கொண்டு வா பாப்பம்' என்ற அப்பாவின் கட்டிக்குரல் முடியும் முன்னே வேலிக்கு வெளியே நின்ற அத்தனைக் கால்களும் நடுமுற்றத்தில் நங்கூரமிட்டிருந்தன. 'கைய்யா கைய்யா பிடியடா பிடியடா' என்ற கூச்சல் திட்டல்களிற்கிடையில் ஒருவழியாக 'ரக்ரர்' பெட்டியில் போயமர்ந்தது ஆட்டுக்கல். சின்னண்ணாவின் கையில், 'ஜன்னல்' போல நான்கு பக்கமும் சுற்றிவக்ர கம்பியாலடைத்த ஒரு சின்னக்கூண்டில் மணி. போனமுறை வீராவை விட்டுவிட்டு வந்ததுபோல இந்தமுறை நேர்ந்துவிடாமல் அப்பா பார்த்துக்கொண்டார். என் கையில் விசு அண்ணாவின் அடுக்குச்செவ்வரத்தை.

அந்த விடிகாலைக் குளிரிலும் எல்லா முதுகுகளும் வியர்வையில் நனைந்திருந்தன. விடியப்புறம் ஆறரை ஏழுமணி போல் தொடங்கிய ஆரவாரம், அந்தாஇந்தாவென்று முடிவதற்குப் பதினொரு மணியானது. கொழும்பம்மா, தயாண்ணை, வாசுகி ரீச்சராக்கள், நிருபனாக்கள், அரசியல்துறைக்காரர் என்று கடையின் வெளிப் பக்கத்திலும் வீதிக்கரையிலுமாக அப்பாக்குத் தெரிந்தவர்கள், அம்மாக்குத் தெரிந்தவர்கள், என் கூட்டாளிகள் என்று யார்யாரோவெல்லாம் நின்று கைகளை அசைத்தபடியிருந்தார்கள். அவர்களை நோக்கித் தலையசைத்தபடியே அம்மா நீண்டதொரு பெருமூச்சை இழுத்து விட்டா.

"ஆமிக்காரன் வாறானாமெண்டு கையிலை அம்பிட்டதை எடுத்துக்கொண்டு ஓடிவரேக்கை கூட ஐஞ்சுபேருமா வந்தம். இப்ப, இருக்கிற எல்லாத்தையும் பக்குவமா எடுத்துக்கொண்டு போறதுக்கு ஆற அமர நேரமும் சூழலும் இருக்கு. ஆனால், வெறும் நாலு பேரா திரும்பிப்போறம்."

அப்பாவைத் திரும்பிப் பார்க்கவில்லையென்றாலும் அது அப்பாவுக்கான தாக்குதல்தான். 'ரக்ரரின் மக்காட்டில்' ரைவரிற்குப்

பக்கத்தில் அமர்ந்திருந்த அப்பா ஒற்றைக் கையால் தலைமுடியை கோதினார்.'ஆமோதிக்கிறாரா இல்லையென்கிறாரா...?'

"சரியப்பா, விடு. சும்மா சும்மா அவனைப் பற்றி மட்டுமே நினைச்சு கவலைப்படாத. இப்ப பார். நாங்கள் திரும்ப ஊருக்குப் போறதுக்கு ஆர் காரணம் நாங்களே. ஆர் ஆரோ பெத்த பிள்ளையள் அடிபட்டு பிடிச்சுத்தர நாங்கள் இப்ப திரும்ப போறம்தானை..."

பின்பக்கமாகத் திரும்பி தணிந்த குரலில் சொன்னவரின் பார்வை பாதி ஆட்டுக்கல்லோடு ஒட்டியபடி அமர்ந்திருந்த சின்னண்ணாவிலும் பதிந்துவிலகியது.

"எண்டாலும், அவனுக்காகத்தான் வேளைக்கு இங்கயிருந்து திரும்பிப்போனால் நல்லதெண்டு சொன்னான். ஆனால், இப்ப அவனையே விட்டுட்டுப் போறம்"

அம்மாக்குப் பக்கத்தில்தான் நான் இருந்தேன். ஆனால், இந்தச் சூழ்நிலையில் என்ன சொல்லவேண்டுமென்று தெரியவில்லை. எக்குத்தப்பாக ஏதாவது சொல்லி இருக்கிற கவலையை இன்னும் கூட்டிவிட்டால்... பயமாக இருந்தது. எதுவும் சொல்லாமலே அம்மாவின் தோள்மூட்டைச் சுற்றிக் கையைப் பிடித்தேன். அதை எதிர்பாராததுபோலப் பட்டென்று திரும்பி 'என்ன' என்று கேட்டா. ஒன்றுமில்லை என்பதுபோலத் தலையசைத்தேன். 'சரியான வெயிலாக் கிடக்கு. வேணுமெண்டால் காலிலை படு' என்றபடி என் தலையின் மீது ஒரு துண்டை எடுத்துப் போர்த்தினா. அம்மாவின் மடி அவ்வளவு இதமாக இருந்தது. 'இதை விட்டுப்போகும் அளவுக்கு அவ்வளவு பலசாலியா பெரியண்ணாவின் இதயம். நான் கண்ணைக் கசக்கினாலே தாங்காதவன் எப்படி அம்மாவை இப்படி ஒப்பாரி வைக்கும்படி ஆக்கிவிட்டு ஓடினான்...?' மனதில் ஏதோவொரு வெறுமை சூழ்ந்தது. அதை வெறுமையென்றும் சொல்லமுடியாது. ஒருவிதக் கவலை. நீங்குதற்பொருட்டுத் தோன்றும் சோகம். வலி.

***

புதுக்குடியிருப்பு சந்தியைக் கடந்ததும் வேகமெடுக்க ஆரம்பித்தது வண்டி. ஒட்டுசுட்டான் செல்லும் வீதி தனியாக விரிந்துகிடந்தது. ஞாயிற்றுக்கிழமை என்பதால் வீதியிலும் பெரிதாகக் கூட்டமென்றில்லை. நேரஅட்டவணை தவறாத த.போ.க பேருந்துகளும் சிற்றூர்திகளும் மட்டும் தெருப்புழுதியை

வாரியிறைத்துக்கொண்டு போய்க்கொண்டிருந்தன. வீதியின் இருமருங்கிலும் நின்ற குடைமரங்கள் தலையை உதறி தெருப்புழுதியைத் துடைத்துக்கொண்டிருந்தன.

மூன்றாவது ஏற்றத்தைக் கடந்து மன்னாகண்டல் சந்தியை அடைந்தபோது மனது வேகமாகத் துடிக்க ஆரம்பித்தது. போர் நடந்த ஒரு பூமியைச் சந்திக்கப்போகின்ற படபடப்பு. ஒரு கன்றுக்குட்டி தன் தாய்ப்பசுவைத் தேடியோடிவரும் பரிசுத்த இணைப்பு. இலையோரத்து பனித்துளிபோல இதயம் பசுமையாய் விரிந்தது. துள்ளிக்குதித்தது மனது. இனி வருவது போர் நடந்த பூமி என்பதற்கான அறிவிப்புபோல இப்போதே கட்டட அழிவுகளும், சிதைவுச் சின்னங்களும் ஆங்காங்கே தென்படத் தொடங்கியிருந்தன. திரும்பிச் சின்னண்ணாவைப் பார்த்தேன். அவன் 'ரக்ரர்' பெட்டியின் தடுப்புப் பலகையைப் பிடித்துக்கொண்டு எழுந்துநின்றுகொண்டிருந்தான். நானும் எழும்ப முயற்சித்தேன். கையைப் பிடித்திழுத்து மறுபடி இருத்தினா அம்மா.

"ஏய், எங்கை எழும்புறாய்...? தலைக்குப்புற கவிண்டடிச்சு விழுந்து பல்லுத் தெறிக்கப்போகுது பார் இப்ப உனக்கு..."

"நானும் சின்னண்ணா மாதிரி எழும்பி நிண்டு பாக்கப்போறன்..."

விண்ணப்பம் உடனடியாவே நிராகரிக்கப்பட்டது.

"நிலா, எழும்பினால் நீ விழுந்துபோடுவாய். இருந்துகொண்டே பார்."

பின்பக்கமாகத் திரும்பி அறிவுரைக் குரலில் கட்டளையிட்டார் அப்பா. 'இது முழு அநியாயம்' என்று உள்ளே கறுவிக்கொண்டிருந்தது மனம். எழும்பத்தானே கூடாது, முட்டுக்காலில் குந்தியிருந்துகொண்டு மூன்றடி நீளத்துக்கு தலையை வெளியே நீட்டி விடுப்புபார்க்கத் தொடங்கினேன். சில்லென்ற காற்று காதோரமாக மோதிக் கடந்துபோனது.

மௌனமாய் முழித்துக்கிடந்தது நிலம். இடையிடையே வீதிக்கு இரண்டு பக்கமும் சலசலவெனத் தண்ணீரோடும் சத்தம் கேட்டது. சிற்றாறுகள் ஓடிவந்து ஒன்றில் ஒன்று சேரக்கூடும். அங்கங்கே மாட்டுப்பட்டிகள் தெரிந்தன. முன்பென்றால், வயல்முழுதும் பச்சையாய் நிறைந்திருக்கும். வானத்துக்குப் பச்சை பூசிவிட்டமாதிரி, கண்ணுக்கெட்டிய தூரம் வரைக்கும்

நெல்வயல். அதற்கு திருஸ்டி கழிக்கிறமாதிரி அங்கங்கு இடையில் ஒரு சின்னப்பொட்டாக மாட்டுப்பட்டிகள். பார்க்கவே அவ்வளவு வடிவாக இருக்கும். இப்போது வயலெல்லாம் பற்றைகட்டியிருந்தது. மூன்றுவருடங்களாக யாரும் விதைக்காத இடம், வரப்பளவுக்குப் புல் வளர்ந்து பாதையை மறைத்திருக்க, மாட்டுபட்டிகள் மட்டும் அங்கொன்று இங்கொன்றாக புதிதாக முளைத்திருந்தன.

பட்டிகளிலும் மாடுகளைக் காணவில்லை. 'காலை மேய்ச்சலுக்குப் போனவை இன்னும் திரும்பாமல் இருக்கக்கூடும். அல்லது முன்னைப் போல அதிக எண்ணிக்கையில் இப்போது மாடுகள் இல்லாமல் இருக்கக்கூடும். சிலவேளை மேயப்போன இடங்களில் மிதிவெடிகளில் சிக்கி இறந்தும்கூட இருக்கலாம். 'அறிவிப்புப் பலகையை நாங்கள் படிக்கலாம். மாட்டுக்கு எப்பிடி படிக்கத் தெரியும்...' எக்குத்தப்பாகத் தன்பாட்டில் உளறிக்கொண்டிருந்தது இதயம்.

ஒன்றிரண்டு எருமை மாடுகள் அருகிலிருந்த மோட்டைகளில் ஊறிக்கொண்டிருந்தன. பாதியுடம்பு சேற்றில் புதைய வாயை மட்டும் அசைபோட்டபடி படுத்துக்கிடந்தன. அவற்றின் முதுகில் முன்னைப் போலவே இப்போதும் குருவிகள் குந்திக்கொண்டிருந்தன. கிட்டப்போய்த் தொட்டுப்பார்க்க ஆசையாகவிருந்தது. அதற்கிடையில் 'நிலா, அங்கை பார். அந்த மரத்திலை என்ன எழுதியிருக்கெண்டு. வீட்ட போனதும் குழப்படி செய்யாமல் ஒரு இடத்திலை ஒழுங்கா இருந்திரோணும் சரியே' என்றபடி கையைச் சின்னண்ணா இருந்த மற்றபக்கமாகக் காட்டினா அம்மா.

கெரடமடு அம்மன் கோயில். அதன் முன்முற்ற வேம்பில் 'கவனம், வெடிக்காத வெடிபொருட்கள் இருக்கக்கூடும்' என்று பெரிதாக ஒரு அறிவிப்புப் பலகை தொங்கிக்கொண்டிருந்தது. அதன் பின்னால் கூரையில்லாத ஒழுக்கு வீட்டில் தனியாகக் குந்திக்கொண்டிருந்தா அம்மன். வெளியே காவலுக்கு நின்ற ஐயனாரின் இடக்கால் முட்டியோடு சேர்த்து உடைக்கப்பட்டிருந்தது. கண்ணையும் காணவில்லை. படுபயங்கரமாக இருந்தார் ஐயனார்.

ஊருக்குப் போகிறோமென்றதும் மலையுச்சியில் இருந்த புளுகம் ஐயனாரைப் பார்த்ததும் அரைவாசியாய்க் குறைந்தது. மிச்ச இடத்தைப் பயம் நிரப்பிக்கொண்டது. 'இங்கேயே இப்படியென்றால், இனிபோகப்போக எப்படியிருக்குமோ...' கலவரமாடியது மூளை. கண்கள் ஓர் இடத்தில் நில்லாமல் தன்

பாட்டுக்குச் சுற்றிச் சுற்றியோடிக்கொண்டிருந்தன. அழிவுகள் சிதைவுகளிற்கிடையில் புன்னகை பூசிய ஒன்றிரண்டு முகங்கள்கூடத் தென்பட்டன. திடீரென ஒரு புளியடிக்குக் கீழிருந்து அப்பாவைக் கூப்பிட்டது ஒரு தடித்த குரல்.

"என்ன வெற்றியண்ணை... ஊருக்குத் திரும்பி வந்தாச்சுப் போல... ஆ..."

"ஓமடா... இப்பத்தான் வாறம்... என்ன மாதிரி சுகமா இருக்கிறியே. மனிசி பிள்ளையளெல்லாம் சுகமே..."

"ஓமண்ணை, இரண்டு கிழமைக்கு முதல்தான் வந்தனாங்கள். தெரியாதை, இனி வளவெல்லாம் கூட்டிச் செருக்கி... இப்பத்தான் இதிலை வந்து எப்பன் படுப்பமெண்டு துண்டை விரிச்சன். பாத்தா ரக்ரரிலை நீங்கள் வாறியள்."

"எங்கை... நாங்களும் வெளிக்கிடுவம் வெளிக்கிடுவம் எண்டால் ஒவ்வொரு பிரச்சினையா முடிச்சு இப்பத்தான் வரமுடிஞ்சுது. பிறகு, பெரும்பாலும் ஆக்கள் எல்லாம் வந்திட்டினமோ...? எம்.ஆர்.ஆர்.ஓ வந்திற்றுதோ...? சின்னையா என்ன மாதிரி, சுகம் பலமா இருக்கிறாரோ...?"

"சின்னைய்யாவோ, அவரெங்க இங்க இருக்கிறார்...? பாஸ் எடுத்துக்கொண்டு வவுனியாக்குத் தன்ரை குடும்பத்திட்டை போட்டாரெல்லோ."

"ஆ... போட்டாரே ...நல்ல விசயம், நல்லவிசயம். அந்தாளும் எவ்வளவுநாள் மனிசி பிள்ளையளைப் பிரிஞ்சிருந்தது."

"உண்மைதானண்ணை."

"சரி, சரி. நேரம் போகுது. நீ படுத்துக் களைப்பாறு. பிறகு சந்திப்பம் என்ன."

"சரியண்ணை, நீங்கள் முதலிலை வீட்டப்போய் பாருங்கோவன். நான் பின்னேரக்கையா அங்காலை ஒருக்கால் வாறன்..." என்றபடி தோளிலிருந்த தனது துண்டை மறுபடி உதறி புளியமரத்தின் கீழ் விரித்து, கையைத் தலைக்கு வைத்தபடி படுத்தார் அவர். அடிக்கிற வெயிலுக்குப் புளியமர நிழலும் சிலுசிலு காற்றும் எப்படியிருக்குமென்று நினைக்கவே நித்திரை கண்ணுக்குள் வந்து நின்றது.

"அப்பா, ஆரப்பா அது...?"

நான் கேட்கவிருந்த கேள்வியைச் சின்னண்ணா கேட்டான்.

"அதப்பன், அப்பாக்குத் தெரிஞ்ச ஒரு அண்ணை. உங்களுக்குத் தெரியாது."

ஒற்றை வரியில் வந்தது பதில். அந்தப் பதிலில் எங்களுக்கு வேண்டியது ஒன்றுமேயில்லை. ஒருவேளை அந்தக் கேள்வியே தேவையில்லாதது போல, அடுத்தடுத்த வளைவுகளில், சந்திகளில், கடையோரங்களில் என அடிக்கடி 'ரக்ரர்' நிற்கவேண்டியிருந்தது. யார்யாரோவெல்லாம் அப்பாவிடமும் அம்மாவிடமும் வந்து நலம் விசாரித்து, முகமெல்லாம் சிரிப்பாகக் கடந்துபோனார்கள். 'அதுக்கிடையில பெடியள் நல்லா வளந்திட்டாங்கள் என' என்று சொல்லி வியந்துகொண்டுபோனார்கள். சிலர் குடுகுடுவென்று திரும்பி வீட்டிற்கு ஓடிப்போய் கொய்யாக்காயோ மாம்பழமோ ஏதோவொன்றை எடுத்துவந்து கையில் வைத்துவிட்டுப்போனார்கள். ஒரு பாட்டி தன் வெற்றிலைக் காவிப்பல் தெரியச் சிரித்து ஆசையாக என் மேவாயைத் தடவி 'இந்தாடி பெடிச்சி வைச்சுக்கொள்ளு' என்று தன் சாறித் தலைப்பு முடிச்சை அவிழ்த்துப் பத்து ரூபாய்த் தாளொன்றைக் கையில் திணித்துவிட்டுப் போனா.

வீதியின் இரண்டு பக்கமும் எறிகணைச் சிதறல்கள் பல பனைமரங்களின் தலைகளை வெட்டிப்போட்டிருந்தன. 'ஏக்கர்' கணக்கில் நீண்டிருந்த தென்னஞ்சோலைகளின் நடுவே இப்போது ஓரிரு தென்னைகள் மட்டும் அநாதையாய்த் தனித்து நின்றுகொண்டிருந்தன. ஒவ்வொரு வீட்டு வளவிலும் மாவோ, பலாவோ, கொய்யாவோ, விளாத்தியோ ஏதோ ஒரு மரம் அடியோடு பாறிக் கிடந்தது. திரும்பி வந்த சிலரின் காணிகளை, தவிர மற்றைய காணிகள் செடிகொடிகள் மூடி குட்டிக்காடாகத் தெரிந்தன. இதற்கிடையில் "வெடிக்காத வெடிபொருட்கள் இருக்கலாம்" என்றோ அல்லது "மிதிவெடி, கவனம்" என்கிற அறிவிப்புப் பலகைகளோ பெரியபெரிய மண்டையோட்டுப் படங்களோடு சிவப்பு எழுத்தில் எழுதப்பட்டு மரக்கிளைகளில், வேலிக் கரைகளில் நடப்பட்டிருந்தன. அவற்றைச் சுற்றி நான்கடுக்கில் முட்கம்பிவேலிகள். இவ்வளவு நேரமும் பேசாமல் வந்த சின்னண்ணா இப்போது என்னோடு கூட்டுச்சேர்ந்தான்.

"நிலா, எத்தினை இடத்திலை இந்த 'மிதிவெடி கவனம்' பலகை இருக்கெண்டு உனக்குத் தெரியுமோ...?"

“தெரியாது, ஆனால் ஒரு பத்து...”

சோதனைத் தாளில் விடையே தெரியாதென்றாலும், ஏதாவதொன்றை எழுதி மழுப்பும் பேர்வழி. இப்போதும் அதே விளையாட்டு.

“பத்தோ, இதோடை பதினேழாவது இடத்திலை இந்த மண்டையோட்டுப் படம் இருக்கு. இந்த இடங்களைக் கவனமா பாத்து வை. கற்சிலைமடுவிலும் இப்பிடி அடையாளத்தோடை இடங்கள் இருக்கும். அந்த இடங்களிலை கண்ணை மூடிக்கொண்டு முன்னமாதிரி எங்கயாவது போய்த்திரியக் கூடாது. தெரியாத சாமானுகள் இருந்தால் தொடக்கூடாது.”

திடீரென்று அதிகாரத் தோரணையில் கூறினான் சின்னண்ணா. முறாய்த்துக்கொண்டு மற்றபக்கமாகத் திரும்பிநின்றுகொண்டேன். ஆனால், அவன் சொல்வழிலும் உண்மை இருக்கிறதை மறுக்கமுடியாது. ‘முந்திமாதிரி நினைத்த நேரத்துக்கு நினைத்த இடத்துக்குக் கண்ணை மூடிக்கொண்டு இனி போகமுடியாது. தெரியாத பொருட்களை எடுத்து ஆராய்ச்சி செய்து விளையாடுவதென்ன, தொட்டுக்கூடப் பார்க்கக்கூடாது. வெளியில் போனாலும் எங்கெங்கு மண்டையோட்டுப் படம் இருக்கென்று பார்த்துப் பார்த்துப் போகவேண்டும்’. நினைக்க நினைக்க என்னூர் எனக்கே அந்நியப்படுவதுபோலொரு உணர்வு.

‘கடவுளே, இந்தப் போர் எவ்வளவு கொடூரமான சாமான். ஏன் இந்த ஆமிக்காரன் இப்பிடிச் செய்யிறான்...? எவ்வளவு பேர் சாவினம். எவ்வளவு பேருக்குக் கை கால் இல்லை. எவ்வளவு பேருக்குக் கண் தெரியாமல், காது கேட்காமல், உடம்பெல்லாம் காயத்தோடு இருக்கினம். இப்பிடிச் செய்யிறதாலை சிங்களவங்களுக்கு என்னை நன்மை...? நாங்கள் எப்பவாவது அவங்கடை ஊரிலை போய் சனத்தை அடிச்சுக் கலைச்சிருக்கிறமா...? இடத்தைப் பிடிச்சிருக்கிறமா...? பிறகு ஏன் எங்கள மட்டும் இப்பிடிச் செய்யிறாங்கள்...? எங்கடை ஊரிலை இருந்து எங்கள துரத்தி, படிப்பைக் குலைச்சு, அப்பா அம்மாக்கு வேலையளிலை பிரச்சினையைக் குடுத்து, காசில்லாமல் ஆக்கி, சாப்பாட்டு சாமானுகளையும் அனுப்பாம, மருந்துகளையும் அனுப்பாமல், போதாக்குறைக்கு இடம்பெயந்து போற இடத்திலயும் கிபிராலயோ செல்லாலயோ அடிச்சு, ஏன் இவ்வளவு கஸ்ரப்படுத்துறான் இந்த ஆமிக்காரன்.’ கேள்விகள் பிறப்பது இலகு. விடையைத் தேடிக்கண்டுபிடிப்பது எவ்வளவு கடினம். அதுவும் விடையை

வேறு யாரோ ஒருவர்தான் சொல்லவேண்டும் எனும்போது இன்னும் எவ்வளவு சிக்கல் அது. "பேராத்துப்பாலம் வந்திற்று, இனி கொஞ்ச நேரத்திலை கற்சிலைமடு வந்திரும்." என் சிந்தனையைக் கலைத்துக்கொண்டு சின்னண்ணா கூவினான்.

கற்சிலைமடுவை நெருங்கிவிட்டோமா என்று உறுதிப்படுத்திக் கொள்வதற்காக நாங்கள் வைத்திருக்கிற அடையாளம் பேராற்றுப்பாலம். முன்பெல்லாம், வேறு இடங்களுக்குப் போய்விட்டு ஊருக்குத் திரும்பும்போது பேராற்றுப்பாலம்தான் எங்களின் குறிக்கோள். பேராறு வந்துவிட்டால் போதும். அடுத்த பத்து நிமிடத்தில் வீடு என்பதுதான் எங்களின் அளவீடு. பேராற்றுப்பாலம் என்று சின்னண்ணா சொன்னதும் மூளை சுறுசுறுப்பாகியது.

அலங்கோலம். பேராற்றுப்பாலத்தின் மதிற்கட்டு இரண்டு பக்கமும் சில்லம் சில்லமாக உடைந்துகிடந்தது. உடம்பு கிழிந்து எலும்பு வெளியே துருத்திக்கொண்டிருப்பதுபோல அங்குமிங்குமாய் நெளிந்து வளைந்து நீட்டிக்கொண்டிருந்தன கம்பிகள். அதைப் பற்றியெல்லாம் கவலைப்படாமல், பாலத்தின் கீழே வாய்க்குவந்தபடி தன்மொழியில் ஏதேதோ பாடிக்கொண்டு குதூகலத்தோடு குதித்தோடிக்கொண்டிருந்தது ஆற்றுத்தண்ணீர். பேராற்றுப்பாலம் கடந்தால் ஒரு பெரிய மாடி வீடு. அதற்குப்பிறகு ஆலடி வரவேண்டும். வீதியின் இரண்டு பக்கமிருந்தும் பெரிதாகச் சடைத்துவளர்ந்து ஆலமரங்கள் தெருவைமூடி குடைமாதிரி நிற்கும். ஒரு ஐம்பது 'மீற்றருக்கு'க் குகைக்குள்ளால் போகிறமாதிரி இருக்கும். இப்போது அதைக் காணவில்லை.

"எங்கையண்ணா, இன்னும் ஆலடி வரேல்லை...?"

சின்னண்ணாவை நோண்டினேன்.

'ஆலடி போயிற்று தங்கா. ஒரு மரம் அடியோடை முறிஞ்சிற்று போல. மற்றது கிளையள் இல்லாமல் பாதியா நிண்டுது, நீ பாக்கயில்லையா...?' என்று கேட்டுக்கொண்டே திரும்பவும் வெளிப்பக்கமாகப் பார்வையை வீசினான். எது எவடம் என்று ஒன்றும் வடிவாகத் தெரியவில்லை. குருட்டு இரவில் தட்டுத்தடுமாறி ஏதோவொன்றை ஏதோவொன்றென்று மாறிமாறி நினைப்பது போல, மனம் போனபோக்கில் என் இஸ்டத்துக்குப் பெயர் வைத்துக்கொண்டு வந்தேன்.

ஆலடி கடந்தால் அடுத்தது, அப்பாவின் பழைய கூட்டாளி - தேநீர்க்கடை நாதண்ணையின் வீடு. கற்சிலைமடுவில் இருந்த நான்கைந்து பெரிய மாளிகை வீடுகளில் ஒன்று. ஒரு பெரிய மாஞ்சோலைக்கு நடுவில் பொற்கோயில் மாதிரி, அவ்வளவு வடிவாக இருக்கும். வீதியோரமாக இருக்கும் நான்கைந்து மாமரங்களில் ஏதாவது ஒன்றில் கல்லெறிந்து மாங்காய் விழுத்தாத 'பெடியள்' பள்ளிக்கூடத்திலேயே இல்லை. அப்படியொரு பெரிய தோப்பு. பிஞ்சோ முத்தலோ, பழமோ, வெம்பினதோ எப்பவும் ஏதோவொரு மாங்காய் தொங்கிக்கொண்டேயிருக்கும்.

'இவடத்தில் எங்கோவாகத்தான் இருக்கவேண்டும்...' முன்னும் பின்னும் வலுதும் இடதுமாய்த் தலையைத் திருப்பித் திருப்பித் தேடினேன். அக்கம்பக்கத்தில் எந்தவொரு கல்வீடுமே இல்லை. மாஞ்சோலையும் இல்லை.

"அம்மா, நாதண்ணையாக்களின்ரை வீடு இவடத்திலை எங்கயோ தானையம்மா இருந்தது. காணயில்லை...?"

அம்மாவைக் கேட்ட கேள்விக்கு அண்ணா பதிலோடு வந்தான்.

"அந்தா அதுதான் நிலா. நாதண்ணையாக்களின்ர வீடு இருந்த இடம். மாமரங்கள் நிக்குது பார்"

அவன் காட்டிய இடத்தை நம்பவே முடியவில்லை. தோப்பு இல்லை. பூமரங்கள் இல்லை. கிணற்றடியில் நின்ற செவ்வாழைகளைக் காணவில்லை. வெட்டை வெளி.

"என்னடா ஒண்டையுமே காணேல்லை. இதில்லைப் போ."

"அவடம்தான் நிலா. நாதண்ணையும் எல்லைப்படையிலை வீரச் சாவடைஞ்சிட்டார். அன்ரியாக்கள் இன்னும் இங்கை வரயில்லைப்போல. ஆனால்,இவடம்தான் நாதண்ணையாக்களின்ரை வீடிருந்த இடம்."

தொண்டையை அடைத்தது. நாதண்ணையின் வீரச்சாவுச்செய்தி நம்பமுடியாததாயிருந்தது. 'அப்படியாயின், இனி தேநீர்க்கடை திறக்காதா...?' என் கச்சானுருண்டை சிந்தனையிலிருந்து நழுவி கீழே விழுந்துடைந்தது. 'மாஞ்சோலை எங்கே, இந்தப் பத்தைக்காடு எங்கே...? சோலையாய் இருந்த மாமரங்களிலேயே நான்குதான் மிஞ்சியிருக்கிறதென்றால், எங்கள் வீட்டு முற்றத்தில் நின்றதோ வெறும் ஒரேயொரு மாமரம். அதன் கதி என்னவாகியிருக்கும்...? மாமரமே இல்லையென்றால், அதில்

கட்டியிருந்த ஊஞ்சலில் எப்பிடி ஆடுவது...?’ மனம் நிராசையால் சோர்ந்து உட்கார்ந்துவிட்டது. அதற்கு மேல் புதினம் பார்க்கும் ஆசை மொத்தமாய் வடிந்து காய்ந்துபோக, ஊஞ்சல் மட்டுமே கண்ணுக்குள் நிறைந்தது.

45

நான் நினைத்துக்கொண்டு வந்தது மாதிரியில்லை. சொர்க்கத்தைத் தேடிவந்தால் கிழிந்துபோன ஒரு பழைய நிலத்துண்டுதான் கிடக்கிறது. உடையார்கட்டிலிருந்து வெளிக்கிடும்போது, இனி கூத்தும் கும்மாளமும்தான் என்று என்னென்னவோ எல்லாம் நினைத்துப்புளூகியதற்கு மொத்தமும் நேர்மாறு, மொத்த ஊரெல்லாம் சுத்தியடித்து, வயல்வெளியில் விளையாடி, வாய்க்கால்படியில் இருந்துகொண்டு ஓடுகிற தண்ணீரில் கால்நனைத்து, என்று நான் கண்ட கனவெல்லாம் வெறும் பகல்கனவு. ‘இங்க வாறதுக்கு பதில், பேசாமல் உடையார்கட்டிலேயே இருந்திருக்கலாம். எல்லாம், பெரியண்ணாவுக்காக வந்தது, ஆனால், கடைசியாக இப்ப அவனும் வரயில்லை...’ நினைக்க நினைக்க ஏமாற்றம் நிரம்பி வழிந்தது.

கற்சிலைமடு பள்ளிக்கூடம் அலங்கோலமாகக் கிடந்தது. முன்னுக்கிருந்த இரண்டு கட்டடங்கள் முற்றாகச் சிதைந்து போய்க் கிடந்தன. கூரை முறிந்து தொங்கிக்கொண்டிருந்தது. அதற்குப்பின்னுள்ள கட்டடங்களில் ஓரளவு இயங்கக்கூடிய நிலையிலிருந்த வகுப்பறைகளில் மேசைக் கதிரைகள் அடுக்கப்பட்டிருப்பது வீதியிலிருந்து பார்க்கும்போதே தெரிந்தது. அதற்குள்தான் வகுப்புகள் நடக்கின்றன போல. கிணற்றடி மாமரத்தைக் காணவில்லை. வாசலில் கச்சான்பாட்டி இருந்த புளியமரத்தைக் காணவில்லை.

பள்ளிக்கூட வேலிக்குப் பின்னால் மைதானத்தில் சிரமதானம் நடந்துகொண்டிருந்தது. அங்கங்கே ஆட்கள் நின்று சுத்தப்படுத்திக்கொண்டிருந்தார்கள். அவர்களிற்கிடையில் நான்கைந்து வரியுடுப்புகளும் தெரிந்தன. பள்ளிக்கூடம் கழிந்து, நாகதம்பிரான் கோயில் கழிந்து, திருவள்ளுவர் சிலை கடந்து... குறுகுறுப்பு பிடிக்கத் தொடங்கியது. கை கால் எல்லாம் ஒரே சந்தோச அலை அடித்துத்

தன்பாட்டில் வீட்டுக்கு இழுத்துக்கொண்டு போகுது. கொஞ்ச நேரத்துக்கு முன்புதான், உடையார்கட்டிலேயே இருந்திருக்கலாமோ என்று நினைத்த மனம்தான் இதுவென்றால் எனக்கே நம்பவியலாத அளவுக்கு, ஒரு சின்ன மீன் வாய்க்காலுக்குத் துள்ளித் துள்ளிக் குதிக்கிற மாதிரி குதூகலத்தில் குதித்தது.

“வந்திற்றம் வந்திற்றம், நிலா அங்கை பார் எங்கடை வீடு...”

சின்னண்ணா சொல்லிக்கொண்டே பெட்டியில் இருந்து துள்ளித் துள்ளி எட்டிப் பார்த்தான்.

“டேய், துள்ளாதையடா. விழுந்திடப்போறாய்.’ என்றபடி அவன் கையைப் பிடித்துக் கீழே இழுத்தா அம்மா. ‘ரெண்டு நிமிசத்திலை வீடு தானை. அதுக்குள்ள இப்ப ஏன் இவ்வளவு ஆர்ப்பாட்டம்” அப்பாவும் கொஞ்சம் அதட்டும் குரலில் பேசினார். சின்னண்ணா ‘கப்சிப்’.

கற்சிலைமடுச் சந்தியில் ஒன்றிரண்டு கடைகள் ஏற்கெனவே வந்துவிட்டிருந்தன. ஞாயிற்றுக்கிழமை என்பதாலோ என்னவோ கடைகள் பூட்டியிருந்தன. மருந்துக்கடைத்தாத்தாவின் அகத்தியர் மருந்தகமும் தேநீர்க்கடையும் மட்டும் திறந்திருந்தன. ஆனால், நாதண்ணைக்குப் பதில், வேறு யாரோ நின்றுகொண்டிருந்தார்கள். கச்சானுருண்டை ‘போத்தல்’ முன்பிருந்த அதே இடத்தில் குந்திக்கொண்டிருந்தது.

மெதுவாக வேகத்தைக் குறைத்து வீட்டுவாசலில் நிற்குது ‘ரக்ரர்’. முதலில் அப்பா மட்டும் இறங்கி உள்ளே போய் சுற்றிப் பார்த்துவிட்டுவந்து எங்களை இறங்கச் சொன்னார். அடுத்தநொடி, சின்னண்ணாவும் நானும் ‘ரக்ரர் பெட்டியின்’ முனையிலிருந்து தொப்பெனக் கீழே குதித்தோம். குதித்த குதியில் முழங்காலில் சின்ன கீறல் விழுந்தது. அதைக் கவனிக்கும் நிலையில் நானோ சின்னண்ணாவோ இல்லை.

சரசரவெனப் பற்றைச்செடிகளை விலக்கிக்கொண்டே முன்னே போய்க்கொண்டிருந்த சின்னண்ணாவைக் கடந்து முன்னே ஓடினேன். எல்லா இடமும் ஒரே புல். பாவாடையில் ஒட்டிக்கொண்டு சின்னன் பெரிதாய் ஏதோ முள்ளுகளும் தொங்கின. ஒற்றைக்கையால் அவற்றைத் தட்டிக்கொண்டே மாமரத்தை நிமிர்ந்து பார்த்தேன். எந்தாப் பெரிய மரம்... குருவியளும் கிளியுமாய்... முற்றம் முழுதும் நிழலுமாய்... வாயூறும் பழமும் புதிதாய் முளைக்கும் இளம்பச்சை துளிருமாய்... நிலம்

தொடும் கிளைகளில் குதிரையாட்டமும் பெரிய கிளையில் ஊஞ்சலுமாய்ப் பிரகாசித்திருந்த மரம். நல்லகாலமாக இன்னும் சாயாதிருந்தது, பல கிளைகளைத்தான் காணவில்லை.

வீடு கொஞ்சம் சேதமாகியிருந்தது. ‘குசினியோடு’ சேர்ந்த பின்பக்கத்தில் எறிகணை விழுந்திருக்கவேண்டும். அப்பிடியே சப்பழிந்துபோயிருந்தது. கூரையில் இடையிடையே ஓடுகளைக் காணவில்லை. வெறும் ‘றீப்பைத் தடிகள்’ தெரிந்தன. செடிப்பற்றைகளிற்கிடையில் வளவு முழுதும் ஓட்டுத்துண்டங்கள் இறைந்து கிடந்தன. முன் ‘விறாந்தையும்’ திண்ணையும் பாதிக்குப் பாதி பரவாயில்லாமல் இருந்தது. தரைமெழுக்குக் கரைந்து இடையிடையே பள்ளங்கள் விழுந்திருந்தன. சிலவற்றில் நாய் படுத்திருக்கவேண்டும், ஊரிலிருந்த அத்தனைக் கட்டாக்காலி நாய்களின் தங்குமிடமாக இருந்திருக்கலாம். உறண்டைமணம் அடித்தது.

புல்லரித்துக்கொண்டு வந்தது. நெஞ்சம் படபடவென வேகமாக அடித்தது. “வீரா... வீரா... ச்சுச்சுச்சு...” வீட்டைச் சுற்றி ஓடினேன். இங்கே எங்கேயோதான் இருக்கிறது. என் குரல் கேட்டு வந்துவிடுமென்று தோன்றியது. வீராக்குப் பதில் விகாரமான முகத்தோடு அம்மாதான் எதிரில் வந்து நின்றா.

“எங்கை போறாய்...? வரேக்கை உனக்கு என்ன சொல்லி கூட்டிவந்தது...?” கேட்டபடியே காதைப் பிடித்து இழுத்துக்கொண்டு போனா.

“இல்லம்மா நான்...”

“இல்லம்மாவுமில்லை நொல்லம்மாவுமில்லை. இதிலையிரு. சொல்லுற வரைக்கும் இதாலை எழும்பக் கூடாது...”

திண்ணையில் இருத்தி விட்டுப் பொருட்களை இறக்கி ‘விறாந்தையில்’ வைக்கத் தொடங்கினா. ‘நிலா வீராவை யாராவது பத்திரமா கொண்டுபோயிருப்பினமெண்டு சொன்னான்தானே. அது இங்கை இருக்காது. நீ பேசாமல் ஓரிடத்திலை இரு” என்றபடி என் பூச்செடியைப் பத்திரமாக எடுத்துவந்து கையில் வைத்தான் சின்னண்ணா.

“சரி, இதை அங்கயிருந்து மினக்கெட்டு வாங்கிவந்திற்றாய். இங்கை எங்கை நடப்போறாய்...?”

“எங்கயாவது பாத்தொரு நல்ல இடத்திலை நடவேணும்.”

“சரி, ஆறுதலா பாத்து நாளைக்கு நடுவம். இப்ப கொஞ்சம் தண்ணி தெளிச்சு ஒரிடமா வைக்கிறன் தா.”

என்னிடமிருந்து பூச்செடியை மீளவும் வாங்கிக்கொண்டு திரும்பிப்போனவனைத் தாண்டி யாரோ ஒராள் எங்கள் வீட்டுப் பக்கமாக உள்ளே வருவது தெரிந்தது. நீட்டு முடி, கால் முட்ட சோட்டி... ‘யாரோ பொம்புள ஆக்கள்தான் வருகினம்...’ அவாக்குப் பின்னால் இரண்டு அண்ணையாக்கள். திண்ணையில் இருந்தபடியே முழங்காலை ஊன்றி எட்டிப் பார்த்தேன். ராசாத்தியக்கா. முந்திக்கு இப்போ கொஞ்சம் மெலிஞ்சிருந்தா, முகத்தில் அதே சந்தோசம்.

“எப்ப வந்தனியள் ரீச்சர்...? எட்டியொரு சொல்லு சொல்லியிருந்தால் கூடமாட வந்து உதவிசெய்திருப்பம் எல்லே” என்றபடி வளவை மூடிநிற்கும் ஒவ்வொரு செடிக்கும் மேலால் கால்களை வைத்து அமத்தியபடி வந்தா.

“ராசாத்தியக்கா, வாங்கோ வாங்கோ. இப்பத்தான் வந்தனாங்கள். அரைமணித்தியாலயம் கூட ஆகியிருக்காது. ஆர் பெடியள் புதுசா...”

ஒவ்வொரு மூட்டையாக இறக்கிக்கொண்டிருந்த அப்பா தலையை நிமித்தி வரவேற்றார். ராசாத்தியக்காவுக்குப் பின்னால் வந்தவர்கள் படலையடிக் ‘கிரவற்கற்களை’ இரண்டுபக்கமுமாகக் கால்களால் தட்டிவிட்டுத் தற்காலிகப் பாதை ஏற்படுத்திக்கொண்டிருந்தார்கள்.

“சனசமூக நிலையம் சிரமதானம் செய்யவந்த இயக்கப்பெடியள். வீட்டைத்தான் சாப்பாடு. சாப்பிட்டுட்டுக் கைகழுவ வெளியிலை வரத்தான் உங்கடை ரக்ரரைக் கண்டம். அப்பிடியே வந்திற்றம். தம்பியாக்கள் ஒரு கை பிடியுங்கடா. இறக்கி வைப்பம்.”

ராசாத்தியக்கா ஆர்வமானா. வாசலில் நின்றிருந்தவர்களில் ஒருவர் ஓடிவந்து ‘ரக்ரர் பெட்டியில்’ ஏறி அப்பாவோடு சேர்ந்துகொண்டார்.

எனக்கோ இருப்புக்கொள்ளுதில்லை. ‘இன்னும் எவ்வளவு நேரம்தான் இந்தச் சாமானுகளை இறக்குவினம்... எனக்கு எவ்வளவு வேலையிருக்கு. நான் எப்பிடி இதிலயே இருக்கிறது...?’ காலெல்லாம் பரபரவென்று எங்காவது ஓடித் திரியவேண்டும் போல ஒரே புளுகம். எம்ஆர்ஆர் ஓவையும் கிணற்றடிக்குப் பின்பக்க வைரவரையும் பார்க்கவேண்டுமென்று ஆசை.

திண்ணையிலிருந்து குதித்து ஒரேயோட்டமாகப் பின்பக்கமாக ஓடினேன்.

“அம்மா, கிணத்தடிக்குப் போய்ப் பாக்கப்போறன்...”

“இப்ப அங்கையெல்லாம் போறேல்லை. இரு பேசாமல்...”

“அம்மா, வாசலிலை எத்தினை செவ்வரத்தை நிக்குதெண்டு எண்ணிப் பாத்திட்டு வாறன்...”

“சும்மா கண்டகண்ட இடத்துக்கெல்லாம் தனியப்போகேலாது நிலா. வெடிக்காத செல்லுகள், ரவுண்ட்ஸ்கள் இல்லையெண்டு அப்பா பாத்து சொன்னதுக்குப் பிறகுதான் நீ எங்கையெண்டாலும் போகலாம்.”

“ஒட்டுசுட்டானுக்கங்காலைதான் ஆகமோசம். ஒரே மிதிவெடியாய் விதைச்சு வைச்சிருந்திருக்கிறான். இங்காலை அவன் வரயில்லையெண்டதாலை பெரிசா பிரச்சினை இல்லை. ஆனாலும், அவனடிச்ச வெடிக்காத செல்லுகள் ரவுண்சுகள் கிடக்கக்கூடும்...” வந்தவர்களில் ஒரு இயக்கமாமா அம்மாவுக்குச் சொல்வது என் காதிலும் விழுந்தது.

‘இந்த ஆமிக்காரன் ஏன்தான் இப்பிடிச் சண்டைபிடிச்சுத் துலைக்கிறானோ. கள்ளக்களவா எங்கட இடங்களை அடாத்தா பிடிக்கிறது. செல்லடிச்சு கிபிரடிச்சு எங்களை எழுப்பிக் கலைக்கிறது. அந்த இடங்களுக்குத் திரும்ப வந்தாலும் மிதிவெடி அம்பிட்டுச் சாகச்சொல்லி எல்லாத்தையும் புதைச்சு வைச்சிட்டு போறது. பொல்லாத கொலைகாரன். எங்களைக் கொண்டு துலைக்கிறதுக்கு அவனுக்குச் சம்பளமும் எல்லோ குடுபடுது’. ஆத்திரம் ஒருபக்கமும் ஆர்வம் மறுபக்கமும் குடைந்துகொண்டிருந்தது. பார்வையை வாய்க்கால் பக்கமாகத் திருப்பினேன். வேலியோரமாக ஏதோ தொங்குவது தெரிந்தது. சின்னதாகக் கொடிபோல, ஒரு கயிறு போல. ‘என்னவாயிருக்கும்...?’ கூர்ந்து கவனித்தேன். ஊஞ்சல், அம்புலிமாமா ஊஞ்சல். ‘எப்ப கட்டின ஊஞ்சல்!’ ஆச்சரியம் தாங்கவில்லை. அந்த ஊஞ்சலில் ஆடுவதற்குத்தான் எங்கள் இருவருக்குள் அடிக்கடி சண்டை வரும். பிறகு பெரியண்ணா வந்து சின்னண்ணாவுக்கு ஏதாவது தாறனென்று சொல்லி சமாதானம் செய்து... அப்போதும், உன்னி உன்னி ஆடுவதற்கு என் கால் எட்டாது என்பதால் பெரியண்ணாவே ஆட்டியும் விடுவான்.

ஊஞ்சல் தனியாகக் காத்துக்கொண்டு நின்றது. 'மூண்டு வருசம், பாவம் எவ்வளவு தனியா இருந்திருக்கும். அது மட்டுமா காத்துக்கொண்டு நின்றது நானும்தானே.' அம்புலிமாமா ஊஞ்சலில் ஆடவேண்டும் போல இருந்தது. அதுவும் இன்றைக்கே. இப்பவே.

"அம்மா, நான் ஒண்டு கேப்பன் மாட்டன் எண்டு நீங்கள் சொல்லக்கூடாது..."

'என்ன' என்பது போல ஒரு பார்வை.

"ஊஞ்சல் ஆடப்போறன்..."

"இப்ப உனக்கென்ன ஊஞ்சலாடுற வயசே ஆ... அதோட இன்னும் சாமானே இறக்கி முடியேலை. அதுக்குள்ள ஊஞ்சல் எப்பிடி கட்டுறது நிலா" படபடவென்று வெடித்தா அம்மா. அப்படியொரு வேகம்.

"ஊஞ்சல் இருக்கு. கட்டத்தேவையில்லை" மெல்லமாக இழுத்தேன்.

"என்ன இப்ப..." அலுத்தா அம்மா.

"அவளுக்கு லூசு அம்மா. ஊருக்கு வந்ததோடை மொத்தமா லூசாகிட்டாள் நிலா."

"கதிர், அப்பிடித் தங்கச்சியைச் சொல்லக்கூடாதெண்டு தெரியாதை..."

கொஞ்சம் உறுக்கும் குரலில் வெளிவந்தது அப்பாவின் சொற்கள். ஆள் பெட்டிப்பாம்பாக அடங்கினார்.

"உண்மையாம்மா, அங்கை பாருங்கோ. நாங்கள் முந்தியாடின ஊஞ்சல் அப்பிடியே இருக்கு..."

வேலியில் கிடந்த ஊஞ்சலைச் சுட்டிக்காட்டினேன். எல்லாருக்கும் ஆச்சரியம். சின்னண்ணாகூட எட்டிப் பார்த்தான்.

"சரி ஊஞ்சல் இருக்கு, ஆனால் என்னத்திலை கட்டுவாய்..."

"நிலா, கண்டபடி அங்கையிங்கை போய்த்திரியக் கூடாதெண்டு சொன்னான்தானை. ஏதாவது வெடிக்காத சாமானுகள் இருக்கும் நிலா."

அம்மா திரும்பத் திரும்ப ஒரே பாட்டையே பாடிக்கொண்டிருந்தா. அந்த மண்டையோட்டுப் படத்தை நினைக்க பயமாகத்தான்

இருந்தது. அவர்களின் வீட்டிலும் இரண்டு வெடிக்காத 'ரவுண்ட்ஸ்' இருந்ததென்று ராசாத்தியக்கா சொன்னா. 'இப்ப என்ன செய்யுறது...?' ஒரே குழப்பமாக இருந்தது. முகத்தை உம்மென்று வைத்துக்கொண்டு திரும்பியிருந்தேன்.

"இப்ப என்ன, நீங்கள் ஊஞ்சலாடவேணும் அவ்வளவு தானே. சரி வாங்கோ. நான் கூட்டிக்கொண்டுபோய்விடுறன்."

திடீரென்று கேட்ட அந்த முன்பின் அறிமுகமில்லாத குரலை நம்புவதா வேண்டாமா... சந்தேகமாக இருந்தது. ஆனாலும் கால்கள் மெதுவாக அவர் பக்கமாக அசைந்தன.

"வாங்கோ, நான் கூட்டிக்கொண்டுபோய் மரத்தடியிலை விட்டுவிடுறன்..." திரும்பவும் சொன்னார் அவர்.

அம்மா என்ன சொல்வாவோ என்ற பயத்தில் இலேசாகத் திரும்பிப் பார்த்தேன்.

"அதுசரி, அடுத்த அம்புலிமாமா. சரி, போ. போய் ஆடுறெண்டால் ஆடு."

கொடுப்புக்குள் சிரித்தபடி போனாப்போகுது என்கிற பாவனையில் விரட்டினா அம்மா.

பட்டியிலிருந்து வெளியே வந்த மாடாய்ப் பாய்ந்தடித்து திண்ணையிலிருந்து குதித்தேன்.

"கவனம், வளவெல்லாம் ஒரே முள்ளும் புல்லுமா கிடக்குது. நான் முன்னுக்குப் போறன். நான் போற பாதையிலேயே பின்னால வாங்கோ." என்று சொல்லிக்கொண்டு அவர் முன்னே நடந்தார். அவரின் காலடித் தடத்தில் புல்லுகள் நசிந்துபோய்க் கிடந்தன. அவர் வைத்துப்போன தடங்களிலேயே நானும் பின்னால் போனேன். மரத்தடியை நெருங்கியதும் என்னை அங்கேயே நிறுத்திவிட்டு வேலியில் கிடந்த ஊஞ்சல் கயிறைப் போய் எடுத்துவந்தார். 'ஒருநிமிசம் பொறுங்கோ' என்றுவிட்டு கயிறைத் தன் கையால் முறுக்கினார்.

"இல்லை, கயிறு சிலவேளை உக்கியிருக்கோ எண்டு பாத்தனான். பரவாயில்லை. இன்னும் நல்ல பலமாத்தான் இருக்கு. சரி, பொறுங்கோ. ஒரு நல்ல இடமாப் பாத்து இதைக் கட்டுவம்."

மரத்தை அண்ணாந்து பார்த்தபடி ஒரு சுற்று சுற்றி வந்தார். அது சரி, கிளைகளே இல்லாத மரத்தில் ஊஞ்சலை எங்கு கட்டுவது...?

அழுகை வந்தது. தலையைத் தொங்கப்போட்டுக்கொண்டு திரும்பி நடந்தேன். இரண்டாவது அடி வைக்கும்போது கயிறு சரசரக்கும் சத்தம். பார்த்தால் பாதியுடைந்த கிளையொன்றில் என் ஊஞ்சல் எனக்காகக் காத்திருந்தது.

ஓடிப்போய் கயிற்றின் இரண்டு பக்கத்தையும் பிடித்து அகற்றி நடுவில் இருந்து ஆட ஆரம்பித்தேன். மனது சில்லிட்டது. மூன்றாமாண்டு நிலா கண்ணுக்குள் வந்து நின்றாள். மூன்று வருடத்திற்குப் பிறகு எவ்வளவு மாறுதல். ஊஞ்சலில் இருந்தால் இப்போது எனக்குக் கால் நிலத்தில் முட்டுகிறது. நானாகவே உன்னி உன்னி ஆடமுடிகிறது. நானும் ஊஞ்சலாடப்போறேன் என்று சின்னண்ணா சண்டைக்கு வரவில்லை.

முன்பென்றால், என்னை ஊஞ்சலில் வைத்து ஆட்டுவதுதான் பெரியண்ணாவுக்கு மிகப்பெரிய வேலை. அவன் ஆட்டிவிடுகிறபோது சும்மா காற்றில் பறக்கிற குதிரை மாதிரி போகும் ஊஞ்சல். அவ்வளவு வேகமாக, அவ்வளவு உயரத்துக்கு... இந்தா இதை மாதிரித்தான் இவ்வளவு வேகமாக, இவ்வளவு உயரத்துக்கு. கடலிலேதான் கப்பல் போகுமென்று யார் சொன்னது. இந்தா காற்றைக் கிழித்துக்கொண்டு குருவிமாதிரி பறக்குதென்னுடைய கப்பல். பெரியண்ணா பெரியண்ணாதான்.

“அண்ணா, இன்னும் கொஞ்சம்... இன்னும் கொஞ்சம் உயரத்துக்கு...”

நான் கேட்க கேட்க இன்னும் இன்னும் உயரப் பறந்தது ஊஞ்சல். அம்மாவுக்கு அது பிடிக்கவில்லைபோல.

“அப்பன், அவளைப்போய் ஊஞ்சலாட்டிக்கொண்டிருக்கிறியளே. எவ்வளவு ஆட்டினாலும் வாய்க்குள்ள புட்டுக்கட்டி வைச்சிருக்கிறாக்கள் மாதிரி அவள் பேசாமல் இருப்பாள். நாள் பூரா ஆட்டிக்கொண்டிருக்க வேண்டியதுதான். அவள் கிடக்கட்டும், விட்டுட்டு வாங்கோ...’ என்று பெரும் குண்டை தூக்கிப்போட்டா. ஆனாலும், ‘அதுக்கென்னம்மா, தங்கச்சி ஆடட்டும். நான் ஆட்டிவிடுறன்’ என்ற வார்த்தைகள் என் பயத்தைத் தூரவிரட்டியது.

ஊஞ்சல் ஊர்கோலம் போய்க்கொண்டிருந்தது. ஒவ்வொருமுறையும் காற்றைக் கிழித்துக்கொண்டு மேலே போகையில் கண்ணைக் கூசியது. வெக்கை காதை அடைத்தது. நட்டநடு மத்தியான வெயில். மொத்தமும் தலையில்தான் விழுந்தது. உச்சி சுட்டது.

முன்பென்றால் முற்றத்தை மறைத்துப் பரந்திருந்த நிழலில் எத்தனை பேர் வேண்டுமென்றாலும் எவ்வளவு நேரமென்றாலும் இளைப்பாறலாம். படபடவெனக் கொட்டித்தீர்க்கும் மழையானால்கூட மரத்தினடியில் போய்நின்றுகொண்டால் ஒரு சொட்டுக்கூட நனையாமல் தப்பிக்கலாம். இப்போது மரம் பாதி முறிந்திருந்தது. கிளைகளைக் காணவில்லை. நிழல் என்பதை நினைக்கவே முடியவில்லை. 'இப்பிடி வெக்கையா இருந்தா என்னெண்டு ஆடுறது...'

ஊஞ்சல்கயிறு கருகி எரிவது போல் தகித்தது மனது. ஆற்றாமல் வெறுங்கிளையை நிமிர்ந்து பார்த்தேன். பாதி முறிந்திருந்த கிளையின் நுனியில் வெறும் புள்ளியாய் ஏதோ எட்டிப் பார்த்தது. 'வெடிக்காத ரவுண்ட்ஸ்...' விழிகள் பிதுங்கி நெஞ்சை அடைத்தது. 'இத்தனைக்குள்ளும் தப்பித்து கடைசியில் வெறும் ரவுண்ட்சுக்கு செத்துவிடுவேனா...? ஆசையை, கனவை, மண்தோண்டிப் புதைத்துவிடவேண்டியதுதானா...? பழைய சந்தோசம் திரும்பவும் கிடைக்காதா...?' கயிற்றைப் பிடித்திருந்த கைகள் நடுங்கின. தொண்டைக்குழியில் நெருப்பெரிந்தது.

செத்துவிழுந்த மனதுடன் ஊஞ்சலை விட்டிறங்கினேன். அவநம்பிக்கையும் நிராசையும் கயிற்றைச் சுற்றிக் கிடந்தன. நீண்ட நெடுநாட்களாகக் கட்டிக்காத்த எதிர்பார்ப்பு மொத்தமும் சுக்குநூறாகிப் பொடியானது. என் தோல்வியை ஒப்புக்கொண்டுதான் ஆகவேண்டும். கலங்கிய கண்களுடன் மரத்தைப் பார்த்தேன். ஊஞ்சற்கிளையில், என் கனவுகளைத் தின்ற பிசாசு துருத்திக்கொண்டிருந்தது. கண்களைக் கசக்கிக்கொண்டு நடந்தேன். சூனியப்பொழுதாகக் கசந்தது மாலை.

"நிலா, எங்க போறீங்கள்...? ஊஞ்சல் ஆடேல்லையே...?"

பின்னால் கேட்டது இயக்க அண்ணாவின் குரல்.

"இல்லை... அந்த மரத்திலை..."

மேலே சொல்ல முடியாமல் விம்மினேன். கண்களைக் கரித்துக்கொண்டுவந்தது.

"அந்த மரத்திலை... மரத்திலை என்ன...?"

"மரத்திலை... மரத்திலை ரவுண்ஸ்."

'என்ன' என்று கத்தியபடி பற்றைச் செடிகளை விலக்கிப் பாய்ந்தோடிவந்தான் சின்னண்ணா.

"எதிலை காட்டுங்கோ பாப்பம்.?"

சொல்லிவிட்டு எனக்காகக் காத்திராமல், தானே கிட்டப்போய் ஒவ்வொரு கிளையாய் ஆராயத்தொடங்கினார் இயக்க அண்ணா. விம்மல் மாறாமலேயே அவரருகில் போய் நின்றேன். சின்னண்ணா என் கைகளைப் பிடித்தபடி நின்றான்.

"எங்கையடி ரவுண்ஸ், காட்டு பாப்பம்."

எல்லாம் முடிந்துவிட்ட கவலையில் ஊஞ்சற் கிளையை நோக்கி நீண்டது என் சுட்டுவிரல். மௌனம் எல்லோரையும் தின்றுகொண்டிருந்தது. அச்சத்தில் உறையத்தொடங்கியது மனம். 'மண்டையோட்டுப்படத்தை ஏன் இங்கே வைக்காமல் விட்டார்கள். நல்லகாலம், எதுவும் நடக்காமல் தப்பித்துவிட்டேன். மாறிக்கீறி ஏதாவது அசம்பாவிதம் நடந்திருந்தால்...?' நினைத்து முடிப்பதற்கிடையில், கால்களை நிலத்தில் உதைத்தபடி, துள்ளியெழும்பிக் கைகளைத்தட்டித் துள்ளிக்குதித்தான் சின்னண்ணா.

"நிலா... ஐ... நிலா... வருகுதடி...வருகுது."

அடங்காத மகிழ்ச்சியில் திக்குமுக்காடினான்.

"வருகுதா...? என்ன வருகுது...?"

ஒன்றும் புரியவில்லை. பேந்தப் பேந்த விழித்துக்கொண்டிருந்தேன். என் தோள்களைப் பிடித்து உலுக்கியபடி இம்முறை என்னையும் தன்னோடு கூட்டுச்சேர்த்தபடி வட்டம்போட்டு துள்ளத்தொடங்கினான்.

"அடியேய், துளிர்க்குது, கிளை திரும்பவும் துளிர்க்குது. துளிர்க்குது."

கத்திக்கொண்டே இயக்க அண்ணாவைத் திரும்பிப் பார்த்தான். அவர் ஆம் என்பதற்கு அர்த்தமாய் தலையசைத்தார்.

☙